ഉള്ളടക്കം

തടവുകാർക്കുള്ള സ്വാതന്ത്ര്യം

പരിശീലന പുസ്തകം

നമ്മെ അവരുടെ പല്ലിന്നു ഇരയായി കൊടുക്കായ്കയാൽ യഹോവ വാഴ്ത്തപ്പെടുമാറാകട്ടെ.

വേട്ടക്കാരുടെ കണിയിൽനിന്നു പക്ഷിയെന്നപോലെ നമ്മുടെ പ്രാണൻ വഴുതിപ്പോന്നിരിക്കുന്നു; കണി പൊട്ടി നാം വഴുതിപ്പോന്നിരിക്കുന്നു.

നമ്മുടെ സഹായം ആകാശത്തെയും ഭൂമിയെയും ഉണ്ടാക്കിയ യഹോവയുടെ നാമത്തിൽ ഇരിക്കുന്നു.

സങ്കീർത്തനം 124

മാർക്ക് ഡ്യൂറി ബെഞ്ചമിൻ ഹെഗമാൻ

db

ഡോർ ബുക്കുകൾ

തലക്കെട്ട്: *തടവുകാർക്കുള്ള സ്വാതന്ത്ര്യം: ട്രെയിനിംഗ് ഗ്രന്ഥം*
വിവരണം: മെൽബൺ: ഡെറോർ ബുക്സ്, 2022.
ISBN: 978-1-923067-18-9

ഗ്രൂപ്പ് ചർച്ച ഐക്കൺ www.flaticon.com-ൽ നിന്ന് ഫ്രീപിക് നിർമ്മിച്ചതാണ്.

മാർക്ക് ഡ്യൂറിയുടെ പുസ്തകങ്ങളെയും രചനകളെയും കുറിച്ചുള്ള കൂടുതൽ വിവരങ്ങൾക്ക്, markdurie.com സന്ദർശിക്കുക.

വ്യത്യസ്ത ഭാഷകളിലുള്ള *തടവുകാർക്കുള്ള സ്വാതന്ത്ര്യം* റിസോഴ്സുകൾക്ക്,
luke4-18.com *സന്ദർശിക്കുക.*

ഡെറോർ ബുക്സ്, മെൽബൺ ഓസ്ട്രേലിയ
www.derorbooks.com

മുഖവുര

ഇന്ന്, അവിശ്വസിനിയമവിതം നിരവധി മുൻ മുസ്ലീങ്ങൾ ക്രിസ്തുവിനെ അനുഗമിക്കാൻ തിരഞ്ഞെടുക്കുന്നു. ദുഃഖകരമെന്നു പറയട്ടെ, ഇവരിൽ പലരും തിരസ്കരണവും ഈ ലോകത്തിൻ്റെ കരുതലും വളരെയധികം കണ്ടെത്തുന്നു. ചില ദേശീയ ക്രിസ്ത്യൻ നേതാക്കൾ റിപ്പോർട്ട് ചെയ്യുന്നത് ആദ്യ രണ്ട് വർഷത്തിനുള്ളിൽ ഇവരിൽ 80% പേരും കൊഴിഞ്ഞുപോകുന്നതായാണ്. ഇതിനെവേണ്ടി നാം എന്താണ് ചെയ്യണമെന്നാണ് ദൈവം നമ്മോട് ആവശ്യപ്പെടുന്നത്?

2002-ൽ ഡോ: മാർക്ക് ഡ്യൂറി ഇസല്മിക ഭരണത്തിൻ കിഴിലുള്ള അമുസ്ലിങ്ങളെക്കുറിച്ചും, ക്രിസ്ത്യാനികൾക്ക് എങ്ങനെ ഇസ്ലാമിനെയും മുസ്ലിംകളെയും കുറിച്ചുള്ള ഭയത്തിൽ നിന്ന് മോചനം നേടാമെന്നും പഠിപ്പിക്കാൻ തുടങ്ങി. പ്രാർഥനയ്ക്കായി ആളുകൾ മുന്നോട്ടുവരുന്ന ശുശ്രൂഷയുടെ ഒരു സമയത്താണ് സാധാരണയായി ആ പഠിപ്പിക്കൽ നടത്തിയിരുന്നത്. ഈ ക്ലാസ്സുകളിൽ പങ്കെടുത്തവരിൽ പലരും പിന്നീട് ദൈവത്തിൻ്റെ ശക്തമായ ഒരു പ്രവൃത്തിക്ക് സാക്ഷ്യം വഹിച്ചു, അത് അവർക്ക് ശുശ്രൂഷയ്ക്കുള്ള സ്വാതന്ത്ര്യവും ശക്തിയും നൽകി.

തുടർന്ന് ഡോ: ഡ്യൂറി ഇസ്ലാമിൻ്റെ ആത്മീയ അടിമത്തത്തിൽ നിന്ന് ആളുകളെ മോചിപ്പിക്കാനുള്ള അദ്ധ്യാപനം വികസിപ്പിച്ചെടുത്തു. *തടവുകാർക്കുള്ള* സ്വാതന്ത്ര്യം എന്ന പുസ്തകത്തിൽ ഈ രണ്ട് പഠിപ്പിക്കലുകളും സംയോജിപ്പിച്ചിരിക്കുന്നു.

ലോകമെമ്പാടുമുള്ള സുവിശേഷ പ്രവർത്തകർ തടവുകാർക്കുള്ള സ്വാതന്ത്ര്യം അറിയുകയും ഉപയോഗിക്കുകയും ചെയ്തതിനാൽ, പുസ്തകം നിരവധി ഭാഷകളിലേക്ക് വിവർത്തനം ചെയ്യപ്പെട്ടു.

2010-ൽ *തടവുകാർക്കുള്ള സ്വാതന്ത്ര്യം* ആദ്യമായി പ്രസിദ്ധീകരിച്ചതിന് ശേഷമുള്ള വർഷങ്ങളിൽ, അതിൻ്റെ ഉപയോക്താക്കളുടെ ആവശ്യങ്ങൾ, പ്രത്യേകിച്ച് മുസ്ലീം പശ്ചാത്തലത്തിൽ നിന്നുള്ള വിശ്വാസികളുടെ കൂട്ടായ്മകൾ മികച്ച രീതിയിൽ നിറവേറ്റുന്നതിന്, അത് പരിഷ്കരിക്കേണ്ടതും പുതുക്കേണ്ടതും ആവശ്യമാണെന്ന് വ്യക്തമായിട്ടുണ്ട്.

പരിശീലന പരിപാടി വേണമെന്ന ആവശ്യവും ഉയർന്നിട്ടുണ്ട്. പവർപോയിൻ്റ് സ്ലൈഡുകൾ ഉപയോഗിച്ച് സലാം മിനിസ്ട്രീസ്

നിർമ്മിച്ച വീഡിയോകൾ പഠിപ്പിച്ചാണ് പുസ്തകത്തിൻ്റെ സന്ദേശത്തെ ആദ്യം പിന്തുണച്ചത്. ഈ വീഡിയോകൾ പിന്നീട് മറ്റ് ഭാഷകളിലേക്ക് ഡബ്ബ് ചെയ്യുകയോ സബ്ടൈറ്റിൽ നൽകുകയോ ചെയ്തു.

ഈ ടീച്ചിംഗ് ഫോർമാറ്റ് നിരവധി രാജ്യങ്ങളിൽ ഉപയോഗിച്ചിട്ടുണ്ട്, പ്രാദേശിക പങ്കാളികൾക്ക് ഇത് ഉപയോഗിക്കാൻ പരിശീലനം നൽകിവരുന്നു. എന്നിരുന്നാലും, ബെനിനിലെ ബുഷ് പാസ്റ്റർമാരെ പരിശീലിപ്പിക്കാൻ ഈ സമീപനം ഉപയോഗിക്കുന്നതിനുള്ള സാധ്യതയെക്കുറിച്ച് സലാം ഡയറക്ടർ നെൽസൺ വുൾഫ് ഡോ: ബെഞ്ചമിൻ ഹെഗെമാനെ സമീപിച്ചപ്പോൾ അദ്ദേഹം പറഞ്ഞു, "അസാധ്യം!" കൂടാതെ തികച്ചും വ്യത്യസ്തമായ ഒരു സമീപനം എന്ന് നിർദ്ദേശിച്ചു. ബെനിനിൽ നാളുകളായുള്ള അദ്ധ്യാപന അനുഭവത്തെ അടിസ്ഥാനമാക്കി, ഡോ: ഹെഗെമാൻ *തടവുകാർക്കുള്ള സ്വാതന്ത്ര്യം* എന്ന പരിശീലന ഫോർമാറ്റ് വികസിപ്പിക്കുകയും, അതിന് പഠന ഗൈഡ് ഉപയോഗിക്കുകയും ചെയ്തു. ഇവിടെ ഞങ്ങൾ പിന്തുടരുന്ന ഈ ഫോർമാറ്റ് ചെറുകൂട്ടങ്ങളിലായുള്ള ചർച്ചകളും നാടകങ്ങളുമാണ് ഉപയോഗിക്കുന്നത്, കൂടാതെ ബാടോണു, ഫ്രഞ്ച്, ഹൗസ ഭാഷ സംസാരിക്കുന്നവർക്കായി ഇത് പരീക്ഷിക്കുകയും അത് അവർ ആവേശത്തോടെ സ്വീകരിക്കുകയും ചെയ്തിട്ടുണ്ട്.

ഈ പരിശീലന സമീപനം ഒരു പ്രത്യേക വിദ്യാഭ്യാസ നിലവാരം അനുമാനിക്കാതെ, വൈവിധ്യമാർന്ന സന്ദർഭങ്ങളിൽ പ്രവർത്തിക്കാൻ രൂപകൽപ്പന ചെയ്തിട്ടുള്ളതാണ്. കൂടാതെ, ഈ പരിശീലനം പൂർത്തിയാക്കിയ ഒരു വ്യക്തി അത് സ്വന്തം സ്ഥലത്തേയ്ക്ക് കൊണ്ടുപോകാനും അതേ സമീപനം ഉപയോഗിച്ച് മറ്റുള്ളവരെ പരിശീലിപ്പിക്കാനും കഴിയണം.

ക്രിസ്തുവിൻ്റെ വാക്കുകൾ നമ്മുടെ കാതുകളിൽ മുഴങ്ങുന്നു: "പിതാവ് എന്നെ അയച്ചതുപോലെ, ഞാൻ നിങ്ങളെ അയയ്ക്കുന്നു", "പോകൂ, എല്ലാ ആളുകളെയും ശിഷ്യരാക്കുക!" യേശു എന്താണ് ഉദ്ദേശിച്ചത്? തൻ മരിക്കുന്നതിൻ്റെ തലേ രാത്രി ശിഷ്യന്മാർക്ക് ദൈവത്തെ അറിയാമെന്നും അവനുമായി ഐക്യപ്പെട്ടിട്ടുണ്ടെന്നും അദ്ദേഹം വിശദീകരിച്ചു; അവൻ്റെ നാമത്തിലും, സത്യത്തിലും, സ്നേഹത്തിലും അവർ ദൈവവുമായി ഒന്നാകുന്നു എന്ന് (യോഹന്നാൻ 17). കൊയ്ത്തിന്റെ നാഥനോടുള്ള ഞങ്ങളുടെ പ്രാർത്ഥനയാണ്, തടവുകാർക്കുള്ള സ്വാതന്ത്ര്യം, ഇസ്ലാം ഭവനത്തിൽ നിന്ന് സത്യാദൈവത്തിലേക്ക് വന്നവരെ യേശുക്രിസ്തുവിൽ ദൈവവുമായി ഐക്യപ്പെടാൻ

സഹായിക്കുകയും അത് മുസ്ലിങ്ങൾക്കിടയിൽ ശിഷ്യരാക്കുന്ന എല്ലാവരെയും സഹായിക്കുകയും ചെയ്യും എന്നതാണ്.

മാർക്ക് ഡ്യൂറിയുടെ പുതുക്കിയ *തടവുകാർക്കുള്ള സ്വാതന്ത്ര്യം* എന്ന അദ്ധ്യാപനവും ബെഞ്ചമിൻ ഹെഗമാൻ്റെ പഠന സഹായികളും സംയോജിപ്പിക്കുന്ന ഈ പുസ്തകം എല്ലാ ആവശ്യങ്ങളും നിറവേറ്റാനും ആഗോള സഭയ്ക്ക് അനുഗ്രഹമാകാനും സഹായിക്കുമെന്ന് ഞങ്ങൾ പ്രതീക്ഷിക്കുന്നു.

ഈ പുസ്തകം മെച്ചപ്പെടുത്തുന്നതിന് സഹായകരമായ നിർദ്ദേശങ്ങൾ നൽകിക്കൊണ്ട് ഞങ്ങൾക്ക് പ്രതികരണം നൽകിയ അനേകം വിലപ്പെട്ട സഹോദരീസഹോദരന്മാർക്ക് ഞങ്ങളുടെ ആത്മാർത്ഥമായ നന്ദി അറിയിക്കാൻ ഞങ്ങൾ ആഗ്രഹിക്കുന്നു. ഈ പ്രോജക്റ്റിനോടുള്ള നിങ്ങളുടെ ഉത്സാഹം അങ്ങേയറ്റം വിലമതിക്കുന്നു. സാമ്പത്തിക സഹായികളെയും അനേകരുടെ പ്രാർത്ഥനകളെയും ഞങ്ങൾ നന്ദിപൂർവ്വം അംഗീകരിക്കുന്നു, അവരില്ലാതെ ഈ ജോലി ഒരിക്കലും സംഭവിക്കില്ല.

മാർക്ക് ഡ്യൂറി, ബെഞ്ചമിൻ ഹെഗെമാൻ, നെൽസൺ വുൾഫ്
ജൂൺ 2022

എങ്ങനെ ഈ പുസ്തകം ഉപയോഗിക്കണം

ആറ് പ്രധാന പാഠങ്ങളും രണ്ട് അധിക പാഠങ്ങളും അടങ്ങിയ മാർക്ക് ഡ്യൂറിയുടെ *തടവുകാർക്കുള്ള സ്വാതന്ത്ര്യം* എന്ന പുസ്തകത്തിൻ്റെ പുതിയ പതിപ്പ് അടങ്ങുന്ന ഈ തടവുകാർക്കുള്ള സ്വാതന്ത്ര്യം പരിശീലന പുസ്തകത്തിലേക്ക് സ്വാഗതം.

ഈ പരിശീലന പുസ്തകം ക്രിസ്ത്യൻ പ്രേക്ഷകർക്കായി എഴുതിയതാണ്. തടവുകാർക്കുള്ള സ്വാതന്ത്ര്യം എന്ന പുസ്തകത്തിലെ പഠിപ്പിക്കലുകൾ ഉപയോഗിയ്ക്കാൻ ക്രിസ്ത്യാനികളെ സഹായിക്കുന്നതിനാണ് ഇത് വികസിപ്പിച്ചിരിക്കുന്നത്. ക്രിസ്തുവിൽ സ്വാതന്ത്ര്യം കണ്ടെത്താനും സ്വതന്ത്രരായിരിക്കാനും നിങ്ങളെയും മറ്റുള്ളവരെയും സഹായിക്കണമെന്നാണ് ഞങ്ങളുടെ പ്രാർത്ഥന.

ഈ പരിശീലന പുസ്തകം ഉപയോഗിച്ച് ഒരു പരിശീലന കോഴ്സ് നയിക്കാൻ നിങ്ങൾ പദ്ധതിയിടുകയാണെങ്കിൽ, ദയവായി ആദ്യം ശ്രദ്ധാപൂർവം ലീഡർമാർക്കുള്ള ഗൈഡ് വായിക്കുക, അത് ആദ്യത്തെ പാഠത്തിന് മുമ്പ് നിങ്ങൾക്ക് കണ്ടെത്താനാകും. മറ്റ് വിശ്വാസികളുടെ കൂട്ടത്തോടൊപ്പം ഈ പരിശീലനം നടത്താൻ ഞങ്ങൾ നിർദ്ദേശിക്കുന്നു.

3-5 ദിവസത്തിനുള്ളിൽ ഒരു സമ്മേളനത്തിന്റെ രീതിയിൽ ഇത് രൂപകൽപ്പന ചെയ്തിരിക്കുന്നു, എന്നാൽ ഇത് പ്രതിവാര ചെറിയ ഗ്രൂപ്പ് പഠനങ്ങളുടെ ഒരു പരമ്പരയായും ചെയ്യാൻ കഴിയും.

ഖുർആനിലെ പരാമർശങ്ങൾ Q എന്ന ചുരുക്കെഴുത്ത് ഉപയോഗിക്കുന്നു: ഉദാഹരണത്തിന്, Q9:29 സൂചിപ്പിയ്ക്കുന്നത് സൂറ 9:29 എന്നാകുന്നു. ഈ പരിശീലനത്തിൽ, ആധികാരിക സ്രോതസ്സുകളെ അടിസ്ഥാനമാക്കിയുള്ള ഇസ്ലാമിൻ്റെ അധ്യാപനങ്ങളെക്കുറിച്ച് നിങ്ങൾ പഠിക്കും. റഫറൻസുകൾ വിശ്വസനീയമായ പ്രാഥമിക ഇസ്ലാമിക സ്രോതസ്സുകളിലേതാണെന്ന് ഉറപ്പാക്കാൻ എല്ലാ ശ്രമങ്ങളും നടത്തിയിട്ടുണ്ട്. ഈ

സ്രോതസ്സുകളിൽ പലതിനെക്കുറിച്ചും വിശദമായ റഫറൻസിനായി മാർക്ക് ഡ്യൂറിയുടെ *തേർഡ് ചോയ്സ് കാണുക*.

ആഗോള സഭയ്ക്ക് ഈ പുസ്തകം ലഭ്യമാക്കുമ്പോൾ, എല്ലാത്തരം വിദ്വേഷത്തെയും മുൻവിധികളെയും എതിർക്കുന്നതോടൊപ്പം, എല്ലാ മതങ്ങളെയും ലോകദർശനങ്ങളെയും പ്രതിപാദിക്കുന്ന കാര്യങ്ങളിൽ വിമർശനാത്മക ചിന്ത ഉപയോഗിക്കണമെന്ന് ഞങ്ങൾ വിശ്വസിക്കുന്നു അതിനായി പ്രത്യേകം പ്രാമുഖ്യം നൽകുന്നു. തങ്ങളുടെ മനസ്സാക്ഷിയും അറിവും തങ്ങളെ നയിക്കുന്നതിനാൽ ഇസ്ലാമിൻ്റെ പഠിപ്പിക്കലുകളോട് യോജിച്ചും വിയോജിച്ചും ഇസ്ലാമിനെക്കുറിച്ച് സ്വന്തം അഭിപ്രായത്തിൽ എത്താൻ മുസ്ലിംകൾക്കും അമുസ്ലിംകൾക്കും ഒരുപോലെ അവകാശമുണ്ട്.

luke4-18.com എന്ന വെബ്സൈറ്റിൽ നിങ്ങൾക്ക് ഈ പരിശീലന പുസ്തകത്തിന്റെ *തടവുകാർക്കുള്ള സ്വാതന്ത്ര്യം* എന്നതിന്റെ മാറ്റ് ഉപാധികളും, ഡൗൺലോഡ് ചെയ്യാവുന്ന PDF കണ്ടെത്താനാകും. ക്രിസ്ത്യൻ ശുശ്രൂഷകൾക്ക് അവരുടെ ആവശ്യങ്ങൾ നിറവേറ്റുന്നതിനായി luke4-18.com-ൽ ഉറവിടങ്ങൾ ഡൗൺലോഡ് ചെയ്യാനും പ്രിൻ്റ് ചെയ്യാനും പങ്കിടാനും അനുമതിയുണ്ട്. ഈ പരിശീലനം ആളുകളെ എങ്ങനെ സഹായിച്ചു എന്നതിൻ്റെ സാക്ഷ്യപത്രങ്ങളും മെച്ചപ്പെടുത്തലുകൾക്കുള്ള നിർദ്ദേശങ്ങളും സ്വീകരിക്കുന്നതിൽ ഞങ്ങൾ എപ്പോഴും നന്ദിയുള്ളവരാണ്.

നേതാക്കൾക്കുള്ള മാർഗനിർദേശങ്ങൾ

പൊതുവായ മാർഗനിർദേശങ്ങൾ

ഇസ്‌ലാമിൽ നിന്ന് ആത്മീയ സ്വാതന്ത്ര്യം കണ്ടെത്താൻ ആളുകളെ സഹായിക്കാനാണ് ഈ പരിശീലനം നൽകുന്നത്.

തടവുകാർക്കുള്ള സ്വാതന്ത്ര്യം ട്രെയിനിംഗ് ക്ലാസുകൾ നടത്താൻ പദ്ധതിയിടുകയാണെങ്കിൽ, ദയവായി ഈ മാർഗ്ഗനിർദ്ദേശങ്ങൾ ശ്രദ്ധാപൂർവ്വം പഠിക്കുക.

മൂന്ന് വ്യത്യസ്ത തരത്തിലുള്ള ക്രിസ്ത്യാനികളെ സഹായിക്കാൻ ഈ പരിശീലന പുസ്തകം എഴുതിയിരിക്കുന്നു:

1. ക്രിസ്തുവിൽ തങ്ങളുടെ സ്വാതന്ത്ര്യം അവകാശപ്പെടാൻ തിരഞ്ഞെടുക്കുന്ന ഇസ്ലാമിൽ നിന്ന് പരിവർത്തനം ചെയ്ത ക്രിസ്ത്യാനികൾ

2. മുസ്ലീം ആധിപത്യത്തിൽ മുസ്ലീങ്ങളോടൊപ്പം, അല്ലെങ്കിൽ അവരുടെ പൂർവ്വികർ മുസ്ലീങ്ങളോടൊപ്പം ജീവിച്ച ക്രിസ്ത്യാനികൾ.

3. ക്രിസ്തുവിൻ്റെ സന്ദേശം മുസ്ലീങ്ങളുമായി പങ്കിടാൻ ആഗ്രഹിക്കുന്ന ഏതൊരാൾക്കും.

ഈ മൂന്ന് ഗ്രൂപ്പുകൾക്കും അവരുടേതായ പ്രത്യേക ആവശ്യങ്ങളുണ്ട്; എന്നിരുന്നാലും, ഈ പരിശീലനത്തിൻ്റെ പ്രധാന പാഠങ്ങളായ 1-6 പാഠങ്ങൾ എല്ലാവരും (എല്ലാ തരത്തിലുള്ള ക്രിസ്ത്യാനികളും) ചെയ്യാൻ ഞങ്ങൾ ശുപാർശ ചെയ്യുന്നു.

രണ്ട് അധിക പാഠങ്ങളുണ്ട്, പാഠങ്ങൾ 7 ഉം 8 ഉം, മുമ്പ് മുസ്ലിങ്ങളയിരുന്ന എന്നാൽ ഇപ്പോൾ ക്രിസ്തുവിനെ അനുഗമിയ്ക്കുന്നവർക്കായി പ്രത്യേകം രൂപകൽപ്പന ചെയ്തിരിക്കുന്നു. ആറ് പ്രധാന പാഠങ്ങൾ പൂർത്തിയാക്കിയതിനുശേഷം മാത്രമേ ഇവ ഉപയോഗിയ്ക്കാവു.

- പാഠം 7 ഇസ്ലാമിൽ നിന്നുള്ള സ്വാതന്ത്ര്യത്തിൻ്റെ അധിക പ്രധാന വശങ്ങൾ ചർച്ച ചെയ്യുന്നു: നുണ പറയൽ, തെറ്റായ ശ്രേഷ്ഠത, ശാപം.
- മുസ്ലീം പശ്ചാത്തലത്തിൽ നിന്നുള്ള ആളുകളുടെ ആരോഗ്യകരമായ ഒരു സഭയെ എങ്ങനെ വളർത്തിയെടുക്കാം എന്നതിനെക്കുറിച്ച് പാഠം 8 പഠിപ്പിക്കുന്നു. മുൻ മുസ്ലീങ്ങൾക്കിടയിൽ പ്രവർത്തിക്കുന്ന എല്ലാവരെയും സഹായിക്കുന്നതിനാണ് ഇത് രൂപകൽപ്പന ചെയ്തിരിക്കുന്നത്.

ഈ പരിശീലനം ഒരു പ്രത്യേക രീതിയിൽ ചെയ്യാൻ രൂപകൽപ്പന ചെയ്തിട്ടുള്ളതാണ്. ഇവിടെ വിവരിച്ചിരിക്കുന്ന സമീപനം നിങ്ങൾ പിന്തുടരാൻ ശുപാർശ ചെയ്യുന്നു, കാരണം ഇത് പരീക്ഷിക്കപ്പെട്ടതും പഠിതാക്കൾക്ക് നന്നായി പ്രവർത്തിക്കുന്നതുമാണ്.

ഈ പരിശീലനം 3 മുതൽ 5 ദിവസം കൊണ്ട് പൂർത്തിയാക്കാൻ രൂപകൽപ്പന ചെയ്തിട്ടുള്ളതാണ്. പ്രതിവാര ചെറിയ ഗ്രൂപ്പ് പഠനങ്ങളുടെ ഒരു പരമ്പരയായും പിന്തുടരാവുന്നതാണ്.

നിങ്ങളാണ് പരിശീലനത്തിന് നേതൃത്വം നൽകുന്നതെങ്കിൽ, അത് മറ്റുള്ളവരുമായി പങ്കിടാൻ പങ്കെടുക്കുന്നവരെ പ്രോത്സാഹിപ്പിക്കുക. ഒരു പങ്കാളി എന്ന നിലയിൽ ഈ പരിശീലനം പിന്തുടരുന്ന ഒരാൾക്ക് അത് അവരുടെ സ്വന്തം സ്ഥലത്തേയ്ക്ക് കൊണ്ടുപോകാനും മറ്റുള്ളവരെ പരിശീലനത്തിലേക്ക് നയിക്കാനും കഴിയുമെന്ന് ഞങ്ങൾ പ്രതീക്ഷിക്കുന്നു.

പരിശീലന രീതി

ഒരു ചെറിയ വീട്ടിൽ കൂടുന്ന ഗ്രൂപ്പ് മുതൽ നൂറുകണക്കിന് ആളുകൾ അടങ്ങുന്ന വലിയ ഗ്രൂപ്പ് വരെയുള്ള എത്ര പേർക്കും ഈ പരിശീലനം പിന്തുടരാം. അഞ്ചോ ആറോ ആളുകളിൽ കൂടുതൽ ആളുകൾ പരിശീലനം നടത്തുന്നുണ്ടെങ്കിൽ, പങ്കെടുക്കുന്നവരെ നാലോ അഞ്ചോ ഗ്രൂപ്പുകളായി വിഭജിക്കേണ്ടതുണ്ട്. പരിശീലനത്തിലുടനീളം ഈ ഗ്രൂപ്പുകൾ മാറാതെ ഒരുമിച്ചിരിയ്ക്കുകയും ഇവ ചെയ്യേണ്ടത്.

പരിശീലനത്തിൽ പങ്കെടുക്കുന്ന എല്ലാവർക്കും ഈ പരിശീലന പുസ്തകത്തിന്റെ ഒരു കോപ്പി ഉണ്ടെന്ന് ഉറപ്പാക്കുക. പരിശീലനത്തിൻ്റെ തുടക്കത്തിൽ പങ്കെടുക്കുന്ന എല്ലാവരെയും അവരുടെ പുസ്തകത്തിന്റെ' മുൻവശത്ത് അവരുടെ പേരുകൾ

എഴുതിപ്പിയ്ക്കുക, കൂടാതെ അവരുടെ പുസ്തകങ്ങൾ സൂക്ഷിക്കേണ്ടതാനെന്നും അവരെ അറിയിക്കുകയും, അവയിൽ കുറിപ്പുകൾ എഴുതാൻ അവരെ സ്വാഗതം ചെയ്യുകയും പ്രോത്സാഹിപ്പിക്കുകയും ചെയ്യുക. തുടർന്ന് ആറ് പ്രധാന പാഠങ്ങൾ, ഓരോ പാഠത്തിൻ്റെയും തലക്കെട്ട്, ഓരോ പാഠത്തിൻ്റെയും തുടക്കത്തിൽ നല്കിയിരിയ്ക്കുന്ന പഠന ലക്ഷ്യങ്ങൾ, ഓരോ പാഠത്തിൻ്റെയും അവസാനം നല്കിയിരിയ്ക്കുന്ന അധിക വിഭങ്ങളെക്കുറിച്ചും (പദാവലി, പേരുകൾ, വാക്യങ്ങൾ, ബൈബിളും ഖുറാനും എന്നിവയിലേക്ക് ശ്രദ്ധ ആകർഷിക്കുക), ഓരോ പാഠത്തിൻ്റെയും അവസാനത്തിലുള്ള ചോദ്യങ്ങളും പരിശീലന പുസ്തകത്തിന്റെ പിൻഭാഗത്ത് കാണുന്ന ഉത്തരങ്ങളെക്കുറിച്ചും എല്ലാവരോടും വിശദീകരിക്കുക.

ഓരോ പരിശീലന ദിനത്തിൻ്റെയും തുടക്കത്തിൽ, ഓരോ ചെറിയ ഗ്രൂപ്പിനിം ഒരു പ്രസിഡൻ്റിനെയും സെക്രട്ടറിയെയും നിയമിക്കുന്നു. ഈ സ്ഥാനങ്ങൾ മാറിമാറി എടുക്കാൻ ഗ്രൂപ്പ് അംഗങ്ങളെ പ്രോത്സാഹിപ്പിക്കുക.

- പ്രസിഡൻ്റ് ചെറിയ ഗ്രൂപ്പ് ചർച്ചകൾക്ക് നേതൃത്വം നൽകുകയും ഗ്രൂപ്പിലെ എല്ലാവരെയും ചർച്ചയിൽ പങ്കെടുക്കാൻ പ്രോത്സാഹിപ്പിക്കുകയും ചെയ്യുക. പരിശീലന പുസ്തകത്തിന്റെ പിൻഭാഗത്തുള്ള ഉത്തരങ്ങൾ പരിശോധിക്കാൻ പ്രസിഡൻ്റിന് മാത്രമേ കഴിയൂ.

- വിശദമായ പഠന ചോദ്യത്തിന് ഗ്രൂപ്പ് എങ്ങനെ ഉത്തരം നൽകുന്നു, പാഠത്തിൻ്റെ അവസാനം ചോദ്യോത്തര പട്ടികയിൽ കൊണ്ടുവരേണ്ട ചോദ്യങ്ങൾ രേഖപ്പെടുത്തുക, ഒരു ചോദ്യത്തിന് ഉത്തരം നൽകാൻ ഗ്രൂപ്പുകളെ ക്ഷണിക്കുക എന്നത് സെക്രെട്ടറി നോക്കുക.

ഒരു പരിശീലന കോഴ്സിൻ്റെ തുടക്കത്തിൽ, ചെറിയ ഗ്രൂപ്പുകൾ എങ്ങനെ പ്രവർത്തിക്കുമെന്നും ഗ്രൂപ്പുകൾ ഓരോ ദിവസവും ഒരു പുതിയ പ്രസിഡൻ്റിനെയും സെക്രട്ടറിയെയും നിയമിക്കണമെന്നും വിശദീകരിക്കുന്ന നാലോ അഞ്ചോ ഗ്രൂപ്പുകളായി വിഭജിക്കാൻ നേതാവ് നിർദ്ദേശിക്കുന്നു. ചോദ്യങ്ങളുടെ ഉത്തരങ്ങൾ നോക്കാൻ *പ്രസിഡൻ്റിന് മാത്രമേ അനുമതിയുള്ളൂ* എന്ന് ചെറുസംഘങ്ങൾ എല്ലാവരും സമ്മതിക്കണമെന്നും നേതാവ് വിശദീകരിക്കുക.

ഓരോ പുതിയ പരിശീലനദിനത്തിൻ്റെയും തുടക്കത്തിൽ, നേതാവ്, "എല്ലാ പ്രസിഡൻ്റുമാരും സെക്രട്ടറിമാരും വിരമിച്ചതായി," പ്രഖ്യാപിക്കുകയും, ഓരോ ചെറിയ ഗ്രൂപ്പുകളും ആ ദിവസത്തേക്ക്

പുതിയ പ്രസിഡൻ്റുമാരെയും സെക്രട്ടറിമാരെയും നിയമിയ്ക്കുകയും ചെയ്യുക (താഴെ കാണുക).

ഓരോ പാഠത്തിൻ്റെയും പരിശീലന ക്രമം:

- പങ്കെടുക്കുന്ന എല്ലാവരോടും ലീഡർ പാഠത്തിൻ്റെ തുടക്കത്തിൽ, പാഠം ആരംഭിക്കുന്ന പരിശീലന പുസ്തക പേജിലേക്ക് ക്ഷണിക്കുക. ഈ പേജിന് ഒരു ചിന്താവിഷയത്തെ ആസ്പതമാക്കിയുള്ള മാതൃക ഉണ്ട്.
- പാഠത്തിന്റെ ലക്ഷ്യങ്ങൾ ലീഡർ പങ്കെടുക്കുന്ന എല്ലാവർക്കും അവതരിപ്പിക്കുക.
- പാഠത്തിന്റെ ലക്ഷ്യത്തെക്കുറിച്ചു ലീഡർ (ഒന്നോ രണ്ടോ മിനിറ്റ്) സംക്ഷിപ്തമായി അഭിപ്രായമറിയിക്കുകയും പാഠത്തിൻ്റെ തുടക്കത്തിൽ പരിശീലന പുസ്തകത്തിന്റെ ചിന്താവിഷയ മാതൃകയിലേയ്ക്ക് ശ്രദ്ധ ആകർഷിക്കുകയും അത് ഹ്രസ്വമായി വിശദീകരിക്കുകയും ചെയ്യുക.
- പങ്കെടുക്കുന്ന എല്ലാവർക്കുംവേണ്ടി ലീഡർ പാഠത്തിൻ്റെ തുടക്കത്തിൽ പഠന ലക്ഷ്യങ്ങൾ വായിച്ചു കൊടുക്കുക. ഉദാഹരണത്തിന്, “ഈ പാഠത്തിൻ്റെ ലക്ഷ്യങ്ങൾ [x] പേജിൽ കാണാം. ഈ ലക്ഷ്യങ്ങൾ ... [അവയെല്ലാം ഉറക്കെ വായിക്കുക].”
- അടുത്തതായി, ഓരോ പാഠത്തിലുമുള്ള പഠനം ഒരു നാടകമായി അവതരിപ്പിക്കാം, പക്ഷേ അത് എല്ലാവർക്കും വായിക്കാനും കഴിയണം. നിങ്ങൾ ഇത് ഒരു നാടകമായി അവതരിപ്പിക്കാൻ തിരഞ്ഞെടുക്കുകയാണെങ്കിൽ, പഠനം രംഗം റിഹേഴ്സൽ ചെയ്യാം: ഈ രംഗങ്ങൾ അഭിനയിക്കാൻ പങ്കെടുക്കുന്നവരെ പ്രോത്സാഹിപ്പിക്കുക. ഈ നാടകത്തിനു ശേഷം (അല്ലെങ്കിൽ വായന) ചെറിയ ഗ്രൂപ്പുകൾ ഒത്തുകൂടുന്നത് ഈ പഠനം ചർച്ച ചെയ്യാനും അതിൻ്റെ അവസാനത്തെ ചോദ്യത്തിന് ഉത്തരം നൽകാനും: " അവർ എങ്ങനെ പ്രതികരിച്ചു എന്ന് അറിയാനയുമാണ്?" ഇതിനുശേഷം, ഓരോ ഗ്രൂപ്പിൻ്റെയും സെക്രട്ടറി അവരുടെ ഗ്രൂപ്പ് ആ ചോദ്യത്തിന് എങ്ങനെ ഉത്തരം നൽകി എന്നതിനെക്കുറിച്ച് വലിയ ഗ്രൂപ്പിന് റിപ്പോർട്ട് ചെയ്യുന്നു.
- ഓരോ പാഠവും പല പരമ്പരയായി വിഭജിക്കേണ്ടതുണ്ട്, ആദ്യത്തെ പാഠം ചുരുങ്ങിയ പാഠമായതിനാൽ ഒരു സെഷനിൽ തന്നെ പൂർത്തിയാക്കാവുന്നതാണ്.

- ഒരു പാഠത്തിനുള്ളിലെ ഓരോ സെഷനും, പങ്കെടുക്കുന്നവർ താഴെയുള്ള 1 മുതൽ 5 വരെയുള്ള ഘട്ടങ്ങൾ പിന്തുടരുന്നു:

  1. പരിശീലന പുസ്തകത്തിന്റെ പേജ് നമ്പറുകൾ സഹിതം ഈ സെഷനിൽ ഏതൊക്കെ വിഭാഗങ്ങളാണ് ചർച്ച ചെയ്യേണ്ടതെന്ന് ലീഡർ മറ്റുള്ളവരെ അറിയിക്കുക. (ഓരോ ചെറിയ ഗ്രൂപ്പ് സെഷനിലും എന്തൊക്കെ പഠിയ്ക്കണമെന്ന് നിർദ്ദേശിക്കുന്ന വാചകത്തിൽ നൽകിയിരിക്കുന്ന വിവിധ അടയാളങ്ങൾ ലീഡറിന് പിന്തുടരാവുന്നതാണ്.)

  2. നല്ല വായനാ ശബ്ദമുള്ള ഒരാൾ ചർച്ച ചെയ്യപ്പെടേണ്ട വിഭാഗങ്ങൾക്കായി വാചകം ഉറക്കെ വായിക്കുന്നു. (പരിശീലനം തരംതിരിച്ചിരിയ്ക്കുന്ന അടയാളങ്ങൾ പിന്തുടരുകയാണെങ്കിൽ, വായനക്കാരൻ അവിടെ കൊടുത്തിരിയ്ക്കുന്നത് വായിക്കും, അത് ഏകദേശം 10-15 മിനിറ്റ് എടുക്കും.)

  3. പങ്കെടുക്കുന്നവർ ചെറിയ ഗ്രൂപ്പുകളായി തിരിഞ്ഞു നിലവിലെ പാഠത്തിന്റെ ചോദ്യങ്ങളിലേക്ക് പോകുക. ഓരോ പാഠത്തിൻ്റെയും അവസാനം ചോദ്യങ്ങൾ കണ്ടെത്താം.

  4. ഗ്രൂപ്പുകൾ നിലവിലെ പട്ടികയിൽ നിന്നുള്ള വിഭാഗങ്ങൾളുടെ ചോദ്യങ്ങൾ ചർച്ച ചെയ്യുകയും ഉത്തരം നൽകുകയും ചെയ്യുന്നു. ചോദ്യങ്ങളുടെ എണ്ണം അനുസരിച്ച് ഇതിന് ഏകദേശം 10-20 മിനിറ്റ് എടുത്തേക്കാം. ഈ സമയത്ത്, അവർ എങ്ങനെ പോകുന്നു എന്ന് നിരീക്ഷിക്കാൻ ലീഡർ ഒരു ഗ്രൂപ്പിൽ നിന്ന് മറ്റു ഗ്രൂപ്പിലേക്ക് നീങ്ങുന്നു.

  5. ആ വിഭാഗങ്ങൾക്കായി ഒരു ഗ്രൂപ്പിലെ ചർച്ചകൾ തീർന്നുവെന്ന് ലീഡർ മനസ്സിലാക്കിയാൽ, മറ്റെല്ലാ ഗ്രൂപ്പുകളോടും അത് പൂർത്തിയാക്കാൻ ആവശ്യപ്പെടുന്നു. മെറ്റീരിയലുമായി നീങ്ങുന്നത് തുടരുക; അലഞ്ഞുതിരിയുന്നവരെ കാത്തിരിക്കരുത്.

  മുഴുവൻ പാഠവും പൂർത്തിയാകുന്നതുവരെ ശേഷിക്കുന്ന വിഭാഗങ്ങൾക്കായി 1 മുതൽ 5 വരെയുള്ള ഘട്ടങ്ങൾ ആവർത്തിക്കുക.

- ഓരോ പാഠത്തിൻ്റെയും അവസാനം, ആ പാഠത്തെക്കുറിച്ചുള്ള ചോദ്യോത്തര വിഭാഗത്തിൽ എല്ലാ ഗ്രൂപ്പുകളും വീണ്ടും ഒത്തുചേരുന്നു.

5, 6, 7 പാഠങ്ങൾ പ്രാർത്ഥനയോടെ അവസാനിക്കുന്നു. പ്രാർത്ഥനകൾ നിർവ്വഹിക്കുന്നതിന് താഴെ നൽകിയിരിക്കുന്ന നിർദ്ദേശങ്ങൾ പാലിക്കുക.

ഇതാണ് ചർച്ചാ വർണ്ണനം, മൂന്ന് ആളുകൾ സംസാരിക്കുന്നത് കാണിക്കുന്നു:

ഈ വർണ്ണനം ഗ്രൂപ്പ് സെഷനുകൾക്കായി നിർദ്ദേശിച്ച ഒരു താൽക്കാലിക വിരാമ പോയിൻ്റിനെ സൂചിപ്പിക്കുന്നു. ഇതൊരു നിർദ്ദേശം മാത്രമാണ്: പങ്കെടുക്കുന്നവരുടെ ആവശ്യങ്ങൾക്കനുസരിച്ച് അവരുടെ പരിശീലനത്തിനുള്ള പാഠങ്ങൾ എങ്ങനെ വിഭജിക്കണമെന്ന് ഓരോ നേതാവും ആസൂത്രണം ചെയ്യേണ്ടതുണ്ട്. പങ്കെടുക്കുന്നവർക്ക് ഒരു സമയം ഉൾക്കൊള്ളാൻ കഴിയുന്ന വിവരങ്ങളുടെ അളവ് ഗ്രൂപ്പിനെ ആശ്രയിച്ച് വ്യത്യാസപ്പെടും, അതിനാൽ ഓരോ ചെറിയ ഗ്രൂപ്പ് വിഭാഗത്തിലും എത്ര മെറ്റീരിയൽ തീർക്കണമെന്ന് പരിശീലന നേതാവ് തീരുമാനിക്കേണ്ടതുണ്ട്.

പാഠ ലക്ഷ്യങ്ങൾ

ഓരോ പാഠവും ഒരു നാടകത്തോടെ അവതരിപ്പിയ്ക്കുന്ന പാഠ ലക്ഷ്യങ്ങൾ ഉപയോഗിച്ച് അവതരിപ്പിക്കാൻ ശുപാർശ ചെയ്യുന്നു. നിങ്ങൾ അത് ഉപയോഗിക്കാൻ തിരഞ്ഞെടുക്കുകയാണെങ്കിൽ, മുഴുവൻ പരിശീലനവും പരിചയപ്പെടുത്തുന്നതിനുള്ള ഒരു പാഠ ലക്ഷ്യവുമുണ്ട്. പാഠ ലക്ഷ്യങ്ങൾക്കായി നിങ്ങൾ മുൻകൂട്ടി തയ്യാറാകേണ്ടതുണ്ട്. പാഠം ലക്ഷ്യം അര മണിക്കൂർ മുമ്പ് റിഹേഴ്സൽ ചെയ്യാൻ അഭിനേതാക്കൾ കണ്ടുമുട്ടിയാൽ മതിയാകും.

മുഴുവൻ പരിശീലനവും പരിചയപ്പെടുത്തുന്ന പാഠം ലക്ഷ്യങ്ങൾ

കസേരയിൽ നിൽക്കുന്ന ഒരാളുടെ ഭാരം താങ്ങാൻ കഴിയുന്നത്ര ബലമുള്ള ആറ് മുതൽ എട്ട് വരെ കസേരകൾ കണ്ടെത്തുക. കസേരകൾ ഒരു വരിയിൽ വയ്ക്കുക, ഓരോ കസേരയുടെയും മുൻഭാഗം അടുത്ത കസേരയുടെ പുറകിൽ വയ്ക്കുക. അടുത്തതായി ഒരു യുവ പങ്കാളിയോട് തൻ്റെ മൊബൈൽ ഫോണിൽ

സംസാരിക്കുന്നതായി നടിച്ച് കസേരകളിൽ നടക്കാൻ ആവശ്യപ്പെടുക. പിന്നീട് അത് ബുദ്ധിമുട്ടാക്കുക, കസേരകൾ കൂടുതൽ അകലത്തിലേയ്ക്ക് വേർപെടുത്തുക, അത് വളരെ ബുദ്ധിമുട്ടാണ്. എന്നിട്ട് അവസാനം ആരെങ്കിലും "ഗൈഡ്" എന്ന് ഒരു കടലാസ് കഷണം ഉയർത്തി പിടിക്കുക. ഈ വ്യക്തി പിന്നീട് പോയി പങ്കാളിയുടെ കൈ പിടിച്ച് ഒരു കസേരയിൽ നിന്ന് അടുത്ത കസേരയിലേക്ക് പോകാൻ സഹായിക്കുക, വഴികാട്ടിയായ കൈ സ്വയം ചെയ്യാൻ ബുദ്ധിമുട്ടുള്ള കാര്യങ്ങൾ ചെയ്യുന്നത് എങ്ങനെ എളുപ്പമാക്കുന്നു എന്ന് ചിത്രീകരിക്കുന്നു.

പാഠം 1-നുള്ള പാഠ ലക്ഷ്യം

“ഞാൻ സ്വതന്ത്രനാണ്! ഞാൻ സ്വതന്ത്രനാണ്!" ഒരു ക്രിസ്ത്യാനി എന്ന നിലയിൽ താൻ എത്രമാത്രം സ്വതന്ത്രനാണെന്ന് ഉറക്കെ സംസാരിക്കുകയും ചെയ്യുന്നു. എന്നാൽ എല്ലാ സമയത്തും അവൻ തൻ്റെ കാലിൽ കെട്ടിയിരിക്കുന്ന രണ്ട് ആടുകളെ അവഗണിക്കുകയാണ്, ഒരു ആടിനെ ഒരു കാലിലേക്കും മറ്റേ ആടിനെ മറ്റേ കാലിലേക്കും. (രണ്ട് ആടുകൾ, രണ്ട് പൂവൻകോഴികൾ, അല്ലെങ്കിൽ രണ്ട് പൂച്ചകൾ എന്നിങ്ങനെയുള്ള മറ്റൊരു മൃഗത്തിത്തെ ഉപയോഗിയ്ക്കാം.) അയാൾക്ക് ഒരു നേർരേഖയിൽ നടക്കാൻ പ്രയാസമാണ്. അവനെ ഒന്ന് ആദ്യം ഒരു വഴിക്കും പിന്നെ മറ്റേ വഴിക്കും വലിക്കുന്നു. അവൻ തൻ്റെ ലക്ഷ്യസ്ഥാനത്ത് എത്താൻ പാടുപെടുന്നു, പക്ഷേ അയാൾക്ക് ആടുകളെ കാണാൻ കഴിയില്ല. അവൻ സ്വതന്ത്രനാണെന്ന് അവൻ കരുതുന്നു, പക്ഷേ അവൻ അങ്ങനെയല്ല. ഒരിക്കലുമില്ല!

മൃഗങ്ങളെ ലഭ്യമല്ലെങ്കിൽ, ഒരു വലിയ പോസ്റ്റർ വലിപ്പത്തിലുള്ള കടലാസ് എടുത്ത് അതിൽ ആടുകളുടെ പടം വരച്ചു കാലിൽ കെട്ടുക. വരൂ, ഡ്രോയിംഗിലേക്ക് ചൂണ്ടിക്കാണിച്ച് പറയുക, "ഞാൻ ഒരു മുസ്ലീം പശ്ചാത്തലത്തിൽ നിന്നുള്ള വിശ്വാസിയാണ്! ഞാൻ സ്വതന്ത്രനാണ്, ഞാൻ സ്വതന്ത്രനാണ്." അവൻ അല്ലെങ്കിൽ അവൾ അവൻ്റെ / അവളുടെ സ്വാതന്ത്ര്യത്തെക്കുറിച്ച് ഒരു മിനിറ്റ് സംസാരിക്കുന്നു, പക്ഷേ ആടുകളെ പൂർണ്ണമായും അവഗണിക്കുന്നു, അവയെ പരാമർശിക്കുന്നില്ല. ഈ വ്യക്തി പുറത്തുകടക്കുന്നു, തുടർന്ന് മറ്റൊരാൾ കടന്നുവരുന്നു, ആടുകളെ ചൂണ്ടിക്കാണിക്കാൻ ഒരു പോയിൻ്റർ ഉപയോഗിക്കുന്നു, തുടർന്ന് ചോദ്യം ചെയ്യുന്ന രീതിയിൽ കൈകൾ ഉയർത്തുന്നു.

പാഠം 2-നുള്ള പാഠ ലക്ഷ്യം

വിശാലമായ മാസ്കിംഗ് ടേപ്പിൽ കട്ടിയുള്ള ടിപ്പുള്ള മാർക്കർ ഉപയോഗിച്ച് വലിയ അക്ഷരങ്ങളിൽ "ദിമ്മി" എന്ന വാക്ക്

എഴുതുക. ടേപ്പിലെ വാക്ക് പ്രേക്ഷകരെ കാണിക്കുക, തുടർന്ന് കസേരയിൽ കെട്ടിയിരിക്കുന്ന ഒരാളുടെ വായിൽ പോയി അത് ഒട്ടിയ്ക്കുക. തുടർന്ന്, 20 സെക്കൻഡിന് ശേഷം, വ്യക്തിയെ നോക്കി എഴുന്നേൽക്കാൻ ശ്രമിക്കുക എന്ന് പറയുക. അവനോ അവൾക്കോ കഴിയില്ല. "വീണ്ടെടുപ്പുകാരൻ" എന്ന് വലുതായി എഴുതിയ ഒരു പേപ്പർ ഉയർത്തിപ്പിടിക്കാൻ മറ്റൊരാളെ ഏൽപ്പിക്കുക. വീണ്ടെടുപ്പുകാരനോട് ദിമ്മിയുടെ കെട്ടഴിച്ച ശേഷം മോചിപ്പിക്കപ്പെട്ട ദിമ്മിയെ പ്രകാശിക്കുന്ന വെളിച്ചത്തിലേക്ക് നയിക്കുക (ഇത് ഒരു വിളക്കായിരിക്കാം അല്ലെങ്കിൽ സ്മാർട്ട്ഫോണിലെ ടോർച്ച് പോലും ആകാം), ഓർമ്മയിൽ നിന്ന് 23-ാം സങ്കീർത്തനം ഉറക്കെ ചൊല്ലിക്കൊടുക്കുക.

പാഠം 3-നുള്ള പാഠ ലക്ഷ്യം

ഒരു മൃഗം ഒരു കെണിയിൽ നിന്നും എന്തെങ്കിലും എടുത്താൽ, അത് പിടിക്കപ്പെടും. ആ കെണിയിൽ നിന്ന് പുറത്തുപോകുന്നതുവരെ അതിന് സ്വതന്ത്രനാകാൻ കഴിയില്ല. ഒരാൾക്ക് കൈ വയ്ക്കാൻ മാത്രം വലിപ്പമുള്ള ഒരു പാത്രം കണ്ടെത്തുക, എന്നാൽ ഒരു മുഷ്ടി ചുരുട്ടിയാൽ കൈ പുറത്തെടുക്കാൻ കഴിയാത്തത്ര ചെറുത്. പാത്രവും ഒരു ഷീറ്റ് പേപ്പറും "ഷഹദാ" എന്ന് എഴുതുക. കുറച്ച് അണ്ടിപ്പരിപ്പ് അകത്ത് ഇടുക. അണ്ടിപ്പരിപ്പ് എടുക്കാൻ ഒരു വ്യക്തി കൈ അകത്തിടുക, എന്നാൽ അത് എടുത്തുകഴിഞ്ഞാൽ അവരുടെ കൈ പുറത്തെടുക്കാൻ കഴിയില്ല. എല്ലാവരോടും അവരുടെ പ്രശ്നങ്ങൾ കാണിച്ചുകൊടുത്തുകൊണ്ട് അവർ നടക്കുന്നു. എന്നാൽ അണ്ടിപ്പരിപ്പ് ഉപേക്ഷിക്കുക എന്നതാണ് അവർക്ക് കൈ സ്വതന്ത്രമാകാനുള്ള ഏക മാർഗം.

പാഠം 4-നുള്ള പാഠ ലക്ഷ്യം

പർദ്ദ ധരിച്ച ഒരു സ്ത്രീയും പ്രാർത്ഥനയ്ക്കുള്ള തൊപ്പി ധരിച്ച ഒരു മുസ്ലീം പുരുഷനും രണ്ട് കസേരകളിൽ കണ്ണടച്ച് ഇരിക്കുന്നു. "ഭക്തരായ മുസ്ലിം \" എന്ന് വലിയ അക്ഷരങ്ങളിൽ രണ്ട് കടലാസുകളിൽ എഴുതി ഓരോ വ്യക്തിയുടെയും നെഞ്ചിൽ ഒട്ടിക്കുകയോ കഴുത്തിൽ തൂക്കിയിടുകയോ ചെയ്യുക. നിരവധി ആളുകൾ കടന്നുവന്ന്, പരസ്പരം ആഹ്ലാദകരമായ ഉച്ചത്തിലുള്ള കുശുകുശുപ്പ് ശബ്ദങ്ങൾ ഉണ്ടാക്കുകയും, ഒരുമിച്ച് ഒരു സ്തുതിഗീതം ആലപിക്കുകയും ചെയ്യുക, എന്നാൽ മുസ്ലീങ്ങളോട് നേരിട്ട് ഒന്നും പറയരുത്. ആരെങ്കിലും അടുത്ത് വരുമ്പോഴെല്ലാം മുസ്ലിം പുരുഷൻ തൻ്റെ കസേരയ്ക്ക് കീഴിൽ ഒരു വാൾ (അല്ലെങ്കിൽ വെട്ടുകത്തി പോലുള്ള മറ്റേതെങ്കിലും ആയുധം) കൈയിലെടുക്കുക, അത് വായുവിൽ വീശുകയും അവരോട് മിണ്ടാതിരിക്കാനും അക്രമത്തിന് പ്രേരിപ്പിക്കാതിരിക്കാനും പറയുക. മറ്റുള്ളവർ

നിശബ്ദമായി പുറത്തേക്ക് പോകുന്നു. അപ്പോൾ ആരോ വന്ന് നിശബ്ദമായി അവരുടെ കണ്ണിലെ കെട്ടുകൾ നീക്കി അവിടെ ആരുമില്ല എന്ന് ദമ്പതികളെ കാണിക്കുന്നു. അപ്പോൾ എല്ലാവരും വളരെ ആശ്ചര്യത്തോടെ നോക്കി.

പാഠം 5-നുള്ള പാഠ ലക്ഷ്യം

ഒരു പുരുഷനോ സ്ത്രീയോ നിലത്ത് കിടക്കുന്നു, തളർന്ന് പരാജയപ്പെട്ടു, പ്രതിരോധത്തിൽ തളർന്നു ചുരുണ്ടുകിടക്കുന്നു. "നിരസിക്കപ്പെട്ടു" എന്ന വാക്ക് ഒരു കടലാസിൽ എഴുതി അവരുടെമേൽ ഒട്ടിയ്ക്കുക. ഒരു കണങ്കാലിന് കെട്ടിയ ഒരു നീണ്ട കയർ സംഭവസ്ഥലത്ത് നിന്ന് പുറത്തേക്ക് നീണ്ടു കിടക്കുന്നു. അത് ബന്ധിപ്പിച്ചിരിക്കുന്നത് എന്താണെന്ന് നിങ്ങൾക്ക് കാണാൻ കഴിയില്ല: അത് ഒരു മരത്തിലോ മറ്റെന്തെങ്കിലുമോ കെട്ടാം. ഒരു വീണ്ടെടുപ്പുകാരൻ്റെ രൂപം വരുന്നു, കയർ അഴിക്കുന്നു, ഒരു കസേരയിലേക്ക് ആളെ മെല്ലെ ഉയർത്തുകയോ നയിക്കുകയോ ചെയ്യുന്നു, അവർക്ക് ഒരു ഗ്ലാസ് വെള്ളം നൽകുന്നു, അവർ കുടിച്ച് കഴിയുന്നതുവരെ ക്ഷമയോടെ വീക്ഷിക്കുന്നു, തുടർന്ന് ഗ്ലാസ് എടുത്ത് ഒരു വശത്തേക്ക് വച്ചു, എന്നിട്ട് "നിരസിക്കപ്പെട്ടു" എന്ന ലേബൽ എടുത്തു മാറ്റുന്നു. അപ്പോൾ വീണ്ടെടുപ്പുകാരൻ കസേരയിൽ വീണ്ടെടുത്ത വ്യക്തിയുടെ മുന്നിൽ മുട്ടുകുത്തി അവരുടെ പാദങ്ങൾ കഴുകി ഉണക്കുന്നു.

പാഠം 6-നുള്ള പാഠ ലക്ഷ്യം

ഒരു പുരുഷൻ ഒരു മേശയുടെ പിന്നിൽ ഒരു കസേരയിൽ ഇരിക്കട്ടെ, അവൻ്റെ ബൈബിളും പിടിച്ച് ഭാര്യ അവൻ്റെ പുറകിൽ തോളിൽ കൈവെച്ച് നിൽക്കുന്നു. അവർ മിണ്ടാതെ തുറന്ന ബൈബിളിലേക്ക് നോക്കുന്നു. വിശാലമായ മാസ്കിംഗ് ടേപ്പിൽ കട്ടിയുള്ള ടിപ്പുള്ള മാർക്കർ ഉപയോഗിച്ച് വലിയ അക്ഷരങ്ങളിൽ "ദിമ്മ" എന്ന വാക്ക് എഴുതുക. ടേപ്പിലെ വാക്ക് പ്രേക്ഷകരെ കാണിക്കുക, എന്നിട്ട് പോയി കസേരയിലിരിക്കുന്ന മനുഷ്യൻ്റെ വായിൽ അത് ഒട്ടിയ്ക്കുക. എന്നിട്ട് ഒരു മുസ്ലീം വേഷം ധരിച്ചു അഭിവാദ്യം ചെയ്യാൻ തുടങ്ങുക, തുടർന്ന് നിശബ്ദനായി ഇരിക്കുന്ന ക്രിസ്ത്യാനിയെ പരിഹസിക്കുക. ചോദ്യങ്ങൾക്ക് ഉത്തരം നൽകാൻ ഭാര്യ ശ്രമിക്കട്ടെ. അവളുടെ ഉത്തരങ്ങൾ മുസ്ലീം അവഗണിക്കുന്നു. ക്രിസ്ത്യാനി രണ്ടു കൈകളും കൊണ്ട് ബൈബിൾ പിടിക്കുന്നത് തുടരട്ടെ, പക്ഷേ തലയാട്ടി തല ചലിപ്പിക്കുക. അവസാനമായി, മുസ്ലീം ചിരിച്ചുകൊണ്ട് പോകുന്നു. ഭാര്യ ഭർത്താവിൻ്റെ വായിലെ ടേപ്പ് ഊരിമാറ്റി, "മുസ്ലിമിനോട് തിരിച്ചുവരാൻ!" സന്തോഷത്തോടെ പറയുക. അവൾ വേഗം മുസ്ലിമിൻ്റെ ദിശയിലേക്ക് പോകുന്നു. അപ്പോൾ ആ മനുഷ്യൻ

അവളെ അനുഗമിക്കാൻ തീരുമാനിക്കുന്നു, "ഞാൻ വരുന്നു, ഞാൻ വരുന്നു!" അവൻ ചെയ്യുന്നതുപോലെ ബൈബിൾ ഉയർത്തിപ്പിടിക്കുന്നു.

പാഠം 7- നുള്ള പാഠ ലക്ഷ്യം

നിശബ്ദമായി മൂന്ന് കസേരകൾ സദസ്സിനു മുന്നിൽ വയ്ക്കുക, ഒരു വശത്ത് ഒരു കസേര, മറുവശത്ത് പരസ്പരം അടുത്തായി ഒരു ജോടി കസേരകൾ. ജോടിയാക്കിയ ഓരോ കസേരയിലും ഒരു കടലാസിൽ "സ്വാതന്ത്ര്യം" എന്ന വാക്ക് വയ്ക്കുക. മറ്റേ കസേരയിൽ "ഇസ്ലാം" എന്ന വാക്ക് വയ്ക്കുക. ഈ ഒറ്റക്കസേര മുറിയിൽ അചഞ്ചലമായ എന്തോ ഒരു കയർ കൊണ്ട് ബന്ധിച്ചിരിക്കുന്നു. ഒരു വ്യക്തി "ഇസ്ലാം" കസേരയിൽ ഇരിക്കുന്നു, അവൻ്റെ കാൽ ആ കസേരയിൽ മറ്റൊരു ചെറിയ കയറുകൊണ്ട് ബന്ധിച്ചിരിക്കുന്നു. "സ്വാതന്ത്ര്യം" എന്നെഴുതിയ കസേരകളിലെത്താൻ അവനെ അനുവദിക്കാൻ കയറിന് നീളമില്ല, കൂടാതെ "ഇസ്ലാമിന്" കസേര അനക്കാൻ കഴിയില്ല, കാരണം അത് അചഞ്ചലമായ എന്തെങ്കിലും ബന്ധിപ്പിച്ചിരിക്കുന്നു. "ബന്ധനം" എന്ന വാക്ക് കടലാസിൽ കട്ടിയുള്ള അഗ്രമുള്ള മാർക്കർ ഉപയോഗിച്ച് വലിയ അക്ഷരങ്ങളിൽ അച്ചടിക്കുക. ഒരാൾ ഈ കടലാസ് സദസ്സിനെ കാണിക്കുകയും തുടർന്ന് ചെന്ന് ആ വ്യക്തിയെ "ഇസ്ലാം" എന്നെഴുതിയ കസേരയിലേക്ക് ഒട്ടിയ്ക്കുകയും ചെയ്യുകയുക. മറ്റൊരാൾ പ്രവേശിച്ച് "സ്വാതന്ത്ര്യ" കസേരകളിലൊന്നിൽ ഇരിക്കുക, ഒരു ബൈബിൾ വായിക്കുക. ഈ വ്യക്തി ബന്ധിതനായ വ്യക്തിയെ വിളിക്കുന്നു, ഒഴിഞ്ഞ "സ്വാതന്ത്ര്യ" കസേരയിലേക്ക് വരാൻ അവരെ ക്ഷണിക്കുന്നു. ബന്ധിക്കപ്പെട്ട വ്യക്തി "സ്വാതന്ത്ര്യ" കസേരയിൽ എത്താൻ ശ്രമിക്കുന്നു, പക്ഷേ കയറുകൾ കാരണം കഴിയില്ല. "സ്വാതന്ത്ര്യം" എന്ന കസേരയിലിരിക്കുന്ന വ്യക്തി, "ഉപേക്ഷിക്കുക" എന്ന് അച്ചടിച്ച ഒരു അടയാളം എടുത്ത് പ്രേക്ഷകർക്ക് കാണിക്കുന്നു. ആ വ്യക്തി പിന്നീട് പോയി "ഇസ്ലാം" ചിഹ്നത്തിന് മുകളിൽ "ഉപേക്ഷിക്കുക" ചിഹ്നം വയ്ക്കുന്നു, അങ്ങനെ രണ്ടും ദൃശ്യമാകും, കൂടാതെ ആ വ്യക്തിയെ "ഇസ്ലാം" എന്നെഴുതിയ കസേരയിൽ ബന്ധിക്കുന്ന കയർ അഴിക്കുന്നു. രണ്ടുപേരും ഇപ്പോൾ പോയി രണ്ട് "സ്വാതന്ത്ര്യം" എന്നെഴുതിയ കസേരകളിൽ ഇരിയ്ക്കുക. അവർ ഒരുമിച്ച് 'അമേസിംഗ് ഗ്രേസ്' (അല്ലെങ്കിൽ ക്രിസ്തുവിലുള്ള സ്വാതന്ത്ര്യത്തെക്കുറിച്ചുള്ള മറ്റേതെങ്കിലും അറിയപ്പെടുന്ന ഗാനമോ ഗാനമോ) ആദ്യ ചരണം പാടാൻ തുടങ്ങുന്നു.

പാഠം 8-നുള്ള പാഠ ലക്ഷ്യം

ഒരു മുസ്ലീമിനെപ്പോലെ വസ്ത്രം ധരിച്ച ഒരു സ്ത്രീ കണ്ണ് മൂടിക്കെട്ടി ഒരു മുസ്ലീം പോലെ തോന്നിക്കുന്ന ഒരു പുരുഷൻ്റെ കയ്യിൽ പിടിച്ചുകൊണ്ട് ഒരു കസേരയിലേക്ക് വരട്ടെ. "ലജ്ജ" എന്ന വാക്ക് ഒരു കടലാസിൽ അച്ചടിച്ച് അവളുടെമേൽ ഒട്ടിയ്ക്കുക. മുസ്ലീം പുരുഷൻ അവളോട് പറഞ്ഞു, "നിൻ്റെ കാലുകളും കൈകളും വൃത്തികെട്ടതാണ്!" എന്നെ വിട്ടു പോകു. അവൾ കസേരയിൽ ഇരിക്കുന്നു, അവൾക്ക് വളരെ വൃത്തികെട്ട കാലുകളും വൃത്തികെട്ട കൈകളും ഉണ്ടെന്ന് പ്രേക്ഷകർക്ക് കാണാൻ കഴിയും. അവൾ മെല്ലെ കരയുകയാണ്. ഒരു ക്രിസ്ത്യൻ സ്ത്രീ വരുന്നു. അവൾ വെള്ളമുള്ള ഒരു തടവും ഒരു തൂവാലയും വഹിക്കുന്നു. അവൾ ആദ്യം സൌമ്യമായും നിശബ്ദമായും കണ്ണുനീർ തുടയ്ക്കുകയും സ്ത്രീയുടെ കവിളുകൾ ഉണക്കുകയും ചെയ്യുന്നു. എന്നിട്ട് അവൾ ആ സ്ത്രീയുടെ കൈ കഴുകുന്നു, എന്നിട്ട് അവളുടെ കാൽ കഴുകാൻ മുട്ടുകുത്തി. പാദങ്ങൾ വൃത്തിയാക്കിയ ശേഷം, ക്രിസ്തീയ സ്ത്രീ പതുക്കെ മറ നീക്കി മറ്റേ സ്ത്രീയെ എഴുന്നേൽപ്പിക്കാൻ സഹായിക്കുന്നു. അവർ കൈകോർത്ത് നടക്കുന്നു, ക്രിസ്ത്യാനി തടം ചുമക്കുന്നു, മുസ്ലീം തൂവാലയെടുത്തു.

ചെറിയ ഗ്രൂപ്പ് പ്രസിഡൻ്റുമാരുടെ പങ്ക്ഒരു

ഒരു ചെറിയ ഗ്രൂപ്പ് പ്രസിഡൻ്റിൻ്റെ പങ്ക് അവരുടെ ഗ്രൂപ്പിലെ ചർച്ചയെ പ്രോത്സാഹിപ്പിക്കുക എന്നതാണ്.

ഓരോ പാഠത്തിനുമുള്ള ചോദ്യങ്ങളിൽ ഒരു വാക്ക് വലുതായി എഴുതിയിരിക്കുമ്പോൾ, അത് ആ പ്രത്യേക പാഠത്തിൻ്റെ പുതിയ പേരുകളിലോ പുതിയ പദാവലിയിലോ ഉണ്ടെന്നാണ് ഇതിനർത്ഥം. ഒരു ഗ്രൂപ്പ് ഈ വാക്കുകളിൽ ഒന്ന് കാണുമ്പോൾ, ആ വ്യക്തി ആരാണെന്നോ അല്ലെങ്കിൽ വാക്കിൻ്റെ അർത്ഥമെന്തെന്നോ ഗ്രൂപ്പിൻ്റെ ശ്രദ്ധ ആകർഷിക്കാൻ ഒരു നിമിഷം എടുക്കാൻ പ്രസിഡൻ്റ് ആഗ്രഹിച്ചേക്കാം.

ചർച്ചയിൽ സംഭാവന നൽകാൻ അവരുടെ ഗ്രൂപ്പിലെ എല്ലാവരെയും പ്രസിഡൻ്റ് പ്രോത്സാഹിപ്പിക്കുന്നു.

എല്ലാവർക്കും പഠിപ്പിക്കൽ മനസ്സിലായിട്ടുണ്ടെന്ന് ഉറപ്പാക്കാൻ സഹായിക്കുന്ന ചോദ്യങ്ങളാണ് നൽകിയിരിക്കുന്നത്. ഗ്രൂപ്പിലെ അംഗങ്ങളെല്ലാം ഈ വിഭാഗത്തിലെ പ്രശ്നങ്ങൾ കൂടുതൽ ചർച്ച ചെയ്യാൻ ആഗ്രഹിക്കുന്നുവെങ്കിൽ നല്ലത്.

ഒരു ഗ്രൂപ്പ് വിഷയത്തിന് പുറത്തു പോകുകുകയാണെങ്കിൽ, പ്രസിഡൻ്റിന് അവരെ യാതാർത്ഥ ചോദ്യങ്ങളിലേക്ക് തിരികെ കൊണ്ടുവരാൻ കഴിയും.

ചർച്ച മുന്നോട്ടു പോകുന്നുവെന്ന് പ്രസിഡൻ്റും ഉറപ്പാക്കുന്നു.

പരിശീലന പുസ്തകത്തിന്റെ അവസാനത്തിൽ ഉത്തരങ്ങൾ പരിശോധി
ക്കാൻ അനുവദിക്കുന്ന ചെറിയ ഗ്രൂപ്പിലെ ഒരേയൊരു വ്യക്തിയാണ് ചെറിയ ഗ്രൂപ്പ് പ്രസിഡൻ്റ്.

പാഠങ്ങൾ 5-7 വരെയുള്ള പ്രാർത്ഥനകൾ നടത്തുന്നതിനുള്ള മാർഗനിർദ്ദേശങ്ങൾ

പാഠങ്ങൾ 5-7-ൽ *ഷഹാദയെ, ദിമ്മയെ* നിഷേധിക്കുന്നതിനും കള്ളം പറയൽ, തെറ്റായ ആധിക്യം, ശപിക്കൽ തുടങ്ങിയവയെതിരെ പ്രാർത്ഥന
കൾ നടത്തുന്നതിന് ചുവടെ നൽകിയിരിക്കുന്ന മാർഗനിർദ്ദേശങ്ങൾ പിന്തുടരുക:

- പ്രാർത്ഥനകൾ ഒരു വലിയ കൂട്ടമായി (വെവ്വേറെ അല്ല, ചെറിയ ഗ്രൂപ്പുകളായല്ല) ഒരുമിച്ച് ചെയ്യുക. എന്നിരുന്നാലും, പങ്കെടുക്കുന്നവർ എല്ലാവരേയും ഒരുമിച്ചുകൂട്ടേണ്ട ആവശ്യമില്ലെങ്കിൽ അവരുടെ ഗ്രൂപ്പുകളിൽ നിന്ന് പുറത്തുപോകേണ്ടതില്ല.

- പ്രാർത്ഥനകൾ നടത്തുമ്പോൾ നിന്നുകൊണ്ട് പ്രാർത്ഥിയ്ക്കാൻ എല്ലാവരേയും ക്ഷണിക്കുന്നതാണ് നല്ലത്: അത്തരം പ്രഖ്യാപനങ്ങൾ നടത്തുമ്പോൾ നാം ജാഗ്രത പാലിക്കുകയും ഉണർന്നിരിക്കുകയും നിൽക്കുകയും വേണം.

- ചോദ്യോത്തര ചോദ്യങ്ങൾ: പ്രാർത്ഥനാ സെഷൻ ആരംഭിക്കുന്നതിന് മുൻപ്, ഗ്രൂപ്പ് നേതാവ് ചോദ്യങ്ങൾ വായിക്കുകയും, വചനങ്ങൾ ചൊല്ലുകയും, പിന്നെ ഉത്തരം (ഇറ്റാലിക് ആക്കിയിരിക്കുന്നത്) ചൊല്ലുകയും ചെയ്യുന്നു. എല്ലാം തീർന്ന ശേഷം, എല്ലാവരും എഴുന്നേറ്റു നിൽക്കുകയും കൂട്ടായി പ്രാർത്ഥന ചൊല്ലുകയും ചെയ്യും. പാഠം 6 (*ദിമ്മിയിൽ* നിന്നും സ്വാതന്ത്ര്യം) പാഠം 5 (*ഷഹാദയിൽ* നിന്നും സ്വാതന്ത്ര്യം) നു ശേഷം നടത്തുമ്പോൾ, പാഠം 5-ലെ 'സത്യത്തെ കണ്ടുമുട്ടുക' വചനങ്ങൾ ഇതിനകം വായിച്ചിരിക്കുന്നതിനാൽ പാഠം 6-ൽ അത് ആവർത്തിക്കേണ്ടതില്ല.

- *ഷഹാദയെ* ത്യജിച്ചുകൊണ്ടുള്ള പ്രാർത്ഥന പറയേണ്ടത്, പാഠം 5-ലും കാണാം. 'യേശുക്രിസ്തുവിനെ അനുഗമിക്കാനുള്ള പ്രതിജ്ഞാബദ്ധതയുടെ പ്രഖ്യാപനവും പ്രാർത്ഥനയും' ആദ്യം ഒരുമിച്ച് വായിക്കുക. അതിനുശേഷം സ്വാതന്ത്ര്യത്തിൻ്റെ സാക്ഷ്യങ്ങൾ വായിക്കുക. ഇതിനുശേഷം ലീഡർ സത്യത്തെ കണ്ടെത്തുക' വാക്യങ്ങൾ വായിക്കുക. തുടർന്ന് എല്ലാവരും ഒരുമിച്ച് '*ഷഹദാ* ഉപേക്ഷിക്കാനും അതിൻ്റെ ശക്തി തകർക്കാനുമുള്ള പ്രഖ്യാപനവും പ്രാർത്ഥനയും' ഒരുമിച്ചു പറയുക.

- ഈ പ്രാർത്ഥനകൾ ചില വ്യത്യസ്ത രീതികളിൽ ഒരുമിച്ച് പറയാവുന്നതാണ്:

  - ഈ പരിശീലന പുസ്തകത്തിൽ നിന്ന് ആളുകൾക്ക് അവ ഒരുമിച്ച് വായിക്കാനാകും.

  - പ്രൊജക്ഷൻ ഉപയോഗിക്കുകയാണെങ്കിൽ, അവ ഒരു സ്ക്രീനിൽ നിന്ന് വായിക്കാൻ കഴിയും.

  - പലപ്പോഴും അവ 'ആവർത്തിച്ച്-ഒരാൾക്ക് ശേഷം' എന്ന രീതിയിൽ വായിക്കുന്നതാണ് നല്ലത്, അതിൽ നേതാവ് ഒരു വാചകം വായിക്കുന്നു, മറ്റുള്ളവർ ആ വാചകം ആവർത്തിക്കുന്നു. പങ്കെടുക്കുന്നവർ ഒരുമിച്ച് വാചകം ഉച്ചത്തിൽ വായിക്കുന്നത് പതിവില്ലാത്തപ്പോൾ നമുക്ക് ആവർത്തിക്കുന്ന രീതി നല്ലതാണ്. ഈ രീതി ആളുകൾക്ക് പ്രാർത്ഥനയുടെ വാക്കുകൾ സ്വയം മനസിലാക്കാനും അത് അവരിൽ പ്രവർത്തിയ്ക്കുവാനും കൂടുതൽ സമയം നൽകുന്നു; ഈ രീതി ഒരു ഗ്രൂപ്പിൽ ഐക്യബോധം സൃഷ്ടിക്കാൻ കഴിയും.

- ഓരോ തവണയും ഈ പ്രാർത്ഥനകൾ വായിക്കുമ്പോൾ, ആളുകൾ പ്രാർത്ഥിച്ചയുടനെ, ശാപം പൊട്ടിക്കുന്നതിനും അനുഗ്രഹങ്ങൾ നൽകുന്നതിനുമായി പ്രാർത്ഥിച്ച എല്ലാവരോടും ഒപ്പം അവരുടെ നേതാവ് പ്രാർത്ഥിക്കുന്നത് വളരെ പ്രധാനമാണ്. നേതാവിൻ്റെ ഈ പ്രാർത്ഥനകളിൽ ഇനിപ്പറയുന്ന ഘടകങ്ങൾ ഉൾപ്പെടുത്തണം:

  - നിരാകരിച്ച എല്ലാ ശാപങ്ങളും തകർക്കുന്നതായി നേതാവ് ആത്മവിശ്വാസത്തോടെ പ്രഖ്യാപിക്കണം. ഇത് ഒന്നുകിൽ ജനങ്ങൾക്ക് ചെയ്യാം, അല്ലെങ്കിൽ നേതാവിന് സ്വയം പ്രഖ്യാപനം നടത്തി ജനങ്ങളെ നയിക്കാം.

ഉദാഹരണത്തിന്, ഷഹാദ ഉപേക്ഷിക്കുന്ന പ്രാർത്ഥനയ്ക്ക് ശേഷം, നേതാവിന് പറയാൻ കഴിയും, "ഇസ്ലാം കൊണ്ടുവന്ന എല്ലാ ശാപങ്ങളും ഞാൻ നിങ്ങളുടെ ജീവിതത്തിൽ നിന്ന് തകർക്കുന്നു. ഇസ്‌ലാമിൻ്റെ എല്ലാ ആത്മീയ ശക്തികളെയും ഞാൻ നിങ്ങളുടെ ജീവിതത്തിൽ നിന്ന് തകർക്കുന്നു. അല്ലെങ്കിൽ ആളുകളെ നയിക്കുകയാണെങ്കിൽ, അവർക്ക് ആവർത്തിച്ചുള്ള രീതിയിൽ വാക്കുകൾ ഉപയോഗിക്കാം, "ഇസ്ലാം കൊണ്ടുവന്ന എല്ലാ ശാപങ്ങളും ഞാൻ എൻ്റെ ജീവിതത്തിൽ നിന്ന് തകർക്കുന്നു. ഇസ്‌ലാമിൻ്റെ എല്ലാ ആത്മീയ ശക്തികളെയും ഞാൻ എൻ്റെ ജീവിതത്തിൽ നിന്ന് തകർക്കുന്നു.

- അതുപോലെ, നേതാവ് പിശാചുക്കളോട് പുറത്തുപോകാൻ കൽപ്പിക്കുക -അവരെ പുറത്താക്കുക-അല്ലെങ്കിൽ ഈ വാക്കുകൾ ഉപയോഗിച്ച് അത് സ്വയം ചെയ്യാൻ ആളുകളെ നയിക്കുന്നു: "നമ്മുടെ കർത്താവായ യേശുക്രിസ്തുവിൻ്റെ നാമത്തിൽ ഞാൻ എല്ലാ പിശാചുക്കളോടും യേശുവിന് കീഴടങ്ങി ഇപ്പോൾ തന്നെ നിങ്ങളെ വിട്ടുപോകാൻ കൽപ്പിക്കുന്നു" (അല്ലെങ്കിൽ "ഇപ്പോൾ തന്നെ വിട്ടുപോകൂ" എന്നത് ആവർത്തിച്ചുള്ള രീതിയിൽ ഉപയോഗിക്കുക).

- പാഠം 2 ൽ വിശദീകരിച്ചിരിക്കുന്നതുപോലെ, ത്യജിച്ചതിന് വിപരീതമായ അനുഗ്രഹങ്ങൾ നൽകിക്കൊണ്ട്, പ്രാർത്ഥനകൾ ചൊല്ലിയ ആളുകളെ നേതാവ് അനുഗ്രഹിക്കുന്നു. ഉദാഹരണത്തിന്, ദിമ്മ ത്യജിക്കാനുള്ള പ്രാർത്ഥനയ്ക്ക് ശേഷം, നേതാവിന് ആളുകളുടെ അധരങ്ങളെ അനുഗ്രഹിക്കാം. സത്യം ധീരമായി പറയാൻ ജീവൻ്റെ വാക്കുകൾ; ഷഹാദ ഉപേക്ഷിക്കാനുള്ള പ്രാർത്ഥനയ്ക്ക് ശേഷം, നേതാവിന് ജീവൻ, പ്രത്യാശ, ധൈര്യം, ദൈവസ്നേഹം എന്നിവയാൽ ആളുകളെ അനുഗ്രഹിക്കാൻ കഴിയും.

- കൂടാതെ, ഒരു പ്രാർത്ഥന ഒരുമിച്ച് വായിച്ചതിനുശേഷം ആളുകൾക്ക് വേണ്ടി പ്രാർത്ഥിക്കുന്നത് തുടരാൻ കഴിയുന്ന ഒരു പ്രാർത്ഥനാ സംഘം തയ്യാറായിരിക്കുന്നത് നല്ലതാണ്. ഒരു അഭിഷേക ശുശ്രൂഷയുടെ നിര ഉണ്ടായിരിക്കുക എന്നതാണ് ഒരു മാർഗം: പ്രാർത്ഥന ചൊല്ലിയ ശേഷം, എണ്ണയാൽ അഭിഷേകം ചെയ്യാൻ മുന്നോട്ട് വരാൻ ആളുകളെ

ക്ഷണിക്കുകയും പ്രാർത്ഥന ടീം അംഗങ്ങൾക്ക് വ്യക്തിഗതമായി പ്രാർത്ഥിക്കുകയും ചെയ്യുക. നിങ്ങളുടെ പ്രാർത്ഥന ടീമിനെ മുൻകൂട്ടി പരിശീലിപ്പിക്കുന്നത് നല്ലതാണ്, അതിനാൽ അവരിൽ നിന്ന് എന്താണ് പ്രതീക്ഷിക്കുന്നതെന്ന് അവർക്ക് അറിയാം.

സ്നാനം

ക്രിസ്തുവിനെ അനുഗമിക്കുന്നതിനായി ഇസ്ലാം വിട്ടുവന്ന ഓരോ വ്യക്തിയും സ്നാന സമയത്തിന് കുറച്ചു മുമ്പ്, പാഠം 5-ലെ രണ്ട് പ്രാർത്ഥനകളും ചൊല്ലണമെന്ന് ശക്തമായി ശുപാർശ ചെയ്യുന്നു: 'യേശുക്രിസ്തുവിനെ അനുഗമിക്കാനുള്ള പ്രതിജ്ഞാബദ്ധതയുടെ പ്രഖ്യാപനവും പ്രാർത്ഥനയും', 'ത്യജിക്കുന്നതിനുള്ള പ്രഖ്യാപനവും പ്രാർത്ഥനയും. കൂടാതെ ഷഹാദയും അതിൻ്റെ ശക്തിയും തകർക്കുക പ്രഖ്യപനവും'. അവർ ഈ പ്രാർത്ഥനകൾ വായിക്കുന്നതിനുമുമ്പ്, പ്രാർത്ഥനയുടെ അർത്ഥം അവർക്ക് വ്യക്തമായി വിശദീകരിച്ചുകൊടുക്കണം, അങ്ങനെ അവർക്ക് അത് മനസ്സിലാക്കാനും അവർ പ്രാർത്ഥിക്കുന്ന കാര്യങ്ങളിൽ പൂർണ്ണമായി പ്രതിജ്ഞാബദ്ധരായിരിക്കാനും കഴിയും. സ്നാനത്തിനുള്ള തയ്യാറെടുപ്പിൻ്റെ ഭാഗമായി ഇത് ചെയ്യാൻ ശുപാർശ ചെയ്യുന്നു.

വെളിപ്പെടുത്തലുകൾ

ആളുകൾ ഈ പ്രാർത്ഥനകൾ ചൊല്ലുമ്പോൾ ഭൂതങ്ങൾ വെളിപ്പെടുന്നത് ചിലപ്പോൾ സംഭവിക്കാറുണ്ട്. ആരെങ്കിലും നിലവിളിക്കാൻ തുടങ്ങിയേക്കാം, അവർ മറിഞ്ഞുവീണേക്കാം, അല്ലെങ്കിൽ വിറയ്ക്കാൻ തുടങ്ങിയേക്കാം. ഇക്കാരണത്താൽ, പ്രത്യേകിച്ചും ആളുകൾ കൂട്ടമായി പ്രാർത്ഥനകൾ ചൊല്ലുമ്പോൾ, തയ്യാറാകുന്നത് നല്ലതാണ്. ഒരു വ്യക്തിയെ ശ്രദ്ധാപൂർവം മാറ്റിനിർത്താനും അവരെ പ്രോത്സാഹിപ്പിക്കാനും സൗമ്യമായി എന്നാൽ ആത്മവിശ്വാസത്തോടെ പിശാചിനോട് ആജ്ഞാപിക്കാനും കഴിയുന്ന ഒരു ടീമോ, ടീമുകളോ ഉണ്ടായിരിക്കുക. എല്ലാവരും എങ്ങനെ ചെയ്യുന്നു എന്ന് നിരീക്ഷിക്കാൻ ഒന്നോ അതിലധികമോ നേതാക്കൾ പ്രാർത്ഥനയ്ക്കിടെ കണ്ണുതുറന്ന് ചുറ്റും നോക്കുന്നതും നല്ലതാണ്.

1

ഇസ്ലാം ഉപേക്ഷിക്കേണ്ടതിന്റെ ആവശ്യകത

"സ്വാതന്ത്ര്യത്തിനായി ക്രിസ്തു നമ്മെ സ്വതന്ത്രരാക്കി!"
ഗലാത്യർ 5:1

പാഠ ലക്ഷ്യങ്ങൾ

a. ഇസ്ലാമിലെ ഉടമ്പടി അധികാരങ്ങൾ ഉപേക്ഷിക്കേണ്ടതിൻ്റെ നിർണായക ആവശ്യം മനസ്സിലാക്കുക.

b. മുസ്ലിങ്ങൾക്കും അമുസ്ലിംകൾക്കും മേലുള്ള ഇസ്ലാമിൻ്റെ ആത്മീയ പരമാധികാരത്തിൻ്റെ ആക്രമണം മനസ്സിലാക്കുക.

c. സാത്താൻ്റെ ശക്തിയിൽ നിന്ന് യേശുക്രിസ്തുവിൻ്റെ രാജ്യത്തിലേക്ക് മാറ്റപ്പെടുക എന്ന ആശയം പരിചയപ്പെടുത്തുക.

d. *ജിഹാദിൻ്റെ* അവസാന ഉത്തരമായ ബലപ്രയോഗത്തെ തള്ളിക്കളയുക.

e. ഒരു ദർശനത്തിൽ ദാനിയേൽകണ്ട "ഉഗ്രനായ രാജാവുമായി" മുഹമ്മദിൻ്റെ സാമ്യം പരിഗണിക്കുക, ഈ രാജാവ് പരാജയപ്പെട്ടു, എന്നാൽ "മനുഷ്യശക്തികൊണ്ടല്ല" എന്ന് മനസ്സിലാക്കുക.

കേസ് സ്റ്റഡി: നിങ്ങൾ എന്തു ചെയ്യും?

മാർക്ക് ഡ്യൂറിയുടെ ഈ പുസ്തകം വായിക്കുമ്പോൾ, നിങ്ങളുടെ അമ്മാവൻ ഒരു ചെറിയ വാഹനാപകടത്തിൽ പെട്ടുവെന്നും അദ്ദേഹം നിങ്ങളുടെ അടുത്തുള്ള ഒരു ആശുപത്രിയിലാണെന്നും അറിയിക്കുന്ന ഒരു കോൾ നിങ്ങൾക്ക് ലഭിക്കുന്നു. നിങ്ങൾ അദ്ദേഹത്തെ സന്ദർശിക്കാൻ പോകുമ്പോൾ, അവൻ വളരെ ഭക്തനായ ഷിയാ മുസ്ലീമായ അലിയുമായി ഒരു മുറി പങ്കിടുന്നതായി നിങ്ങൾ കണ്ടെത്തുന്നു. നിങ്ങൾ നിങ്ങളുടെ അമ്മാവനുവേണ്ടി പ്രാർത്ഥിച്ചതിന് ശേഷം, അലി നിങ്ങളോട് സംസാരിക്കാൻ ഉത്സാഹം കാണിയ്ക്കുന്നു, നിങ്ങളോട് പറയുന്നു "നിങ്ങൾ വളരെ നല്ല മുസ്ലീമായി മാറും, നിങ്ങൾ അതിന് വളരെ അടുത്താണ്. ഹസ്രത്ത് മുഹമ്മദിൻ്റെ മഹത്തായ മാതൃകയെക്കുറിച്ച് നിങ്ങൾ മനസ്സിലാക്കിക്കഴിഞ്ഞാൽ, അദ്ദേഹത്തിന് ഹസ്രത്ത് ഈസാ, സമാധാനം അവനോടുകൂടെയിരിക്കട്ടെ എന്ന് വാഗ്ദാനം ചെയ്യുകയും പ്രവചിക്കുകയും ചെയ്തതായി നിങ്ങൾ കാണും. നമ്മുടെ മഹാനായ പ്രവാചകൻ, ഭൂമിയിൽ ജീവിച്ചിരുന്നവരിൽ ഏറ്റവും കരുണയുള്ളവനും, ഏറ്റവും സ്നേഹനിധിയും, ഏറ്റവും സമാധാനപരവുമായ

വ്യക്തിയായിരുന്നു. അല്ലാഹുവിൻ്റെ യഥാർത്ഥ പാതയിലേക്ക് പ്രവേശിക്കാൻ ഞാൻ നിങ്ങളെ ക്ഷണിക്കുന്നു.

എങ്ങനെ മറുപടി പറയും? നിങ്ങൾ എന്തുചെയ്യും?

ഒരു അടിയന്തിര ആവശ്യം

ക്രിസ്ത്യൻ വിശ്വാസം സ്വീകരിക്കുകയും പിന്നീട് ഇസ്ലാം ഉപേക്ഷിച്ചപ്പോൾ വലിയ സ്വാതന്ത്ര്യം പ്രകടിപ്പിക്കുകയും ചെയ്ത മുൻ മുസ്ലീമിൻ്റെ സാക്ഷ്യമാണിത്:

> പശ്ചിമേഷ്യയിലെ ഒരു മുസ്ലീം കുടുംബത്തിലാണ് ഞാൻ വളർന്നത്. ഞങ്ങൾ പള്ളിയിൽ പോയി അറബിയിൽ പ്രാർത്ഥനകൾ പറയാൻ പഠിച്ചു. അതിനപ്പുറം, ഞാൻ വളർന്നു വന്നത് മതപരമായിരുന്നില്ല. എന്നത് ഞാൻ യൂണിവേഴ്സിറ്റിയിലേക്ക് പോകുമ്പോൾ മാറ്റത്തിന്റെ ഒരു കാലഘട്ടത്തിലൂടെ കടന്നുപോയപ്പോൾ കാര്യങ്ങൾ മാറി. ഈ കാലഘട്ടത്തിൻ്റെ അവസാനത്തിൽ, യേശുക്രിസ്തു യഥാർത്ഥത്തിൽ ആരാണെന്ന് ഞാൻ കണ്ടെത്തി, അവൻ എൻ്റെ ആത്മാവിനെ രക്ഷിച്ചു.
>
> യൂണിവേഴ്സിറ്റി കാമ്പസിലെ ഒരു വിദ്യാർത്ഥി ക്രിസ്ത്യൻ ഗ്രൂപ്പുമായി ഞാൻ ബന്ധപ്പെട്ടു. ഓരോ ആഴ്ചയും വ്യത്യസ്ത വിദ്യാർഥികൾ മാറിമാറി ബൈബിളിൽനിന്നുള്ള സന്ദേശം പങ്കുവെച്ചു. ഞാൻ ഒരു വർഷത്തിൽ താഴെയുള്ള ഒരു ക്രിസ്ത്യാനിയായിരുന്നു, എന്നിരുന്നാലും ഒരു സന്ദേശം പങ്കിടാമോ എന്ന് അവർ എന്നോട് ചോദിച്ചു. ഞാൻ പങ്കുവെക്കേണ്ട സായാഹ്നം, ഞാൻ കുറച്ച് പ്രാർത്ഥനയ്ക്കായി ക്യാമ്പസ് ലൈബ്രറികളിലൊന്നിൽ കയറി. ഞാൻ സംസാരിക്കേണ്ട സന്ദേശം ഇതായിരുന്നു "യേശു എനിക്കുവേണ്ടി മരിച്ചു; ഞാൻ യേശുവിനു വേണ്ടി മരിക്കുമോ?"
>
> ഞാൻ പ്രാർത്ഥിക്കാൻ തുടങ്ങിയപ്പോൾ വളരെ വിചിത്രമായ ഒന്ന് സംഭവിച്ചു. കഴുത്ത് ഞെരിച്ച് കൊകൊല്ലുകയും ശ്വാസം മുട്ടിക്കുകയും ചെയ്യുന്നതുപോലെ എൻ്റെ തൊണ്ടയിൽ ഒരു മുറുക്കം അനുഭവപ്പെട്ടു. ഇത് തുടരുകയും തീവ്രമാവുകയും ചെയ്തപ്പോൾ എന്നിൽ പരിഭ്രാന്തി വന്നു. അപ്പോൾ ഞാനൊരു ശബ്ദം കേട്ടു, “ഇസ്ലാം ഉപേക്ഷിക്കൂ! ഇസ്ലാം ഉപേക്ഷിക്കുക!" അത് കർത്താവാണെന്ന് ഞാൻ വിശ്വസിച്ചു. അതേ സമയം, എൻ്റെ മനസ്സ് യുക്തിസഹമായി പറഞ്ഞു: "കർത്താവേ, ഞാൻ ഈയിടെയായി ഇസ്ലാമിലായിരിയ്ക്കുകയോ 'ഇസ്ലാമിലേക്ക്' പോകുകയോ അഭ്യസിക്കുകയോ ചെയ്തിട്ടില്ല."

എന്നിരുന്നാലും, ശ്വാസംമുട്ടൽ തുടർന്നു, അതിനാൽ ഞാൻ പറഞ്ഞു, "യേശുവിൻ്റെ നാമത്തിൽ, ഞാൻ ഇസ്ലാം ഉപേക്ഷിക്കുന്നു." ലൈബ്രറി ആയതിനാൽ അൽപം നിശബ്ദമായാണ് ഇതെല്ലാം നടക്കുന്നത്. ഉടനെ, എൻ്റെ തൊണ്ടയ്ക്ക് ചുറ്റുമുള്ള മുറുക്കം കെട്ടടങ്ങി. വല്ലാത്തൊരു ആശ്വാസം എന്നിൽ അനുഭവപ്പെട്ടു! ഞാൻ പ്രാർത്ഥനയിലേക്കും യോഗത്തിനുള്ള തയ്യാറെടുപ്പിലേക്കും മടങ്ങി. മീറ്റിംഗിൽ കർത്താവ് ശരിക്കും തനറെ ശക്തി പ്രകടിപ്പിച്ചു, വിദ്യാർത്ഥികൾ മുട്ടുകുത്തുന്നതും കർത്താവിനോട് നിലവിളിക്കുകയും സ്വയം അവനു സമർപ്പിക്കുകയും ചെയ്യുന്നത് ഞാൻ ഓർക്കുന്നു.

ഇന്ന് ലോകത്തുള്ള പലരുടെയും അടിയന്തിര ആവശ്യങ്ങളിലൊന്ന് ഇസ്ലാം ഉപേക്ഷിക്കുക എന്നതാണ്. ഇത് എന്തുകൊണ്ട് ആവശ്യമാണെന്നും അത് എങ്ങനെ ചെയ്യണമെന്നും പുസ്തകം വിശദീകരിക്കുന്നു. ഇസ്ലാമിൻ്റെ നിയന്ത്രിത ആത്മീയ സ്വാധീനത്തിൽ നിന്ന് ക്രിസ്ത്യാനികളെ സ്വതന്ത്രരാക്കുന്നതിനുള്ള വിവരങ്ങളും പ്രാർത്ഥനകളും ഇത് നൽകുന്നു.

ഈ പുസ്തകത്തിൻ്റെ പ്രധാന ആശയം ഇസ്ലാമിൻ്റെ ആത്മീയ ശക്തികളായ *ഷഹാദയും ദിമ്മയും* എന്നറിയപ്പെടുന്ന രണ്ട് ഉടമ്പടികളുടെ (അല്ലെങ്കിൽ നിയമങ്ങളുടെ) ഉപയോഗത്തെക്കുറിച്ചാണ്. *ഷഹാദ* മുസ്ലിംകളെയും ദിമ്മ മുസ്ലിംകളല്ലാത്തവരെയും എങ്ങനെ ഇസ്ലാമിക നിയമങ്ങളാൽ നിർണ്ണയിച്ചിരിക്കുന്ന വ്യവസ്ഥകളിലേക്കു ബന്ധിപ്പിക്കുന്നു.

ഇത് അറിയേണ്ടത് പ്രധാനമാണ്:

- ഒരു മുസ്ലീം ആയിരുന്നെങ്കിലും ക്രിസ്തുവിനെ അനുഗമിക്കാൻ തിരഞ്ഞെടുത്ത ഒരു വ്യക്തിക്ക് എങ്ങനെ *ഷഹാദയോടും* അതിൽ ഉൾപ്പെടുന്ന എല്ലാത്തിനോടുമുള്ള ഉടമ്പടി വിധേയത്വത്തെ ത്യജിക്കാനും സ്വതന്ത്രനാകാനും കഴിയും.

- ഒരു ക്രിസ്ത്യാനിക്ക് അവരുടെ സ്വാതന്ത്ര്യം എങ്ങനെ അവകാശപ്പെടാം, കൂടാതെ ഇസ്ലാമിക ശരീഅത്ത് നിയമം ദിമ്മയിലൂടെ അമുസ്ലിംങ്ങളുടെ മേൽ അടിച്ചേൽപ്പിക്കപ്പെട്ട നികൃഷ്ടമായ അപകർഷതയിൽ നിന്ന് c.

ഈ രണ്ട് ഉടമ്പടികളെയും ത്യജിച്ചുകൊണ്ട് ക്രിസ്ത്യാനികൾക്ക് അവരുടെ ന്യായമായ സ്വാതന്ത്ര്യം അവകാശപ്പെടാം. (ഇതിനായി,

ഇസ്ലാം ഉപേക്ഷിക്കുന്നതിനുള്ള പ്രാർത്ഥനകൾ ഈ പുസ്തകത്തിൽ പിന്നീട് നൽകിയിരിക്കുന്നു.)

രണ്ട് ഉടമ്പടികൾ

ഇസ്ലാം എന്ന അറബി പദത്തിൻ്റെ അർത്ഥം 'സമർപ്പണം' അല്ലെങ്കിൽ 'കീഴടങ്ങൽ' എന്നാണ്. മുഹമ്മദിൻ്റെ വിശ്വാസം രണ്ട് തരത്തിലുള്ള സമർപ്പണം ലോകത്തിന് ലഭ്യമാക്കുന്നു. ഒന്ന്, ഇസ്ലാം മതം സ്വീകരിക്കുന്ന, മതം മാറിയവൻ്റെ കീഴടങ്ങൽ. മറ്റൊന്ന്, മതപരിവർത്തനമില്ലാതെ ഇസ്ലാമിക ആധിപത്യത്തിന് കീഴടങ്ങുന്ന അമുസ്ലിമിൻ്റെ കീഴടങ്ങലാണ്.

മതം മാറിയവരുടെ ഉടമ്പടി മുസ്ലീം വിശ്വാസമായ *ഷഹാദയാണ്*. ഇത് അല്ലാഹുവിൻ്റെ ഐക്യത്തിലും മുഹമ്മദിൻ്റെ പ്രവാചകത്വത്തിലും ഉൾപ്പെടുന്ന എല്ലാ കാര്യങ്ങളിലും ഉള്ള വിശ്വാസത്തിൻ്റെ ഏറ്റുപറച്ചിലാണ്.

ഇസ്ലാമിക രാഷ്ട്രീയ ആധിപത്യത്തിന് കീഴടങ്ങുന്ന അമുസ്ലിമിൻ്റെ ഉടമ്പടിയാണ് *ദിമ്മ*. ഇസ്ലാമിലേക്ക് പരിവർത്തനം ചെയ്യരുതെന്ന് തീരുമാനിക്കുകയും എന്നാൽ അതിൻ്റെ ഭരണത്തിൻ കീഴിൽ ജീവിക്കാൻ നിർബന്ധിതരാകുകയും ചെയ്യുന്ന ക്രിസ്ത്യാനികളുടെയും മറ്റുള്ളവരുടെയും നില നിർണ്ണയിക്കുന്ന ഇസ്ലാമിക നിയമത്തിൻ്റെ ഒരു സുസ്ഥാപിതനിയമമാണിത്.

ഷഹാദ ഏറ്റുപറഞ്ഞുകൊണ്ടോ അല്ലെങ്കിൽ *ദിമ്മ* സ്വീകരിച്ചുകൊണ്ടോ മനുഷ്യവർഗം കീഴടങ്ങണമെന്ന ഇസ്ലാമിൻ്റെ ആവശ്യം ചെറുക്കപ്പെടേണ്ടതാണ്.

ക്രിസ്തുവിനെ അനുഗമിക്കുന്നതിനായി മുസ്ലീം വിശ്വാസം ഉപേക്ഷിച്ച ഒരാൾ ഇസ്ലാം ഉപേക്ഷിക്കേണ്ടതുണ്ടെന്ന് പല ക്രിസ്ത്യാനികളും മനസ്സിലാക്കും. എന്നാൽ, ഒരിക്കലും മുസ്ലിം ആയിട്ടില്ലാത്ത ക്രൈസ്തവരായ ആളുകളും ഇസ്ലാമിന്റെ ആത്മീയ പ്രഭാവത്തിന് കീഴിൽ വരാൻ സാധ്യതയുണ്ടെന്ന കാര്യം അവരിൽ പലർക്കും അത്ഭുതമായി തോന്നും. ഇതിനെ ചെറുക്കുന്നതിന്, അമുസ്ലിംകൾ എന്ന നിലയിൽ ഇസ്ലാം അടിച്ചേൽപ്പിക്കാൻ ശ്രമിക്കുന്ന ഭയവും അപകർഷതയും നിരസിച്ചുകൊണ്ട് ദിമ്മ ഉടമ്പടിയുടെ അവകാശവാദങ്ങൾക്കെതിരെ അവർ വ്യക്തിപരമായ നിലപാട് സ്വീകരിക്കേണ്ടതുണ്ട്.

ആ ആധിപത്യത്തിൻ്റെ ഈ ഇരട്ട ഉടമ്പടികളുടെ പിന്നിലെ തത്ത്വങ്ങൾ - *ഷഹാദയും ദിമ്മയും* - നമ്മൾ പര്യവേക്ഷണം ചെയ്യും, കൂടാതെ ക്രിസ്തുവിനെയും അവൻ്റെ ജീവിതത്തിൻ്റെ

ശക്തിയെയും കുരിശിലൂടെ അവൻ നേടിയ സ്വാതന്ത്ര്യത്തിനായുള്ള ആത്മീയ വിഭവങ്ങളെയും പരിഗണിക്കാൻ നിങ്ങളെ ക്ഷണിന്നു. ക്രിസ്തു നിങ്ങൾക്കായി ഇതിനകം നല്കിയിരിയ്ക്കുന്ന സ്വാതന്ത്ര്യം നിങ്ങൾക്കായി അവകാശപ്പെടാൻ നിങ്ങളെ പ്രാപ്തരാക്കാനായി, ബൈബിൾ തത്ത്വങ്ങളും, പ്രാർഥനകളും നല്കിയിരിയ്ക്കുന്നു.

പരമാധികാര കൈമാറ്റം

പരമാധികാരം "അല്ലാഹുവിന് മാത്രമുള്ളതാണ്" എന്ന് പല ഇസ്ലാമിക അധ്യാപകരും ഊന്നിപ്പറയുന്നു. അവർ ഇത് പറയുമ്പോൾ അവർ അർത്ഥമാക്കുന്നത് *ശരിഅത്ത്* നിയമം മറ്റ് നീതിയുടെയോ അധികാരത്തിൻ്റെയോ തത്ത്വങ്ങളെ നിയന്ത്രിക്കണം എന്നാണ്.

ഈ പുസ്തകത്തിൻ്റെ ഒരു പ്രധാന ആശയം, ക്രിസ്തുവിൻ്റെ അനുയായികൾക്ക് മറ്റ് തരത്തിലുള്ള ആത്മീയ പരമാധികാരം ഉപേക്ഷിക്കാനുള്ള അവകാശവും കടമയും ഉണ്ട് എന്നതാണ്.

ക്രിസ്ത്യൻ ധാരണയിൽ, ക്രിസ്തുവിലേക്ക് തിരിയുക എന്നതിനർത്ഥം ക്രിസ്തുവിൻ്റേതല്ലാത്ത ഒരാളുടെ ആത്മാവിന് മേലുള്ള എല്ലാ ആത്മീയ അവകാശവാദങ്ങളെയും നിരസിക്കുകയും ഉപേക്ഷിക്കുകയും ചെയ്യുക എന്നതാണ്. പൗലോസ് കൊലോസ്യർക്ക് എഴുതിയ ലേഖനത്തിൽ ക്രിസ്തുവിലുള്ള വിശ്വാസത്തിലേക്കുള്ള വരവ് ഒരു രാജ്യത്തിൽ നിന്ന് മറ്റൊന്നിലേക്ക് മാറ്റപ്പെട്ടതായി വിവരിച്ചിരിയ്ക്കുന്നു:

> *എന്തെന്നാൽ, അവൻ നമ്മെ അന്ധകാരത്തിൻ്റെ ആധിപത്യത്തിൽ നിന്ന് വിടുവിച്ചു, അവൻ സ്നേഹിക്കുന്ന പുത്രൻ്റെ രാജ്യത്തിലേക്ക് നമ്മെ കൊണ്ടുവന്നു, അവനിൽ നമുക്ക് വീണ്ടെടുപ്പും പാപമോചനവും ഉണ്ട്. (കൊലൊസ്സ്യർ 1:13-14)*

ഈ പുസ്തകത്തിൽ നിർദ്ദേശിച്ചിരിക്കുന്ന ആത്മീയ തത്വം ഒരു രാജ്യത്തിൽ നിന്ന് മറ്റൊന്നിലേക്ക് മാറ്റപ്പെടുന്ന തത്വത്തിൻ്റെ പ്രയോഗമാണ്. ഒരു ക്രിസ്തിയ വിശ്വാസി, അവരുടെ വീണ്ടെടുപ്പിലൂടെ, ക്രിസ്തുവിൻ്റെ ഭരണത്തിൻ കീഴിലാകുന്നു. അതിനാൽ അവർ മേലിൽ "ഇരുട്ടിൻ്റെ ആധിപത്യത്തിൻ്റെ" തത്വങ്ങൾക്ക് വിധേയരല്ല.

ഇസ്ലാമിൻ്റെ അവകാശവാദങ്ങൾക്ക് വിരുദ്ധമായി വിശ്വാസികൾക്ക് ഈ സ്വാതന്ത്ര്യം-അത് അവരുടെ ജന്മാവകാശമാണ്-സ്വന്തമായി അവകാശപ്പെടാനും സ്വന്തമാക്കാനും, അവർ എന്തിൽ

നിന്നാണ് കൈമാറ്റം ചെയ്യപ്പെട്ടതെന്നും എന്തിലേക്കാണ് കൈമാറ്റം ചെയ്യപ്പെട്ടതെന്നും മനസ്സിലാക്കേണ്ടതുണ്ട്. ഈ പുസ്തകം ഈ അറിവ് പ്രദാനം ചെയ്യുകയും അത് പ്രയോഗിക്കുന്നതിനുള്ള വിഭവങ്ങൾ നൽകുകയും ചെയ്യുന്നു.

വാൾ ഉത്തരമല്ല

ആധിപത്യം സ്ഥാപിക്കാനുള്ള ഇസ്ലാമിൻ്റെ ഇച്ഛയെ ചെറുക്കാൻ നിരവധി മാർഗങ്ങളുണ്ട്. രാഷ്ട്രീയവും സാമുദായികവുമായ പ്രവർത്തനം, മനുഷ്യാവകാശ വാദങ്ങൾ, അക്കാദമിക് അന്വേഷണം, സത്യത്തെ അറിയിക്കാനായി മാധ്യമങ്ങളെ ഉപയോഗിയ്ക്കുക എന്നിവയുൾപ്പെടെ വിപുലമായ പല പ്രവർത്തനങ്ങളിൽ ഇതിൽ ഉൾപ്പെടാം. ചില കമ്മ്യൂണിറ്റികൾക്കും രാഷ്ട്രങ്ങൾക്കും സൈനിക പ്രതികരണം ആവശ്യമായി വരാം, എന്നാൽ ഇസ്ലാമിക *ജിഹാദിനുള്ള* അന്തിമ ഉത്തരം വാളായിരിക്കില്ല.

തൻ്റെ വിശ്വാസം ലോകത്തിലേക്ക് എത്തിക്കാൻ മുഹമ്മദ് തൻ്റെ അനുയായികളെ നിയോഗിച്ചപ്പോൾ, അമുസ്‌ലിംകൾക്ക് *മൂന്ന് തിരഞ്ഞെടുപ്പുകൾ നൽകാൻ അദ്ദേഹം നിർദ്ദേശിച്ചു.* ഒന്ന് പരിവർത്തനം (ഷഹാദ) മറ്റൊന്ന് രാഷ്ട്രീയ കീഴടങ്ങൽ (ദിമ്മ), മറ്റൊരു തിരഞ്ഞെടുപ്പ് വാളായിരുന്നു: ഖുറാൻ പഠിപ്പിക്കുന്നതുപോലെ, അവരുടെ ജീവനുവേണ്ടി പോരാടുക, കൊല്ലുക, കൊല്ലപ്പെടുക. (Q9:111; എന്നിവയും നോക്കുക Q2:190-193, 216-217; Q9:5, 29).).

ജിഹാദിനെ സൈനികമായി പ്രതിരോധിക്കുന്ന വഴിക്ക് ആത്മീയ പ്രതിസന്ധികളും ഉണ്ടാകാനുള്ള സാധ്യതയുണ്ട്, തോൽവിയുടെ സാധ്യതയെ വെവ്വേറെ കണക്കാക്കാതെയായിരുന്നാലും. യൂറോപ്പിലെ ക്രിസ്ത്യാനികൾ ഇസ്ലാമിക അധിനിവേശത്തിനെതിരായ പ്രതിരോധ ചെറുത്തുനിൽപ്പ് ആരംഭിച്ചപ്പോൾ അവർക്ക് ആയിരം വർഷത്തിലേറെ വാളെടുക്കേണ്ടി വന്നു. ഐബീരിയൻ പെനിൻസുലയെ *റികോൺകിസ്റ്റക്ക്* (*തിരിച്ചുപിടിക്കാൻ*) ഏകദേശം 800 വർഷമെടുത്തു. 846 AD-ൽ അറബികൾ റോമിനെ ആക്രമിച്ച് ഏഴു വർഷങ്ങൾക്കുശേഷം, അങ്ങനെ 853 AD-ൽ, മുസ്ലിംങ്ങൾ ആൻഡലൂസിയ (ഐബീരിയൻ ഉപദ്വീപ്) അധിനിവേശം നടത്തി നൂറ്റാണ്ട് കഴിഞ്ഞ ശേഷമാണ്, പാപ്പായായ ലിയോ IV ക്രിസ്തീയ പള്ളികളും നഗരങ്ങളും *ജിഹാദിൽ* നിന്ന് സംരക്ഷിക്കുന്നതിനായി ജീവൻ കൊടുക്കുന്നവർക്ക് സ്വർഗ്ഗം വാഗ്ദാനം ചെയ്തത്. എന്നിരുന്നാലും, ഇസ്‌ലാമിൻ്റെ തന്ത്രങ്ങൾ പകർത്തി അതിനെ നേരിടാനുള്ള ശ്രമമായിരുന്നു ഇത്: യുദ്ധത്തിൽ മരിച്ചവർക്ക് സ്വർഗം വാഗ്ദാനം ചെയ്തത് യേശുവല്ല, മുഹമ്മദാണ്.

എങ്കിലും ഇസ്ലാമിൻ്റെ ശക്തിയുടെ വേര് സൈനികമോ രാഷ്ട്രീയമോ അല്ല, ആത്മീയമാണ്. അധിനിവേശങ്ങളിൽ, ഇസ്ലാം സാരാംശത്തിൽ ആത്മീയ ആവശ്യങ്ങൾ ഉന്നയിച്ചു, *ഷഹദയുടെയും ദിമ്മയുടെയും* സ്ഥാപനങ്ങളിലൂടെ ശരീഅത്ത് നിയമങ്ങൾ പ്രകടിപ്പിക്കുന്നത് സൈനിക ശക്തിയുടെ പിന്തുണയോടെയുമാണ്. ഇക്കാരണത്താൽ, ഇസ്ലാമിൽ നിന്ന് ആളുകളെ ചെറുക്കാനും മോചിപ്പിക്കാനും ഇവിടെ വാഗ്ദാനം ചെയ്യുന്ന വിഭവങ്ങൾ ആത്മീയമാണ്. ആളുകൾക്ക് സ്വാതന്ത്ര്യത്തിലേക്ക് വരാനുള്ള വഴിയൊരുക്കുന്നതിനായി കുരിശിനെക്കുറിച്ചുള്ള വേദപുസ്തക അടിസ്ഥാനത്തെ ക്രിസ്തിയ വിശ്വാസികൾക്ക് ഉപയോഗിക്കാൻ കഴിയുന്ന തരത്തിലാണ് രൂപകൽപ്പന ചെയ്തിരിക്കുന്നത്.

"മനുഷ്യശക്തി കൊണ്ടല്ല"

ദാനിയേലിൻ്റെ പുസ്തകത്തിൽ, ക്രിസ്തുവിന് ആറ് നൂറ്റാണ്ടുകൾക്ക് മുമ്പ് നൽകിയ ഒരു ശ്രദ്ധേയമായ പ്രവചന ദർശനമുണ്ട്, മഹാനായ അലക്സാണ്ടറിൻ്റെ സാമ്രാജ്യത്തിന് ശേഷം വന്ന രാജ്യങ്ങളിൽ നിന്ന് ഒരു ഭരണാധികാരിയുടെ ഭരണം ഉടലെടുക്കും:

> എന്നാൽ അവരുടെ രാജത്വത്തിന്റെ അന്ത്യകാലത്തു അതിക്രമക്കാരുടെ അതിക്രമം തികയുമ്പോൾ, ഉഗ്രഭാവവും ഉപായബുദ്ധിയും ഉള്ളോരു രാജാവു എഴുന്നേല്ക്കും. അവന്റെ അധികാരം വലുതായിരിക്കും; സ്വന്ത ശക്തിയാൽ അല്ലതാനും; അവൻ അതിശയമാംവണ്ണം നാശം പ്രവർത്തിക്കയും കൃതാർത്ഥനായി അതു അനുഷ്ഠിക്കയും പലരെയും വിശുദ്ധ ജനത്തെയും നശിപ്പിക്കയും ചെയ്യും. അവൻ നയബുദ്ധിയാൽ തന്റെ ഉപായം സാധിപ്പിക്കയും സ്വഹൃദയത്തിൽ വമ്പു ഭാവിച്ചു, നിശ്ചിന്തയോടെയിരിക്കുന്ന പലരെയും നശിപ്പിക്കയും, രാജാധി രാജാക്കന്മാർക്കെതിരെ നിലപാട് എടുക്കുകയും ചെയ്യും. എങ്കിലും അവൻ നശിപ്പിക്കപ്പെടും, പക്ഷേ മനുഷ്യശക്തിയാൽ അല്ല. (ദാനിയേൽ 8:23-25)

ഈ ഭരണാധികാരിയുടെ സവിശേഷതകളും സ്വാധീനവും മുഹമ്മദിനോടും ഇസ്ലാമിൻ്റെ ശ്രേഷ്ഠതാബോധം ഉൾപ്പെടെയുള്ള അദ്ദേഹത്തിൻ്റെ പൈതൃകവുമായും ശ്രദ്ധേയമായ സാമ്യം പുലർത്തുന്നു; വിജയത്തിനായുള്ള വിശപ്പ്; വഞ്ചനയുടെ ഉപയോഗം; മറ്റുള്ളവരുടെ ശക്തിയും സമ്പത്തും പിടിച്ചെടുക്കുകയും അധികാരം നേടാൻ അവരെ ഉപയോഗിക്കുക ചെയ്യുക; തെറ്റായ സുരക്ഷിതത്വ ബോധമുള്ള രാജ്യങ്ങളെ വീണ്ടും വീണ്ടും പരാജയപ്പെടുത്തുക; ദൈവപുത്രനും ക്രൂശിക്കപ്പെട്ട എല്ലാവരുടെയും കർത്താവുമായ

യേശുവിനോടുള്ള എതിർപ്പ്; ക്രിസ്ത്യൻ, ജൂത സമൂഹങ്ങളെ നശിപ്പിക്കുന്ന ട്രാക്ക് റെക്കോർഡുമാണ്.

മുസ്ലീം സ്രോതസ്സുകൾ നല്കുന്നതുപോലെ മുഹമ്മദിൻ്റെ ജീവിതത്തിൻ്റെയും പൈതൃകത്തിൻ്റെയും ധാർമ്മികവും ആത്മീയവുമായ അവശിഷ്ടങ്ങളിൽ നിന്ന് ഉടലെടുത്ത മുഹമ്മദിനെയും ഇസ്ലാം മതത്തെയും ഈ പ്രവചനം പരാമർശിക്കുമോ? ഈ പാരമ്പര്യം വ്യക്തമാണ്. അത് മുഹമ്മദിനെയാണ് സൂചിപ്പിക്കുന്നതെങ്കിൽ, ദാനിയേലിൻ്റെ പ്രവചനം ഈ "രാജാവിൻ്റെ" അധികാരത്തിന്മേൽ അന്തിമവിജയം പ്രദാനം ചെയ്യുന്നു, എന്നാൽ വിജയം "മനുഷ്യശക്തി" കൊണ്ടായിരിക്കില്ല എന്ന മുന്നറിയിപ്പും അതിൽ അടങ്ങിയിരിക്കുന്നു. ഈ "ഉഗ്രരൂപിയായ രാജാവിനെ" മറികടക്കാൻ, സ്വാതന്ത്ര്യം കേവലം രാഷ്ട്രീയമോ സൈനികമോ സാമ്പത്തികമോ ആയ മാർഗങ്ങളിലൂടെ നേടാനും കഴിയില്ല.

ഈ മുന്നറിയിപ്പ് മറ്റ് സമൂഹങ്ങളെ ആധിപത്യം ചെയ്യാനുള്ള ഇസ്ലാമിന്റെ അവകാശത്തിന് വിശദമായ പ്രാധാന്യമുണ്ടെന്നറിയ്ക്കുന്നു. ഈ അവകാശത്തിനുപിന്നിലുള്ള ശക്തി ആത്മീയമാണ്, അതിനാൽ ദീർഘകാല സ്വാതന്ത്ര്യത്തിനുള്ള ഫലപ്രദമായ പ്രതിരോധം ആത്മീയ മാർഗങ്ങളിലൂടെ മാത്രമേ നേടാനാകൂ. സൈനിക ശക്തിയുൾപ്പെടെ മറ്റ് പ്രതിരോധ രൂപങ്ങളും ആവശ്യമാകാം, പ്രത്യേകിച്ച് ഇസ്ലാമിന്റെ ആധിപത്യത്തിലൂടെ ഉയരുന്ന ലക്ഷണങ്ങൾ നിയന്ത്രിക്കാൻ, പക്ഷേ, ഇവ പ്രശ്നത്തിന്റെ മൂലകാരണം നേരിടാൻ അവയ്ക്ക് കഴിഞ്ഞേക്കില്ല.

ക്രിസ്തുവിൻ്റെയും അവൻ്റെ കുരിശിൻ്റെയും ശക്തി മാത്രമാണ് ഇസ്ലാമിൻ്റെ നിന്ദ്യമായ അവകാശവാദങ്ങളിൽ നിന്ന് ശാശ്വതവും അന്തിമവുമായ മോചനത്തിനുള്ള താക്കോൽ നൽകുന്നത്. ആ ബോധ്യത്തിൽ നിന്നാണ് ഈ പുസ്തകം എഴുതിയത്. മനുഷ്യാത്മാവിൽ ആധിപത്യം സ്ഥാപിക്കാനുള്ള ഇസ്ലാമിൻ്റെ തന്ത്രത്തിൻ്റെ രണ്ട് വശങ്ങളിൽ നിന്ന് സ്വാതന്ത്ര്യം കണ്ടെത്താൻ വിശ്വാസികളെ സജ്ജരാക്കുക എന്നതാണ് ഇതിൻ്റെ ലക്ഷ്യം.

പഠന സഹായി

പാഠം 1

പദാവലി

ഉടമ്പടി	*ശരിഅത്ത്*	ഐബീരിയൻ പെനിൻസുല
ഷഹാദ	*ജിഹാദ്*	ആൻഡലൂസിയ
ധിമ്മ	*വീണ്ടും പിടിച്ചെടുക്കൽ*	

പുതിയ പേരുകൾ

- റോമൻ മാർപ്പാപ്പ ലിയോ നാലാമൻ (എഡി 847-855 ഓഫീസിൽ)
- മഹാനായ അലക്സാണ്ടർ (ബിസി 356-323)

ഈ പാഠത്തിൽ ബൈബിൾ

കൊലൊസ്സ്യർ 1:13-14   ദാനിയേൽ 8:23-25

ഈ പാഠത്തിൽ ഖുർആൻ

Q2:190, 193, 217   Q9:29, 111

ചോദ്യങ്ങൾ: പാഠം 1

- ചെറിയ ഗ്രൂപ്പ് അംഗങ്ങൾ സ്വയം പരിചയപ്പെടുത്തുകയും ഗ്രൂപ്പ് പ്രസിഡൻ്റിനെയും സെക്രട്ടറിയെയും നിയമിക്കുകയും ചെയ്യുന്നു.
- കേസ് പഠനം ചർച്ച ചെയ്യുക.

അടിയന്തിര ആവശ്യം

1. ക്രിസ്ത്യാനികളോട് തൻ്റെ സന്ദേശം അവതരിപ്പിക്കുന്നതിന് മുമ്പ് എന്താണ് ചെയ്യാനാണ് പരിശുദ്ധാത്മാവ് മുൻ മുസ്ലീമിനോട് പറഞ്ഞത്?

2. അനേകം ആളുകളുടെ ഏറ്റവും അടിയന്തിര ആവശ്യങ്ങളിലൊന്നായി ഡ്യൂറി എന്താണ് കാണുന്നത്?

3. ഇസ്ലാമിലെ രണ്ട് ആത്മീയ ഉടമ്പടികളുടെ അറബി നാമങ്ങൾ എന്തൊക്കെയാണ്?

4. ഏത് തരത്തിലുള്ള വ്യക്തിയെയാണ് സ്വതന്ത്രരാക്കുകയും *ഷഹാദ* ഉപേക്ഷിക്കുകയും ചെയ്യേണ്ടത്?

5. ഇസ്ലാമിക *ശരീഅത്ത്* നിയമം അടിച്ചേൽപ്പിക്കുന്ന അപകീർത്തികരമായ അപകർഷതയിൽ നിന്ന് ഏത് തരത്തിലുള്ള വ്യക്തിയെയാണ് മോചിപ്പിക്കേണ്ടത്?

രണ്ട് ഉടമ്പടികൾ

6. മുഹമ്മദിൻ്റെ വിശ്വാസത്തിന് ഏത് രണ്ട് തരത്തിലുള്ള കീഴടങ്ങൽ ആവശ്യമാണ്?

7. *ഷഹാദ* ചൊല്ലുന്നത് എന്താണ് സൂചിപ്പിക്കുന്നത്?

8. എന്താണ് *ദിമ്മ* ഉടമ്പടി?

9. ഇസ്ലാമിക ആധിപത്യത്തിൻ്റെ ആത്മീയ സ്വാധീനത്തെക്കുറിച്ച് അനേകം ക്രിസ്ത്യാനികളെ അത്ഭുതപ്പെടുത്തുന്നതെന്താണ്?

പരമാധികാര കൈമാറ്റം

10. "പരമാധികാരം അല്ലാഹുവിന് മാത്രം" എന്ന് മുസ്ലീം അധ്യാപകർ പറയുമ്പോൾ എന്താണ് അർത്ഥമാക്കുന്നത്?

11. ഓരോ ക്രിസ്ത്യാനിയും ക്രിസ്തുവിലേക്ക് തിരിയുമ്പോൾ എന്ത് ഉപേക്ഷിക്കുകയും നിരസിക്കുകയും വേണം?

12. എന്തിൽ നിന്നാണ് ക്രിസ്ത്യാനികൾ കൈമാറ്റം ചെയ്യപ്പെട്ടത്? എന്തിലേക്കാണ് അവ കൈമാറ്റം ചെയ്യപ്പെടുന്നത്?

വാൾ ഉത്തരമല്ല

13. ഇസ്ലാമിനെ ചെറുക്കുന്നതിന്, ക്രിസ്ത്യാനികൾ സ്വീകരിച്ചേക്കാവുന്ന നടപടികൾ എന്തെല്ലാമാണെന്ന് ഡ്യൂറി നിർദ്ദേശിക്കുന്നു?

14. കീഴടക്കിയ അമുസ്ലിംകൾക്ക് വാഗ്ദാനം ചെയ്യാൻ മുഹമ്മദ് തൻ്റെ അനുയായികളോട് നിർദ്ദേശിച്ച മൂന്ന് തിരഞ്ഞെടുപ്പുകൾ ഏതൊക്കെയാണ്?

15. ക്രിസ്ത്യൻ ദേശങ്ങൾ അധിനിവേശത്തിനു ശേഷം ക്രിസ്ത്യാനികൾ എത്രത്തോളം ഇസ്ലാമിക ശക്തികളുമായി യുദ്ധം ചെയ്തു, ക്രിസ്ത്യാനികളുടെ തിരിച്ചടിയായ ***റികോൺകമിസ്റ്റക്ക്*** (Reconquista) ഐബീരിയൻ പെനിൻസുല വീണ്ടെടുക്കാൻ എത്രകാലം എടുത്തു?

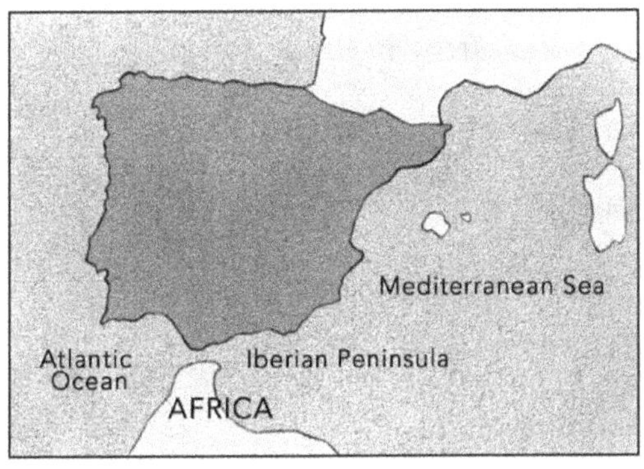

16. AD 846-ൽ മുസ്ലീങ്ങൾ റോമിനെ കീഴടക്കിയതിനുശേഷം, അറബ് ആക്രമണകാരികൾക്കെതിരെ പോരാടിയ ക്രിസ്ത്യൻ സൈനികർക്ക് 853-ൽ **ലിയോ നാലാമൻ മാർപ്പാപ്പ** എന്താണ് വാഗ്ദാനം ചെയ്തത്?

17. ഡ്യൂറിയുടെ അഭിപ്രായത്തിൽ, ഇസ്ലാമിൻ്റെ ശക്തിയുടെ വേര് എന്താണ്?

"മനുഷ്യശക്തി കൊണ്ടല്ല"

18. ഡ്യൂറിയുടെ അഭിപ്രായത്തിൽ മുഹമ്മദിൻ്റെ പൈതൃകം ആരോടാണ് ശ്രദ്ധേയമായ സാമ്യമുള്ളത്?

19. ദാനിയേലിൻ്റെ പുസ്തകത്തിൽ (ഓരോ വാക്യവും പൂർത്തിയാക്കുക): ഇസ്‌ലാമിൻ്റെ വിവിധ വശങ്ങൾ ശ്രദ്ധിക്കുക.

- ഇസ്ലാമിൻ്റെ ബോധം...
- ഇസ്ലാമിൻ്റെ വാഞ്ഛ ...
- ഇസ്ലാമിൻ്റെ ഉപയോഗം...
- ശക്തിയും സമ്പത്തും ഇസ്ലാം സ്വീകരിക്കുകയും ഉപയോഗിക്കുകയും ചെയ്യുന്നു ...
- ഇസ്ലാം തോൽപ്പിക്കുന്ന രാഷ്ട്രങ്ങൾ ...
- ഇസ്ലാമിൻ്റെ എതിർപ്പ്...
- ഇസ്ലാമിൻ്റെ ട്രാക്ക് റെക്കോർഡ്...

20. ഒടുവിൽ വിജയം എങ്ങനെ വരും?

21. ഇസ്‌ലാമിൻ്റെ നിന്ദ്യമായ അവകാശവാദങ്ങളിൽ നിന്ന് മോചനം നൽകാൻ കഴിയുന്ന രണ്ട് താക്കോലുകൾ ഏതാണ്? ഒടുവിൽ വിജയം എങ്ങനെ വരും?

2

കുരിശിലൂടെയുള്ള സ്വാതന്ത്ര്യം

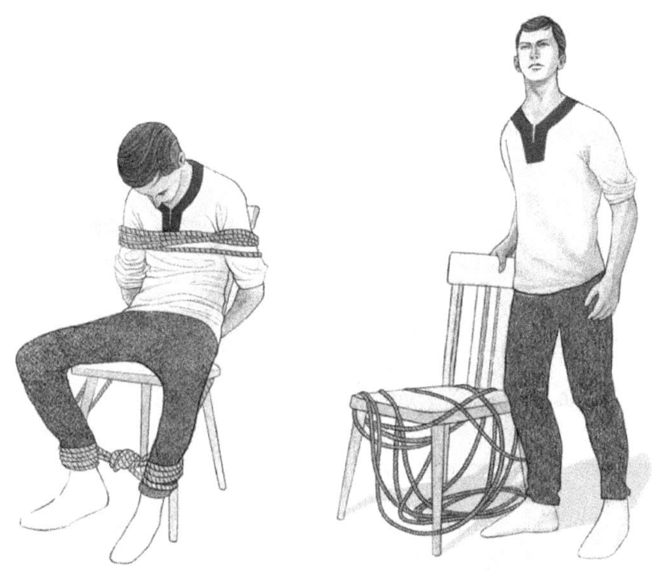

"ബദ്ധന്മാർക്ക് സ്വാതന്ത്ര്യം പ്രഖ്യാപിക്കാൻ അവൻ എന്നെ അയച്ചിരിക്കുന്നു."
ലൂക്കോസ് 4:18

പാഠ ലക്ഷ്യങ്ങൾ

a. ആളുകളെ സ്വതന്ത്രരാക്കുമെന്നുള്ള യേശുവിന്റെ വാഗ്ദത്തം മനസ്സിലാക്കുക.

b. നമ്മുടെ സ്വാതന്ത്ര്യത്തിനായി നമുക്ക് അവകാശപ്പെടാമെന്ന് മനസ്സിലാക്കുക.

c. ബൈബിളിൽ ഉപയോഗിച്ചിരിക്കുന്ന സാത്താൻ്റെ പേരുകൾ തിരിച്ചറിയുക, അവയുടെ അർത്ഥം മനസ്സിലാക്കുക.

d. ക്രൂശിലൂടെ സാത്താൻ്റെ ശക്തി തകർക്കപ്പെട്ടുവെന്നും അവൻ്റെ നിയന്ത്രണത്തിൽ നിന്ന് നാം മാറ്റപ്പെട്ടുവെന്നും മനസ്സിലാക്കുക.

e. ദുഷ്ടശക്തികൾക്കെതിരായ പോരാട്ടത്തിലാണ് നാം ഏർപ്പെട്ടിരിക്കുന്നതെന്ന് തിരിച്ചറിയുക.

f. നമ്മെ കുറ്റപ്പെടുത്താൻ സാത്താൻ ഉപയോഗിക്കുന്ന ആറ് തന്ത്രങ്ങൾ തിരിച്ചറിയുക, ഈ തന്ത്രങ്ങളിൽ നമുക്ക് എങ്ങനെ ജാഗ്രത പുലർത്താം.

g. മനുഷ്യജീവിതത്തിൽ സാത്താൻ തുറന്ന വാതിലുകളും കാലടികളും ഉപയോഗിക്കുന്നത് എങ്ങനെയെന്ന് തിരിച്ചറിയുക.

h. വാതിലുകൾ അടയ്ക്കുന്നതിനും സാത്താൻ നമുക്കെതിരെ ഉപയോഗിക്കുന്ന കാലടികൾ നീക്കം ചെയ്യുന്നതിനുമുള്ള വഴികൾ തിരിച്ചറിയുക.

i. യേശുക്രിസ്തു തൻ്റെ ശിഷ്യന്മാർക്ക് നൽകിയ ആത്മീയ അധികാരം മനസ്സിലാക്കുക, ആളുകളെ സ്വതന്ത്രരാക്കാൻ ഈ അധികാരം എങ്ങനെ പ്രയോഗിക്കണമെന്ന് അറിയുക.

j. 'പ്രത്യേകതയുടെ തത്വം' മനസ്സിലാക്കുക, നമ്മുടെ സ്വാതന്ത്ര്യം അവകാശപ്പെടുന്നതിന് അത് പ്രധാനമായിരിക്കുന്നത് എന്തുകൊണ്ട്.

k. ആളുകളെ സ്വതന്ത്രരാക്കാൻ സഹായിക്കുന്ന അഞ്ച് ഘട്ടങ്ങൾ പരിഗണിക്കുക.

കേസ് പഠനം: നിങ്ങൾ എന്തു ചെയ്യും?

നിങ്ങൾ ഒരു സഭാ യുവജന പ്രവർത്തകനാണ്, മുസ്ലീം പശ്ചാത്തലത്തിൽ നിന്നുള്ള നിരവധി പ്രമുഖ വിശ്വാസികൾ ഉൾപ്പെടുന്ന ഒരു ദേശീയ യുവജന സമ്മേളനത്തിലേക്ക് നിങ്ങളെ ക്ഷണിച്ചിട്ടുണ്ട്. ഒരു മുറിയിൽ നാല് കിടക്കകളുള്ള ഒരു നല്ല സ്കൂൾ ഡോമിലാണ് നിങ്ങളെ പാർപ്പിച്ചിരിക്കുന്നത്. നിങ്ങളുടെ രണ്ട് സഹമുറിയൻമാരായ ഹസ്സനും ഹുസൈനും മുസ്ലീം പശ്ചാത്തലത്തിൽ നിന്നുള്ള ക്രിസ്ത്യൻ സഹോദരങ്ങളായ ഇരട്ടകളാണ്. ഉറങ്ങാൻ പോകുന്നതിനു മുമ്പ്, മറ്റൊരു മുതിർന്ന യുവ നേതാവായ പാട്രിക്, നിങ്ങളെയും മറ്റ് രണ്ട് പുരുഷന്മാരെയും തന്നോടൊപ്പം പ്രാർത്ഥനയ്ക്കായി ക്ഷണിക്കുന്നു. നിങ്ങൾ എല്ലാവരും സന്തോഷത്തോടെ അത് സ്വീകരിക്കുന്നു, പാട്രിക് രാത്രിയിൽ ആത്മീയ സംരക്ഷണത്തിനായി പ്രാർത്ഥിക്കുന്നു. പുലർച്ചെ 4 മണിക്ക്, ഹസ്സൻ നിലവിളിക്കാൻ തുടങ്ങി, ആത്മീയമായി വളരെ അസ്വസ്ഥനായി. പാട്രിക്കും, ഹുസൈനും, നിങ്ങളും ഹസനുവേണ്ടി പ്രാർത്ഥിക്കാൻ ചുറ്റും കൂടി. പാട്രിക് പ്രാർത്ഥിക്കുമ്പോൾ, ഹസ്സൻ കൂടുതൽ പരിഭ്രാന്തനാകുന്നു.

പാട്രിക് ഹുസൈനോട് പറയുന്നു, "നിങ്ങൾ ഇസ്ലാമിൽ നിന്ന് പുറത്തുവന്നതിനുശേഷം, നിങ്ങളുടെ മുൻകാല ഉടമ്പടികളോ നേർച്ചകളോ കരാറുകളോ നിങ്ങൾ ഉപേക്ഷിച്ചിട്ടുണ്ടോ?"

ഹുസൈൻ ഞെട്ടിപ്പോയി, "അത് ഭ്രാന്താമാണ്". ഇസ്ലാമിൽ അങ്ങനെയൊന്നും ഞങ്ങൾ ചെയ്തിട്ടില്ല. ഞങ്ങൾ പള്ളിയിൽ പോയി, ഇപ്പോൾ ഞങ്ങൾ ക്രിസ്ത്യാനികളാണ്. എൻ്റെ സഹോദരൻ ഹസ്സനും മറ്റുള്ള ആളുകളെപ്പോലെ വിഷമത്താൽ മല്ലിടുകയാണ്. ഇതിന് മതവുമായി യാതൊരു ബന്ധവുമില്ല. അപ്പോൾ ഹുസൈൻ നിങ്ങളെ നോക്കി പറഞ്ഞു, "ഞങ്ങൾ എന്തെങ്കിലും ഉപേക്ഷിക്കേണ്ടതായിരുന്നുവെന്ന് നിങ്ങൾ വിശ്വസിക്കുന്നുണ്ടോ? ഞങ്ങളുടെ പശ്ചാത്തലത്തിൽ ഏതെങ്കിലും തരത്തിലുള്ള ഭൂതം ഉണ്ടെന്ന് നിങ്ങൾ വിശ്വസിക്കുന്നുണ്ടോ, അല്ലെങ്കിൽ മറ്റെന്തെങ്കിലും?

നിങ്ങൾ എന്ത് പറയും?

ഇസ്ലാം ഉപേക്ഷിച്ച് യേശുക്രിസ്തുവിനെ അനുഗമിക്കാൻ തീരുമാനിച്ച ചെറുപ്പക്കാരനായിരുന്നു റീസ. ഒരു വൈകുന്നേരം ഒരു മീറ്റിംഗിൽ ഇസ്ലാം നിരസിച്ചുകൊണ്ട് ഒരു പ്രാർത്ഥന നടത്താൻ അദ്ദേഹത്തെ ക്ഷണിച്ചു. അവൻ വളരെ മനസ്സോടെ അത് ചെയ്യാൻ തുടങ്ങി. എന്നിരുന്നാലും, പ്രാർത്ഥനയ്ക്കിടെ, "ഞാൻ മുഹമ്മദിൻ്റെ മാതൃക ഉപേക്ഷിക്കുന്നു" എന്ന വാക്കുകൾ പറയാൻ വന്നപ്പോൾ, 'മുഹമ്മദ്' എന്ന വാക്ക് ഉച്ചരിക്കാൻ കഴിയാത്തത് അദ്ദേഹത്തെ അത്ഭുതപ്പെടുത്തി. അത് അവനെ ഞെട്ടിച്ചു, കാരണം അവൻ ഒരു മുസ്ലീം കുടുംബത്തിലാണ് വളർന്നതെങ്കിലും, അവൻ ഒരിക്കലും ഇസ്ലാം ഇഷ്ടപ്പെട്ടിരുന്നില്ല, ദീർഘകാലം അത് ആചരിച്ചിരുന്നില്ല. അവൻ്റെ ക്രിസ്ത്യൻ സുഹൃത്തുക്കൾ അവനു ചുറ്റും കൂടി, യേശുക്രിസ്തുവിലുള്ള അവൻ്റെ അധികാരത്തെ ഓർമ്മിപ്പിക്കുന്ന വാക്കുകളാൽ അവനെ പ്രോത്സാഹിപ്പിച്ചു. അതിനുശേഷം മുഹമ്മദിൻ്റെ മാതൃക ഉപേക്ഷിച്ച വാക്കുകൾ പറഞ്ഞ് പ്രാർത്ഥന പൂർത്തിയാക്കാൻ അവന് കഴിഞ്ഞു.

ആ രാത്രിക്ക് ശേഷം റീസയുടെ ജീവിതത്തിൽ രണ്ട് കാര്യങ്ങൾ മാറി. ഒന്നാമതായി, മറ്റുള്ളവരോട് വളരെ ദേഷ്യപ്പെടുന്ന ഒരു ആജീവനാന്ത ശീലത്തിൽ നിന്ന് അവൻ സുഖപ്പെട്ടു; രണ്ടാമതായി, സുവിശേഷപ്രഘോഷണത്തിലും ഇസ്ലാം വിട്ടുപോയ മറ്റുള്ളവരുടെ ശിക്ഷണത്തിൽ അദ്ദേഹം ഫലപ്രദമായി. ആ രാത്രി, റീസ ഇസ്ലാം ഉപേക്ഷിച്ചപ്പോൾ, സുവിശേഷീകരണത്തിനും ശിഷ്യത്വത്തിനുമുള്ള ശക്തിയുടെ അഭിഷേകം അദ്ദേഹത്തിന് ലഭിച്ചു, ഇത് ശുശ്രൂഷയിലെ അദ്ദേഹത്തിൻ്റെ ഫലപ്രാപ്തിയുടെ താക്കോലായിരുന്നു. സുവിശേഷത്തെ സേവിക്കുന്നതിനായി അവൻ സ്വതന്ത്രനായി.

ഈ അധ്യായം സാത്താൻ്റെ ശക്തിയിൽ നിന്ന് എങ്ങനെ സ്വതന്ത്രമാകാം എന്നതിനെക്കുറിച്ചാണ്. ഇസ്ലാമിക അടിമത്തങ്ങളിൽ ശ്രദ്ധ കേന്ദ്രീകരിക്കുന്ന അധ്യായങ്ങളിലേയ്ക്ക് ഇത് വഴിയൊരുക്കുന്നു.

ഈ അധ്യായത്തിൽ പഠിപ്പിക്കുന്ന തത്വങ്ങൾ ഇസ്ലാമിനോട് മാത്രമല്ല, എല്ലാ സാഹചര്യങ്ങളിലും ഉപയോഗിക്കാവുന്നതാണ്.

യേശു പഠിപ്പിക്കാൻ തുടങ്ങുന്നു

റോമാക്കാർക്ക് എഴുതിയ ലേഖനത്തിൽ പൗലോസ് "ദൈവമക്കളുടെ മഹത്തായ സ്വാതന്ത്ര്യത്തെ" കുറിച്ച് പറയുന്നു (റോമർ 8:21). ഈ "മഹത്തായ സ്വാതന്ത്ര്യം" ഓരോ ക്രിസ്ത്യാനിയുടെയും ജന്മാവകാശമാണ്. അത് മഹത്തായ ഒരു സമ്മാനമാണ്, യേശുവിനെ

വിശ്വസിക്കുകയും അനുഗമിക്കുകയും ചെയ്യുന്ന എല്ലാവർക്കും ദൈവം നൽകാൻ ആഗ്രഹിക്കുന്ന വിലയേറിയ അവകാശമാണത്.

യേശു തൻ്റെ അധ്യാപന ശുശ്രൂഷ ആരംഭിച്ചപ്പോൾ, അവൻ്റെ ആദ്യത്തെ പൊതു പഠിപ്പിക്കൽ സ്വാതന്ത്ര്യത്തെക്കുറിച്ചായിരുന്നു. യോഹന്നാൻ സ്നാപകനാൽ യേശു സ്നാനപ്പെട്ടതിന്റെ തൊട്ടുപിന്നാലെയും മരുഭൂമിയിൽ സാത്താനാൽ പരീക്ഷിക്കപ്പെട്ടതിനുശേഷവും അത് സംഭവിച്ചു. യേശു മരുഭൂമിയിൽ നിന്ന് മടങ്ങിവന്ന ഉടനെ സുവിശേഷം പ്രസംഗിക്കാൻ തുടങ്ങി. അവൻ അത് എങ്ങനെ ചെയ്തു? സ്വയം പരിചയപ്പെടുത്തിക്കൊണ്ടാണ് അവൻ അത് ചെയ്തത്. യേശു തൻ്റെ ജന്മഗ്രാമമായ നസ്രത്തിലെ സിനഗോഗിൽ എഴുന്നേറ്റു നിന്ന് യെശയ്യാവിൻ്റെ പുസ്തകം 61-ാം അദ്ധ്യായത്തിൽ നിന്ന് വായിക്കാൻ തുടങ്ങിയതായി ലൂക്കോസിൽ നാം വായിക്കുന്നു:

> എളിയവരോടു സദ്വർത്തമാനം ഘോഷിപ്പാൻ യഹോവ എന്നെ അഭിഷേകം ചെയ്തിരിക്കകൊണ്ടു യഹോവയായ കർത്താവിന്റെ ആത്മാവു എന്റെ മേൽ ഇരിക്കുന്നു; ഹൃദയം തകർന്നവരെ മുറികെട്ടുവാനും തടവുകാർക്കു വിടുതലും ബദ്ധന്മാർക്കു സ്വാതന്ത്ര്യവും അറിയിപ്പാനും യഹോവയുടെ പ്രസാദവർഷവുംപ്രഖ്യാപിക്കാനും അവൻ എന്നെ അയച്ചിരിക്കുന്നു. "
>
> എന്നിട്ട് ആ ചുരുൾ ചുരുട്ടി ശുശ്രൂഷക്കാരന്നു തിരികെ കൊടുത്തിട്ടു ഇരുന്നു. സിനഗോഗിലുള്ള എല്ലാവരുടെയും കണ്ണുകൾ അവനിൽ പതിഞ്ഞു. "ഇന്നു നിങ്ങൾ എന്റെ വചനം കേൾക്കയിൽ ഈ തിരുവെഴുത്തിന്നു നിവൃത്തി വന്നിരിക്കുന്നു" എന്ന് അവരോട് പറഞ്ഞുകൊണ്ടാണ് അവൻ തുടങ്ങിയത്. (ലൂക്കോസ് 4:18-21)

താൻ ആളുകളെ സ്വതന്ത്രരാക്കാനാണ് വന്നതെന്ന് യേശു ജനങ്ങളോട് പറയുകയായിരുന്നു. യെശയ്യാവിനു നൽകിയ സ്വാതന്ത്ര്യത്തിൻ്റെ വാഗ്ദാനം "ഇന്ന്" നിറവേറുകയാണെന്ന് അവൻ പറഞ്ഞു: തടവുകാർക്ക് സ്വാതന്ത്ര്യം കൊണ്ടുവരാൻ കഴിയുന്നവനുമായി നസ്രത്തിലെ ജനങ്ങൾ കൂടിക്കാഴ്ച നടത്തുകയായിരുന്നു. താൻ പരിശുദ്ധാത്മാവിനാൽ അഭിഷേകം ചെയ്യപ്പെട്ടവനാണെന്നും അവൻ അവരോട് പറഞ്ഞു: അവൻ അഭിഷിക്തൻ, മിശിഹാ, ദൈവം തിരഞ്ഞെടുത്ത രാജാവ്, അവരുടെ വാഗ്ദത്ത രക്ഷകൻ.

സ്വാതന്ത്ര്യം തിരഞ്ഞെടുക്കാൻ യേശു അവരെ ക്ഷണിക്കുകയായിരുന്നു. ദരിദ്രർക്ക് പ്രത്യാശ, തടവുകാർക്ക് മോചനം, അന്ധർക്ക് സൗഖ്യം, അടിച്ചമർത്തപ്പെട്ട എല്ലാവർക്കും

സ്വാതന്ത്ര്യം എന്നിങ്ങനെയുള്ള സുവാർത്തയാണ് അവൻ കൊണ്ടുവന്നത്.

യേശു പോകുന്നിടത്തെല്ലാം അവൻ ആളുകൾക്ക് സ്വാതന്ത്ര്യം കൊണ്ടുവന്നു-യഥാർത്ഥ സ്വാതന്ത്ര്യം, പല വിധങ്ങളിൽ. സുവിശേഷങ്ങൾ വായിക്കുമ്പോൾ, യേശു അനേകം ആളുകൾക്ക് നന്മ ചെയ്യുന്നതായി നാം കേൾക്കുന്നു: പ്രതീക്ഷയില്ലാത്തവർക്ക് പ്രത്യാശ നൽകുകയും വിശക്കുന്നവർക്ക് ഭക്ഷണം നൽകുകയും ഭൂതങ്ങളുടെ ശക്തിയിൽ നിന്ന് ആളുകളെ മോചിപ്പിക്കുകയും രോഗികളെ സുഖപ്പെടുത്തുകയും ചെയ്തു.

യേശു ഇന്നും ആളുകൾക്ക് സ്വാതന്ത്ര്യം നൽകുന്നു. ഓരോ ക്രിസ്ത്യാനിയും താൻ കൊണ്ടുവരുന്ന സ്വാതന്ത്ര്യം ആസ്വദിക്കാൻ യേശു വിളിയ്ക്കുന്നു.

താൻ "കർത്താവിൻ്റെ പ്രസാദ വർഷം" പ്രഖ്യാപിക്കുകയാണെന്ന് യേശു സിനഗോഗിൽ പ്രഖ്യാപിച്ചപ്പോൾ, ദൈവം തൻ്റെ പ്രീതി അവരോട് കാണിക്കുന്ന പ്രത്യേക സമയമാണിതെന്ന് അവൻ ജനങ്ങളോട് പറയുകയായിരുന്നു. ദൈവം ശക്തിയോടും സ്നേഹത്തോടും കൂടി ആളുകളെ സ്വതന്ത്രരാക്കാൻ വരുന്നുവെന്നും അവരെയും സ്വതന്ത്രരാക്കാമെന്നും യേശു അവരോട് പറയുകയായിരുന്നു.

ഈ പുസ്തകം വായിക്കുന്നത് ദൈവകൃപയും സ്വാതന്ത്ര്യവും അനുഭവിക്കാനുള്ള നിങ്ങളുടെ പ്രത്യേക സമയമാകുമെന്ന് നിങ്ങൾ പ്രതീക്ഷിക്കുകയും വിശ്വസിക്കുകയും ചെയ്യുമോ?

തിരഞ്ഞെടുക്കാനുള്ള സമയം

നിങ്ങൾ ഒരു കൂട്ടിൽ കുടുങ്ങിയിരിക്കുകയാണെന്ന് സങ്കൽപ്പിക്കുക, കൂട്ടിൻ്റെ വാതിൽ പൂട്ടിയിരിക്കുന്നു. എല്ലാ ദിവസവും ഭക്ഷണവും വെള്ളവും നിങ്ങൾക്ക് കൂട്ടിൽ കൊണ്ടുവരുന്നു. നിങ്ങൾക്ക് അവിടെ താമസിക്കാം, പക്ഷേ നിങ്ങൾ ഒരു തടവുകാരനാണ്. ആരെങ്കിലും വന്ന് ആ കൂട്ടിൻ്റെ വാതിൽ തുറന്നുവെന്ന് കരുതുക. അപ്പോൾ നിങ്ങൾക്ക് ഒരു തിരഞ്ഞെടുപ്പുണ്ട്. നിങ്ങൾക്ക് കൂട്ടിൽ ജീവിക്കാൻ കഴിയും, അല്ലെങ്കിൽ നിങ്ങൾക്ക് അതിൽ നിന്ന് പുറത്തുകടന്ന് കൂട്ടിന് പുറത്തുള്ള ജീവിതം എന്താണെന്ന് കണ്ടെത്താനാകും. കൂട്ടിൻ്റെ വാതിൽ തുറന്നാൽ പോരാ. ആ കൂട്ടിൽ നിന്ന് പുറത്തുകടക്കാൻ നിങ്ങൾ തിരഞ്ഞെടുക്കണം. നിങ്ങൾ സ്വതന്ത്രരായിരിക്കാൻ തിരഞ്ഞെടുക്കുന്നില്ലെങ്കിൽ, നിങ്ങൾ ഇപ്പോഴും കൂട്ടിലടച്ചിരിയ്ക്കുന്നതുപോലെയാണ്.

പൗലോസ് ഗലാത്യർക്ക് എഴുതിയപ്പോൾ അദ്ദേഹം പറഞ്ഞു: "സ്വാതന്ത്ര്യത്തിനായി ക്രിസ്തു നമ്മെ സ്വതന്ത്രരാക്കിയിരിക്കുന്നു. അതിനാൽ ഉറച്ചു നിൽക്കുക, അടിമത്തത്തിൻ്റെ നുകത്തിന് വീണ്ടും കീഴടങ്ങരുത്. (ഗലാത്യർ 5:1) യേശുക്രിസ്തു വന്നത് ആളുകളെ സ്വതന്ത്രരാക്കാനാണ്, അവൻ കൊണ്ടുവരുന്ന സ്വാതന്ത്ര്യം അറിഞ്ഞുകഴിഞ്ഞാൽ, നമുക്ക് ഒരു തിരഞ്ഞെടുപ്പു നടത്താനുണ്ട്. സ്വതന്ത്രരായ മനുഷ്യരായി ജീവിക്കാൻ നാം തിരഞ്ഞെടുക്കുമോ?

നമ്മുടെ സ്വാതന്ത്ര്യം അവകാശപ്പെടാൻ നാം ഉണർന്ന് ജാഗ്രത പാലിക്കണമെന്ന് പൗലോസ് പറയുന്നു. സ്വാതന്ത്ര്യത്തിൽ ജീവിക്കാൻ, സ്വതന്ത്രനായിരിക്കുക എന്നതിൻ്റെ അർത്ഥമെന്താണെന്ന് നാം മനസ്സിലാക്കണം, എന്നിട്ട് നമ്മുടെ സ്വാതന്ത്ര്യം അവകാശപ്പെടണം, എന്നിട്ട് അതിൽ നടക്കണം. നാം യേശുവിനെ അനുഗമിക്കുമ്പോൾ, "അടിമത്വത്തിൻ്റെ നുകം" എങ്ങനെ "ഉറപ്പോടെ" നിൽക്കണമെന്നും നിരസിക്കാമെന്നും പഠിക്കേണ്ടതുണ്ട്.

സ്വതന്ത്രരായിരിക്കാനും പിന്നീട് സ്വതന്ത്രരായി ജീവിക്കാൻ എല്ലാവരെയും സഹായിക്കുന്നതിനാണ് ഈ പഠിപ്പിക്കൽ രൂപകൽപ്പന ചെയ്തിരിക്കുന്നത്.

അടുത്ത ഏതാനും ഭാഗങ്ങളിൽ സാത്താൻ്റെ ഭാവം, സാത്താൻ്റെ ശക്തിയിൽ നിന്ന് ദൈവരാജ്യത്തിലേക്ക് നാം എങ്ങനെ കൈമാറ്റം ചെയ്യപ്പെടുന്നു, നാം ഏർപ്പെട്ടിരിക്കുന്ന ആത്മീയ പോരാട്ടം എന്നിവയെക്കുറിച്ച് പഠിക്കുന്നു.

സാത്താനും അവൻ്റെ രാജ്യവും

നമുക്ക് ഒരു ശത്രു ഉണ്ടെന്ന് ബൈബിൾ പറയുന്നു, നമ്മെ നശിപ്പിക്കാൻ ആഗ്രഹിക്കുന്ന ഒരാൾ. അവനെ സാത്താൻ എന്നു വിളിക്കുന്നു. അവന് ധാരാളം സഹായികളുണ്ട്. ഈ സഹായികളിൽ ചിലരെ ഭൂതങ്ങൾ എന്ന് വിളിക്കുന്നു.

യോഹന്നാൻ 10:10-ൽ, സാത്താനെ "കള്ളൻ" എന്ന് വിളിക്കുന്ന സാത്താൻ്റെ വഴിയെ യേശു വിവരിക്കുന്നു: "കള്ളൻ വരുന്നത് മോഷ്ടിക്കാനും കൊല്ലാനും നശിപ്പിക്കാനും മാത്രമാണ്. അവർക്കു ജീവൻ ഉണ്ടാകുവാനും അത് സമൃദ്ധമായി ഉണ്ടാകുവാനും വേണ്ടിയാണ് ഞാൻ വന്നത്." എന്തൊരു ശക്തമായ വൈരുദ്ധ്യം! യേശു ജീവൻ നൽകുന്നു–സമൃദ്ധമായ ജീവൻ; സാത്താൻ നഷ്ടവും നാശവും മരണവും കൊണ്ടുവരുന്നു. സാത്താൻ "ആദ്യം മുതൽ ഒരു

കൊലപാതകി ആയിരുന്നു" (യോഹന്നാൻ 8:44) എന്നും യേശു നമ്മോട് പറയുന്നു.

സുവിശേഷങ്ങളും പുതിയ നിയമത്തിലെ ലേഖനങ്ങളും അനുസരിച്ച്, സാത്താന് ഈ ലോകത്തിന്മേൽ യഥാർത്ഥവും എന്നാൽ പരിമിതമായ അധികാരവും പരമാധികാരവും ഉണ്ട്. അവൻ്റെ രാജ്യം "അന്ധകാരത്തിൻ്റെ ആധിപത്യം" (കൊലോസ്യർ 1:13) എന്ന് വിളിക്കപ്പെടുന്നു, അവനെ വിളിക്കുന്നു:

- "ഈ ലോകത്തിൻ്റെ പ്രഭു" (യോഹന്നാൻ 12:31)
- "ഈ യുഗത്തിൻ്റെ ദൈവം" (2 കൊരിന്ത്യർ 4:4)
- "ആകാശരാജ്യത്തിൻ്റെ അധിപൻ" (എഫേസ്യർ 2:2)
- "അനുസരണക്കേട് കാണിക്കുന്നവരിൽ ഇപ്പോൾ പ്രവർത്തിക്കുന്ന ആത്മാവ്" (എഫേസ്യർ 2:2).

ലോകം മുഴുവൻ സാത്താൻ്റെ നിയന്ത്രണത്തിലാണെന്ന് അപ്പോസ്തലനായ യോഹന്നാൻ നമ്മെ പഠിപ്പിക്കുന്നു: "നാം ദൈവത്തിൻ്റെ മക്കളാണെന്നും ലോകം മുഴുവൻ ദുഷ്ടൻ്റെ നിയന്ത്രണത്തിലാണെന്നും നമ്മൾക്കറിയാം." (1 യോഹന്നാൻ 5:19)

"ലോകം മുഴുവനും ദുഷ്ടൻ്റെ നിയന്ത്രണത്തിലാണ്" എന്ന് നാം മനസ്സിലാക്കുന്നുവെങ്കിൽ, ഈ ലോകത്തിലെ എല്ലാ സംസ്കാരങ്ങളിലും പ്രത്യയശാസ്ത്രങ്ങളിലും മതങ്ങളിലും സാത്താൻ്റെ പ്രവർത്തനത്തിൻ്റെ തെളിവുകൾ കാണുന്നതിൽ നാം അതിശയിക്കേണ്ടതില്ല. സാത്താൻ സഭയിൽ പോലും സജീവമാണ്.

ഇക്കാരണത്താൽ, ഇസ്ലാമിലെ തിന്മയുടെ മുദ്ര, അതിൻ്റെ ലോകവീക്ഷണം, ആത്മീയ ശക്തി എന്നിവയും നാം പരിഗണിക്കേണ്ടതുണ്ട്; എന്നാൽ ആദ്യം നമ്മൾ തിന്മയിൽ നിന്ന് എങ്ങനെ സ്വതന്ത്രരാകാം എന്നതിൻ്റെ പൊതുവായ തത്ത്വങ്ങൾ പരിഗണിക്കും.

മഹത്തായ കൈമാറ്റം

ട്രിനിറ്റി കോളേജ് ഓക്സ്ഫോർഡിലെ ഫെലോ ആയ ജെ.എൽ.ഹോൾഡൻ പോളിൻ്റെ ദൈവശാസ്ത്രപരമായ ലോകവീക്ഷണത്തെക്കുറിച്ച് ഒരു അവലോകനം എഴുതി. പോൾ, പറയുന്നു:

> ... മനുഷ്യനെക്കുറിച്ച് ബോധ്യമുണ്ടായിരുന്നു. മനുഷ്യൻ പാപപൂർണമായും മനഃപൂർവ്വമായും ദൈവത്തിൽ നിന്ന്

> അകന്നിരിക്കുന്നു എന്ന് മാത്രമല്ല... പ്രപഞ്ചത്തെ പിന്തുടരുകയും അവന്റെ നിയമം ഉപയോഗിക്കുകയും ചെയ്യുന്ന പൈശാചിക ശക്തികളുടെ അടിമത്തത്തിൻ കീഴിലാണ്. മനുഷ്യന്റെ ദൈവത്തിൽനിന്നുള്ള അന്യവൽക്കരണം എല്ലാ മനുഷ്യവർഗത്തിനും പൊതുവായുള്ളതാണ്-അത് കേവലം യഹൂദനോ കേവലം വിജാതീയമോ അല്ല. ആദാമിൻ്റെ കുഞ്ഞെന്ന നിലയിൽ മനുഷ്യൻ്റെ അവസ്ഥയാണിത്. *1*

ഹോൾഡൻ വിശദീകരിക്കുന്നു: "പൈശാചിക ശക്തികളെ സംബന്ധിച്ചിടത്തോളം, മനുഷ്യൻ്റെ ആവശ്യം അവരുടെ നിയന്ത്രണത്തിൽ നിന്ന് വിടുതൽ മാത്രമാണ്." ക്രിസ്തു തൻ്റെ മരണത്തിലൂടെയും പുനരുത്ഥാനത്തിലൂടെയും ഈ രക്ഷയുടെ താക്കോൽ ലഭ്യമായി. അത് പാപത്തിനും മനുഷ്യരാശിയെ ബന്ധിക്കുന്ന തിന്മയുടെ പൈശാചിക ശക്തികൾക്കും മേൽ വിജയം നേടി.

ക്രിസ്ത്യാനികൾ എന്ന നിലയിൽ നാം ഇപ്പോഴും "ഈ ഇരുണ്ട ലോകത്തിൽ" ജീവിക്കുന്നു എങ്കിലും (എഫേസ്യർ 6:12; ഫിലിപ്പിയർ 2:15 മായി താരതമ്യം ചെയ്യുക), ഇതിനർത്ഥം നാം സാത്താൻ്റെ ശക്തിക്കും നിയന്ത്രണത്തിനു കീഴിലാണെന്നും അർത്ഥമാക്കുന്നുണ്ടോ? ഇല്ല! എന്തെന്നാൽ, നാം യേശുവിൻ്റെ രാജ്യത്തിലേക്ക് മാറ്റപ്പെട്ടിരിക്കുന്നു.

യേശു ഒരു ദർശനത്തിൽ പൗലോസിനോട് സ്വയം വെളിപ്പെടുത്തുകയും വിജാതീയരുടെ അടുത്തേക്ക് പോകാൻ അവനെ വിളിക്കുകയും ചെയ്യുമ്പോൾ, അവൻ ആളുകളുടെ കണ്ണുകൾ തുറക്കുമെന്നും "അവരെ ഇരുട്ടിൽ നിന്ന് വെളിച്ചത്തിലേക്കും സാത്താൻ്റെ ശക്തിയിൽ നിന്ന് ദൈവത്തിലേക്കും മാറ്റുമെന്നും" പറയപ്പെടുന്നു. (പ്രവൃത്തികൾ 26:18) ഈ വാക്കുകൾ സൂചിപ്പിക്കുന്നത്, ക്രിസ്തുവിനാൽ രക്ഷിക്കപ്പെടുന്നതിന് മുമ്പ് ആളുകൾ സാത്താൻ്റെ അധികാരത്തിൻ കീഴിലാണ്, എന്നാൽ ക്രിസ്തുവിലൂടെ അവർ തിന്മയുടെ ശക്തിയിൽ നിന്ന് വീണ്ടെടുക്കപ്പെടുകയും അന്ധകാരത്തിൻ്റെ ശക്തിയിൽ നിന്ന് ദൈവരാജ്യത്തിലേക്ക് മാറ്റപ്പെടുകയും ചെയ്യുന്നു.

അവർക്കുവേണ്ടി താൻ എങ്ങനെ പ്രാർത്ഥിക്കുന്നുവെന്ന് കൊലോസ്സ്യർക്ക് എഴുതിയ ലേഖനത്തിൽ പൗലോസ് വിശദീകരിക്കുന്നു:

---

1. ഹോൾഡൻ *പോൾസ് ലെറ്റേഴ്സ് ഫ്രം പ്രിസൺ*, പേ. 18.

> … വിശുദ്ധന്മാർക്കു വെളിച്ചത്തിലുള്ള അവകാശത്തിന്നായി നമ്മെ പ്രാപ്തന്മാരാക്കിയ പിതാവിന്നു സന്തോഷത്തോടെ സ്തോത്രം ചെയ്യുന്നവരാകേണം. എന്തെന്നാൽ, അവൻ നമ്മെ അന്ധകാരത്തിൻ്റെ ആധിപത്യത്തിൽ നിന്ന് വിടുവിച്ചു, അവൻ സ്നേഹിക്കുന്ന പുത്രൻ്റെ രാജ്യത്തിലേക്ക് നമ്മെ കൊണ്ടുവന്നു, അവനിൽ നമുക്ക് വീണ്ടെടുപ്പും പാപമോചനവും ഉണ്ട്.
> (കൊലൊസ്സ്യർ 1:12-14)

ആരെങ്കിലും മറ്റൊരു രാജ്യത്തേക്ക് കുടിയേറുമ്പോൾ, അവർ അവരുടെ പുതിയ രാജ്യത്ത് പൗരത്വത്തിന് അപേക്ഷിച്ചേക്കാം, എന്നാൽ ഇത് ചെയ്യുന്നതിന് അവർക്ക് അവരുടെ മുൻ പൗരത്വം ഉപേക്ഷിക്കേണ്ടി വന്നേക്കാം. ക്രിസ്തുവിലുള്ള രക്ഷ ഇതുപോലെയാണ്: നിങ്ങൾ ദൈവരാജ്യത്തിൽ പ്രവേശിക്കുമ്പോൾ നിങ്ങൾക്ക് ഒരു പുതിയ പൗരത്വം ലഭിക്കും, നിങ്ങൾ നിങ്ങളുടെ പഴയ പൗരത്വം ഉപേക്ഷിക്കുന്നു.

യേശുക്രിസ്തുവിനോടുള്ള നിങ്ങളുടെ പൂർണമായ കൂറ് കൈമാറ്റം മനഃപൂർവമായിരിക്കണം. ഇതിൽ ഇനിപ്പറയുന്ന ഘടകങ്ങൾ ഉൾപ്പെടാം:

- സാത്താനെയും എല്ലാ തിന്മകളെയും ഉപേക്ഷിക്കുക.
- നിങ്ങളുടെ മേൽ ദൈവവിരുദ്ധമായ അധികാരം പ്രയോഗിച്ച മറ്റ് ആളുകളുമായുള്ള എല്ലാ തെറ്റായ ബന്ധങ്ങളും ഉപേക്ഷിക്കുക.
- നിങ്ങൾക്കുവേണ്ടി നിങ്ങളുടെ പൂർവികർ ഉണ്ടാക്കിയിട്ടുള്ളതോ ഏതെങ്കിലും വിധത്തിൽ നിങ്ങളെ സ്വാധീനിച്ചതോ ആയ എല്ലാ ഭക്തികെട്ട ഉടമ്പടികളും ഉപേക്ഷിക്കുകയും ലംഘിക്കുകയും ചെയ്യുക.
- അഭക്തമായ വിധേയത്വത്തിലൂടെ വരുന്ന എല്ലാ അഭക്ത ആത്മീയ കഴിവുകളും ഉപേക്ഷിക്കുക.
- നിങ്ങളുടെ ജീവിതത്തിൻ്റെ മുഴുവൻ അവകാശങ്ങളും യേശുക്രിസ്തുവിനെ ഏൽപ്പിക്കുക, ഇന്നുമുതൽ നിങ്ങളുടെ ഹൃദയത്തിൽ കർത്താവായി വാഴാൻ അവനെ ക്ഷണിക്കുക.

യുദ്ധം

ഒരു ഫുട്ബോൾ കളിക്കാരൻ പുതിയ ടീമിലേയ്ക്ക് ചേരുമ്പോൾ, അവൻ തൻ്റെ പുതിയ ടീമിനായി കളിക്കണം. തൻ്റെ പഴയ ടീമിൽ ഇനി കളിക്കാനാകില്ല. നാം ദൈവരാജ്യത്തിലേക്ക്

മാറ്റപ്പെടുമ്പോൾ ഇതുപോലെയാണ്: നാം യേശുവിൻ്റെ ടീമിനായി കളിക്കുകയും സാത്താൻ്റെ ടീമിനായി ഗോൾ നേടുന്നത് അവസാനിപ്പിക്കുകയും വേണം.

ബൈബിൾ പ്രകാരം ദൈവവും സാത്താനും തമ്മിൽ ഒരു ആത്മീയ ഏറ്റുമുട്ടൽ നടക്കുന്നു. ഇത് ദൈവരാജ്യത്തിനെതിരായ ഒരു പ്രാപഞ്ചിക കലാപമാണ് (മർക്കോസ് 1:15; ലൂക്കോസ് 10:18; എഫെസ്യർ 6:12). ഇത് രണ്ട് രാജ്യങ്ങൾ തമ്മിലുള്ള സംഘർഷമാണ്, അതിൽ ആർക്കും മറയ്ക്കാൻ നിഷ്പക്ഷതയില്ല. ഇത് രണ്ട് രാജ്യങ്ങൾ തമ്മിലുള്ള സംഘർഷമാണ്, അതിൽ ആർക്കും നിഷ്പക്ഷമായ് നില്ക്കാൻ കഴിയില്ല. ഇതിനകം കുരിശിൽ വിജയിച്ച ഒരു നിർണായകമായ നീണ്ട യുദ്ധത്തിലെ ഇപ്പോഴുള്ള പോരാളികളാണ് ക്രിസ്തിയാനികൾ, അന്തിമഫലം സംശയമില്ല: വിജയം ക്രിസ്തുവിനാണ്, അത് അങ്ങനെ തന്നെ നടക്കും.

ക്രിസ്തുവിൻ്റെ അനുയായികൾ ക്രിസ്തുവിൻ്റെ ഏജൻ്റുമാരാണ്, അതിനാൽ അവർ ഇപ്പോൾ ഈ ഇരുണ്ട യുഗത്തിൻ്റെ ശക്തികളുമായി ദൈനംദിന യുദ്ധത്തിൽ ഏർപ്പെട്ടിരിക്കുന്നതായി കാണുന്നു. ക്രിസ്തുവിൻ്റെ മരണവും പുനരുത്ഥാനവും ഈ അന്ധകാരത്തിനെതിരായ നമ്മുടെ ഏക അധികാരവും അതിനെതിരെ നിലകൊള്ളാനുള്ള നമ്മുടെ ശക്തിയുടെ അടിസ്ഥാനവും നൽകുന്നു. ഈ യുദ്ധത്തിൻ്റെ മത്സരഭൂമിയിൽ ആളുകൾ, വംശങ്ങൾ, സമൂഹങ്ങൾ, രാഷ്ട്രങ്ങൾ എന്നിവ ഉൾപ്പെടുന്നു.

ഈ യുദ്ധത്തിൽ, ആലയംപോലും ഒരു യുദ്ധക്കളമാകാം, അതിൻ്റെ വിഭവങ്ങൾ ദുഷിച്ച ആവശ്യങ്ങൾക്കായി ചൂഷണം ചെയ്യപ്പെടാം.

ഇത് ഗൗരവമേറിയതും ഭാരിച്ചതുമായ കാര്യമാണ്. എന്നിരുന്നാലും, ഈ ഇരുണ്ട യുഗത്തിൻ്റെ ശക്തികൾ നിരായുധീകരിക്കപ്പെടുകയും അപമാനിക്കപ്പെടുകയും കുരിശിലൂടെയും അത് നേടിയ പാപങ്ങളുടെ മോചനത്തിലൂടെയും പരാജയപ്പെടുകയും ചെയ്തുവെന്ന് എഴുതുമ്പോൾ വിജയത്തിൻ്റെ ഉറപ്പ് പൗലോസ് ഇങ്ങനെ വിവരിക്കുന്നു:

> അതിക്രമങ്ങളിലും നിങ്ങളുടെ ജഡത്തിന്റെ അഗ്രചർമ്മത്തിലും മരിച്ചവരായിരുന്ന നിങ്ങളെയും അവൻ, അവനോടുകൂടെ ജീവിപ്പിച്ചു; അതിക്രമങ്ങൾ ഒക്കെയും നമ്മോടു ക്ഷമിച്ച ചട്ടങ്ങളാൽ നമുക്കു വിരോധവും പ്രതികൂലവുമായിരുന്ന കയ്യെഴുത്തു മായിച്ചു ക്രൂശിൽ തറെച്ചു നടുവിൽനിന്നു നീക്കിക്കളഞ്ഞു; വാഴ്ചകളെയും അധികാരങ്ങളെയും ആയുധവർഗ്ഗം വെപ്പിച്ചു ക്രൂശിൽ അവരുടെമേൽ ജയോത്സവം

കൊണ്ടാടി അവരെ പരസ്യമായ കാഴ്ചയാക്കി. (കൊലൊസ്സ്യർ 2:13-15)

ഈ ഖണ്ഡിക റോമൻ വിജയ ഘോഷയാത്രയിൽ നിന്നുള്ള ഒരു ചിത്രം ഉപയോഗിക്കുന്നു വിജയം. ഒരു ശത്രുവിനെ പരാജയപ്പെടുത്തിയ ശേഷം, വിജയിയായ ഒരു ജനറലും അവൻ്റെ സൈന്യവും റോം നഗരത്തിലേക്ക് മടങ്ങും. വിജയം ആഘോഷിക്കാൻ, ജനറൽ ഒരു മഹത്തായ ഘോഷയാത്ര നയിക്കും, അതിൽ പരാജയപ്പെട്ട ശത്രുക്കളെ നഗരത്തിൻ്റെ തെരുവുകളിലൂടെ ചങ്ങലകളാൽ മാർച്ച് ചെയ്യാൻ നിർബന്ധിതരാകും, അവരുടെ ആയുധങ്ങളും കവചങ്ങളും അവരിൽ നിന്ന് എടുത്തുകളയും. റോമിലെ ജനങ്ങൾ വിജയികളെ ആഹ്ലാദിപ്പിക്കുകയും പരാജയപ്പെട്ട ശത്രുക്കളെ പരിഹസിക്കുകയും ചെയ്യും.

കുരിശിൻ്റെ അർത്ഥം വിശദീകരിക്കാൻ പൗലോസ് റോമൻ വിജയ ഘോഷയാത്രയുടെ ചിത്രം ഉപയോഗിക്കുന്നു. ക്രിസ്തു നമുക്കുവേണ്ടി മരിച്ചപ്പോൾ അവൻ പാപത്തിൻ്റെ ശക്തി ഇല്ലാതാക്കി. നമുക്കെതിരെയുള്ള ആരോപണങ്ങൾ കുരിശിൽ തറച്ചതുപോലെയാണ്: ഈ ആരോപണങ്ങളുടെ റദ്ദാക്കൽ ഇരുട്ടിൻ്റെ എല്ലാ ശക്തികൾക്കും കാണാൻ വേണ്ടി നിർത്തിവച്ചിരിക്കുന്നു. ഇക്കാരണത്താൽ, നമ്മെ നശിപ്പിക്കാൻ ശ്രമിക്കുന്ന സാത്താനും അവൻ്റെ പൈശാചിക ശക്തികൾക്കും നമുക്കെതിരെ ആരോപണങ്ങൾ ഉന്നയിക്കാൻ കഴിയാത്തതിനാൽ നമ്മുടെ മേലുള്ള അവൻെറ ശക്തി നഷ്ടപ്പെട്ടു. അവർ റോമൻ വിജയയാത്രയിലെ ശത്രുക്കളെപ്പോലെ ആയിത്തീർന്നിരിക്കുന്നു: തോറ്റവരും നിരായുധരും പരസ്യമായി അപമാനിക്കപ്പെട്ടവരും.

കുരിശിലൂടെ, ഈ ഇരുണ്ട യുഗത്തിൻ്റെ അധികാരങ്ങൾക്കും ഭരണാധികാരികൾക്കും മേൽ വിജയം കൈവരിച്ചു. ഈ വിജയം ദുഷ്ടശക്തികളെ കൊള്ളയടിക്കുകയും ഭരിക്കാനുള്ള അവരുടെ അവകാശങ്ങൾ അപഹരിക്കുകയും ചെയ്യുന്നു.

ഇത് ശക്തമായ ഒരു തത്ത്വമാണ്: സാത്താൻ നമുക്കെതിരെ പ്രയോഗിക്കുന്ന എല്ലാ തന്ത്രങ്ങൾക്കും കുറ്റാരോപണങ്ങൾക്കും കുരിശ് വിജയത്തിൻ്റെയും സ്വാതന്ത്ര്യത്തിൻ്റെയും താക്കോൽ നൽകുന്നു.

അടുത്ത രണ്ട് വിഭാഗങ്ങളിൽ, കുറ്റാരോപിതനെന്ന നിലയിൽ സാത്താൻ്റെ പങ്കും ആളുകൾക്കെതിരെ അവൻ ഉപയോഗിക്കുന്ന തന്ത്രങ്ങളും നമ്മൾ നോക്കും. അതിനുശേഷം, പാപം, പാപമോചനം,

വാക്കുകൾ, ആത്മാവിൻ്റെ മുറിവുകൾ, നുണകൾ (ദൈവവിരുദ്ധമായ വിശ്വാസങ്ങൾ), തലമുറകളുടെ പാപം, അതിൻ ഫലമായുണ്ടാകുന്ന ശാപങ്ങൾ എന്നിവയിലൂടെ ആളുകളെ ബന്ധിപ്പിക്കാൻ സാത്താൻ ശ്രമിക്കുന്ന ആറ് വഴികൾ നമ്മൾ പരിശോധിക്കും. സാത്താൻ്റെ ഓരോ തന്ത്രത്തിനും നമ്മൾ ഓരോ പ്രതിവിധി വിവരിക്കും: ക്രിസ്ത്യാനികൾക്ക് അവരുടെ സ്വാതന്ത്ര്യം അവകാശപ്പെടാനും അവരുടെ ജീവിതത്തിൽ നിന്ന് ഈ സ്വാധീനങ്ങളെ തകർക്കാനുമുള്ള ഒരു മാർഗം. ഇസ്ലാമിൻ്റെ അടിമത്തത്തിൽ നിന്ന് എങ്ങനെ മോചിതരാകാമെന്ന് ആലോചിക്കുമ്പോൾ ഈ വിഷയങ്ങളെല്ലാം പ്രധാനമാണ്.

കുറ്റാരോപിതൻ

സാത്താൻ നമുക്കെതിരെ പ്രയോഗിക്കുന്ന തന്ത്രങ്ങളുണ്ട്. ഈ തന്ത്രങ്ങളെ കുറിച്ച് അറിയുകയും മനസ്സിലാക്കുകയും അവക്കെതിരെ നിലകൊള്ളാൻ തയ്യാറാകുകയും ചെയ്യുന്നത് നല്ലതാണ്. നമ്മുടെ സ്വാതന്ത്ര്യം പ്രയോഗിക്കുകയും ജീവിക്കുകയും വേണം. ഇതിനായി നാം ശ്രദ്ധിക്കണം: ക്രിസ്ത്യാനികൾ സാത്താൻ്റെ തന്ത്രങ്ങൾ അറിയുകയും മനസ്സിലാക്കുകയും അവയെ ചെറുക്കാൻ തയ്യാറാകുകയും ചെയ്യുന്നത് നല്ലതാണ്.

ക്രിസ്ത്യാനികൾ "ജാഗ്രതയുള്ളവരായിരിക്കണം" എന്ന് എഫെസ്യർ 6:18-ൽ പൗലോസ് എഴുതുന്നു. അതുപോലെ, പത്രോസ് ക്രിസ്ത്യാനികൾക്ക് മുന്നറിയിപ്പ് നൽകുന്നു: "ജാഗ്രതയുള്ളവരും സുബോധമുള്ളവരുമായിരിക്കുക. നിങ്ങളുടെ ശത്രുവായ പിശാച് അലറുന്ന സിംഹത്തെപ്പോലെ ആരെയെങ്കിലും വിഴുങ്ങാൻ നോക്കുന്നു. (1 പത്രോസ് 5:8) നാം എന്താണ് ശ്രദ്ധിക്കേണ്ടത്? സാത്താൻ്റെ ആരോപണങ്ങൾക്കെതിരെ ജാഗ്രത പുലർത്തേണ്ടതുണ്ട്.

ബൈബിൾ സാത്താനെ "ആക്ഷേപകൻ" എന്ന് വിളിക്കുന്നു (വെളിപാട് 12:10) കൂടാതെ എബ്രായ ഭാഷയിൽ 'സാത്താൻ' എന്ന വാക്കിന് യഥാർത്ഥത്തിൽ 'ആരോപികൻ' അല്ലെങ്കിൽ 'എതിരാളി' എന്നാണ് അർത്ഥം. ഒരു കോടതിയിലെ നിയമപരമായ എതിരാളിയെ ഉദ്ദേശിച്ചാണ് ഈ വാക്ക് ഉപയോഗിച്ചത്. ബൈബിളിൽ 109-ാം സങ്കീർത്തനത്തിൽ 'സാത്താൻ' എന്ന പദം ഈ വിധത്തിൽ ഉപയോഗിച്ചിരിക്കുന്നു: "ആരോപിക്കുന്നവൻ [ഒരു സാത്താൻ] അവൻ്റെ വലത്തു നിൽക്കട്ടെ. വിചാരണ ചെയ്യപ്പെടുമ്പോൾ അവൻ കുറ്റക്കാരനാണെന്ന് കണ്ടെത്തട്ടെ. (സങ്കീർത്തനം 109:6-7) സമാനമായ ഒരു രംഗത്തിൽ സെഖര്യാവ് 3:1-3, മഹാപുരോഹിതനായ യോശുവയുടെ വലതുഭാഗത്ത് നിൽക്കുകയും ദൈവദൂതൻ്റെ മുമ്പാകെ അവനെ

കുറ്റപ്പെടുത്തുകയും ചെയ്യുന്നവനെ "സാത്താൻ" എന്ന് വിളിക്കപ്പെടുന്ന ഒരു വ്യക്തിയെ പരാമർശിക്കുന്നു. മറ്റൊരു ഉദാഹരണമാണ് സാത്താൻ ഇയ്യോബിനെ ദൈവമുമ്പാകെ കുറ്റപ്പെടുത്തുന്നത് (ഇയ്യോബ് 1:9-11), അവനെ പരീക്ഷിക്കാൻ അനുവാദം ചോദിക്കുന്നു.

ആരോടാണ് സാത്താൻ നമ്മെ കുറ്റപ്പെടുത്തുന്നത്? ദൈവമുമ്പാകെ അവൻ നമ്മെ കുറ്റപ്പെടുത്തുന്നുവെന്ന് നമുക്കറിയാം. അവൻ നമ്മെ മറ്റുള്ളവരോട് കുറ്റപ്പെടുത്തുകയും ചെയ്യുന്നു; മറ്റുള്ളവരുടെ വാക്കുകളിലൂടെയും നമ്മുടെ സ്വന്തം ചിന്തകളിലൂടെയും അവൻ നമ്മെത്തന്നെ കുറ്റപ്പെടുത്തുന്നു. ഈ ആരോപണങ്ങളാൽ നമ്മെ വേദനിപ്പിക്കാനും അവ വിശ്വസിക്കാനും അവയാൽ ഭയപ്പെടുത്താനും അവയാൽ പരിമിതപ്പെടുത്താനും അവൻ ആഗ്രഹിക്കുന്നു.

സാത്താൻ നമ്മെ എന്ത് കുറ്റപ്പെടുത്തുന്നു? അവൻ നമ്മുടെ പാപങ്ങളെക്കുറിച്ചു കുറ്റപ്പെടുത്തുന്നു, കൂടാതെ നമ്മുടെ ജീവിതത്തിൻ്റെ ഏതെങ്കിലും ഭാഗങ്ങളിൽ, ഏതെങ്കിലും വിധത്തിൽ അല്ലെങ്കിൽ മറ്റെന്തെങ്കിലും വിധത്തിൽ, അവനു കീഴടങ്ങിയതിന് അവൻ നമ്മെ കുറ്റപ്പെടുത്തുന്നു.

സാത്താൻ നമ്മെ കുറ്റപ്പെടുത്തുമ്പോൾ, അവൻ്റെ ആരോപണങ്ങൾ നുണകളാൽ നിറഞ്ഞതാണെന്നും നാം മനസ്സിലാക്കേണ്ടതുണ്ട്. സാത്താനെക്കുറിച്ച് യേശു പറഞ്ഞു:

> *നിങ്ങൾ പിശാചെന്ന പിതാവിന്റെ മക്കൾ; നിങ്ങളുടെ പിതാവിന്റെ മോഹങ്ങളെ ചെയ്‌വാനും ഇച്ഛിക്കുന്നു. അവൻ ആദിമുതൽ കുലപാതകൻ ആയിരുന്നു; അവനിൽ സത്യം ഇല്ലായ്കകൊണ്ടു സത്യത്തിൽ നില്ക്കുന്നതുമില്ല. അവൻ ഭോഷ്കു പറയുമ്പോൾ സ്വന്തത്തിൽ നിന്നു എടുത്തു പറയുന്നു; അവൻ ഭോഷ്കു പറയുന്നവനും അതിന്റെ അപ്പനും ആകുന്നു. (യോഹന്നാൻ 8:44)*

സാത്താൻ്റെ നുണ തന്ത്രങ്ങൾ എന്തൊക്കെയാണ്, അവൻ നമ്മെ കുറ്റപ്പെടുത്തുമ്പോഴെല്ലാം നമുക്ക് എങ്ങനെ ഉറച്ചുനിൽക്കാനാകും? അവൻ്റെ തന്ത്രങ്ങൾ നമുക്ക് അറിയാമെങ്കിൽ അത് തീർച്ചയായും സഹായിക്കും. ഉദാഹരണത്തിന്, 2 കൊരിന്ത്യർ, പൗലോസ് ക്രിസ്ത്യാനികളെ ക്ഷമ ശീലിക്കാൻ പ്രോത്സാഹിപ്പിക്കുന്നു. എന്തുകൊണ്ടാണ് ഇത് പ്രധാനമായിരിക്കുന്നത്? “സാത്താൻ നമ്മെ മറികടക്കാതിരിക്കാൻ നാം ക്ഷമിക്കുന്നു” എന്ന് പൗലോസ് പറയുന്നു. എന്തെന്നാൽ, അവൻ്റെ തന്ത്രങ്ങൾ നാം അറിയാത്തവരല്ല” (2 കൊരിന്ത്യർ 2:11). സാത്താൻ എന്താണ്

ചെയ്യുന്നതെന്ന് നമുക്ക് അറിയാൻ കഴിയുമെന്ന് പൗലോസ് നമ്മോട് പറയുന്നു; കൂടാതെ, സാത്താൻറെ തന്ത്രങ്ങളിലൊന്ന് നമ്മോട് ക്ഷമിക്കുന്നില്ലെന്ന് കുറ്റപ്പെടുത്തുകയാണെന്ന് നമുക്കറിയാം, മറ്റുള്ളവരോട് ക്ഷമിക്കാൻ നമ്മൾ തിടുക്കം കൂട്ടും, അങ്ങനെ അവൻറെ ആരോപണങ്ങൾക്ക് നാം ഇരയാകാതിരിക്കും.

സാത്താന് വേറെയും തന്ത്രങ്ങളുണ്ട്. വിശ്വാസികളെ കുറ്റപ്പെടുത്തുന്നതിനുള്ള അവന്റെ ആറ് പ്രധാന തന്ത്രങ്ങൾ ഇവിടെ ഞങ്ങൾ പരിഗണിക്കും, കൂടാതെ നമുക്ക് എങ്ങനെ അവർക്കെതിരെ നിലകൊള്ളാമെന്ന് പരിഗണിക്കും. ഈ ആറ് തന്ത്രങ്ങൾ ഇവയാണ്:

- പാപം
- ക്ഷമയില്ലായ്മ
- ആത്മാവിൻറെ മുറിവുകൾ
- വാക്കുകൾ (ഒപ്പം പ്രതീകാത്മക പ്രവർത്തനങ്ങളും)
- ദൈവവിരുദ്ധമായ വിശ്വാസങ്ങൾ (നുണകൾ)
- തലമുറയായുള്ള പാപവും അതിൻ ഫലമായുണ്ടാകുന്ന ശാപങ്ങളും.

നാം കാണാൻ പോകുന്നതുപോലെ, സാത്താൻ നമുക്കെതിരെ ഉന്നയിക്കുന്ന എല്ലാ അവകാശവാദങ്ങളെയും പേരെടുത്ത് നിരസിക്കാൻ കഴിയുക എന്നതാണ് ആത്മീയ സ്വാതന്ത്ര്യം കണ്ടെത്തുന്നതിനുള്ള ഒരു പ്രധാന ഘട്ടം. അദ്ദേഹത്തിൻറെ ആരോപണങ്ങൾക്ക് സത്യത്തിൽ എന്തെങ്കിലും അടിസ്ഥാനമുണ്ടോ അല്ലെങ്കിൽ അവ പൂർണ്ണമായ നുണകളാണോ എന്നത് ഇത് ബാധകമാണ്.

തുറന്ന വാതിലുകളും കാലടികളും

ഈ ആറ് മേഖലകളിൽ ഓരോന്നും പരിഗണിക്കുന്നതിന് മുമ്പ്, ആളുകൾക്കെതിരെ സാത്താൻ അവകാശപ്പെടുന്ന അവകാശങ്ങൾക്ക് ഉപയോഗപ്രദമായ ചില പേരുകൾ നാം പരിചയപ്പെടുത്തേണ്ടതുണ്ട്, അത് അവൻ അവരെ അടിച്ചമർത്താൻ ഉപയോഗിക്കുന്നു. 'തുറന്ന വാതിലുകൾ', 'കാലടികളും' എന്നിവയാണ് രണ്ട് പ്രധാന പേരുകൾ.

അജ്ഞത, അനുസരണക്കേട് അല്ലെങ്കിൽ അശ്രദ്ധ എന്നിവയിലൂടെ ആരെങ്കിലും സാത്താന് അനുവദിച്ചേക്കാവുന്ന ഒരു പ്രവേശന അടയാളമാണ് തുറന്ന വാതിൽ, തുടർന്ന് സാത്താൻ വ്യക്തിയെ ആക്രമിക്കാനും അടിച്ചമർത്തുകയും ചൂഷണം ചെയ്യുകായും

ചെയ്യുന്നു. മോഷ്ടിക്കാനും കൊല്ലാനും നശിപ്പിക്കാനുമുള്ള അവസരങ്ങൾ തേടി അലയുന്ന സാത്താനെ "കള്ളൻ" എന്ന് യേശുവിൻ്റെ വിശേഷണം നമുക്ക് ഓർക്കാം (യോഹന്നാൻ 10:10). സുരക്ഷിതമായ ഒരു വീടിന്റെ വാതിലുകൾ തുറന്നിടാറില്ല, ഓരോ വാതിലും സുരക്ഷിതമായി പൂട്ടിയിരിക്കുന്നു.

ഒരു വ്യക്തി തനിക്കു കീഴടങ്ങിയതായി സാത്താൻ അവകാശപ്പെടുന്ന മനുഷ്യാത്മാവിനുള്ളിൽ ഒരു കാലടി നിലകൊള്ളുന്നു-സാത്താൻ തൻ്റേതായി നമ്മുടെമേൽ അടയാളപ്പെടുത്തിയ ഒരു ഭാഗം.

ഒരു ക്രിസ്ത്യാനിക്ക് കോപം സംഭരിച്ചുകൊണ്ട് പിശാചിന് അവസരം നൽകാനുള്ള സാധ്യതയെക്കുറിച്ച് പൗലോസ് പരാമർശിക്കുന്നു: "നിങ്ങളുടെ കോപത്തിൽ പാപം ചെയ്യരുത്: കോപിച്ചാൽ പാപം ചെയ്യാതിരിപ്പിൻ. സൂര്യൻ അസ്തമിക്കുവോളം നിങ്ങൾ കോപം വെച്ചുകൊണ്ടിരിക്കരുതു. പിശാചിന്നു ഇടം കൊടുക്കരുതു." (എഫെസ്യർ 4:26-27) "കാലടി" എന്ന് പരിഭാഷപ്പെടുത്തിയിരിക്കുന്ന ഗ്രീക്ക് പദം ടോപോസ് ആണ്, അതിനർത്ഥം 'ജനവാസമുള്ള സ്ഥലം' എന്നാണ്. ടോപോസിന് അധിനിവേശമുള്ള ഒരു സ്ഥലത്തിൻ്റെ പ്രധാന അർത്ഥമുണ്ട്, കൂടാതെ "*ഗിവ് എ ടോപോസ് ടു*" എന്ന ഗ്രീക്ക് പദപ്രയോഗത്തിൻ്റെ അർത്ഥം 'അവസരം നൽകുക' എന്നാണ്. ആരെങ്കിലും കോപത്തിൽ തൂങ്ങിക്കിടക്കുകയാണെങ്കിൽ, അത് സാധ്യമായ പാപമാണെന്ന് ഏറ്റുപറയുകയും ഉപേക്ഷിക്കുകയും ചെയ്യുന്നതിനുപകരം, അവർ ആത്മീയതയെ സാത്താന് ഏൽപ്പിക്കുന്നു എന്നാണ് പൗലോസ് പറയുന്നത്. അപ്പോൾ സാത്താന് ആ നിലം കൈവശപ്പെടുത്താനും ദുഷിച്ച ആവശ്യങ്ങൾക്കായി ഉപയോഗിക്കാനും കഴിയും. കോപം മുറുകെ പിടിക്കുന്നതിലൂടെ, ഒരു വ്യക്തിക്ക് സാത്താന് ഒരു ചുവടുറപ്പിക്കാൻ കഴിയും.

യോഹന്നാൻ 14-ൽ, സാത്താന് തന്നിൽ ഒരു അവകാശവുമില്ലെന്ന് പ്രസ്താവിക്കുമ്പോൾ യേശു നിയമപരമായ അവകാശങ്ങളുടെ ഭാഷ ഉപയോഗിക്കുന്നു:

> ഞാൻ ഇനി നിങ്ങളോടു വളരെ സംസാരിക്കയില്ല; ലോകത്തിന്റെ പ്രഭു വരുന്നു; അവന്നു എന്നോടു ഒരു കാര്യവുമില്ല. എങ്കിലും ഞാൻ പിതാവിനെ സ്നേഹിക്കുന്നു എന്നും പിതാവു എന്നോടു കല്പിച്ചതുപോലെ ഞാൻ ചെയ്യുന്നു എന്നും ലോകം അറിയട്ടെ. (യോഹന്നാൻ 14:30-31)

ആർച്ച് ബിഷപ്പ് ജെ എച്ച് ബെർണാഡ് ഈ ഭാഗത്തെക്കുറിച്ചുള്ള തൻ്റെ വ്യാഖ്യാനത്തിൽ എഴുതുന്നു, "സാത്താൻ … എൻ്റെ

വ്യക്തിത്വത്തിൽ അവന് ഉറപ്പിക്കാവുന്ന ഒരു അർത്ഥവുമില്ല" എന്ന് യേശു പറയുന്നു. 2 ഡി എ കാർസൺ വിശദീകരിച്ചതുപോലെ, ഇവിടെയുള്ള ഭാഷാശൈലി യഥാർത്ഥത്തിൽ നിയമപരമാണ്:

> "അവന് എന്നിൽ യാതൊരു പിടിയുമില്ല" എന്നത് "അവന് എന്നിൽ ഒന്നുമില്ല" എന്നതിൻ്റെ വ്യാകരണപരമായ വിശദീകരണമാണ്, നിയമപരമായ സന്ദർഭങ്ങളിൽ പതിവായി ഉപയോഗിക്കുന്ന ഒരു ഹീബ്രു ഭാഷാപ്രയോഗം, അതായത് "അയാൾക്ക് എന്നിൽ അവകാശവാദമില്ല" അല്ലെങ്കിൽ "അവന് എൻ്റെ മേൽ ഒന്നുമില്ല" ... യേശുവിനെതിരെ ന്യായമായ ഒരു കുറ്റം ഉണ്ടെങ്കിൽ മാത്രമേ പിശാചിന് യേശുവിന്മേൽ തൻ്റെ അധികാരം വയ്ക്കാൻ കഴിയൂ.3

എന്തുകൊണ്ടാണ് സാത്താന് യേശുവിനെ പിടിയ്ക്കാനാകാത്തത്? കാരണം യേശു പാപമില്ലാത്തവനാണ്. "എൻ്റെ പിതാവ് എന്നോട് കൽപ്പിച്ചത് കൃത്യമായി ചെയ്യുന്നു" എന്ന് അവൻ പറയുന്നു (യോഹന്നാൻ 14:31; യോഹന്നാൻ 5:19 കൂടി കാണുക). അതുകൊണ്ടാണ് സാത്താനെ തൻ്റെ മേൽ നിയമപരമായ എന്തെങ്കിലും അവകാശം ഉന്നയിക്കാൻ അനുവദിക്കുന്ന യാതൊന്നും യേശുവിൽ ഇല്ല. യേശുവിനെതിരെ നിലയുറപ്പിയ്ക്കാൻ കഴിയുന്ന ഒന്നും തന്നെ സാത്താനില്ല.

യേശു ഒരു നിരപരാധിയായി ക്രൂശിക്കപ്പെട്ടു. കുരിശിൻ്റെ ശക്തിക്ക് അത് വളരെ പ്രധാനമാണ്. യേശു നിരപരാധിയായതിനാൽ, ക്രൂശീകരണം നിയമാനുസൃതമായ ശിക്ഷയാണെന്ന് സാത്താന് അവകാശപ്പെടാൻ കഴിയില്ല. കർത്താവിൻ്റെ മിശിഹായുടെ മരണം മറ്റുള്ളവർക്കുവേണ്ടിയുള്ള നിരപരാധിയുടെ ത്യാഗമായിരുന്നു, സാത്താൻ യേശുവിനെതിരെ നടത്തിയത് ന്യായമായ ശിക്ഷയല്ല. ക്രിസ്തു സാത്താന് ഏതെങ്കിലും വിട്ടുകൊടുത്തിരുന്നെങ്കിൽ, അവൻ്റെ മരണം പാപത്തിനുള്ള ന്യായമായ ശിക്ഷയാകുമായിരുന്നു. പകരം, യേശു നിരപരാധിയായതിനാൽ, അവൻ്റെ മരണം മുഴുവൻ ലോകത്തിൻ്റെയും പാപങ്ങൾക്കുള്ള ഫലപ്രദമായ വഴിപാടായിരിക്കാം.

---

2. ജെ.എച്ച്. ബെർണാഡ്, *ജോണിൻ്റെ അഭിപ്രായത്തിൽ സുവിശേഷത്തെക്കുറിച്ചുള്ള വിമർശനാത്മകവും എക്സിജിറ്റിക്കൽ കമൻ്ററി,* വാല്യം. 2, പേ. 556.

3. ഡി.എ. കാർസൺ, *യോഹന്നാൻ്റെ സുവിശേഷം, പേജ് 508-9.*

നമ്മുടെ സ്വന്തം ജീവിതത്തിൽ തുറന്ന വാതിലുകളും കാൽപ്പാടുകളുംസംബന്ധിച്ച് നമുക്ക് എന്തുചെയ്യാൻ കഴിയും? നമുക്ക് തുറന്ന വാതിലുകൾ അടയ്ക്കാം, കാൽപ്പാടുകളും നീക്കം ചെയ്യാം. നമ്മുടെ ആത്മീയ സ്വാതന്ത്ര്യം അവകാശപ്പെടാൻ, ഈ നടപടികൾ അനിവാര്യമാണ്. തുറന്നിരിക്കുന്ന എല്ലാ വാതിലുകളും അടച്ച് നമ്മുടെ ജീവിതത്തിലെ എല്ലാ കാൽപ്പാടുകളുംനീക്കം ചെയ്തുകൊണ്ട് നമുക്ക് അത് വ്യവസ്ഥാപിതമായി ചെയ്യേണ്ടതുണ്ട്.

എന്നാൽ അത് എങ്ങനെ ചെയ്യണം? നമുക്ക് ആറ് മേഖലകൾ ഓരോന്നായി പരിഗണിക്കാം. ഇസ്ലാം മനുഷ്യരെ എങ്ങനെ ബന്ധിപ്പിക്കുന്നു എന്ന് ചിന്തിക്കുമ്പോൾ എല്ലാം പ്രധാനമാണ്.

പാപം

തുറന്ന വാതിൽ നമ്മൾ ചെയ്ത പാപങ്ങളാണെങ്കിൽ, നമ്മുടെ ജീവിതത്തിന്മേൽ അവകാശം ഉന്നയിക്കാൻ സാത്താന് അനുവാദം നൽകിയേക്കാവുന്ന പാപങ്ങളെക്കുറിച്ച് അനുതപിച്ച് നമുക്ക് ഈ വാതിൽ അടയ്ക്കാം. കുരിശിൻ്റെ ശക്തിയാണ് ഈ പ്രക്രിയയുടെ താക്കോൽ. രക്ഷകനായി ക്രിസ്തുവിനോട് അപേക്ഷിക്കുന്നതിലൂടെ നമുക്ക് ദൈവത്തിൻ്റെ ക്ഷമ ലഭിക്കും. യോഹന്നാൻ എഴുതിയതുപോലെ, "യേശുവിൻ്റെ രക്തം ... എല്ലാ പാപങ്ങളിൽ നിന്നും നമ്മെ ശുദ്ധീകരിക്കുന്നു" (1 യോഹന്നാൻ 1:7). നാം പാപത്തിൽ നിന്ന് ശുദ്ധീകരിക്കപ്പെട്ടാൽ, പാപത്തിന് നമ്മുടെമേൽ അധികാരമില്ല. പൗലോസ് എഴുതിയതുപോലെ, "നാം അവൻ്റെ രക്തത്താൽ നീതീകരിക്കപ്പെട്ടിരിക്കുന്നു" (റോമർ 5:9). ദൈവം നമ്മെ നീതിമാന്മാരായി കാണുന്നു എന്നാണ് ഇതിനർത്ഥം. നാം അനുതപിക്കുകയും ക്രിസ്തുവിലേക്ക് തിരിയുകയും ചെയ്യുമ്പോൾ, നാം അവനോടൊപ്പം അടക്കം ചെയ്യപ്പെടുന്നു: നാം യേശുവുമായി തിരിച്ചറിയപ്പെടുന്നു. അപ്പോൾ സാത്താന് നിയമാനുസൃതമായ കുറ്റം ചുമത്താൻ കഴിയാത്ത ഒരാളായി നാം മാറുന്നു. നമ്മുടെ പാപം "മറയ്ക്കപ്പെടുന്നു" (റോമർ 4:7) ആയതിനാൽ സാത്താന് നമ്മുടെമേൽ ഒരു പിടിയുമില്ലാത്ത ഒരാളായി നാം മാറുന്നു.
നമ്മൾക്കെതിരെയുള്ള അവൻ്റെ ആരോപണങ്ങളിൽ നിന്ന് നമ്മൾ സ്വതന്ത്രരാകുന്നു.

അത് പ്രായോഗികമായി എങ്ങനെ പ്രവർത്തിക്കുന്നു? തുടർച്ചയായി നുണ പറയുന്ന ഒരു ശീലവുമായി ആരെങ്കിലും മല്ലിടുന്നുണ്ടെങ്കിൽ, ആ വ്യക്തിക്ക് ദൈവത്തിൻ്റെ ദൃഷ്ടിയിൽ കള്ളം തെറ്റാണെന്ന് തിരിച്ചറിയാനും, അത് ഏറ്റുപറയാനും, നുണ പറയുന്നതിൽ

അനുതപിക്കാനും, ക്രിസ്തുവിൻ്റെ പ്രവർത്തനത്തിലൂടെ പാപമോചനം ഉറപ്പാക്കാനും കഴിയണം. അങ്ങനെ ചെയ്യുമ്പോൾ, കള്ളം തന്നെ തിരസ്കരിക്കാനും ഉപേക്ഷിക്കാനും കഴിയും. നേരെമറിച്ച്, വ്യക്തി നുണ പറയാൻ ഇഷ്ടപ്പെടുന്നുവെങ്കിൽ, അത് ഉപയോഗപ്രദമാണെന്ന് കണ്ടെത്തുന്നു, അത് ഉപേക്ഷിക്കാൻ ഉദ്ദേശിക്കുന്നില്ലെങ്കിൽ, നുണ പറയുന്നതിൽ നിന്നുള്ള സ്വാതന്ത്ര്യത്തിനായുള്ള ഏതൊരു ശ്രമവും വ്യർഥമാകാൻ സാധ്യതയുണ്ട്, കൂടാതെ സാത്താന് ആ വ്യക്തിക്കെതിരെ ഈ കാൽവെപ്പ് ഉപയോഗിക്കാൻ കഴിയും.

അനുതപിച്ചും പാപം ത്യജിച്ചും ക്രിസ്തുവിൻ്റെ കുരിശിൽ ആശ്രയിച്ചും പാപത്തിൻ്റെ വാതിൽ അടയ്ക്കാം. ഈ വിധത്തിൽ നമ്മുടെ പാപങ്ങൾ നമുക്കെതിരെ ഉപയോഗിക്കാനുള്ള അവകാശം സാത്താന് നിഷേധിക്കുന്നു.

ക്ഷമിയ്ക്കപ്പെടാത്തത്

നമുക്കെതിരെ പ്രയോഗിക്കാൻ സാത്താൻ ഇഷ്ടപ്പെടുന്ന മറ്റൊരു തന്ത്രം നമ്മുടെ ക്ഷമയില്ലായ്മയാണ്. യേശു പലപ്പോഴും പഠിപ്പിച്ച കാര്യമായിരുന്നു ക്ഷമ. മറ്റുള്ളവരോട് ക്ഷമിക്കുന്നതുവരെ ദൈവം നമ്മോട് ക്ഷമിക്കപ്പെടുകയില്ല എന്ന് അവൻ പറഞ്ഞു (മർക്കോസ് 11:25-26; മത്തായി 6:14-15).

പൊറുക്കാത്തത് ആരുടെയെങ്കിലും തെറ്റുമായോ വേദനാജനകമായ ഒരു സംഭവവുമായോ നമ്മെ ബന്ധിപ്പിച്ചേക്കാം. അതിൽ സാത്താന് കാലുറപ്പിക്കാൻ കഴിയും, നമുക്കെതിരെ ഒരു നിയമപരമായ അവകാശം. കൊരിന്ത്യർക്കുള്ള രണ്ടാമത്തെ ലേഖനത്തിൽ പൗലോസ് ഇതിനെക്കുറിച്ച് എഴുതുന്നു:

> നിങ്ങൾ വല്ലതും ക്ഷമിക്കുന്നവനോടു ഞാനും ക്ഷമിക്കുന്നു; എന്നാൽ ഞാൻ വല്ലതും ക്ഷമിച്ചിരിക്കുന്നു എങ്കിൽ നിങ്ങൾ നിമിത്തം ക്രിസ്തുവിന്റെ സന്നിധാനത്തിൽ ക്ഷമിച്ചിരിക്കുന്നു. സാത്താൻ നമ്മെ തോല്പിക്കരുതു; അവന്റെ തന്ത്രങ്ങളെ നാം അറിയാത്തവരല്ലല്ലോ. (2 കൊരിന്ത്യർ 2:10-11)

നമ്മുടെ ക്ഷമാപണം സാത്താനാൽ കബളിപ്പിക്കപ്പെടാൻ നമ്മെ അനുവദിക്കുന്നത് എന്തുകൊണ്ട്? കാരണം, നമ്മുടെ ക്ഷമയില്ലായ്മ നമുക്കെതിരെയുള്ള ഒരു കാൽവെപ്പായി ഉപയോഗിക്കാൻ അവന് കഴിയും. എന്നാൽ, പൗലോസ് പറയുന്നതുപോലെ, "അവൻ്റെ തന്ത്രങ്ങളെക്കുറിച്ച് ബോധവാന്മാരല്ല" എങ്കിൽ, ക്ഷമ ശീലിക്കുന്നതിലൂടെ അവൻ്റെ കാലുവാരൽ നീക്കം ചെയ്യേണ്ടതുണ്ടെന്ന് നമുക്കറിയാം.

ക്ഷമയ്ക്ക് മൂന്ന് മാനങ്ങളുണ്ട്: മറ്റുള്ളവരോട് ക്ഷമിക്കുക; ദൈവത്തിൻ്റെ ക്ഷമ ലഭിക്കുക; ചിലപ്പോൾ നമ്മോടുതന്നെ ക്ഷമിക്കുകയും ചെയ്യുന്നു. പാപമോചന ക്രൂശിന്റെ4 ഈ ചിഹ്നം ഈ മൂന്ന് വശങ്ങൾ ഓർമ്മിക്കാൻ നമ്മെ സഹായിക്കുന്നു. തിരശ്ചീനമായ വര മറ്റുള്ളവരോട് ക്ഷമിക്കാൻ നമ്മെ ഓർമ്മിപ്പിക്കുന്നു. ലംബമായ വര ദൈവത്തിൻ്റെ പാപമോചനം സ്വീകരിക്കാൻ നമ്മെ ഓർമ്മിപ്പിക്കുന്നു. സ്വയം ക്ഷമിക്കാൻ ആ വളയം നമ്മെ ഓർമ്മിപ്പിക്കുന്നു.

ക്ഷമിക്കുക എന്നതിനർത്ഥം മറ്റൊരാൾ ചെയ്ത കാര്യങ്ങൾ നാം മറക്കുകയോ ക്ഷമിക്കുകയോ ചെയ്യുക എന്നല്ല. അതിനർത്ഥം വ്യക്തിയെ വിശ്വസിക്കണം എന്നല്ല. മറ്റുള്ളവരോട് ക്ഷമിക്കുക എന്നതിനർത്ഥം ദൈവമുമ്പാകെ അവരെ കുറ്റപ്പെടുത്താനുള്ള നമ്മുടെ അവകാശം നാം ഉപേക്ഷിക്കുന്നു എന്നാണ്. നമ്മളോട് തെറ്റ് ചെയ്ത വ്യക്തിയെ അവർക്കെതിരെ നമ്മൾ ഉന്നയിച്ചേക്കാവുന്ന ഏതൊരു അവകാശവാദത്തിൽ നിന്നും നമ്മൾ മോചിപ്പിക്കുന്നു. ന്യായമായി വിധിക്കാൻ നമ്മൾ അവരെ ദൈവത്തിന് ഏൽപ്പിക്കുകയും പ്രശ്നം ദൈവത്തിന് കൈമാറുകയും ചെയ്യുന്നു. ക്ഷമ ഒരു വികാരമല്ല: അതൊരു തീരുമാനമാണ്.

ദൈവത്തിൽ നിന്ന് പാപമോചനം സ്വീകരിക്കുന്നതും അത് നൽകുന്നതും പ്രധാനമാണ്, കാരണം നമ്മോട് ക്ഷമിക്കപ്പെട്ടുവെന്ന് അറിയുമ്പോൾ ക്ഷമ കൂടുതൽ ശക്തമാണ് (എഫെസ്യർ 4:32).

ഈ പരിശീലന പുസ്തകത്തിന്റെ അവസാനം ഒരു റിസോഴ്സ് പേജിലെ വിഭാഗത്തിൽ ഒരു 'ക്ഷമ പ്രാർത്ഥന' ഉണ്ട്.

---

4 പാപമോചന ക്രൂശ് ചെസ്റ്ററും ബെറ്റ്സി കൈൽസ്ട്രയുമാണ്, റെസ്റ്റോറിങ് ദി ഫൗണ്ടേഷനുകൾ, പേജ് 98.

ആത്മാവിൻ്റെ മുറിവുകൾ

ആത്മാവിലെ ഒരു മുറിവ് മൂലം ഒരു കാൽപ്പാട് സംഭവിക്കാം. ആത്മാവിൻ്റെ മുറിവുകൾക്ക് ശരീരത്തിൻ്റെ മുറിവുകളേക്കാൾ കൂടുതൽ വേദനിപ്പിക്കാൻ കഴിയും, ശാരീരികമായി മുറിവേൽക്കുമ്പോൾ നമ്മുടെ ആത്മാവിനും മുറിവേറ്റേക്കാം. ആഘാതകരവും ഭയാനകവുമായ ഒരു ആക്രമണത്തിന് ആരെങ്കിലും വിധേയനാകുന്നുവെന്ന് കരുതുക. അതിനുശേഷം, അവർ വളരെക്കാലം ഭയം അനുഭവിച്ചേക്കാം. ആ വ്യക്തിയെ കൂടുതൽ ഭയത്തിലേക്ക് ബന്ധിക്കാനും അടിമകളാക്കാനും സാത്താന് ആ ഭയം ഉപയോഗിക്കാനാകും.

ഒരിക്കൽ ഞാൻ[5] ഇസ്ലാമിനെക്കുറിച്ച് പഠിപ്പിക്കുമ്പോൾ, ഒരു ദശാബ്ദത്തിന് മുമ്പ് മുസ്ലീം പശ്ചാത്തലത്തിൽ നിന്നുള്ള ആളുകൾ ഉൾപ്പെട്ട ഒരു കൂട്ടത്തിൽ ഉണ്ടായ ഒരു ക്ലേശകരമായ അനുഭവത്തെക്കുറിച്ചു ഒരു ദക്ഷിണാഫ്രിക്കൻ സ്ത്രീ എന്നെ സമീപിച്ചു പറഞ്ഞു. ഒരു പ്രാദേശിക സെമിനാരിയുടെ അഭ്യർത്ഥന പ്രകാരം, അവളുടെ കുടുംബം ഇസ്ലാമിൽ നിന്ന് പരിവർത്തനം ചെയ്തതായി അവകാശപ്പെട്ട രണ്ട് പുരുഷന്മാർക്ക് ആതിഥ്യം വാഗ്ദാനം ചെയ്തു. ഇത് വളരെ ബുദ്ധിമുട്ടുള്ളതും വേദനാജനകവുമായ ഒരു സമയത്തിൻ്റെ തുടക്കമായിരുന്നു. അവളുടെ വീട്ടിലെ അതിഥികൾ ആക്രമണകാരികളായിരുന്നു, അവളെയും അവളുടെ കുടുംബത്തെയും നിരന്തരം അവർ പരിഹസിച്ചു. അവർ അവളെ ചുവരുകളിലേക്ക് പിടിച്ചു തള്ളുകയും, അവളെ പന്നി എന്ന് വിളിക്കും, അവളെ ശപിക്കുകയും, അവർ കടന്നുപോകുമ്പോൾ അവളുടെ മേൽ തുപ്പുകയും ചെയ്തു. അറബിയിൽ ശാപവാക്കുകൾ എഴുതിയ ചെറിയ കടലാസ് കഷ്ണങ്ങൾ അവളുടെ വീടിന് ചുറ്റും പലയിടത്തും കിടക്കുന്നതായി അവൾ കണ്ടെത്തി. ആ കുടുംബം അവരുടെ പള്ളിയിൽ നിന്ന് സഹായം ആവശ്യപ്പെട്ടെങ്കിലും ആരും അത് വിശ്വസിച്ചില്ല. അവസാനം അവർക്ക് ഈ 'അതിഥികളെ' ഒഴിവാക്കാനായത് അവർക്ക് ബദൽ താമസസ്ഥലം വാടകയ്ക്കെടുക്കുന്നതിലൂടെ മാത്രമാണ്. ആ സ്ത്രീ എഴുതി, "അക്കാലത്ത് ഞങ്ങൾ സാമ്പത്തികമായും ആത്മീയമായും വൈകാരികമായും ശാരീരികമായും തളർന്നിരുന്നു. ഞാൻ എന്നിൽ കൂടുതൽ വിശ്വസിച്ചില്ല, ഞാൻ ഒന്നിനും കൊള്ളാത്തവനാണെന്ന് എനിക്ക് തോന്നി, കാരണം അവർ എന്നെ അതുപോലെയാണ്

---

5 ഈ പാഠങ്ങളുടെ രചയിതാവ് മാർക്ക് ഡ്യൂറി.

പോലെയാണ് കൈകാര്യം ചെയ്തത്. ഇസ്ലാമിക ബന്ധനങ്ങളെ കുറിച്ച് ഞാൻ പഠിപ്പിക്കുന്നത് കേട്ട്, അവളെ അലട്ടിയിരുന്ന ഭയങ്ങളെയും സ്വയം സംശയങ്ങളെയും അവൾ അഭിമുഖീകരിക്കുകയും അവ നിരസിക്കുകയും ചെയ്തു. ഭയപ്പെടുത്തൽ ഉപേക്ഷിച്ച് ആഘാതകരമായ അനുഭവങ്ങളിൽ നിന്നുള്ള സൗഖ്യത്തിനായി ഞങ്ങൾ ഒരുമിച്ച് പ്രാർത്ഥിച്ചു. അവൾ അത്ഭുതകരമായി സൗഖ്യം പ്രാപിക്കുകയും, "ഈ സ്വർഗീയ നിയമനത്തിന് ഞാൻ കർത്താവിനെ സ്തുതിക്കുന്നു ... ഒരു സ്ത്രീയെന്ന നിലയിൽ കർത്താവിനെ സേവിക്കാൻ എനിക്ക് ആശ്വാസവും അർഹതയും തോന്നുന്നു എന്നവൾ പറഞ്ഞു. കർത്താവിനെ സ്തുതിക്കുക!" പിന്നീട് അവൾ എനിക്ക് എഴുതി:

> ഞങ്ങൾ ഇപ്പോഴും കർത്താവിനെ സേവിക്കുന്നു, ഞങ്ങൾ അവനെ മുമ്പത്തേക്കാളും സ്നേഹിക്കുന്നു, മുസ്ലീം സംസ്കാരവും വിശ്വാസങ്ങളും വളരെയധികം പഠിച്ചു, അതിലെല്ലാം ഞങ്ങൾ ശക്തരായി, കർത്താവിൻ്റെ സ്നേഹത്താൽ മുസ്ലീങ്ങളെ സ്നേഹിക്കുന്നു, ഒരിക്കലും അത് നിർത്തില്ല എന്ന് ഞങ്ങൾക്ക് പറയാനാകും. ഞങ്ങളുടെ ജീവിതത്തിലൂടെ ഞങ്ങൾ അവരെ കാണിക്കുന്നു, യേശു അവരെ ഓരോരുത്തരെയും എത്രമാത്രം സ്നേഹിക്കുന്നു എന്ന്.

ആളുകൾക്ക് ആത്മാവിന് മുറിവേൽക്കുമ്പോൾ, സാത്താൻ അവർക്ക് നുണകൾ പറഞ്ഞുകൊടുക്കാൻ ശ്രമിക്കുന്നു. നുണകൾ ശരിയല്ല, പക്ഷേ വേദന യഥാർത്ഥമാണെന്ന് തോന്നുന്നതിനാൽ വ്യക്തിക്ക് അവ വിശ്വസിക്കാൻ കഴിയും. ഈ സ്ത്രീയെ സംബന്ധിച്ചിടത്തോളം അവൾ വിലകെട്ടവളാണെന്നും "ഒന്നിനും കൊള്ളാത്തവളുമാണ്" എന്നതായിരുന്നു നുണ.

അത്തരം നുണകളിൽ നിന്ന് സ്വാതന്ത്ര്യം നേടുന്നതിന്, നമുക്ക് ഈ അഞ്ച് ഘട്ടങ്ങൾ പ്രയോഗിക്കാം:

1. ആദ്യം വ്യക്തിയെ കർത്താവിലേക്ക് അവരുടെ ആത്മാവ് പകരാൻ ക്ഷണിക്കുക, അവരുടെ വേദനയെക്കുറിച്ച് അവർക്ക് എന്താണ് തോന്നുന്നതെന്ന് കർത്താവിനോട് പറയുക.

2. അപ്പോൾ ആഘാതം സുഖപ്പെടുത്താൻ യേശുവിനോട് പ്രാർത്ഥിക്കുക.

3. ആ വ്യക്തി അവരെ വേദനിപ്പിച്ചവരോട് ക്ഷമിക്കുന്നു.

4. ആ വ്യക്തി പിന്നീട് ഭയവും ആഘാതത്തിൻ്റെ മറ്റ് ദോഷകരമായ ഫലങ്ങളും ഉപേക്ഷിച്ച് ദൈവത്തിലുള്ള വിശ്വാസം പ്രഖ്യാപിച്ചു.

5. മുറിവ് കാരണം ആ വ്യക്തി അവർ വിശ്വസിച്ച നുണകൾ ഏറ്റുപറയുകയും നിരസിക്കുകയും ചെയ്യുന്നു.

ഇത് ചെയ്തതിനുശേഷം, സാത്താൻ്റെ കാലുകുത്തൽ നീക്കം ചെയ്യപ്പെട്ടതിനാൽ അവൻ്റെ ആക്രമണങ്ങളെ കൂടുതൽ വിജയകരമായി ചെറുക്കാൻ കഴിയും.

വാക്കുകൾ

വാക്കുകൾ വളരെ ശക്തമായിരിക്കാം. നമ്മുടെ വാക്കുകൾ ഉപയോഗിച്ച് നമുക്ക് മറ്റുള്ളവരെയും നമ്മളെയും തടവിലാക്കാം. ഇക്കാരണത്താൽ സാത്താൻ നമ്മുടെ വാക്കുകൾ നമുക്കെതിരെ ഉപയോഗിക്കാൻ ശ്രമിക്കുന്നു. യേശു പറഞ്ഞു:

> എന്നാൽ ഓരോരുത്തൻ പറഞ്ഞ ഓരോ പൊള്ളയായ വാക്കും ന്യായവിധി നാളിൽ കണക്കു പറയേണ്ടിവരും എന്നു ഞാൻ നിങ്ങളോടു പറയുന്നു. എന്തെന്നാൽ, നിങ്ങളുടെ വാക്കുകളാൽ നിങ്ങൾ കുറ്റവിമുക്തരാകും, നിങ്ങളുടെ വാക്കുകളാൽ നിങ്ങൾ കുറ്റംവിധിക്കപ്പെടും. (മത്തായി 12:36-37)

“നിങ്ങളുടെ ശത്രുക്കളെ സ്നേഹിക്കുക, നിങ്ങളെ വെറുക്കുന്നവരോട് നന്മ ചെയ്യുക, നിങ്ങളെ ശപിക്കുന്നവരെ അനുഗ്രഹിക്കുക, നിങ്ങളോട് മോശമായി പെരുമാറുന്നവർക്കുവേണ്ടി പ്രാർത്ഥിക്കുക” ശപിക്കാതെ, അനുഗ്രഹത്തിനായി നമ്മുടെ വാക്കുകൾ ഉപയോഗിക്കാൻ യേശു നമ്മെ പഠിപ്പിച്ചു. (ലൂക്കോസ് 6:27-28)

അശ്രദ്ധമായ വാക്കുകൾ സംസാരിക്കരുത് എന്ന യേശുവിൻ്റെ മുന്നറിയിപ്പ്, നാം ഏർപ്പെട്ടിരിക്കുന്ന നേർച്ചകൾ, വാഗ്ദാനങ്ങൾ, വാക്ക് ഉടമ്പടികൾ എന്നിവ ഉൾപ്പെടെ നമ്മുടെ എല്ലാ സംസാരത്തിനും ബാധകമാണ്. സത്യം ചെയ്യരുതെന്ന് യേശു തൻ്റെ ശിഷ്യന്മാരോട് പറഞ്ഞതിൻ്റെ കാരണം നോക്കുക:

> എന്നാൽ ഞാൻ നിങ്ങളോട് പറയുന്നു, സത്യം ചെയ്യരുത്... നിങ്ങൾക്ക് പറയേണ്ടത് "അതെ" അല്ലെങ്കിൽ "ഇല്ല" എന്ന് മാത്രം; ഇതിനപ്പുറമുള്ളതെല്ലാം ദുഷ്ടനിൽ നിന്ന് വരുന്നു. (മത്തായി 5:34, 37)

അപ്പോൾ സത്യം ചെയ്യാത്തത് എന്തുകൊണ്ട്? അത് സാത്താനിൽ നിന്നു "ദുഷ്ടനിൽ"നിന്നാണ് വരുന്നതെന്ന് യേശു വിശദീകരിക്കുന്നു. നമ്മൾ സത്യം ചെയ്യണമെന്ന് സാത്താൻ ആഗ്രഹിക്കുന്നു, കാരണം അവൻ നമ്മുടെ വാക്കുകൾ നമുക്കെതിരെ ഉപയോഗിക്കാനും നമ്മെ ഉപദ്രവിക്കാനും പദ്ധതിയിടുന്നു. അത് അവനു നമ്മിൽ കാലുറപ്പിക്കാനും നമ്മെ കുറ്റപ്പെടുത്താനുള്ള അടിസ്ഥാനം നൽകാനും കഴിയും. നമ്മൾ പറഞ്ഞ വാക്കുകളുടെ ശക്തി നമുക്ക് മനസ്സിലായില്ലെങ്കിലും അത് സത്യമായിരിക്കും.

അങ്ങനെയെങ്കിൽ, നാം ഒരു ശപഥം ചെയ്യുമ്പോഴോ, പ്രതിജ്ഞയോ, ഉടമ്പടിയോ, വാഗ്ദാനമോ ചെയ്യുമ്പോൾ (ഒരുപക്ഷേ ആചാരപരമായ പ്രവർത്തനങ്ങളും) നമ്മെ ഒരു മോശം പാതയിലേക്ക്, നാം പിന്തുടരാൻ പാടില്ലാത്ത പാതയിലേക്ക് ബന്ധിപ്പിച്ചിരിക്കുമ്പോൾ, നമുക്ക് എന്ത് ചെയ്യാൻ കഴിയും? അത് നമുക്കു ദൈവത്തിൻ്റെ വഴിയല്ലെങ്കിൽ?

ലേവ്യപുസ്തകം 5:4-10-ൽ ആരെങ്കിലും "അശ്രദ്ധമായ സത്യം" ചെയ്യുകയും അവരുടെ സത്യം നിമിത്തം ബന്ധിതരാകുകയും ചെയ്താൽ ഇസ്രായേല്യർ എന്താണ് ചെയ്യേണ്ടതെന്ന് വിശദീകരിക്കുന്നു. ഈ സത്യം ചെയുന്നതിൽ നിന്ന് മോചിതരാകാൻ ഒരു വഴിയൊരുക്കി. വ്യക്തി ഈ പാപത്തിന് പ്രായശ്ചിത്തം ചെയ്യുന്ന പുരോഹിതൻ്റെ അടുക്കൽ ഒരു യാഗം കൊണ്ടുവരണം, തുടർന്ന് ആ വ്യക്തിയെ അവരുടെ അശ്രദ്ധമായ സത്യം ചെയ്യലിൽ നിന്ന് മോചിപ്പിക്കും.

കുരിശ് നിമിത്തം, നാം ചെയ്ത ദൈവവിരുദ്ധമായ വാഗ്ദാനങ്ങളിൽ നിന്നും സത്യം ചെയ്യലുകളിൽ നിന്നും നേർച്ചകളിൽ നിന്നും നമുക്ക് സ്വതന്ത്രരാകാൻ കഴിയും എന്നതാണ് സുവാർത്ത. യേശുവിൻ്റെ രക്തം "ഹാബേലിൻ്റെ രക്തത്തേക്കാൾ ഗുണകരമായി സംസാരിക്കുന്നു" എന്ന് ബൈബിൾ നമ്മെ പഠിപ്പിക്കുന്നത് അതിശയകരമാണ്:

> എന്നാൽ നിങ്ങൾ സീയോൻ പർവതത്തിലേക്കും ... പുതിയ ഉടമ്പടിയുടെ മധ്യസ്ഥനായ യേശുവിലേക്കും ഹാബെലിൻ്റെ രക്തത്തേക്കാൾ മികച്ച ഗുണകരമായി സംസാരിക്കുന്ന പുണ്യാഹരക്തത്തിന്നും അടുക്കലത്രേ നിങ്ങൾ വന്നിരിക്കുന്നതു. (എബ്രായർ 12:22-24)

നമ്മൾ പറഞ്ഞ വാക്കുകൾ നിമിത്തം നമുക്കെതിരെയുള്ള എല്ലാ ശാപങ്ങളെയും ഇല്ലാതാക്കാൻ യേശുവിൻ്റെ രക്തത്തിന് ശക്തിയുണ്ട് എന്നതാണ് ഇതിൻ്റെ അർത്ഥം. പ്രത്യേകിച്ചും, ഭയവുമായോ മരണവുമായോ നാം ഉണ്ടാക്കിയ എല്ലാ

കരാറുകളെയും യേശുവിൻ്റെ രക്തത്തിലുള്ള ഉടമ്പടി മറികടക്കുകയും റദ്ദാക്കുകയും ചെയ്യുന്നു.

ആചാരപരമായ പ്രവൃത്തികൾ: രക്ത ഉടമ്പടികളിൽ നിന്നുള്ള സ്വാതന്ത്ര്യം

നമ്മളെ ബന്ധിയ്ക്കാനുള്ള വാക്കുകളുടെ ശക്തിയെക്കുറിച്ച് നമ്മൾ ചർച്ച ചെയ്തു. എബ്രായ തിരുവെഴുത്തുകളിൽ, ഒരു ഉടമ്പടിയിൽ സ്വയം ബന്ധിപ്പിക്കുന്നതിനുള്ള ഒരു സാധാരണ മാർഗം രക്ത ഉടമ്പടിയാണ്. ഇത് ഒരു ആചാരപരമായ പ്രവർത്തനവുമായി സംയോജിപ്പിച്ച വാക്കുകൾ ഉൾക്കൊള്ളുന്നു.

ഉല്പത്തി 15-ൽ ദൈവം അബ്രഹാമുമായി തൻ്റെ പ്രസിദ്ധമായ ഉടമ്പടി ഉണ്ടാക്കിയപ്പോൾ, അത് ഒരു യാഗത്തിലൂടെയാണ് നടപ്പിലാക്കിയത്. അബ്രഹാം മൃഗത്തെ നൽകി, അതിനെ അറുത്ത്, മൃഗത്തിൻ്റെ ഭാഗങ്ങൾ നിലത്ത് വെച്ചു. അപ്പോൾ ദൈവത്തിൻ്റെ സാന്നിധ്യത്തെയും പങ്കാളിത്തത്തെയും പ്രതിനിധീകരിക്കുന്ന ഒരു പുകയുന്ന തീജ്വാല മുറിച്ചു വച്ചിരുന്ന മൃഗത്തിൻ്റെ ഭാഗങ്ങൾക്കിടയിലൂടെ കടന്നുപോയി. "ഞാൻ ഈ ഉടമ്പടി ലംഘിച്ചാൽ ഞാൻ ഈ മൃഗത്തെപ്പോലെ ആകട്ടെ"-അതായത്, "എന്നെ കൊന്ന് കഷണങ്ങളായി മുറിക്കട്ടെ" എന്നതിൻ്റെ ഫലത്തിലേക്ക് ഈ ആചാരം ഒരു ശാപത്തെയും ഓർപ്പിയ്ക്കുന്നു.

യിര്യാമിയാവ് പ്രവാചകനിലൂടെ ദൈവം നൽകിയ മുന്നറിയിപ്പുമായി ഇത് പ്രതിഫലിക്കുന്നു:

> കാളക്കുട്ടിയെ രണ്ടായി പിളർന്നു അതിന്റെ പിളർപ്പുകളുടെ നടുവെ കടന്നുകൊണ്ടു എന്റെ മുമ്പാകെ ചെയ്ത നിയമത്തിലെ സംഗതികൾ നിവർത്തിക്കാതെ എന്റെ നിയമം ലംഘിച്ചിരിക്കുന്നവരെ, കാളക്കുട്ടിയുടെ പിളർപ്പുകളുടെ നടുവെ കടന്നുപോയ യെഹൂദാപ്രഭുക്കന്മാരെയും യെരൂശലേം പ്രഭുക്കന്മാരെയും ഷണ്ഡന്മാരെയും പുരോഹിതന്മാരെയും ദേശത്തിലെ സകലജനത്തെയും തന്നേ, ഞാൻ ഏല്പിക്കും. അവരുടെ ശത്രുക്കളുടെ കയ്യിലും അവർക്കു പ്രാണഹാനി വരുത്തുവാൻ നോക്കുന്നവരുടെ കയ്യിലും ഞാൻ അവരെ ഏല്പിക്കും; അവരുടെ ശവങ്ങൾ ആകാശത്തിലെ പക്ഷികൾക്കും ഭൂമിയിലെ മൃഗങ്ങൾക്കും ഇരയായ്തീരും. (യിരേമ്യാവു 34:18-20)

മന്ത്രവാദത്തിൽ അനുഷ്ഠിക്കുന്ന ആചാരങ്ങൾ പോലെയുള്ള പ്രാരംഭ ചടങ്ങുകൾ, രക്ത ബലി ഉപയോഗിച്ച് ഒരു വ്യക്തിയെ ഒരു

ഉടമ്പടിയിൽ ബന്ധിപ്പിക്കുന്നത് ഉൾപ്പെടുന്നു. അത്തരം ആചാരങ്ങളിൽ മരണം യഥാർത്ഥ രക്തം കൊണ്ടല്ല, പ്രതീകാത്മകമായി അഭ്യർത്ഥിക്കാം: ഉദാഹരണത്തിന്, സ്വയം നശീകരണ ശാപങ്ങൾ സംസാരിക്കുന്നതിലൂടെ; കഴുത്തിൽ കുടുക്ക് പോലെയുള്ള മരണത്തിൻ്റെ പ്രതീകം ധരിച്ചുകൊണ്ട്; അല്ലെങ്കിൽ ഒരു ശവപ്പെട്ടിയിൽ വയ്ക്കുന്നത് അല്ലെങ്കിൽ ഹൃദയത്തിൽ പ്രതീകാത്മകമായി കുത്തുന്നത് പോലെയുള്ള ഒരു ആചാരത്തിൽ മരണം അഭിനയിച്ച് കാണിക്കുന്നതിലൂടെ. (ഇസ്ലാമുമായി ബന്ധപ്പെട്ട് ഇത്തരത്തിലുള്ള ആചാരങ്ങളുടെ ഒരു ഉദാഹരണം പിന്നീട് നമ്മൾ പരിഗണിക്കും.)

പ്രതീകാത്മക മരണ ചടങ്ങുകൾ ഉൾപ്പെടെയുള്ള രക്ത ഉടമ്പടികൾ, വ്യക്തിക്കും ചിലപ്പോൾ അവരുടെ പിൻഗാമികൾക്കും മരണത്തിൻ്റെ ശാപം നൽകുന്നു. ഇത് ആത്മീയമായി അപകടകരമാണ്, കാരണം അത്തരം ആചാരങ്ങൾ ആത്മീയ അടിച്ചമർത്തലിന് തുറന്ന വാതിലുകൾ സ്ഥാപിക്കുന്നു. ആദ്യം അവർ ഉടമ്പടിയുടെ വ്യവസ്ഥകളോട് ആ വ്യക്തിയെ ബന്ധിക്കുന്നു, തുടർന്ന് ഉടമ്പടിയുടെ ശാപത്തിൻ്റെ പൂർത്തീകരണത്തിൽ വ്യക്തിയെ കൊല്ലാനോ മരിക്കാനോ ഉള്ള ആത്മീയ അനുമതി സ്ഥാപിക്കുന്നു.

നിരവധി തലമുറകളായി ഇസ്‌ലാമിക ഭരണത്തിൻ കീഴിൽ ജീവിക്കുന്ന ഒരു ക്രിസ്ത്യൻ സ്ത്രീ ദുസ്വപ്നങ്ങളാൽ കഷ്ടപ്പെടുകയായിരുന്നു, അതിൽ മരിച്ചുപോയ ബന്ധുക്കൾ മരിച്ചവരുടെ നാട്ടിലേക്ക് വരാൻ അവളോട് ആംഗ്യം കാണിക്കുന്നു. പ്രത്യക്ഷമായ വിശദീകരണങ്ങളില്ലാത്ത തികച്ചും യുക്തിരഹിതമായ ആത്മഹത്യാ ചിന്തകളാലും അവളെ ബാധിച്ചിരുന്നു. ഞാൻ അവളോട് സംസാരിക്കുകയും പ്രാർത്ഥിക്കുകയും ചെയ്തപ്പോൾ, അവളുടെ കുടുംബത്തിലെ മറ്റ് അംഗങ്ങൾക്കും, മുൻ തലമുറകളിൽ, മരണത്തെക്കുറിച്ച് വിശദീകരിക്കാനാകാത്ത പേടിസ്വപ്നങ്ങൾ ഉണ്ടായിരുന്നു, അത് അവരെ വളരെയധികം വിഷമിപ്പിച്ചു. അവളുടെ പൂർവ്വികർ ഇസ്ലാമിക ഭരണത്തിൻ കീഴിലായിരുന്നതിനാലും കീഴടങ്ങൽ എന്ന ദിമ്മ ഉടമ്പടിക്ക് വിധേയരായതിനാലും മരണഭയം അവളെ പീഡിപ്പിക്കുന്നതായി ഞാൻ മനസ്സിലാക്കി. അവളുടെ ക്രിസ്ത്യൻ പുരുഷ പൂർവ്വികർ ഓരോ വർഷവും മുസ്ലീങ്ങൾക്ക് ജിസിയ നികുതി നൽകുമ്പോൾ, ദിമ്മയുടെ വ്യവസ്ഥകൾക്കനുസൃതമായി ഒരു പ്രത്യേക ആചാരം അനുഷ്ഠിക്കേണ്ടിവന്നു. ഈ ആചാരത്തിൻ്റെ ഭാഗമായി, ഇസ്‌ലാമിന് കീഴടങ്ങാനുള്ള ഉടമ്പടിയുടെ വ്യവസ്ഥകൾ ലംഘിച്ചാൽ ശിരഛേദം ചെയ്യുന്നതിൻ്റെ പ്രതീകമായി അവരുടെ കഴുത്തിൻ്റെ വശത്ത് അടിച്ചു. (നാം പാഠം 6 ൽ ഈ ആചാരത്തെ കുറിച്ച്

ചർച്ച ചെയ്യും.) മരണത്തിൻ്റെ ശക്തിയെ ശാസിച്ചും ഈ ശിരഛേദം ആചാരവുമായി ബന്ധിപ്പിച്ചിട്ടുള്ള മരണത്തിൻ്റെ പ്രത്യേക ശാപം റദ്ദാക്കിക്കൊണ്ട് ഞാൻ ഇതിനെതിരെ ആ സ്ത്രീയുമായി പ്രാർത്ഥിച്ചു. ഈ ആചാരത്തിൻ്റെ ശക്തി തകർത്ത ഈ പ്രാർത്ഥനകൾക്ക് ശേഷം, മരണത്തെക്കുറിച്ചുള്ള പേടിസ്വപ്നങ്ങളിൽ നിന്നും ചിന്തകളിൽ നിന്നും അവൾക്ക് വലിയ ആശ്വാസം അനുഭവപ്പെട്ടു.

ദൈവവിരുദ്ധമായ വിശ്വാസങ്ങൾ (നുണകൾ)

സാത്താൻ നമുക്കെതിരെ പ്രയോഗിക്കുന്ന പ്രധാന തന്ത്രങ്ങളിലൊന്ന് നുണകളെ പോഷിപ്പിക്കുക എന്നതാണ്. ഈ നുണകൾ നാം അംഗീകരിക്കുകയും വിശ്വസിക്കുകയും ചെയ്യുമ്പോൾ, നമ്മെ കുറ്റപ്പെടുത്താനും ആശയക്കുഴപ്പത്തിലാക്കാനും വഞ്ചിക്കാനും അവ നമുക്കെതിരെ ഉപയോഗിക്കും. സാത്താൻ "നുണയനും നുണകളുടെ പിതാവും" ആണെന്ന് ഒരിക്കലും മറക്കരുത് (യോഹന്നാൻ 8:44). (ഈ പാഠത്തിൽ നേരത്തെ ദക്ഷിണാഫ്രിക്കൻ സ്ത്രീയുടെ കഥയിൽ, അവൾ വിലകെട്ടവളാണെന്നായിരുന്നു നുണ.)

നാം യേശുക്രിസ്തുവിൻ്റെ പക്വതയുള്ള ശിഷ്യന്മാരായിത്തീരുമ്പോൾ, മുമ്പ് സത്യമെന്നു നാം അംഗീകരിച്ചിരുന്ന നുണകളെ തിരിച്ചറിയാനും നിരസിക്കാനും പഠിക്കുന്നു. ഈ നുണകൾ അല്ലെങ്കിൽ ദൈവവിരുദ്ധമായ വിശ്വാസങ്ങൾ നമ്മുടെ ജീവിതത്തിൽ വ്യത്യസ്ത രീതികളിൽ പ്രകടമാകാം: നമ്മൾ പറയുന്നതിലും, നാം ചിന്തിക്കുന്നതിലും വിശ്വസിക്കുന്നതിലും, നമ്മുടെ ആത്മസംഭാഷണത്തിലും, മറ്റാരും ശ്രദ്ധിക്കാത്തപ്പോൾ നമ്മൾ സ്വയം ചിന്തിക്കുകയോ പറയുകയോ ചെയ്യുന്നു. ഭക്തികെട്ട വിശ്വാസങ്ങളുടെ ഉദാഹരണങ്ങൾ ഇവയാണ്:

- "ആർക്കും എന്നെ സ്നേഹിക്കാൻ കഴിഞ്ഞില്ല."
- "ആളുകൾക്ക് മാറാൻ കഴിയില്ല."
- "ഞാൻ ഒരിക്കലും സുരക്ഷിതനായിരിക്കില്ല."
- "എനിക്ക് അടിസ്ഥാനപരമായി എന്തോ കുഴപ്പമുണ്ട്."
- "ഞാൻ എന്താണെന്ന് ആളുകൾ കണ്ടെത്തിയാൽ അവർ എന്നെ നിരസിക്കും."
- "ദൈവം എന്നോട് ഒരിക്കലും പൊറുക്കില്ല."

ചില നുണകൾ നമ്മുടെ സമൂഹത്തിൻ്റെ സംസ്കാരത്തിൻ്റെ ഭാഗമാകാം; ഉദാഹരണത്തിന്, "സ്ത്രീകൾ ദുർബലരാണ്" അല്ലെങ്കിൽ "നിങ്ങൾക്ക് പുരുഷന്മാരെ വിശ്വസിക്കാൻ കഴിയില്ല." ഞാൻ ഒരു ഇംഗ്ലീഷ് (ആംഗ്ലോ-സാക്സൺ) സംസ്കാരത്തിൽ നിന്നുള്ള ആളാണ്, എൻ്റെ സംസ്കാരത്തിലെ ഒരു നുണ, പുരുഷന്മാർ വികാരം പ്രകടിപ്പിക്കുന്നത് തെറ്റാണ് എന്നതാണ്. "യഥാർത്ഥ പുരുഷന്മാർ കരയുന്നില്ല" എന്നൊരു ഇംഗ്ലീഷ് ചൊല്ലുണ്ട്. ആളുകൾ ഇതിനെ "വേദനയോ വിഷമമോ പ്രകടമാക്കാതെ ധൈര്യത്തോടെ നിലകൊള്ളുക" എന്ന് വിളിക്കുന്നു. എന്നാൽ ഇത് ശരിയല്ല: ചിലപ്പോൾ യഥാർത്ഥ പുരുഷന്മാർ കരയുന്നു!

ശിഷ്യരെന്ന നിലയിൽ നാം പക്വത പ്രാപിക്കുമ്പോൾ, നമ്മുടെ സംസ്കാരത്തിൻ്റെ ഭാഗമായ നുണകളെ വെല്ലുവിളിക്കാനും സത്യത്തെ പകരം വയ്ക്കാനും നാം പഠിക്കുന്നു.

ഓർക്കുക: ഏറ്റവും തികഞ്ഞ നുണ സത്യമാണെന്ന് തോന്നുന്ന ഒന്നാണ്. ചില സമയങ്ങളിൽ, ഒരു ദൈവവിരുദ്ധമായ വിശ്വാസം സത്യമല്ലെന്ന് മനസ്സുകൊണ്ട് അറിഞ്ഞാലും, അത് നമ്മുടെ ഹൃദയത്തിൽ സത്യമായി അനുഭവപ്പെടും.

യേശു നമ്മെ പഠിപ്പിച്ചു, "നിങ്ങൾ എൻ്റെ ഉപദേശം മുറുകെ പിടിക്കുന്നുവെങ്കിൽ, നിങ്ങൾ യഥാർത്ഥത്തിൽ എൻ്റെ ശിഷ്യന്മാരാണ്. അപ്പോൾ നിങ്ങൾ സത്യം അറിയുകയും സത്യം നിങ്ങളെ സ്വതന്ത്രരാക്കുകയും ചെയ്യും. (യോഹന്നാൻ 8:31-32)

നാം വിശ്വസിച്ച നുണകളെ തിരിച്ചറിയാനും പേരുനൽകാനും പിന്നീട് അവയെ തള്ളിക്കളയാനും പരിശുദ്ധാത്മാവ് നമ്മെ സഹായിക്കുന്നു (1 കൊരിന്ത്യർ 2:14-15). നാം യേശുവിനെ അനുഗമിക്കുകയും ലോകത്തിൻ്റെ നുണകളെ തള്ളിക്കളയാൻ പഠിക്കുകയും ചെയ്യുമ്പോൾ, നമ്മുടെ ചിന്തയെ സുഖപ്പെടുത്താനും രൂപാന്തരപ്പെടുത്താനും കഴിയും. ഈ വിധത്തിൽ നമുക്ക് നമ്മുടെ മനസ്സിനെ പുതുക്കാൻ കഴിയുമെന്ന് പൗലോസ് വിശദീകരിക്കുന്നു:

> ഈ ലോകത്തിന്നു അനുരൂപമാകാതെ നന്മയും പ്രസാദവും പൂർണ്ണതയുമുള്ള ദൈവഹിതം ഇന്നതെന്നു തിരിച്ചറിയേണ്ടതിന്നു മനസ്സു പുതുക്കി രൂപാന്തരപ്പെടുവിൻ. (റോമർ 12:2)

നുണകളിൽ സാത്താന് കാലുറപ്പിക്കാൻ കഴിയും എന്നതാണ് മോശം വാർത്ത. ഒരു സത്യാന്വേഷണത്തിലൂടെ നമുക്ക് ഈ കാലുറപ്പിയ്ക്കലിൽ നിന്ന് മുക്തി നേടാനാകും എന്നതാണ് സുവാർത്ത. സത്യം വിവേചിച്ചറിയുമ്പോൾ, നാം സ്വീകരിച്ച നുണകൾ ഏറ്റുപറയാനും നിരസിക്കാനും ഉപേക്ഷിക്കാനും കഴിയും.

ഈ പരിശീലന പുസ്തകത്തിന്റെ അധിക വിഭവങ്ങൾ വിഭാഗത്തിൽ നുണകൾ കൈകാര്യം ചെയ്യുന്നതിനുള്ള ഒരു പ്രാർത്ഥനയുണ്ട്.

തലമുറകളുടെ പാപങ്ങളും അതിൻ്റെ ഫലമായ ശാപങ്ങളും

സാത്താന് നമുക്കെതിരെ പ്രയോഗിക്കാവുന്ന മറ്റൊരു തന്ത്രം തലമുറകളുടെ മേലുള്ള പാപമാണ്: നമ്മുടെ പൂർവ്വികരുടെ പാപങ്ങൾ. ഇവ നമ്മെ മോശമായി ബാധിക്കുന്ന ശാപങ്ങളോടൊപ്പം വരാം.

ഒരു പ്രത്യേക പാപമോ മോശം സ്വഭാവമോ ഒരു തലമുറയിൽ നിന്ന് മറ്റൊരു തലമുറയിലേക്ക് കൈമാറുന്ന കുടുംബങ്ങളെ നമ്മൾ എല്ലാവരും കണ്ടിട്ടുണ്ട്. ഇതിനെക്കുറിച്ച് ഒരു ഇംഗ്ലീഷ് പഴഞ്ചൊല്ലുണ്ട്, "ആപ്പിൾ മരത്തിൽ നിന്ന് വളരെ അകലെയല്ല വീഴുന്നത്." സാത്താന് ഒരു തുറന്ന വാതിൽ നൽകിക്കൊണ്ട് കുടുംബങ്ങൾക്ക് അവരുടെ സന്തതികളെ ബാധിക്കുന്ന ഒരു ആത്മീയ പൈതൃകം കൈമാറാനും കഴിയും. ആത്മീയ അടിച്ചമർത്തൽ ഒന്നിലധികം തലമുറകളെ ബാധിക്കും, കാരണം ഒരു തലമുറ അടുത്ത തലമുറയെ അവരുടെ പാപങ്ങളാൽ ബന്ധിപ്പിക്കുകയും തത്ഫലമായുണ്ടാകുന്ന ശാപങ്ങൾ ഒരു തലമുറയിൽ നിന്ന് അടുത്ത തലമുറയിലേക്ക് തിന്മ കൈമാറുകയും ചെയ്യുന്നു.

ചില ക്രിസ്ത്യാനികൾ തലമുറകൾ തമ്മിലുള്ള ആത്മീയ അടിമത്തം എന്ന ആശയം അസ്വീകാര്യമോ യുക്തിരഹിതമോ ആണെന്ന് കണ്ടെത്തുന്നു. മാതാപിതാക്കളുടെ പെരുമാറ്റം കുട്ടികളിൽ ചെലുത്തുന്ന സ്വാധീനത്തെ അവർ ചൂണ്ടിക്കാണിച്ചേക്കാം. ഉദാഹരണത്തിന്, ഒരു പിതാവ് ഒരു നുണയനാണെങ്കിൽ, അവൻ്റെ മക്കൾക്കും അവനെ പകർത്താനും നുണയനാകാൻ പഠിക്കാനും കഴിയും; അല്ലെങ്കിൽ ഒരു അമ്മ തൻ്റെ കുട്ടിയെ ശപിച്ചാൽ, അതിൻ്റെ ഫലമായി കുട്ടിക്ക് ഒരു മോശം പ്രതിച്ഛായ ഉണ്ടാകാം. ഇത് പഠിച്ച പെരുമാറ്റമാണ്. എന്നാൽ ഇതിൽ നിന്ന് വ്യത്യസ്തമായ ഒരു ആത്മീയ പൈതൃകവും മാതാപിതാക്കൾ കൈമാറുന്നുണ്ട്.

ഉടമ്പടികൾ, ശാപങ്ങൾ, അനുഗ്രഹങ്ങൾ എന്നിവയുമായി ബന്ധപ്പെട്ട് ബൈബിളിൻ്റെ മുഴുവൻ ലോകവീക്ഷണവും ഈ വീക്ഷണത്തോട് യോജിക്കുന്നു. ദൈവം ഇസ്രായേൽ ജനതയുമായി ഒരു ഉടമ്പടി ഉണ്ടാക്കിയതെങ്ങനെയെന്ന് ബൈബിൾ വിവരിക്കുന്നു, അവരെ ഒരു തലമുറകൾക്കിടയിലുള്ള സമൂഹമായി കൈകാര്യം ചെയ്യുകയും അവരെ അനുഗ്രഹങ്ങളുടെയും ശാപങ്ങളുടെയും ഒരു

വ്യവസ്ഥിതിയിൽ ബന്ധിപ്പിച്ചുകൊണ്ട് അവർക്കും അവരുടെ പിൻഗാമികൾക്കും അത് ബാധകമാക്കുന്നു - അതായത് ആയിരം തലമുറയ്ക്കുള്ള അനുഗ്രഹങ്ങളും ശാപങ്ങളും. മൂന്നാമത്തെയോ നാലാമത്തെയോ തലമുറ വരെ (പുറപ്പാട് 20:5; 34:7).

ദൈവം ഈ വിധത്തിൽ ആളുകളോട് തലമുറകളായി ഇടപെട്ടിട്ടുള്ളതിനാൽ, സാത്താൻ മനുഷ്യരാശിക്കെതിരെ തലമുറകളുടെ അവകാശങ്ങൾ അവകാശപ്പെടുന്നുവെന്ന് മനസ്സിലാക്കാൻ തീർച്ചയായും എളുപ്പമാണ്! "നമ്മുടെ ദൈവത്തിൻ്റെ മുമ്പാകെ രാവും പകലും അവരെ കുറ്റപ്പെടുത്തുന്ന" (വെളിപാട് 12:10) സാത്താൻ "ആക്ഷേപകൻ" ആണെന്ന് ഓർക്കുക, അവനാൽ കഴിയുന്നതെല്ലാം നമുക്കെതിരെ അവൻ എറിയും. നമ്മുടെ പൂർവികരുടെ പാപങ്ങൾ നിമിത്തം അവൻ നമ്മെ കുറ്റപ്പെടുത്തുകയും ചെയ്യും. ഉദാഹരണത്തിന്, ആദാമിൻ്റെയും ഹവ്വായുടെയും പാപം അവരുടെ പിൻഗാമികൾക്കെതിരെ തലമുറകളുടെ ശാപം അഴിച്ചുവിട്ടു, പ്രസവവേദന ഉൾപ്പെടെ (ഉല്പത്തി 3:16); സ്ത്രീകളുടെ മേൽ പുരുഷന്മാരുടെ ആധിപത്യം (ഉല്പത്തി 3:16); ഉപജീവനത്തിനായി കഠിനാധ്വാനം (ഉല്പത്തി 3:17-18); ആത്യന്തികമായി മരണവും ക്ഷയവും (ഉല്പത്തി 3:19). "ഈ ഇരുണ്ട യുഗം" പ്രവർത്തിക്കുന്നത് ഇങ്ങനെയാണ്. സാത്താന് അത് അറിയാം, അവൻ അത് നമുക്കെതിരെ ഉപയോഗിക്കുന്നു.

ഈ കാര്യങ്ങളിൽ മാറ്റം വരുമെന്ന് ബൈബിൾ പ്രവചിക്കുന്നു, അവരുടെ മാതാപിതാക്കളുടെ പാപങ്ങൾക്ക് ദൈവം മേലിൽ ആളുകളെ ചുമതലപ്പെടുത്തുകയില്ല, ഓരോ വ്യക്തിയും അവരവരുടെ പാപങ്ങൾക്ക് ഉത്തരവാദികളായിരിക്കും:

> എന്നിട്ടും നിങ്ങൾ ചോദിക്കുന്നു, "എന്തുകൊണ്ടാണ് മകൻ പിതാവിൻ്റെ കുറ്റത്തിൽ പങ്കുചേരാത്തത്?" പുത്രൻ നീതിയും ന്യായവും ചെയ്തുകൊണ്ടും എൻ്റെ എല്ലാ കൽപ്പനകളും പ്രമാണിച്ചുനടക്കുന്നതുകൊണ്ടും അവൻ നിശ്ചയമായും ജീവിക്കും. പാപം ചെയ്യുന്നവൻ മരിക്കും. കുട്ടി മാതാപിതാക്കളുടെ കുറ്റം പങ്കിടില്ല, കുട്ടിയുടെ കുറ്റം മാതാപിതാക്കളും പങ്കിടില്ല. നീതിമാന്മാരുടെ നീതി അവർക്കു കണക്കിടപ്പെടും, ദുഷ്ടന്മാരുടെ ദുഷ്ടത അവർക്കെതിരെ ചുമത്തപ്പെടും. (യെഹെസ്കേൽ 18:19-20)

ഈ ഭാഗം യേശുക്രിസ്തുവിൻ്റെ രാജ്യമായ മിശിഹൈക യുഗത്തെക്കുറിച്ചുള്ള ഒരു പ്രവചനമായിട്ടാണ് മനസ്സിലാക്കേണ്ടത്. ഇത് സാത്താൻ്റെ ഭരണത്തിൻ കീഴിൽ "ഈ അന്ധകാരലോകം" പ്രവർത്തിക്കുന്ന രീതിയിലുള്ള അടിസ്ഥാനപരമായ മാറ്റമല്ല, മറിച്ച്

മറ്റൊരു ലോകത്തെക്കുറിച്ചുള്ള വാഗ്ദാനമാണ്, ദൈവത്തിൻ്റെ പ്രിയപ്പെട്ട പുത്രൻ്റെ രാജ്യത്തിൻ്റെ വരവിനാൽ രൂപാന്തരപ്പെട്ട ഒരു ലോകം. ഇത് ഒരു വാഗ്ദാനമാണ്, പുതിയ ഉടമ്പടിയുടെ കീഴിൽ ദൈവം ഓരോ വ്യക്തിയോടും അവരവരുടെ പാപങ്ങൾക്കനുസൃതമായി ഇടപെടും എന്ന് മാത്രമല്ല, മാതാപിതാക്കളുടെയും പൂർവ്വികരുടെയും പാപങ്ങൾ മുഖേന ആളുകളെ ബന്ധിക്കുന്നതിനുള്ള സാത്താൻ്റെ ശക്തിയുടെ ബലത്തെ യേശുക്രിസ്തുവിൻ്റെ മരണവും പുനരുത്ഥാനത്തിലൂടെയും തകർക്കപ്പെടും.

പഴയ നിയമത്തിൻ്റെ ഉടമ്പടി, "പാപത്തിൻ്റെയും മരണത്തിൻ്റെയും നിയമം" പാപങ്ങൾ ഒരു തലമുറയിൽ നിന്ന് മറ്റൊരു തലമുറയിലേക്ക് കൈമാറ്റം ചെയ്യപ്പെടുന്നതിനെക്കുറിച്ചാണ് പറഞ്ഞത് എന്നത് സത്യമാണെങ്കിലും, ക്രിസ്തു ഈ പഴയ നിയമം മാറ്റിവച്ചു, അതിലൂടെ സാത്താൻ ബന്ധിക്കാനുള്ള അവകാശം അവകാശപ്പെട്ടു. ആളുകൾ അവരുടെ മാതാപിതാക്കളുടെ പാപങ്ങൾക്ക്, കുരിശിലൂടെ അതിനെ അസാധുവാക്കുന്നു. ക്രിസ്ത്യാനികൾക്ക് സ്വയം അവകാശപ്പെടാനുള്ള എല്ലാ അവകാശവുമുള്ള ഒരു സ്വാതന്ത്ര്യമാണിത്.

പിന്നെ തലമുറകളുടെ ശാപങ്ങളിൽ നിന്ന് നമുക്ക് എങ്ങനെ സ്വാതന്ത്ര്യം നേടാനാകും? ഉത്തരം ബൈബിളിൽ കാണാം. വരും തലമുറകൾ തങ്ങളുടെ പൂർവ്വികരുടെ പാപങ്ങളുടെ ഫലങ്ങളിൽ നിന്ന് മുക്തരാകുന്നതിന്, അവർ "തങ്ങളുടെ പാപങ്ങളും പൂർവ്വികരുടെ പാപങ്ങളും ഏറ്റുപറയേണ്ടതുണ്ട്" (ലേവ്യപുസ്തകം 26:40) എന്ന് തോറ (ന്യായപ്രമാണം)വിശദീകരിക്കുന്നു. അപ്പോൾ, ദൈവം പറയുന്നു, അവൻ "അവരുടെ പൂർവ്വികരുമായുള്ള ഉടമ്പടിയെ ഓർക്കുകയും" അവരെയും അവരുടെ ദേശത്തെയും സുഖപ്പെടുത്തുകയും ചെയ്യും (ലേവ്യപുസ്തകം 26:45).

നമുക്കും അതേ തത്വം പ്രയോഗിക്കാമോ. നമുക്ക് കഴിയും:

- നമ്മുടെ പൂർവ്വികരുടെ പാപങ്ങളും നമ്മുടെ സ്വന്തം പാപങ്ങളും ഏറ്റുപറയുക,
- ഈ പാപങ്ങളെ നിരസിക്കുകയും ഉപേക്ഷിക്കുകയും ചെയ്യുക, തുടർന്ന്
- ഈ പാപങ്ങൾ മൂലമുണ്ടാകുന്ന എല്ലാ ശാപങ്ങളും തകർക്കുക.

ക്രിസ്തുവിൻ്റെ കുരിശ് നിമിത്തം ഇത് ചെയ്യാൻ ഞങ്ങൾക്ക് അധികാരമുണ്ട്. എല്ലാ ശാപങ്ങളിൽ നിന്നും നമ്മെ മോചിപ്പിക്കാൻ

കുരിശിന് ശക്തിയുണ്ട്: "ക്രിസ്തു നമ്മെ ന്യായപ്രമാണത്തിൻ്റെ ശാപത്തിൽ നിന്ന് വീണ്ടെടുത്തു, നമുക്ക് ശാപമായിത്തീർന്നു..." (ഗലാത്യർ 3:13)

ഈ പരിശീലന പുസ്തകത്തിൽ അധിക വിഭവങ്ങളുടെ വിഭാഗത്തിൽ 'തലമുറകളുടെ പാപത്തിനായുള്ള പ്രാർത്ഥന' ഉണ്ട്.

താഴെപ്പറയുന്ന വിഭാഗങ്ങളിൽ ക്രിസ്തുവിൽ നമുക്കുള്ള അധികാരത്തെക്കുറിച്ചും നമ്മുടെ പ്രത്യേക സാഹചര്യത്തിൽ അത് എങ്ങനെ പ്രയോഗിക്കാമെന്നും നമ്മൾ പരിഗണിക്കും. സാത്താൻ്റെ തന്ത്രങ്ങളെ പരാജയപ്പെടുത്തുന്നതിനുള്ള അഞ്ച് ഘട്ടങ്ങളും നമ്മൾ വിവരിക്കും.

നമ്മുടെ രാജ്യാധികാരം

സ്വർഗ്ഗത്തിലും ഭൂമിയിലും ഉള്ള കാര്യങ്ങൾ "കെട്ടാനും" അഴിയ്ക്കാനും" അവർക്ക് അധികാരമുണ്ടെന്ന് യേശു തന്നെ ശിഷ്യന്മാരോട് നിർദ്ദേശിച്ചു, അതായത്, ആത്മീയ മണ്ഡലത്തിലും ഭൗതിക മേഖലയിലും:

> സത്യമായി ഞാൻ നിങ്ങളോട് പറയുന്നു, നിങ്ങൾ ഭൂമിയിൽ കെട്ടുന്നതെല്ലാം സ്വർഗത്തിലും കെട്ടപ്പെട്ടിരിക്കും; (മത്തായി 18:18; 16:19 കൂടി കാണുക)

സാത്താൻ്റെ മേലുള്ള നമ്മുടെ അധികാരത്തിൻ്റെ വാഗ്ദാനം ബൈബിളിൻ്റെ തുടക്കത്തിൽ ഉല്പത്തി 3:15-ൽ പ്രഖ്യാപിക്കപ്പെട്ടിരിക്കുന്നു, അവിടെ സ്ത്രീയുടെ സന്തതി "നിൻ്റെ തല തകർക്കും" എന്ന് ദൈവം സർപ്പത്തോട് പറയുന്നു. പൗലോസ് ഇതിനെ കുറിച്ചും പറയുന്നു: “സമാധാനത്തിൻ്റെ ദൈവം വൈകാതെ സാത്താനെ നിങ്ങളുടെ കാൽക്കീഴിൽ തകർത്തുകളയും.” (റോമർ 16:20)

യേശു തൻ്റെ ശിഷ്യന്മാരെ അയച്ചപ്പോൾ, ആദ്യം പന്ത്രണ്ടും പിന്നീട് എഴുപത്തിരണ്ടും, ദൈവരാജ്യം പ്രഘോഷിക്കുമ്പോൾ ഭൂതങ്ങളെ പുറത്താക്കാൻ അവൻ അവർക്ക് അധികാരം നൽകി (ലൂക്കാ 9:1). പിന്നീട്, ശിഷ്യന്മാർ മടങ്ങിവന്നപ്പോൾ, "കർത്താവേ, നിന്റെ നാമത്തിൽ പിശാചുക്കൾ പോലും ഞങ്ങൾക്ക് കീഴടങ്ങുന്നു" എന്ന് പറഞ്ഞുകൊണ്ട് ഈ അധികാരത്തിൽ തങ്ങളുടെ വിസ്മയം പ്രകടിപ്പിച്ചു. യേശു മറുപടി പറഞ്ഞു, "സാത്താൻ മിന്നൽ പോലെ ആകാശത്ത് നിന്ന് വീഴുന്നത് ഞാൻ കണ്ടു." (ലൂക്കാ 10:17-18)

സാത്താൻ്റെ തന്ത്രങ്ങളെ പരാജയപ്പെടുത്താനും നശിപ്പിക്കാനും ക്രിസ്ത്യാനികൾക്ക് അധികാരമുണ്ട് എന്നത് അതിശയകരമായ ഒരു ആശ്വാസമാണ്. ക്രിസ്തുവിൻ്റെ രക്തത്തിലുള്ള ഉടമ്പടി ദുഷിച്ച ഉദ്ദേശ്യങ്ങൾക്കായി ഉണ്ടാക്കിയ എല്ലാ ഉടമ്പടികളുടെയും ശക്തിയെ റദ്ദാക്കുന്നതിനാൽ ഭക്തികെട്ട ഉടമ്പടികളും നേർച്ചകളും ലംഘിക്കാനും റദ്ദാക്കാനും വിശ്വാസികൾക്ക് അധികാരമുണ്ട് എന്നാണ് ഇതിനർത്ഥം. സെഖര്യ്യാവിലെ മിശിഹായെക്കുറിച്ചുള്ള പ്രവചനങ്ങളിൽ പ്രതിഫലിക്കുന്ന ഒരു വാഗ്ദാനമാണിത്:

> നീയോ--നിൻ്റെ നിയമരക്തം ഹേതുവായി ഞാൻ നിൻ്റെ ബദ്ധന്മാരെ വെള്ളമില്ലാത്ത കുഴിയിൽനിന്നു വിട്ടയക്കും. (സെഖര്യ്യാവു 9:11)

വിശിഷ്ടതയുടെ തത്വം

സ്വാതന്ത്ര്യം പിന്തുടരുമ്പോൾ, ഭക്തികെട്ട തുറന്ന വാതിലുകളെയും കാല്പാദങ്ങളെയും എതിർക്കുകയും അത് കൈകാര്യം ചെയ്യുന്നതിന് പ്രത്യേക നടപടികൾ കൈക്കൊള്ളേണ്ടത് ആവശ്യമാണ്. വിഗ്രഹങ്ങളും അവയുടെ ആരാധനാലയങ്ങളും പൂർണ്ണമായും നശിപ്പിക്കണമെന്ന് പഴയനിയമം കൽപ്പിക്കുന്നു. വിഗ്രഹങ്ങളുടെ ആത്മീയ പ്രദേശം എങ്ങനെ കൊള്ളയടിക്കാം എന്നതിൻ്റെ ഒരു മാതൃക ആവർത്തനം 12: 1-3 ൽ നൽകിയിരിക്കുന്നു, അതിൽ പൂജാഗിരികൾ (ആരാധനാലയങ്ങൾ), ആചാരപരമായ സ്ഥലങ്ങൾ, ആചാരപരമായ വസ്തുക്കൾ, ബലിപീഠങ്ങൾ, വിഗ്രഹങ്ങൾ എന്നിവ ഒന്നിച്ച് പൂർണ്ണമായും നശിപ്പിക്കാൻ ദൈവം തൻ്റെ ജനത്തോട് കൽപ്പിച്ചു.

ഏറ്റുപറച്ചലിൽ ഒരുവൻ്റെ പാപങ്ങൾ പ്രത്യേകം പേരെടുക്കുന്നത് നല്ലതും സഹായകരവുമാണ്. അതുപോലെ, നമ്മുടെ ആത്മീയ സ്വാതന്ത്ര്യം അവകാശപ്പെടുമ്പോൾ നാമും പ്രത്യേകം പറയണം. പാപമോചനം ആവശ്യമുള്ള എല്ലാ മേഖലകളിലേക്കും ഇത് ദൈവത്തിൻ്റെ സത്യത്തിൻ്റെ വെളിച്ചം പ്രകാശിപ്പിക്കുന്നു. ഭക്തിവിരുദ്ധമായ ഉടമ്പടികളിൽ ഏർപ്പെട്ടിരിക്കുന്നിടത്ത്, അവ ഓരോന്നായി അസാധുവാക്കേണ്ടതുണ്ട്, അവയുടെ ഓരോ വ്യവസ്ഥകളും അനന്തരഫലങ്ങളും. ഇത് പ്രത്യേകം പറയേണ്ടതുണ്ട്. പൊതുവേ, സാത്താൻ ഉപയോഗിക്കുന്ന തന്ത്രം എത്രത്തോളം ശക്തമാണ്, അതിൻ്റെ ശക്തി തകർക്കുമ്പോൾ നാം കൂടുതൽ കൃത്യത പുലർത്തേണ്ടതുണ്ട്.

നമ്മുടെ വാക്കുകളിലൂടെയും പ്രവൃത്തികളിലൂടെയും നാം ചെയ്യുന്ന ഭക്തിവിരുദ്ധമായ പ്രതിബദ്ധതകളിൽ നിന്ന് സ്വയം മോചിതരാകാൻ

തിരഞ്ഞെടുക്കുമ്പോൾ ഈ *വിശിഷ്ടതയുടെ തത്വം* ബാധകമാണ്. ഉദാഹരണത്തിന്, ഒരു രക്തബലിയിലൂടെ മൗനവ്രതത്തിൽ ഏർപ്പെട്ട ഒരു വ്യക്തി ഈ ആചാരത്തിൽ പങ്കെടുക്കുന്നതിൽ പശ്ചാത്തപിക്കുകയും ഉപേക്ഷിക്കുകയും അതിലൂടെ ചെയ്ത പ്രതിജ്ഞയെ പ്രത്യേകമായി റദ്ദാക്കുകയും വേണം. അതുപോലെ, "ഞാൻ ജീവിച്ചിരിക്കുന്നിടത്തോളം ഞാൻ ഒരിക്കലും ക്ഷമിക്കില്ല" എന്നതുപോലുള്ള വാക്കുകൾ ഉച്ചരിക്കാൻ ക്ഷമയില്ലായ്മയിൽ നിന്ന് മല്ലിടുന്ന ഒരാൾ ഈ പ്രതിജ്ഞയിൽ പശ്ചാത്തപിക്കുകയും ഈ പ്രതിജ്ഞാബദ്ധത ഉപേക്ഷിക്കുകയും അത് പറഞ്ഞതിന് ദൈവത്തോട് ക്ഷമ ചോദിക്കുകയും വേണം. ലൈംഗിക ദുരുപയോഗത്തിന് ഇരയായ ഒരാൾ, അപകടത്തിൻ്റെയോ മരണത്തിൻ്റെയോ ഭീഷണിയെക്കുറിച്ച് നിശബ്ദത പാലിക്കുന്നെങ്കിൽ, അവരുടെ സ്വാതന്ത്ര്യം അവകാശപ്പെടാൻ അവരുടെ മൗനപ്രതിജ്ഞ ത്യജിക്കേണ്ടതുണ്ട്: ഉദാഹരണത്തിന്, "എന്നോട് ചെയ്തതിനെക്കുറിച്ചുള്ള എൻ്റെ നിശബ്ദത ഞാൻ ഉപേക്ഷിക്കുകയും അവകാശവാദം ഉന്നയിക്കുകയും ചെയ്യുന്നു എന്ന സംസാരിക്കാനുള്ള അവകാശം നേടുക.

സൂസൻ എന്നു വിളിക്കപ്പെടുന്ന ഒരു സ്ത്രീക്ക് താൻ സ്നേഹിച്ചിരുന്ന കുറേ ആളുകളെ നഷ്ടപ്പെട്ടു: അവളുടെ അച്ഛനും അമ്മയും ഭർത്താവും. താൻ ആരെയെങ്കിലും സ്നേഹിച്ചാൽ അവരെയും നഷ്ടപ്പെടുമെന്ന് അവൾ ഭയപ്പെട്ടിരുന്നു, അതിനാൽ അവൾ സ്വയം പ്രതിജ്ഞയെടുത്തു, "ഞാൻ ഇനി ആരെയും സ്നേഹിക്കില്ല." അതിനുശേഷം അവൾ മറ്റുള്ളവരോട് വളരെ കയ്പേറിയതും ശത്രുതയുള്ളവളുമായി. അടുത്ത് വരുന്നവരെ അവൾ ശപിക്കുകയും പ്രാകുകയും ചെയ്യും. എന്നാൽ എൺപതാം വയസ്സിൽ അവൾ യേശുവിനെ കണ്ടെത്തി ഒരു പള്ളിയിൽ ചേർന്നു. അത് അവൾക്ക് പ്രതീക്ഷ നൽകി, ഇനി ഒരിക്കലും സ്നേഹിക്കില്ലെന്ന 50 വർഷത്തെ പ്രതിജ്ഞ അവൾ ഉപേക്ഷിച്ചു. ഭയത്തിൽ നിന്ന് മോചിതയായി, അവൾ പള്ളിയിലെ മറ്റ് സ്ത്രീകളുമായി ആഴമേറിയതും മനോഹരവുമായ സൗഹൃദം സ്ഥാപിച്ചു. അവളുടെ ജീവിതത്തിൽ സാത്താൻ്റെ പിടി തകർന്നതോടെ അവളുടെ ജീവിതം പൂർണ്ണമായും മാറി.

സ്വാതന്ത്ര്യത്തിലേക്കുള്ള അഞ്ച് പടികൾ

നമുക്കെതിരെയുള്ള സാത്താൻ്റെ തന്ത്രങ്ങളെ എതിർക്കാനും നശിപ്പിക്കാനും ഉപയോഗിക്കാവുന്ന അഞ്ച് ഘട്ടങ്ങൾ ഉൾക്കൊള്ളുന്ന ഒരു ലളിതമായ ശുശ്രൂഷാ മാതൃക ഇതാ.

1. ഏറ്റുപറഞ്ഞ് പശ്ചാത്തപിക്കുക

പാപം ഏറ്റുപറയുക, കൂടാതെ ഈ വിഷയത്തിന് ബാധകമായ ദൈവത്തിൻ്റെ സത്യം പ്രഖ്യാപിക്കുക എന്നതാണ് ആദ്യപടി. ഉദാഹരണത്തിന്, നിങ്ങൾ ഒരു ദൈവവിരുദ്ധമായ വിശ്വാസം പുലർത്തിയിട്ടുണ്ടെങ്കിൽ, നിങ്ങൾക്ക് അത് ഒരു പാപമായി പ്രത്യേകമായി ഏറ്റുപറയാനും ദൈവത്തോട് ക്ഷമ ചോദിക്കാനും പാപത്തെക്കുറിച്ച് അനുതപിക്കാനും കഴിയും. ഈ സാഹചര്യത്തിൽ ബാധകമായ ദൈവത്തിൻ്റെ സത്യം നിങ്ങൾക്ക് പ്രഖ്യാപിക്കാനും കഴിയും.

2. ഉപേക്ഷിക്കുക

ത്യജിക്കുക എന്നതാണ് അടുത്ത ഘട്ടം. നിങ്ങൾ മേലിൽ എന്തെങ്കിലും പിന്തുണയ്ക്കുകയോ വിശ്വസിക്കുകയോ അംഗീകരിക്കുകയോ അല്ലെങ്കിൽ എന്തെങ്കിലും ബന്ധം പുലർത്തുകയോ ചെയ്യുന്നില്ലെന്ന് പരസ്യമായി പ്രഖ്യാപിക്കുക എന്നാണ് ഇതിനർത്ഥം. ഉദാഹരണത്തിന്, നിങ്ങൾ ഒരു ഭക്തിവിരുദ്ധമായ ആചാരത്തിൽ പങ്കെടുത്തിട്ടുണ്ടെങ്കിൽ, നിങ്ങൾ ആ ആചാരം ഉപേക്ഷിക്കുമ്പോൾ, അതിനോടുള്ള നിങ്ങളുടെ മുൻ പ്രതിബദ്ധത നിങ്ങൾ പിൻവലിക്കുകയോ തള്ളിക്കളയുകയോ ചെയ്യുന്നു. മുമ്പ് വിശദീകരിച്ചതുപോലെ, ഇത് പ്രത്യേകമായി ചെയ്യേണ്ടത് പ്രധാനമാണ്.

3. അഴിയ്ക്കുക

എന്തിൻ്റെയെങ്കിലും ശക്തി തകർക്കാൻ ആത്മീയ മണ്ഡലത്തിൽ അധികാരം ഏറ്റെടുക്കുന്നത് ഈ ഘട്ടത്തിൽ ഉൾപ്പെടുന്നു. ഉദാഹരണത്തിന്, ഒരു ശാപം ഉൾപ്പെട്ടിട്ടുണ്ടെങ്കിൽ, "ഞാൻ ഈ ശാപം അഴിയ്ക്കുന്നു" എന്ന് നിങ്ങൾക്ക് പ്രഖ്യാപിക്കാം. യേശുവിൻ്റെ ശിഷ്യന്മാർക്ക് യേശുവിൻ്റെ നാമത്തിൽ "ശത്രുവിൻ്റെ എല്ലാ ശക്തിയുടെയും മേൽ അധികാരം" നൽകിയിരിക്കുന്നു (ലൂക്കാ 10:19). ഇത് പ്രത്യേകം ചെയ്യണം.

4. പുറത്താക്കുക

ഒരു വ്യക്തിയെ പീഡിപ്പിക്കാൻ പിശാചുക്കൾ ഒരു കാലടിയോ തുറന്ന വാതിലോ പ്രയോജനപ്പെടുത്തുമ്പോൾ, നിങ്ങൾ ഏതെങ്കിലും തുറന്ന വാതിലുകളുമായോ കാലടികളുമായോ ഇടപെട്ടുകഴിഞ്ഞാൽ, കുറ്റസമ്മതം നടത്തി, ത്യജിച്ചും, തകർത്തും അവരെ നീക്കം ചെയ്താൽ, നിങ്ങൾ പിശാചുക്കളോട് പിരിഞ്ഞുപോകാൻ കൽപ്പിക്കണം.

5. അനുഗ്രഹിക്കുകയും നിറയ്ക്കുകയും ചെയ്യുക

അവസാന ഘട്ടം വ്യക്തിയെ അനുഗ്രഹിക്കുകയും അവരെ ബാധിച്ചതിന് വിപരീതമായത് ഉൾപ്പെടെ എല്ലാ നല്ല കാര്യങ്ങളിലും ദൈവം അവരെ നിറയ്ക്കണമെന്ന് പ്രാർത്ഥിക്കുകയും ചെയ്യുക എന്നതാണ്. ഉദാഹരണത്തിന്, അവർ മരണഭയത്താൽ മല്ലിടുകയാണെങ്കിൽ, അവർക്ക് ജീവിതവും ധൈര്യവും നൽകി അനുഗ്രഹിക്കുക.

ഈ അഞ്ച് ഘട്ടങ്ങൾ എല്ലാത്തരം ബന്ധനങ്ങൾക്കും ഉപയോഗിക്കാം, എന്നാൽ ഇവിടെ നമ്മുടെ ശ്രദ്ധ ഇസ്ലാമിൽ നിന്നുള്ള സ്വാതന്ത്ര്യമാണ്, അതിനാൽ ഇസ്ലാമിൻ്റെ അടിമത്തത്തിൽ നിന്ന് ആളുകളെ മോചിപ്പിക്കാൻ ഈ ഘട്ടങ്ങൾ എങ്ങനെ ഉപയോഗിക്കാമെന്ന് പിന്നീടുള്ള പാഠങ്ങളിൽ നമ്മൾ പഠിക്കും.

പഠന സഹായി

പാഠം 2

പദാവലി

ത്യജിക്കുക	തുറന്ന വാതിലുകൾ	സ്വയം സംസാരിയ്ക്കുക
സ്വാതന്ത്ര്യം	കാലടികളും	സത്യ ഏറ്റുമുട്ടൽ
മിശിഹാ	*ടോപ്പോസ്*	ആത്മാവിൻ്റെ മുറിവുകൾ
സാത്താൻ	നിയമപരമായ അവകാശങ്ങൾ	തലമുറയുടെ പാപം
ദൈവരാജ്യം	ക്ഷമ കുരിശ്	ആത്മീയ പൈതൃകം
ഇരുണ്ട യുഗം	സത്യം ചെയ്യുക	തലമുറകൾക്കിടയിലുള്ള
റോമൻ ജയാഘോഷം	രക്ത ഉടമ്പടി	പ്രത്യേകതയുടെ തത്വം
കാലടികളും	*ജിസിയ*	

പുതിയ പേരുകൾ

- ദി റെവറൻ്റ് ജെ എൽ ഹോൾഡൻ: ട്രിനിറ്റി കോളേജ് ഓക്സ്ഫോർഡിലെ ഫെലോ (ജനനം 1929)

- ബഹുമാനപ്പെട്ട ജെ എച്ച് ബെർണാഡ്: ഐറിഷ് ആംഗ്ലിക്കൻ ബിഷപ്പ് (1860-1927)

- ഡിഎ കാർസൺ: പുതിയ നിയമത്തിലെ പ്രൊഫസർ (ജനനം 1946)

ഈ പാഠത്തിൽ ബൈബിൾ

റോമർ 8:21
യെശയ്യാവു 61:1-2
ലൂക്കോസ് 4:18-21
യോഹന്നാൻ 10:10; 8:44 a.m
കൊലൊസ്സ്യർ 1:13
യോഹന്നാൻ 12:31
2 കൊരിന്ത്യർ 4:4
എഫെസ്യർ 2:2
1 യോഹന്നാൻ 5:19
എഫെസ്യർ 6:12
ഫിലിപ്പിയർ 2:15
പ്രവൃത്തികൾ 26:18
കൊലൊസ്സ്യർ 1:12-14
മർക്കോസ് 1:15
ലൂക്കോസ് 10:18
കൊലൊസ്സ്യർ 2:13-15
എഫെസ്യർ 6:18
1 പത്രോസ് 5:8
വെളിപ്പാട് 12:10
സങ്കീർത്തനം 109:6-7
സഖറിയാ 3:1-3
ഇയ്യോബ് 1:9-11
2 കൊരിന്ത്യർ 2:11
എഫെസ്യർ 4:26-27
യോഹന്നാൻ 14:30-31; 5:19
1 യോഹന്നാൻ 1:7
റോമർ 5:9; 4:7
മർക്കോസ് 11:25-26
മത്തായി 6:14-15
2 കൊരിന്ത്യർ 2:10-11
എഫെസ്യർ 4:32
മത്തായി 12:36-37
ലൂക്കോസ് 6:27-28
മത്തായി 5:34, 37
ലേവ്യപുസ്തകം 5:4-10
എബ്രായർ 12:22-24
ഉല്പത്തി 15
യിരെമ്യാവ് 34:18-20
യോഹന്നാൻ 8:31-32
1 കൊരിന്ത്യർ 2:14-15
റോമർ 12:2
പുറപ്പാട് 20:5; 34:7
വെളിപ്പാട് 12:10
ഉല്പത്തി 3:16-19
യെഹെസ്കേൽ 18:19-20
ലേവ്യപുസ്തകം 26:40, 45
ഗലാത്യർ 3:13
മത്തായി 18:18
മത്തായി 16:19
ഉല്പത്തി 3:15
റോമർ 16:20
ലൂക്കോസ് 10:17-18
സഖറിയാ 9:11
ആവർത്തനം 12:1-3

ചോദ്യങ്ങൾ പാഠം 2

- കേസ് പഠനം ചർച്ച ചെയ്യുക.

1. ഇസ്ലാമിനെ **ഉപേക്ഷിച്ച്** ഒരു പ്രാർത്ഥന നടത്താൻ ശ്രമിച്ചപ്പോൾ റീസയെ അത്ഭുതപ്പെടുത്തിയത് എന്താണ്?

2. പ്രാർത്ഥിക്കാൻ സാധിച്ചതിന് ശേഷം റീസയുടെ ജീവിതത്തിൽ എന്ത് മാറ്റമാണ് ഉണ്ടായത്?

യേശുവിന്റെ പഠിപ്പിക്കൽ

3. ഓരോ ക്രിസ്ത്യാനിയുടെയും ജന്മാവകാശം എന്താണ്?

4. എവിടെയാണ് യേശു പരസ്യമായി പഠിപ്പിക്കാൻ തുടങ്ങിയത്?

5. എന്ത് വാഗ്ദാനം നിറവേറ്റാനാണ് താൻ വന്നതെന്ന് അവൻ പറഞ്ഞത്?

6. ഏതു കാര്യങ്ങളിൽ നിന്നാണ് യേശു ആളുകളെ സ്വതന്ത്രരാക്കിയത്?

തിരഞ്ഞെടുക്കാനുള്ള സമയം

7. ഒരു തടവുകാരൻ്റെ ജയിലിൻ്റെ വാതിൽ പൂട്ടാതെ കിടക്കുന്നു. തടവുകാരന് തൻ്റെ സ്വാതന്ത്ര്യം ആസ്വദിക്കണമെങ്കിൽ എന്താണ്

ചെയ്യേണ്ടത്? ആത്മീയ സ്വാതന്ത്ര്യത്തെക്കുറിച്ച് ഇത് നമ്മോട് എന്താണ് പറയുന്നത്?

സാത്താനും അവൻ്റെ രാജ്യവും

8. **സാത്താൻ്റെ** ചില സ്ഥാനപ്പേരുകൾ എന്തൊക്കെയാണ്, അവ നമ്മെ എന്താണ് പഠിപ്പിക്കുന്നത്?

9. യോഹന്നാൻ 12:31-നെയും അതിനോടൊപ്പം പട്ടികപ്പെടുത്തിയിരിക്കുന്ന മറ്റ് വാക്യങ്ങളെയും അടിസ്ഥാനമാക്കി, പരിമിതമായ രൂപത്തിലല്ലാതെ സാത്താന് എന്താണ് ഉള്ളതെന്ന് ഡ്യൂറി സമ്മതിക്കുന്നു?

10. ഇസ്ലാമിൽ എന്ത്ണ് വിലയിരുത്താണ് ഡ്യൂറി നമ്മോട് നിർദ്ദേശിക്കുന്നത്?

മഹത്തായ കൈമാറ്റം

11. കൊലോസ്യർ 1:12-14, പ്രകാരം, **ജെ.എൽ. ഹൂൾഡൻ** മനുഷ്യപ്രകൃതി ഏത് ശക്തിയുടെ അടിമത്തത്തിലാണ് എന്നാണ് പറയുന്നത്?

12. പ്രവൃത്തികൾ 26:18 അനുസരിച്ച്, ഏത് അധികാരത്തിൽ നിന്നാണ് ആളുകൾ രക്ഷിക്കപ്പെടുകയും വീണ്ടെടുക്കപ്പെടുകയും കൈമാറ്റം ചെയ്യപ്പെടുകയും ചെയ്യുന്നത്?

13. പൗലോസിൻ്റെ അഭിപ്രായത്തിൽ, ദൈവം നമ്മെ രക്ഷിക്കുമ്പോൾ, നമുക്ക് എന്ത് സംഭവിക്കും?

14. കൊലൊസ്സ്യർ എന്തിനുവേണ്ടി നന്ദിയുള്ളവരായിരിക്കണമെന്ന് പൗലോസ് ആഗ്രഹിക്കുന്നു?

15. യേശുക്രിസ്തുവിനോടുള്ള നമ്മുടെ പൂർണമായ വിധേയത്വം കൈമാറുന്നതിൻ്റെ അഞ്ച് വശങ്ങൾ എന്തൊക്കെയാണ്?

യുദ്ധം

16. മർക്കോസ് 1:15-നെയും അതോടൊപ്പം പട്ടികപ്പെടുത്തിയിരിക്കുന്ന മറ്റ് വാക്യങ്ങളെയും അടിസ്ഥാനമാക്കി, ക്രിസ്ത്യാനികൾ ഏത് ഏറ്റുമുട്ടലിലാണ് സ്വയം കണ്ടെത്തുന്നത്?

17. ദുഷ്ടശക്തികളുമായുള്ള ദൈനംദിന ഇടപെടലിൽ സഭയെക്കുറിച്ച് ഡ്യൂറി എന്ത് ജാഗ്രതയോടെ സംസാരിക്കുന്നു?

18. ഈ യുദ്ധത്തിൽ, പൗലോസിൻ്റെ അഭിപ്രായത്തിൽ ക്രിസ്ത്യാനികൾക്ക് എന്ത് ഉറപ്പുണ്ടായിരിക്കാൻ കഴിയും?

19. കുരിശിൻ്റെ വിജയത്തെ വിശദീകരിക്കാൻ **റോമൻ വിജയാഘോഷത്തിൻ**്റെ ആശയം പൗലോസ് എങ്ങനെയാണ് ഉപയോഗിക്കുന്നത്?

കുറ്റാരോപിതൻ

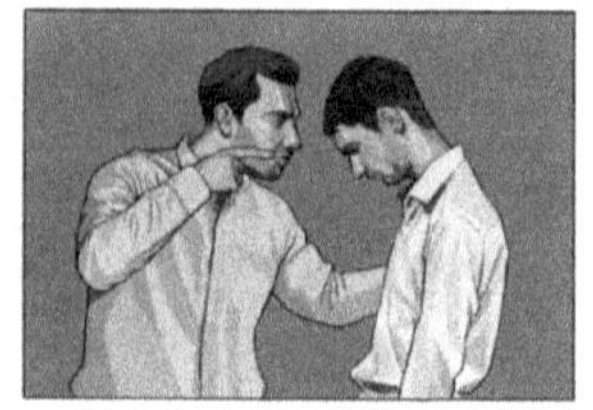

20. **സാത്താൻ** എന്ന എബ്രായ പദത്തിൻ്റെ അർത്ഥമെന്താണ്?

21. **സാത്താൻ്റെ** പ്രവർത്തനങ്ങളുടെ വെളിച്ചത്തിൽ പത്രോസും പൗലോസും ക്രിസ്ത്യാനികൾക്ക് എന്തു മുന്നറിയിപ്പു നൽകുന്നു?

22. **സാത്താൻ** നമ്മെ എന്ത് കുറ്റപ്പെടുത്തുന്നു?

23. നമ്മളെ കുറ്റപ്പെടുത്താൻ സാത്താൻ ഉപയോഗിക്കുന്ന ആറ് തന്ത്രങ്ങൾ എന്തൊക്കെയാണ് ഡ്യൂറി പട്ടികപ്പെടുത്തുന്നത്?

24. സ്വാതന്ത്ര്യം കണ്ടെത്തുന്നതിനുള്ള ഒരു പ്രധാന ഘട്ടം എന്താണ്?

തുറന്ന വാതിലുകളും കാലടികളും

25. ഡ്യൂറി എങ്ങനെ നിർവചിക്കുന്നു:

- ഒരു തുറന്ന വാതിലും
- ഒരു കാൽപ്പാട്?

26. നാം പാപം ഏറ്റുപറയാനും ഉപേക്ഷിക്കാനും വിസമ്മതിച്ചാൽ, നാം സാത്താന് എന്തിലാണ് കീഴടങ്ങുന്നത്?

27. "അവൻ എന്നെ പിടിക്കുന്നില്ല" എന്ന ക്രിസ്തുവിൻ്റെ വാക്കുകൾ എന്താണ് അർത്ഥമാക്കുന്നത്?

28. സാത്താന് യേശുവിൽ കണ്ടെത്താൻ കഴിയാത്തത് എന്താണ്?

29. യേശു ഒരു നിരപരാധിയായി ക്രൂശിക്കപ്പെട്ടതിൽ എന്തുകൊണ്ടാണ് പ്രധാനമായിരിക്കുന്നത്?

പാപം

30. തുറന്ന വാതിലുകളും കാലുറപ്പിക്കാവുന്നിടവും കൊണ്ട് നമ്മൾ എന്താണ് ചെയ്യേണ്ടത്?

31. നമ്മുടെ ജീവിതത്തിൽ പാപത്തിൻ്റെ തുറന്ന വാതിൽ എങ്ങനെ അടയ്ക്കാം?

പൊറുക്കാത്തത്

32. യേശുവിൻ്റെ അഭിപ്രായത്തിൽ, ക്ഷമിക്കപ്പെടുന്നതിനുള്ള വ്യവസ്ഥ എന്താണ്?

33. നമ്മെ മറികടക്കാൻ സാത്താനെ അനുവദിക്കുന്നത് എന്തുകൊണ്ട്?

34. ക്ഷമയുടെ മൂന്ന് മാനങ്ങൾ എന്തൊക്കെയാണ്?

35. നമ്മൾ ക്ഷമിച്ചാൽ നമ്മൾ മറക്കണം എന്നാണോ ഇതിനർത്ഥം?

ആത്മാവിൻ്റെ മുറിവുകൾ

36. എങ്ങനെയാണ് **സാത്താൻ** നമുക്കെതിരെ **ആത്മാവിനെ മുറിവേൽപ്പിക്കുന്നത്**?

37. ഒരു ദക്ഷിണാഫ്രിക്കൻ സ്ത്രീ എന്തിൽ നിന്നാണ് രോഗശാന്തി കണ്ടെത്തിയത്, അവൾ എന്താണ് **ഉപേക്ഷിച്ചത്**?

38. **കാലുറപ്പിക്കൽ** ആത്മാവിൽ ഒരു മുറിവുണ്ടാക്കുന്നുവെങ്കിൽ ഏത് അഞ്ച് ഘട്ടങ്ങളാണ് ആവശ്യമായുള്ളത്?

വാക്കുകൾ

39. മത്തായി 12 അനുസരിച്ച്, ന്യായവിധി ദിനത്തിൽ നാം എന്തിനുവേണ്ടിയാണ് കണക്ക് കൊടുക്കേണ്ടത്?

40. നാം സത്യം ചെയ്യണമെന്ന് **സാത്താൻ ആഗ്രഹിക്കുന്നത്** എന്തുകൊണ്ട്?

41. നമ്മൾ സംസാരിക്കുന്ന വാക്കുകളുടെ വിനാശകരമായ ശക്തി ഇല്ലാതാക്കാൻ എന്തിനാണ് അധികാരം?

ആചാരപരമായ പ്രവൃത്തികൾ: രക്ത ഉടമ്പടികളിൽ നിന്നുള്ള സ്വാതന്ത്ര്യം

42. ഉല്പത്തി 15-ൽ അബ്രഹാം ദൈവവുമായി ഉണ്ടാക്കിയ **രക്ത ഉടമ്പടി** എന്താണ് സൂചിപ്പിക്കുന്നത്? (യിരെമ്യാവ് 34:18-20 കൂടി പരിഗണിക്കുക.)

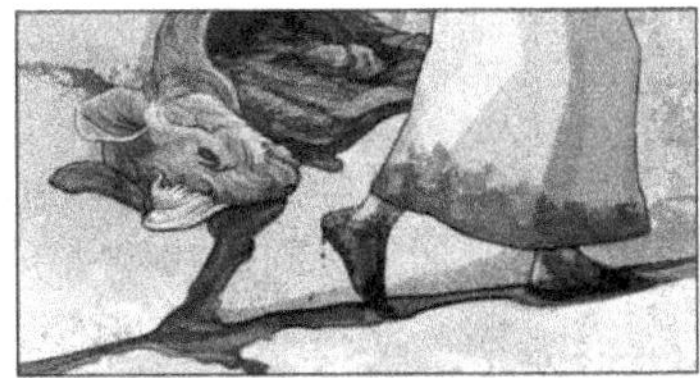

43. **എന്തുകൊണ്ടാണ് രക്ത ഉടമ്പടികൾ അപകടകരമാകുന്നത്?**

44. ഇസ്ലാമിന് കീഴിൽ ജീവിക്കുന്ന ക്രിസ്ത്യാനികൾ മുസ്ലിംകൾക്ക് വാർഷിക ജിസ്യ നികുതി നൽകിയപ്പോൾ കഴുത്തിൽ അടിയേറ്റത് എന്തിനെ പ്രതീകപ്പെടുത്തുന്നു?

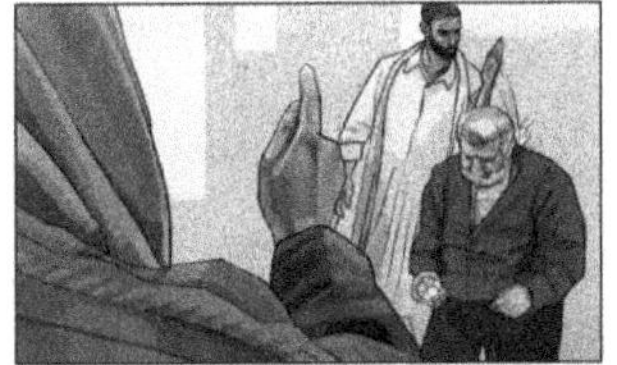

ദൈവവിരുദ്ധമായ വിശ്വാസങ്ങൾ (നുണകൾ)

45. നമ്മെ നശിപ്പിക്കാനുള്ള സാത്താൻ്റെ പ്രധാന തന്ത്രങ്ങളിലൊന്ന് എന്താണ്?

46. ക്രിസ്തുവിൻ്റെ പക്വതയുള്ള ശിഷ്യന്മാരാകാൻ നമ്മൾ എന്താണ് ചെയ്യണമെന്നാണ് ഡ്യൂറി പറയുന്നത്?

47. ഇംഗ്ലീഷ് സംസ്കാരത്തിൻ്റെ ഭാഗമായ ഒരു നുണ എന്താണെന്ന് ഡ്യൂറി പറയുന്നു?

48. ഡ്യൂറിയുടെ അഭിപ്രായത്തിൽ, "ഏറ്റവും തികഞ്ഞ നുണ" എന്താണ്?

49. സാത്താൻ്റെ നുണകളുടെ വാതിൽ അടയ്ക്കാൻ നമ്മെ പ്രാപ്തരാക്കുൻ ഏതുതരത്തിലുള്ള ഏറ്റുമുട്ടലിൽ ഏർപ്പെടണം?"

തലമുറകളുടെ പാപവും ഫലമായുള്ള ശാപങ്ങളും

50. ജനിതകശാസ്ത്രം കുട്ടികളിലേക്ക് കൈമാറ്റം ചെയ്യപ്പെടുന്നതുപോലെ, ഒരു കുടുംബത്തിൽ ഒരു തലമുറയിൽ നിന്ന് മറ്റൊന്നിലേക്ക് കൈമാറാൻ കഴിയുന്നതെന്താണെന്നാണ് ഡ്യൂറി വിശ്വസിക്കുന്നത്?

51. zചില ആളുകൾ അനുഭവിക്കുന്ന ആത്മീയ അടിച്ചമർത്തലിൻ്റെ വ്യാപ്തി പൂർണ്ണമായി വിശദീകരിക്കാൻ കഴിയില്ലെന്ന് ഡ്യൂറി എന്തുകൊണ്ടാണ് വാദിക്കുന്നത്?

52. ദൈവം ഇസ്രായേൽ ജനത്തെ മൊത്തത്തിൽ അവരുമായുള്ള ഉടമ്പടിയിൽ ഏത് വ്യവസ്ഥിതിയിൽ ബന്ധിപ്പിച്ചു? (പുറപ്പാട് z20:5; 34:7 കാണുക.) z

53. തലമുറകൾക്കിടയിലുള്ള പാരമ്പര്യത്തിൻ്റെ ഉദാഹരണമായി, ആദാമിൻ്റെയും ഹവ്വായുടെയും പാപം എന്താണ് അഴിച്ചുവിട്ടത്? (വെളിപാട് 12:10, ഉല്പത്തി 3:16-19 കാണുക).

54. പുത്രന്മാർ തങ്ങളുടെ പിതാക്കന്മാരുടെ പാപങ്ങൾ ചുമക്കുന്നില്ല എന്ന യേഹേസ്കേൽ 18-ലെ പ്രഖ്യാപനത്തിന് ഡ്യൂറി എങ്ങനെയാണ് മറുപടി നൽകുന്നത്?

55. തലമുറകളുടെ പാപത്തിൻ്റെ ഫലങ്ങൾ കൈകാര്യം ചെയ്യാൻ ഏതെല്ലാം മൂന്ന് ഘട്ടങ്ങൾ ഉപയോഗിക്കാം?

നമ്മുടെ രാജ്യാധികാരം

56. മത്തായി 16:19-ഉം 18:18-ഉം അനുസരിച്ച്, സെഖര്യാവു 9:11-ൻ്റെ നിവൃത്തിയായി, ഉല്പത്തി 3:15-ൽ മനുഷ്യവർഗത്തിന് എന്ത് അധികാരമാണ് വാഗ്ദത്തം ചെയ്തിരിക്കുന്നത്?

പ്രത്യേകതയുടെ തത്വം

57. പഴയനിയമത്തിലെ വിഗ്രഹങ്ങളെക്കുറിച്ചുള്ള നിർദ്ദേശം ആത്മീയ മാണ്ഡലത്തെ എങ്ങനെ അഭിസംബോധന ചെയ്യണം എന്നതിന് ഒരു മാതൃകയായിരിക്കുന്നത് എന്തുകൊണ്ട്? (ആവർത്തനം 12:1-3 കാണുക.)

58. നമ്മൾ ചെയ്തേക്കാവുന്ന ദുഷ്ട ഉടമ്പടികളുടെ ശക്തിയെ തകർക്കാനും റദ്ദാക്കാനും എന്തിനാണ് അധികാരം?

59. തുറന്ന വാതിലുകളോടും കാലടികളോടും ഇടപെടുമ്പോൾ ഏത് തരത്തിലുള്ള പ്രവർത്തനങ്ങളാണ് നമ്മൾ സ്വീകരിക്കേണ്ടതെന്ന് ഡ്യൂറി പറയുന്നു?

60. സൂസൻ ചെയ്ത ആന്തരിക പ്രതിജ്ഞ എന്തായിരുന്നു? അത് അവളുടെ ജീവിതത്തിൽ എന്ത് പരിണതഫലങ്ങളാണ് കൊണ്ടുവന്നത്? എങ്ങനെയാണ് അവൾ ആ പ്രതിജ്ഞയിൽനിന്ന് മോചിതയായത്?

സ്വാതന്ത്ര്യത്തിലേക്കുള്ള അഞ്ച് പടികൾ

61. സ്വാതന്ത്ര്യത്തിലേക്കുള്ള അഞ്ച് പടികൾ ഏതൊക്കെയാണ്? നിങ്ങൾക്ക് അവയെ ഓർമ്മയിൽ സമർപ്പിക്കാമോ?

62. എന്താണ് ഏറ്റുപറച്ചിൽ, എന്താണ് ഒരാളുടെ സ്വാതന്ത്ര്യം അവകാശപ്പെടാൻ ആവശ്യമായ പ്രഖ്യാപനം?

63. ഡ്യൂറിയുടെ അഭിപ്രായത്തിൽ, ഒരു വ്യക്തി മോചിപ്പിക്കപ്പെട്ടാൽ നിങ്ങൾ എങ്ങനെ അനുഗ്രഹിക്കണം?

3

ഇസ്ലാമിനെ മനസ്സിലാക്കുക

"നിങ്ങൾ സത്യം അറിയുകയും സത്യം നിങ്ങളെ സ്വതന്ത്രരാക്കുകയും ചെയ്യും."

യോഹന്നാൻ 8:32

പാഠ ലക്ഷ്യങ്ങൾ

a. മുസ്ലിമാകുന്നതിൽ സമർപ്പണത്തിൻ്റെ പങ്ക് മനസ്സിലാക്കുക.

b. ഒരു മുസ്ലീം അല്ലാഹുവിന് സമർപ്പിക്കുന്നതിൽ മുഹമ്മദിൻ്റെ വ്യക്തിത്വത്തിൻ്റെ ഭരണപരമായ പങ്കിനെ അഭിനന്ദിക്കുക.

c. മുസ്ലിംകളെ നയിക്കാൻ ശരിഅത്ത് നിയമങ്ങൾ അനിവാര്യമായിരിക്കുന്നത് എന്തുകൊണ്ടാണെന്ന് മനസ്സിലാക്കുക.

d. 'വിജയവും' 'തോൽവിയും' മുസ്‌ലിം ബോധ്യങ്ങളെ എങ്ങനെ രൂപപ്പെടുത്തുന്നുവെന്ന് കാണുക.

e. ഖുർആനിൽ നിന്ന് കാണുന്ന നാല് തരം ആളുകളെ വിവരിക്കുക.

f. ക്രിസ്ത്യാനികളെയും ജൂതന്മാരെയും കുറിച്ചുള്ള മുഹമ്മദിൻ്റെയും ഇസ്ലാമിൻ്റെയും പഠിപ്പിക്കലുകൾ മനസ്സിലാക്കുക.

g. മുസ്ലിം ഏറ്റവും അധികം ആവർത്തിക്കുന്ന പ്രാർത്ഥന ക്രിസ്ത്യാനികൾക്കും യഹൂദന്മാർക്കും എന്ത് പ്രത്യാഘാതങ്ങൾ ഉണ്ടാക്കുന്നുവെന്ന് തിരിച്ചറിയുക.

h. ശരിഅത്ത് നിയമങ്ങൾ ഉണ്ടാക്കുന്ന നാശനഷ്ടങ്ങൾ പരിഗണിക്കുക.

i. ഇസ്ലാമിൽ വഞ്ചന അനുവദിക്കുന്നത് എന്തുകൊണ്ടാണെന്ന് വ്യക്തമാക്കുക.

j. വിദഗ്ധർ കാത്തുസൂക്ഷിക്കുന്ന ഒരു വിശ്വാസത്തെക്കുറിച്ച് തങ്ങളെത്തന്നെ അറിയിക്കാൻ ക്രിസ്ത്യാനികളെ പ്രോത്സാഹിപ്പിക്കുക.

k. ഇസ്‌ലാമിക യേശുവിനെയും ചരിത്രത്തിലെ യഥാർത്ഥ യേശുവിനെയും വേർതിരിക്കുക.

കേസ് പഠനം :നിങ്ങൾ എന്തു ചെയ്യും?

വളരെയധികം പ്രാർത്ഥനകൾക്ക് ശേഷം, നിരവധി മുസ്ലിങ്ങൾ താമസിക്കുന്ന ഒരു പുതിയ ഉപവിഭാഗത്തിൽ ഒരു ഭാവനത്തിൽ ആരാധന ആരംഭിക്കുന്നതിന് നിങ്ങൾക്കും നിങ്ങളുടെ ആലയത്തിന്റെ ടീമിനും ആത്മാവിൻ്റെ നേതൃത്വത്തിൽ ലഭിയ്ക്കുന്നു. "സമാധാനത്തിൻ്റെ മനുഷ്യൻ" (ലൂക്കോസ് 10:6) എന്ന് വിളിക്കപ്പെടുന്ന ഒരു വ്യക്തിയുടെ വീട്ടിൽ കുടുംബാംഗങ്ങളുമായും അയൽക്കാരുമായും നിരവധി മാസങ്ങൾ വിവേകപൂർവ്വം കൂടിക്കാഴ്ച നടത്തിയ ശേഷം, ഒരു മീറ്റിംഗിന് ശേഷം ആതിഥേയൻ നിങ്ങളെ അറിയിക്കുന്നു, അദ്ദേഹത്തെയും നിങ്ങളും പ്രാദേശിക കമ്മ്യൂണിറ്റി മേയറെ കാണാൻ വിളിച്ചിരിക്കുന്നു എന്ന്. നിങ്ങൾ അവിടെ എത്തുമ്പോൾ, ഒരു ഇമാമും നിരവധി മസ്ജിദ് മൂപ്പന്മാരും അവിടെ ഉണ്ടെന്ന് നിങ്ങൾ കാണുന്നു. നിങ്ങൾ ഹസ്തദാനം നൽകുന്നു. നിങ്ങൾ അവരുടെ പ്രവാചകനായ മുഹമ്മദിനെ അപമാനിക്കുന്ന രഹസ്യ യോഗങ്ങൾ നടത്തി സമാധാനം തകർക്കുന്നുവെന്ന് അവർ നിങ്ങളെ കുറ്റപ്പെടുത്തുന്നതായി നിങ്ങൾ പെട്ടെന്ന് മനസ്സിലാക്കുന്നു. നിങ്ങളും നിങ്ങളുടെ ആതിഥേയനും ഇത് ശക്തമായി നിഷേധിക്കുന്നു. അപ്പോൾ ഇമാം പറയുന്നു, "നിങ്ങൾ ക്രിസ്ത്യാനികൾ അല്ലാഹുവിൽ വിശ്വസിക്കുന്നില്ല, അവൻ്റെ അന്തിമ പ്രവാചകനായ മുഹമ്മദിനെ നിങ്ങൾ നിരസിക്കുന്നു. നീ നരകത്തിൽ പോകും. അല്ലാഹു മുസ്ലിംകളെ ശ്രേഷ്ഠരായി കണക്കാക്കുന്നു, ഞങ്ങൾ നിങ്ങളെ ഭരിക്കണം. നിങ്ങൾ ഇസ്ലാമിന് കീഴ്പ്പെട്ടില്ലെങ്കിൽ, നിങ്ങളെ ചെറുക്കാൻ ഞങ്ങൾ നിർബന്ധിതരാണ്, ഭൂമിയിലേക്ക് മടങ്ങിവരുമ്പോൾ യേശു പോലും നിങ്ങൾക്കെതിരെ പോരാടും. ഞങ്ങളുടെ സമൂഹത്തിലെ ദുർബലരായ ആളുകളെ നിങ്ങളുടെ ദുഷിച്ച മതത്തിലേക്ക് നിർബന്ധിക്കുന്നത് നിങ്ങൾ അവസാനിപ്പിക്കുകയും ഉപേക്ഷിക്കുകയും വേണം. നിങ്ങൾക്ക് മേയറുടെ മതം അറിയില്ല, പക്ഷേ ഈ ആരോപണത്തിന് മറുപടി പറയാൻ നിങ്ങളെ അനുവദിക്കും എന്ന മട്ടിൽ അദ്ദേഹം നിങ്ങളെ നോക്കുന്നു.

എന്ത് പറയും?

ഈ ഭാഗങ്ങളിൽ ഞങ്ങൾ ഷഹദയെ പരിചയപ്പെടുത്തുകയും മുഹമ്മദിൻ്റെ മാതൃക പിന്തുടരാൻ മുസ്ലീങ്ങളെ എങ്ങനെ ബന്ധിപ്പിക്കുന്നുവെന്ന് വിശദീകരിക്കുകയും ചെയ്യുന്നു.

എങ്ങനെ മുസ്ലീമാകാം

ഇസ്ലാം എന്നത് ഒരു പദം അറബി പദമാണ്, അതിനർത്ഥം 'കീഴടങ്ങൽ' അല്ലെങ്കിൽ 'സമർപ്പണം' എന്നാണ്. *മുസ്ലീം* എന്ന വാക്കിൻ്റെ അർത്ഥം 'സമർപ്പിക്കുന്നവൻ', അല്ലാഹുവിന് കീഴടങ്ങിയവൻ എന്നാണ്.

ഈ കീഴടങ്ങലും സമർപ്പണവും എന്താണ് അർത്ഥമാക്കുന്നത്? ഖുർആനിലെ അള്ളാഹുവിൻ്റെ പ്രബലമായ ചിത്രം എല്ലാറ്റിൻ്റെയും മേൽ സമ്പൂർണ്ണ അധികാരമുള്ള പരമാധികാര യജമാനനാണ്. ഈ യജമാനൻ പ്രതീക്ഷിക്കുന്ന മനോഭാവം അവൻ്റെ അധികാരത്തിന് കീഴടങ്ങുക എന്നതാണ്.

ഇസ്ലാമിൽ പ്രവേശിക്കുന്ന ഒരാൾ അല്ലാഹുവിനും അവൻ്റെ ദൂതൻ്റെ വഴികൾക്കും കീഴടങ്ങാൻ സമ്മതിക്കുന്നു. ഇസ്ലാമിക വിശ്വാസപ്രമാണമായ ഷഹദയെ ഏറ്റുപറഞ്ഞാണ് ഈ കരാർ ചെയ്തിരിക്കുന്നത്:

> *അശ്ഹദു അൻ ലാ ഇലാഹ ഇല്ലല്ലാഹ്,*
> *വ അശ്ഹദു അന്ന മുഹമ്മദുൻ റസൂലു അല്ലാഹ്*
>
> അള്ളാഹു അല്ലാതെ മറ്റൊരു ദൈവവുമില്ലെന്ന് ഞാൻ ഏറ്റുപറയുന്നു,
> മുഹമ്മദ് അല്ലാഹുവിൻ്റെ ദൂതനാണെന്ന് ഞാൻ ഏറ്റുപറയുന്നു.

നിങ്ങൾ *ഷഹദ* സ്വീകരിച്ച് സ്വയം പാരായണം ചെയ്താൽ നിങ്ങൾ മുസ്ലീമായി.

ഇത് കുറച്ച് വാക്കുകൾ മാത്രമാണെങ്കിലും, അവയുടെ പ്രത്യാഘാതങ്ങൾ വളരെ വലുതാണ്. മുഹമ്മദ് നിങ്ങളുടെ ജീവിതത്തിൻ്റെ വഴികാട്ടിയായിരിക്കുമെന്ന ഉടമ്പടി പ്രഖ്യാപനമാണ് *ഷഹദ* പാരായണം. ഒരു മുസ്ലീം-ഒരു 'സമർപ്പകൻ'-ആകുക എന്നതിനർത്ഥം, ജീവിതത്തിൻ്റെ എല്ലാ വിശദാംശങ്ങൾക്കും മാർഗ്ഗനിർദ്ദേശം നൽകുന്ന അല്ലാഹുവിൻ്റെ അതുല്യവും അന്തിമവുമായ ദൂതനായി മുഹമ്മദിനെ പിന്തുടരുക എന്നാണ്.

മുഹമ്മദിൻ്റെ മാർഗനിർദേശം രണ്ട് സ്രോതസ്സുകളിൽ കാണപ്പെടുന്നു, അതിൽ ഇസ്ലാമിക കാനോൻ ഉൾപ്പെടുന്നു:

- മുഹമ്മദിന് അല്ലാഹുവിൽ നിന്ന് ലഭിച്ച വെളിപാടുകളുടെ ഒരു ഗ്രന്ഥമാണ് *ഖുർആൻ*.

- *സുന്ന* മുഹമ്മദിൻ്റെ ഉദാഹരണങ്ങളാകുന്നു, ഇതിൽ ഉൾപ്പെടുന്നു:, അതിൽ ഉൾപ്പെടുന്നു:

  - പഠിപ്പിക്കലുകൾ: മുഹമ്മദ് ആളുകളെ ചെയ്യാൻ പഠിപ്പിച്ച കാര്യങ്ങൾ

  - പ്രവർത്തനങ്ങൾ: മുഹമ്മദ് ചെയ്ത കാര്യങ്ങൾ.

മുഹമ്മദിൻ്റെ (*സുന്ന*) ഉദാഹരണം മുസ്ലീങ്ങൾക്ക് രണ്ട് പ്രധാന രൂപങ്ങളിൽ പ്രസിദ്ധപ്പെടുത്തിയിരിയ്ക്കുന്നു. ഒന്നാമത്, *ഹദീഥുകളുടെ* ശേഖരങ്ങൾ: മുഹമ്മദ് ചെയ്തത്, പറഞ്ഞത് എന്നിവയെ പ്രസിദ്ധപ്പെടുത്തുന്നതായി വിശ്വസിക്കപ്പെടുന്ന പരമ്പരാഗത വചനങ്ങൾ.

രണ്ടാമത്, *സിറകൾ*: മുഹമ്മദിന്റെ ജീവിത കഥ ആദ്യം മുതൽ അവസാനവും വിവരിക്കുന്നു എന്ന് അവകാശപ്പെടുന്ന ജീവചരിത്രങ്ങൾ.

മുഹമ്മദിൻ്റെ വ്യക്തിത്വം

ഷഹദയാൽ ബന്ധിക്കപ്പെട്ട ഏതൊരാളും മുഹമ്മദിൻ്റെ മാതൃക പിന്തുടരാനും അവൻ്റെ സ്വഭാവം അനുകരിക്കാനും ബാധ്യസ്ഥനാണ്. മുഹമ്മദ് അല്ലാഹുവിൻ്റെ ദൂതനാണെന്ന *ഷഹദയുടെ* ഏറ്റുപറച്ചിലിൽ നിന്നാണ് ഇതെല്ലാം പിന്തുടരുന്നത്. *ഷഹദയിൽ* ഈ വാക്കുകൾ ഉച്ചരിക്കുക എന്നതിനർത്ഥം നിങ്ങളുടെ ജീവിതത്തിനായുള്ള മുഹമ്മദിൻ്റെ മാർഗനിർദേശം നിങ്ങൾ സ്വീകരിച്ചുവെന്നും നിങ്ങൾ അവനെ പിന്തുടരാൻ ബാധ്യസ്ഥനാണെന്നും അർത്ഥമാക്കുന്നു.

ഖുർആനിൽ, മുഹമ്മദിനെ ഏറ്റവും നല്ല മാതൃക എന്ന് വിളിക്കുന്നു, അത് എല്ലാവരും പിന്തുടരേണ്ടത് നിർബന്ധമാണ്:

> തീർച്ചയായും നിങ്ങൾക്ക് അല്ലാഹുവിൻ്റെ ദൂതനിൽ ഉത്തമമായ മാതൃകയുണ്ട്. അതായത് അല്ലാഹുവെയും അന്ത്യദിനത്തെയും പ്രതീക്ഷിച്ചു ഇരിയ്ക്കുകയും, അല്ലാഹുവെ ധാരാളമായി ഓർമിക്കുകയും ചെയ്തു വരുന്നവർക്ക്. (Q33:21)
>
> ദൂതനെ അനുസരിച്ചവൻ അല്ലാഹുവിനെ അനുസരിച്ചു... (Q4:80)
>
> അല്ലാഹുവും അവൻ്റെ ദൂതനും ഒരു കാര്യത്തിൽ തീരുമാനമെടുത്താൽ, അവരുടെ കാര്യത്തിൽ തീരുമാനമെടുക്കാൻ

> വിശ്വാസിയായ പുരുഷനോ സ്ത്രീക്കോ പാടില്ല. അല്ലാഹുവിനെയും അവൻ്റെ ദൂതനെയും ധിക്കരിക്കുന്നവൻ വ്യക്തമായും വഴിപിഴച്ചിരിക്കുന്നു. (Q33:36)

മുഹമ്മദിനെ അനുഗമിക്കുന്നവർ വിജയിക്കുകയും അനുഗ്രഹിക്കപ്പെടുകയും ചെയ്യുമെന്ന് ഖുർആൻ പറയുന്നു.

> ആരെങ്കിലും അല്ലാഹുവിനെയും അവൻ്റെ റസൂലിനെയും അനുസരിക്കുകയും അല്ലാഹുവിനെ ഭയപ്പെടുകയും അവനിൽ നിന്ന് (സ്വയം) സൂക്ഷിക്കുകയും ചെയ്യുന്നുവോ അവർ തന്നെയാണ് വിജയം. (Q24:52)

> അല്ലാഹുവിനെയും റസൂലിനെയും അനുസരിക്കുന്നവർ അല്ലാഹു അനുഗ്രഹിച്ചവരുടെ കൂടെയാണ്... (Q4:69)

മുഹമ്മദിൻ്റെ നിർദ്ദേശത്തെയും മാതൃകയെയും എതിർക്കുന്നത് അവിശ്വാസമാണെന്ന് പറയപ്പെടുന്നു, ഇത് ഈ ജീവിതത്തിൽ പരാജയത്തിലേക്കും അടുത്ത ജീവിതത്തിൽ അഗ്നിയിലേക്കും നയിക്കുന്നു. ഖുർആനിൽ ഈ ശാപങ്ങൾ മുസ്ലീങ്ങളുടെ മേൽ ചുമത്തപ്പെട്ടിരിക്കുന്നു:

> എന്നാൽ സന്മാർഗം വ്യക്തമായതിന് ശേഷം ആരെങ്കിലും ദൂതനുമായി എതിർത്ത് നിൽക്കുകയും സത്യവിശ്വാസികളുടെ വഴിയല്ലാതെ മറ്റൊരു മാർഗം പിന്തുടരുകയും ചെയ്താൽ, അവൻ തിരിഞ്ഞതിലേക്ക് നാം അവനെ (അല്ലാഹു) തിരിച്ചുവിടും അവനെ നരകത്തിൽ ദഹിപ്പിക്കുകയും ചെയ്യും. (Q4:115)

> ദൂതൻ നിങ്ങൾക്ക് നൽകുന്നതെന്തും സ്വീകരിക്കുക, അവൻ നിങ്ങളെ വിലക്കുന്നതെന്തും അതിൽ നിന്ന് വിട്ടുനിൽക്കുക. അല്ലാഹുവിൽ നിന്ന് നിങ്ങളെത്തന്നെ സംരക്ഷിക്കുക. തീർച്ചയായും അല്ലാഹു കഠിനമായി ശിക്ഷിക്കുന്നവനാകുന്നു. (Q59:7)

മുഹമ്മദിനെ തള്ളിപ്പറയുന്നവരോട് യുദ്ധം ചെയ്യാൻ പോലും ഖുർആൻ കൽപ്പിക്കുന്നു:

> അല്ലാഹുവിലും അന്ത്യദിനത്തിലും വിശ്വസിക്കാത്തവരും അല്ലാഹുവും അവൻ്റെ ദൂതനും നിഷിദ്ധമാക്കിയത് നിഷിദ്ധമാക്കാത്തവരുമായി - സത്യാമതത്തെ മതമായി സീകരിക്കാതിരിക്കുകയും ചെയ്യുന്നവരോട് നിങ്ങൾ യുദ്ധം ചെയ്തുകൊൾക. അവർ കൈയ്യിൽ നിന്ന് കപ്പം കൊടുക്കുന്നത് വരെ. (Q9:29)

> ... അതിനാൽ സത്യവിശ്വാസികളെ ദൃഢമാക്കുക. സത്യനിഷേധികളുടെ ഹൃദയങ്ങളിൽ ഞാൻ ഭീതി ജനിപ്പിക്കും; അതിനാൽ അവരുടെ കഴുത്തിൽ അടിക്കുക, അവരുടെ ഓരോ വിരലിലും അടിക്കുക. കാരണം, അവർ അല്ലാഹുവിനോടും അവൻ്റെ ദൂതനോടും പിരിഞ്ഞു, ആരെങ്കിലും അല്ലാഹുവിനെയും അവൻ്റെ ദൂതനെയും തെറ്റിച്ചാൽ തീർച്ചയായും അല്ലാഹു കഠിനമായി ശിക്ഷിക്കുന്നവനാകുന്നു. (Q8:12-13)

എന്നാൽ മുഹമ്മദിൻ്റെ മാതൃക പിന്തുടരേണ്ടതുണ്ടോ? മുഹമ്മദിൻ്റെ ജീവിതത്തിൻ്റെ ചില വശങ്ങൾ മാതൃകാനുസാരമായതും മറ്റുള്ളവ പ്രശംസനീയവും പലതും കൗതുകകരവും ആണെങ്കിലും, ഏത് ധാർമ്മിക നിലവാരത്തിലും മുഹമ്മദ് ചെയ്ത കാര്യങ്ങൾ തെറ്റാണ്. കൊലപാതകം, പീഡനം, ബലാത്സംഗം, സ്ത്രീപീഡനം, അടിമത്തം, മോഷണം, വഞ്ചന, അമുസ്‌ലിംകൾക്കെതിരായ പ്രേരണ എന്നിവ ഉൾപ്പെടെ *സിറാസുകളിലും ഹദീസുകളിലും* മുഹമ്മദിൻ്റെ നിരവധി പ്രവർത്തനങ്ങൾ ഞെട്ടിപ്പിക്കുന്നതാണ്.

ഇത്തരം വിവരങ്ങൾ മുഹമ്മദ് എന്ന വ്യക്തിയുടെ സ്വഭാവത്തെക്കുറിച്ചുള്ള തെളിവുകളായി മാത്രമല്ല, *ശരിഅത്തിലൂടെ* അത് എല്ലാ മുസ്ലീങ്ങൾളിലേയ്ക്കും ബന്ധിപ്പിയ്ക്കുകയും ചെയ്യുന്നു. മുഹമ്മദിന്റെ മാതൃക ഖുർആനിൽ അല്ലാഹു നിയമീകരിച്ചിട്ടുള്ളതും, അനുസരിക്കേണ്ടത് ഏറ്റവും നല്ല മാതൃകയുമാണ്. അതുകൊണ്ട്, മുഹമ്മദ് നബിയുടെ ജീവിതത്തിലെ നല്ലതോ ചീത്തയോ ആയ എല്ലാ സംഭവങ്ങളും മുസ്ലിംകൾ പിന്തുടരാനുള്ള മാനദണ്ഡങ്ങളായി മാറുന്നു.

ഖുറാൻ - മുഹമ്മദിൻ്റെ സ്വകാര്യ പ്രമാണം

നിരീക്ഷകരായ മുസ്‌ലിംകൾ വിശ്വസിക്കുന്നത് ഖുറാൻ തൻ്റെ ദൂതനായ മുഹമ്മദിലൂടെ മനുഷ്യരാശിക്കുള്ള അല്ലാഹുവിൻ്റെ മാർഗനിർദേശത്തിൻ്റെ അക്ഷരം-തികഞ്ഞ വെളിപ്പാട് എന്നാണ്. നിങ്ങൾ ദൂതനെ സ്വീകരിക്കുകയാണെങ്കിൽ, നിങ്ങൾ അവൻ്റെ സന്ദേശം സ്വീകരിക്കണം. അതിനാൽ ഖുർആനിൽ വിശ്വസിക്കാനും അനുസരിക്കാനും ഷഹദ ഒരു മുസ്ലിമിനെ നിർബന്ധിക്കുന്നു.

ഖുറാൻ നിർമ്മിച്ച രീതിയെക്കുറിച്ച് മനസ്സിലാക്കേണ്ട ഒരു പ്രധാന കാര്യം, മുഹമ്മദും ഖുറാനും ഒരു ശരീരം അതിൻ്റെ നട്ടെല്ലുമായി ബന്ധപ്പെട്ടിരിക്കുന്നതുപോലെ പരസ്പരം ബന്ധപ്പെട്ടിരിക്കുന്നു എന്നതാണ്. സുന്നയിലെ മുഹമ്മദിന്റെ ഉപദേശങ്ങളും മാതൃകയും

ശരിഅത്തോട് ഒത്തുപോകുന്ന അവയവങ്ങൾപോലെയാണ്, എന്നാൽ ഖുർആൻ അതിന്റെ പൊന്നും തൂണുമാണ്. ഇവരണ്ടും കൂടിയില്ലാതെ നിലനിൽക്കാൻ കഴിയില്ല, കൂടാതെ ഒന്ന് മറ്റൊന്നില്ലാതെ പൂർണ്ണമായി മനസിലാക്കാൻ സാധിക്കില്ല.

ഇസ്ലാമിക *ശരിഅത്ത്* -ഒരു മുസ്ലീമാകാനുള്ള 'വഴി'

മുഹമ്മദിൻ്റെ പഠിപ്പിക്കലും മാതൃകയും പിന്തുടരാൻ, ഒരു മുസ്ലീം ഖുർആനിലേക്കും *സുന്നയിലേയ്ക്ക്* നോക്കണം. എന്നിരുന്നാലും, ഈ അസംസ്കൃത വസ്തു വളരെ സങ്കീർണ്ണവും മിക്ക മുസ്ലിംകൾക്കും അതിൽ എത്തപ്പെടാനും മനസ്സിലാക്കാനും സ്വയം ഉപയോഗിക്കാനും ബുദ്ധിമുട്ടാണ്. മുഹമ്മദിൻ്റെ *സുന്നയുടെയും* ഖുർആൻ്റെ അസംസ്കൃത വസ്തുക്കളെയും വ്യവസ്ഥാപിതവും സുസ്ഥിരവുമായ ജീവിത നിയമങ്ങളായി തരംതിരിക്കാനും ക്രമീകരിക്കാനും കഴിയുന്ന ചുരുക്കം ചില വിദഗ്ധരെയാണ് ഭൂരിപക്ഷം മുസ്ലിംകളും ആശ്രയിക്കേണ്ടതെന്ന് ഇസ്ലാമിക നൂറ്റാണ്ടുകളുടെ ആദ്യകാലങ്ങളിൽ മതനേതാക്കൾക്ക് വ്യക്തമായിരുന്നു. അതിനാൽ, ഖുറാനും മുഹമ്മദിൻ്റെ *സുന്നയുടെയും* അടിസ്ഥാനമാക്കി, മുസ്ലീം നിയമജ്ഞർ ഒരു മുസ്ലീമായി ജീവിക്കാനുള്ള ശരിയ, 'പാത' അല്ലെങ്കിൽ 'വഴി' എന്നറിയപ്പെടുന്നവയെ ഒന്നിച്ചു ചേർത്തു.

ഇസ്ലാമിക ശരിയയെ മുഹമ്മദിൻ്റെ ശരിയ എന്നും വിളിക്കാം, കാരണം അത് മുഹമ്മദിൻ്റെ മാതൃകയിലും പഠിപ്പിക്കലിലും അധിഷ്ഠിതമാണ്. നിയമങ്ങളുടെ ശരിഅത്ത് സമ്പ്രദായം വ്യക്തിക്കും സമൂഹത്തിനും ഒരു സമ്പൂർണ്ണ ജീവിതരീതിയെ നിർവചിക്കുന്നു. *ശരിഅത്ത്* ഇല്ലാതെ ഇസ്ലാം ഉണ്ടാകില്ല.

മുഹമ്മദ് നബിയുടെ *സുന്ന ശരിഅത്ത്* നിയമത്തിന്റെ അടിസ്ഥാനമാണ്. അതിനാൽ, മുഹമ്മദ് ചെയ്തതും പറഞ്ഞതുമായി ബന്ധപ്പെട്ട വിവരങ്ങൾ *ഹദീഥുകളും സിറയും* രേഖപ്പെടുത്തിയിട്ടുള്ളതുപോലെ മനസ്സിലാക്കുകയും ശ്രദ്ധിക്കുകയും ചെയ്യുന്നത് അത്യന്താപേക്ഷിതമാണ്. മുഹമ്മദിനെക്കുറിച്ചുള്ള അജ്ഞത ശരിഅത്തെക്കുറിച്ചുള്ള അജ്ഞതയാണ്, അത് ഇസ്ലാമിക സാഹചര്യങ്ങളിൽ ജീവിക്കുന്ന അല്ലെങ്കിൽ ഇസ്ലാം സ്വാധീനിക്കുന്ന ആളുകളുടെ മനുഷ്യാവകാശങ്ങളെക്കുറിച്ചുള്ള അജ്ഞതയാണ്. മുഹമ്മദ് ചെയ്തത്, *ശരിഅത്ത്* നിയമം മുസ്ലീങ്ങളെ അനുകരിക്കാൻ അനുമോദിക്കുന്നു, മുസ്ലീങ്ങളുടെയും അമുസ്ലിംകളുടെയും എല്ലാവരുടെയും ജീവിതത്തെ ബാധിക്കുന്നു. മുഹമ്മദിൻ്റെ ജീവിതവും ഇന്നത്തെ മുസ്ലീം ആളുകളുടെ ജീവിതവും തമ്മിലുള്ള

ബന്ധം എല്ലായ്പ്പോഴും നേരിട്ടുള്ള ഒന്നായിരിക്കണമെന്നില്ല, എന്നാൽ അത് അങ്ങേയറ്റം ശക്തവും പ്രാധാന്യമർഹിക്കുന്നതുമാണ്.

ശരിഅത്ത് സംബന്ധിച്ച് ശ്രദ്ധിക്കേണ്ട മറ്റൊരു കാര്യം, പാർലമെൻ്റുകൾ നിർമ്മിച്ച നിയമങ്ങളിൽ നിന്ന് വ്യത്യസ്തമായി, ആളുകൾ രൂപപ്പെടുത്തിയതും മാറ്റാൻ കഴിയുന്നതുമായ നിയമങ്ങളിൽ നിന്ന് വ്യത്യസ്തമായി, *ശരിഅത്ത്* ദൈവികമായി നിർബന്ധിതമാണെന്ന് കരുതുന്നു. അതിനാൽ *ശരിഅത്ത്* തികഞ്ഞതും മാറ്റമില്ലാത്തതുമാണെന്ന് അവകാശപ്പെടുന്നു. എന്നിരുന്നാലും, വഴക്കമുള്ള ചില മേഖലകളുണ്ട്. മുസ്ലീം നിയമജ്ഞരിൽ *ശരിഅത്ത്* എങ്ങനെ പ്രയോഗിക്കണമെന്ന് തീരുമാനിക്കേണ്ട പുതിയ സാഹചര്യങ്ങൾ ഉയർന്നുവരുന്നു, എന്നാൽ ഇത് മുൻകൂട്ടി നിശ്ചയിച്ചതും തികഞ്ഞതും കാലാതീതവുമായ ഒരു സംവിധാനമായി കണക്കാക്കപ്പെടുന്ന ക്രമീകരണങ്ങളാണ്.

ഈ അടുത്ത ഭാഗങ്ങളിൽ മുസ്‌ലിംകൾ വിജയികളാണെന്നും മറ്റുള്ളവരേക്കാൾ ശ്രേഷ്ഠരാണെന്നും ഉള്ള ഇസ്‌ലാമിൻ്റെ പഠിപ്പിക്കലുകൾ നമ്മൾ പരിശോധിക്കും.

"വിജയത്തിലേക്ക് വരൂ"

ഖുറാൻ അനുസരിച്ച്, ശരിയായ മാർഗനിർദേശത്തിൻ്റെ ഫലം എന്താണ്? അല്ലാഹുവിന് കീഴടങ്ങുകയും അവൻ്റെ മാർഗദർശനം സ്വീകരിക്കുകയും ചെയ്യുന്നവർക്ക് ഇഹത്തിലും പരത്തിലും വിജയമാണ് ഉദ്ദേശിക്കപ്പെട്ട ഫലം. ഇസ്‌ലാമിൻ്റെ വിളി വിജയത്തിലേക്കുള്ള ആഹ്വാനമാണ്.

വിജയത്തിലേക്കുള്ള ഈ ആഹ്വാനം മുസ്‌ലിംകൾക്ക് ദിവസത്തിൽ അഞ്ച് പ്രാവശ്യം മുഴങ്ങുന്ന *അദാനിൽ* അല്ലെങ്കിൽ ആരാധനയ്ക്കുള്ള ആഹ്വാനത്തിൽ പ്രഖ്യാപിക്കുന്നു:

> അല്ലാഹു വലിയവനാണ്! അല്ലാഹു വലിയവനാണ്! അല്ലാഹു വലിയവനാണ്! അള്ളാഹു അല്ലാതെ മറ്റൊരു ദൈവവുമില്ല എന്നതിന് ഞാൻ സാക്ഷ്യം വഹിക്കുന്നു, മുഹമ്മദ് അല്ലാഹുവിൻ്റെ ദൂതനാണ്. നമസ്കരിക്കാൻ വരൂ. വിജയത്തിലേക്ക് വരൂ. വിജയത്തിലേക്ക് വരൂ. അല്ലാഹു വലിയവനാണ്! അല്ലാഹു വലിയവനാണ്! അല്ലാഹു വലിയവനാണ്! അള്ളാഹു അല്ലാതെ വലിയ ദൈവമില്ല.

മഹത്തായ കാര്യങ്ങളിൽ വിജയത്തിൻ്റെ പ്രാധാന്യം ഖുർആൻ ഊന്നിപ്പറയുന്നു. അത് മനുഷ്യരാശിയെ വിജയികളായും ബാക്കിയുള്ളവരായും വിഭജിക്കുന്നു. അല്ലാഹുവിൻ്റെ മാർഗനിർദേശം അംഗീകരിക്കാത്തവരെ 'പരാജിതർ' എന്ന് ആവർത്തിച്ച് വിളിക്കുന്നു.

> ആരെങ്കിലും ഇസ്‌ലാം അല്ലാത്ത മതം ആഗ്രഹിക്കുന്നുവോ, അവനിൽ നിന്ന് അത് സ്വീകരിക്കപ്പെടുന്നതല്ല, അടുത്ത ലോകത്തിൽ അവൻ നഷ്ടക്കാരിൽ പെട്ടവനായിരിക്കും. (Q3:85)

> നിങ്ങൾ പങ്കുചേർക്കുകയാണെങ്കിൽ (അല്ലാഹു തൻ്റെ അധികാരമോ ഭരണമോ മറ്റൊരാളുമായി പങ്കിടുന്നു എന്ന് പറയുക), നിങ്ങളുടെ പ്രവൃത്തികൾ ഒന്നിനും കൊള്ളില്ല, നിങ്ങൾ നഷ്ടക്കാരിൽ ഒരാളായിരിക്കും. (Q39:65)

വിജയത്തിലും പരാജയത്തിലും ഇസ്‌ലാമിൻ്റെ ഊന്നൽ അർത്ഥമാക്കുന്നത് അമുസ്‌ലിംകളേക്കാൾ തങ്ങളെത്തന്നെ ശ്രേഷ്ഠരായി കണക്കാക്കാൻ പല മുസ്‌ലിംകളെയും അവരുടെ മതം പഠിപ്പിച്ചിട്ടുണ്ട്, കൂടുതൽ ഭക്തരായ മുസ്‌ലിംകളോട് തങ്ങൾ ഭക്തി കുറഞ്ഞ മുസ്‌ലിംകളേക്കാൾ ശ്രേഷ്ഠരാണെന്ന് പറയപ്പെടുന്നു, അതിനാൽ വിവേചനം ഇസ്‌ലാമിലെ ഒരു ജീവിതരീതിയാണ്.

വിഭജിത ലോകം

ഖുർആൻ്റെ അധ്യായങ്ങളിൽ ഉടനീളം, അതിന് മുസ്ലീങ്ങളെ കുറിച്ച് മാത്രമല്ല, ക്രിസ്ത്യാനികളെയും യഹൂദന്മാരെയും ഉൾപ്പെടെ, മറ്റു മതസ്ഥരെ കുറിച്ചും ധാരാളം കാര്യങ്ങൾ പറയാനുണ്ട്. ഖുർആനും ഇസ്ലാമിക നിയമ പദങ്ങളും നാല് വ്യത്യസ്ത വിഭാഗങ്ങളെ പരാമർശിക്കുന്നു:

1. ഒന്നാമതായി, യഥാർത്ഥ *മുസ്ലീങ്ങൾ* ഉണ്ട്.
2. കപടവിശ്വാസികൾ എന്ന മറ്റൊരു വിഭാഗമുണ്ട്, അവർ കലാപകാരികളായ മുസ്ലീങ്ങൾ.
3. മുഹമ്മദ് പ്രത്യക്ഷപ്പെടുന്നതിന് മുമ്പ് അറബികൾക്കിടയിൽ വിഗ്രഹാരാധകരായിരുന്നു പ്രധാന വിഭാഗം. വിഗ്രഹാരാധകൻ എന്നതിൻ്റെ അറബി പദമാണ് *മുശ്രിക്*, അതിൻ്റെ അർത്ഥം 'കൂട്ടുകാരൻ' എന്നാണ്. *ശിർക്ക്* 'കൂട്ടുകെട്ട്' ചെയ്തുവെന്ന് കരുതപ്പെടുന്ന ആളുകളാണ്, അതായത് ആരെങ്കിലും അല്ലെങ്കിൽ എന്തും അല്ലാഹുവിനെപ്പോലെയാണെന്ന് അല്ലെങ്കിൽ അവൻ്റെ

അധികാരത്തിലും ഭരണത്തിലും പങ്കുചേരുന്ന പങ്കാളികൾ അല്ലാഹുവിനുണ്ടെന്ന്.

4. *മുശ്രിക്കിൻ്റെ* ഒരു ഉപവിഭാഗമാണ് പുസ്തകത്തിലെ ആളുകൾ. ഈ വിഭാഗത്തിൽ ക്രിസ്ത്യാനികളും ജൂതന്മാരും ഉൾപ്പെടുന്നു. ക്രിസ്ത്യാനികളെയും ജൂതന്മാരെയും ശിർക്കിൻ്റെ കുറ്റവാളികളായി ഖുർആൻ വിളിക്കുന്നതിനാൽ അവരെ മുഷ്രിക്ക് ആയി കണക്കാക്കണം (Q9:30-31; Q3:64).

ക്രിസ്തുമതവും യഹൂദമതവും ഇസ്ലാമുമായി ബന്ധപ്പെട്ടതാണെന്നും അതിൽ നിന്ന് ഉരുത്തിരിഞ്ഞതാണെന്നും വിശ്വസിക്കപ്പെടുന്നു എന്നാണ് *പീപ്പിൾ ഓഫ് ബുക്ക്* എന്ന ആശയം സൂചിപ്പിക്കുന്നത്. നൂറ്റാണ്ടുകളായി ക്രിസ്ത്യാനികളും ജൂതന്മാരും വ്യതിചലിച്ച മാതൃമതമായി ഇസ്ലാം കണക്കാക്കപ്പെടുന്നു. ഖുറാൻ അനുസരിച്ച്, ക്രിസ്ത്യാനികളും യഹൂദരും യഥാർത്ഥത്തിൽ ശുദ്ധമായ ഏകദൈവ വിശ്വാസത്തെ പിന്തുടരുന്നു-മറ്റൊരു വിധത്തിൽ ഇസ്ലാം പറയുന്നത് - അവരുടെ വേദങ്ങൾ ദുഷിപ്പിക്കപ്പെട്ടിരിക്കുന്നു, അവയ്ക്ക് ഒരു ആധികാരികമല്ല. ഈ അർത്ഥത്തിൽ, ക്രിസ്തുമതവും യഹൂദമതവും ഇസ്ലാമിൻ്റെ വികലമായ ഉത്ഭവിച്ചവാരായി കണക്കാക്കപ്പെടുന്നു, അവരുടെ അനുയായികൾ ശരിയായ മാർഗ്ഗനിർദ്ദേശത്തിൽ നിന്ന് വഴിതെറ്റിപ്പോയി.

ക്രിസ്ത്യാനികളെയും ജൂതന്മാരെയും കുറിച്ചുള്ള അനുകൂലവും പ്രതികൂലവുമായ അഭിപ്രായങ്ങൾ ഖുർആനിൽ ഉൾപ്പെടുന്നു. ചില ക്രിസ്ത്യാനികളും യഹൂദരും വിശ്വസ്തരും യഥാർത്ഥത്തിൽ വിശ്വസിക്കുന്നവരുമാണെന്ന് ഇതിന്റെ നല്ലവശം പറയുന്നു (Q3:113-14). എന്നിരുന്നാലും, അതേ അധ്യായം പറയുന്നത് അവരുടെ ആത്മാർത്ഥതയുടെ പരീക്ഷണമാണ് അതെന്നും, യഥാർത്ഥ ആളുകൾ മുസ്ലീങ്ങളാകുന്നുവെന്നും (Q3:199).

ഇസ്ലാം അനുസരിച്ച്, മുഹമ്മദ് ഖുറാൻ കൊണ്ടുവരുന്നത് വരെ ക്രിസ്ത്യാനികൾക്കും ജൂതന്മാർക്കും അവരുടെ അജ്ഞതയിൽ നിന്ന് മോചിതരാകാൻ കഴിഞ്ഞില്ല (Q98:1). തെറ്റിദ്ധാരണകൾ തിരുത്താൻ ക്രിസ്ത്യാനികൾക്കും യഹൂദർക്കും അല്ലാഹു നൽകിയ സമ്മാനമാണ് മുഹമ്മദ് എന്ന് ഇസ്ലാം പഠിപ്പിക്കുന്നു. ഇതിനർത്ഥം ക്രിസ്ത്യാനികളും യഹൂദരും മുഹമ്മദിനെ അല്ലാഹുവിൻ്റെ ദൂതനായും ഖുറാൻ അവൻ്റെ അന്തിമ വെളിപാടായും അംഗീകരിക്കണം (Q4:47; Q5:15; Q57:28-29).

ഖുർആനും സുന്നയും അമുസ്ലിംകളെക്കുറിച്ചും പ്രത്യേകിച്ച് ക്രിസ്ത്യാനികളെയും ജൂതന്മാരെയും കുറിച്ച് പറയുന്ന നാല് അവകാശവാദങ്ങൾ ഇതാണ്:

1. മുസ്ലീങ്ങൾ "മികച്ച ആളുകളാണ്", മറ്റ് ജനവിഭാഗങ്ങളെക്കാൾ അവർ ശ്രേഷ്ഠരാണ്. ശരിയും തെറ്റും സംബന്ധിച്ച് അവരെ ഉപദേശിക്കുക, ശരിയെന്തെന്ന് കൽപ്പിക്കുക, തെറ്റ് വിലക്കുക (Q3:110).

2. മറ്റെല്ലാ മതങ്ങളെയും ഭരിക്കുക എന്നതാണ് ഇസ്ലാമിൻ്റെ തീർപ്പ്(Q48:28).

3. ഈ ഉയർച്ച കൈവരിക്കുന്നതിന്, മുസ്ലിംകൾ യഹൂദർക്കും ക്രിസ്ത്യാനികൾക്കും (ഗ്രന്ഥത്തിലെ ആളുകൾ) എതിരായി പോരാടണം, അവർ പരാജയപ്പെടുകയും വിനയപ്പെടുകയും മുസ്ലീം സമൂഹത്തിന് പ്രതിഫലം അർപ്പിക്കാൻ നിർബന്ധിതരാകുകയും ചെയ്യും (Q9:29).

4. ക്രിസ്ത്യാനികളും ജൂതന്മാരും തങ്ങളുടെ *ശിർക്കിൽ* മുറുകെ പിടിക്കുകയും മുഹമ്മദിലും അവൻ്റെ ഏകദൈവ വിശ്വാസത്തിലും അവിശ്വാസം തുടരുകയും ചെയ്യുന്നു- അതായത്, ഇസ്ലാമിലേക്ക് പരിവർത്തനം ചെയ്യാത്തവർ നരകത്തിൽ പോകും (Q5:72; Q4:47-56).

യഹൂദന്മാരും ക്രിസ്ത്യാനികളും ഒരുമിച്ചാണ് എന്ന് ഗ്രന്ഥത്തിലെ ജനങ്ങൾ എന്നറിയപ്പെടുന്ന ഒരു വിഭാഗമായി കണക്കാക്കുന്നതെങ്കിലും, യഹൂദന്മാരെയാണ് കൂടുതൽ വിമർശിക്കപ്പെടുന്നത്. ഖുർആനിലും *സുന്നയിലും* അവർക്കെതിരെ നിരവധി പ്രത്യേക ദൈവശാസ്ത്രപരമായ അവകാശവാദങ്ങൾ ഉന്നയിക്കപ്പെടുന്നു. ഉദാഹരണത്തിന്, അവസാനം, കല്ലുകൾ തന്നെ ജൂതന്മാരെ കൊല്ലാൻ മുസ്ലീങ്ങളെ സഹായിക്കുമെന്ന് മുഹമ്മദ് പഠിപ്പിച്ചു, ക്രിസ്ത്യാനികളാണ് മുസ്ലീങ്ങളോട് "സ്നേഹത്തിൽ ഏറ്റവും അടുത്തത്" എന്ന് ഖുറാൻ പറയുന്നു, എന്നാൽ ജൂതന്മാർക്ക് (വിഗ്രഹാരാധകർ) മുസ്ലീങ്ങൾക്കെതിരായ ഏറ്റവും വലിയ ശത്രുതവകുന്നു (Q5:82).

എന്നിരുന്നാലും, അവസാനം, ഖുർആനിൻ്റെ അന്തിമ വിധി ജൂതന്മാർക്കും ക്രിസ്ത്യാനികൾക്കും ഒരുപോലെ പ്രതികൂലമാണ്. ഓരോ മുസ്ലീമിൻ്റെയും ദൈനംദിന പ്രാർത്ഥനകളിൽ പോലും ഈ അപലപനം ഉൾപ്പെടുത്തിയിട്ടുണ്ട്.

മുസ്ലീങ്ങളുടെ ദൈനംദിന പ്രാർത്ഥനകളിൽ ജൂതന്മാരും ക്രിസ്ത്യാനികളും

ഖുർആനിലെ ഏറ്റവും അറിയപ്പെടുന്ന അധ്യായം (സൂറ) അൽ-*ഫാത്തിഹ* 'പ്രാരംഭം' ആകുന്നു. എല്ലാ നിർബന്ധിത ദൈനംദിന പ്രാർത്ഥനകളുടെയും ഭാഗമായി ഈ സൂറ പാരായണം ചെയ്യുന്നു - *സലാത്ത്* - ഓരോ പ്രാർത്ഥനയിലും ആവർത്തിക്കുന്നു. എല്ലാ പ്രാർത്ഥനകളും പറയുന്ന വിശ്വസ്തരായ മുസ്ലിംകൾ ഈ സൂറ ഒരു ദിവസം 17 തവണയെങ്കിലും, വർഷത്തിൽ 5,000-ത്തിലധികം തവണ വായിക്കുന്നു.

അൽ-ഫാത്തിഹ മാർഗനിർദേശത്തിനായുള്ള പ്രാർത്ഥനയാണ്:

> കരുണാമയനും ദയാലുവുമായ അല്ലാഹുവിൻ്റെ നാമത്തിൽ.
> ലോകങ്ങളുടെ നാഥനും കരുണാമയനും ദയാലുവും
> ന്യായവിധിയുടെ നാളിൻ്റെ യജമാനനുമായ അല്ലാഹുവിന് സ്തുതി.
> ഞങ്ങൾ ആരാധിക്കുന്നത് നിങ്ങളെയാണ്, ഞങ്ങൾ സഹായം
> ചോദിക്കുന്നതും നിങ്ങളോട് തന്നെയാണ്. ഞങ്ങളെ
> നേർവഴിയിലേക്ക് നയിക്കേണമേ, നീ അനുഗ്രഹിച്ചവരുടെ
> പാതയിലേക്ക്, നിൻ്റെ കോപം വീഴുന്നവരുടെയോ,
> വഴിതെറ്റുന്നവരുടെയോ അല്ല. (Q1:1-7)

വിശ്വാസിയെ "നേരായ പാതയിൽ" നയിക്കാൻ അല്ലാഹുവിൻ്റെ സഹായം അഭ്യർത്ഥിക്കുന്ന പ്രാർത്ഥനയാണിത്. ഇസ്ലാമിൻ്റെ മാർഗദർശന സന്ദേശത്തിൻ്റെ ഹൃദയത്തോട് അത് സത്യമാണ്.

എന്നാൽ അല്ലാഹുവിൻ്റെ കോപത്തിൽ വീണവരോ നേരായ പാതയിൽ നിന്ന് തെറ്റിപ്പോയവരോ ആരാണ്? ഓരോ മുസ്ലിമിൻ്റെയും പ്രാർത്ഥനകളിൽ, ഓരോ ദിവസവും, പല മുസ്ലിംകളുടെ ജീവിതകാലത്ത് ലക്ഷക്കണക്കിന് തവണയും ഇത്ര മോശമായി സംസാരിക്കാൻ അർഹരായ ഇവർ ആരാണ്? "കോപം സമ്പാദിച്ചവർ ജൂതന്മാരും വഴിതെറ്റിയവർ ക്രിസ്ത്യാനികളുമാണ്" എന്ന് പറഞ്ഞുകൊണ്ട് മുഹമ്മദ് ഈ സൂറയുടെ അർത്ഥം വ്യക്തമാക്കി.

ഇസ്ലാമിൻ്റെ കാതലായ ഓരോ മുസ്ലിമിൻ്റെയും ദൈനംദിന പ്രാർത്ഥനകളിൽ ക്രിസ്ത്യാനികളെയും ജൂതന്മാരെയും തെറ്റിദ്ധരിപ്പിക്കുന്നവരും അല്ലാഹുവിൻ്റെ കോപത്തിൻ്റെ പാത്രങ്ങളുമാക്കി തള്ളുന്നതും ഉൾപ്പെടുന്നു എന്നത് ശ്രദ്ധേയമാണ്.

ഈ ഭാഗങ്ങളിൽ ഇസ്ലാമിക *ശരിഅത്ത്* ഉണ്ടാക്കിയ നാശനഷ്ടങ്ങൾ നമ്മൾ പരിഗണിക്കുന്നു. ഇത് ആത്യന്തികമായി മുഹമ്മദിൻ്റെ മാതൃകയും അധ്യാപനവുമാണ്.

ശരീഅത്തിൻ്റെ പ്രശ്നങ്ങൾ

ഒരു രാജ്യത്ത് ഇസ്ലാം സ്ഥാപിതമായി, വളരെക്കാലമാകുമ്പോൾ സമുദായത്തിൻ്റെ സംസ്കാരത്തെ ശരിഅത്തിന് അനുസരിച്ചു പുനർനിർമ്മിക്കാൻ കഴിയും. ഈ പ്രക്രിയയെ 'ഇസ്ലാമീകരണം' എന്ന് വിളിക്കുന്നു. മുഹമ്മദിൻ്റെ ജീവിതത്തിലും അധ്യാപനത്തിലും നല്ലതല്ലാത്ത ഒട്ടനവധി കാര്യങ്ങൾ ഉണ്ടായിരുന്നതിനാൽ *ശരിഅത്ത്* കൊണ്ടുവരുന്നത് അനീതികളും സാമൂഹിക പ്രശ്നങ്ങളുമാണ്. ഇതിനർത്ഥം ഇസ്ലാം വിജയം വാഗ്ദാനം ചെയ്യുന്നുണ്ടെങ്കിലും, *ശരിഅത്ത്* സമൂഹത്തിൽ പലപ്പോഴും ആളുകൾക്ക് വളരെയധികം ദോഷം വരുത്തുന്നു എന്നാണ്. ഇന്ന് ലോകമെമ്പാടും നോക്കിയാൽ, പല ഇസ്ലാമിക രാജ്യങ്ങളും മോശമായി വികസിച്ചിരിക്കുന്നതും ഇസ്ലാമിൻ്റെ സ്വാധീനം കാരണം നിരവധി മനുഷ്യാവകാശ പ്രശ്നങ്ങൾ നേരിടുന്നതും നമുക്ക് കാണാൻ കഴിയും.

ശരിഅത്ത് മൂലമുണ്ടാകുന്ന ചില അനീതികളും പ്രശ്നങ്ങളും ഇവയാണ്:

- മുസ്ലിം സമൂഹങ്ങളിൽ സ്ത്രീകൾക്ക് താഴ്ന്ന പദവിയാനുള്ളത്, ഇസ്ലാമിക നിയമങ്ങൾ കാരണം നിരവധി അപമാനങ്ങൾ അവർ അനുഭവിക്കുന്നു. ഞങ്ങൾ ഒരു ഉദാഹരണം പരിഗണിക്കുന്നു: ആമിന ലാവലിൻ്റെ കേസ് ചുവടെ ചേർക്കുന്നു.

- ലോകമെമ്പാടുമുള്ള ദശലക്ഷക്കണക്കിന് പുരുഷന്മാർക്കും സ്ത്രീകൾക്കും കുട്ടികൾക്കും *ജിഹാദിനെക്കുറിച്ചുള്ള* ഇസ്ലാമിൻ്റെ പഠിപ്പിക്കൽ സംഘർഷവും ദോഷവും ഉണ്ടാക്കുന്നു.

- ശരീഅത്തിൻ്റെ ശിക്ഷകൾ ക്രൂരവും അതിരുകടന്നതുമാണ്: ഉദാഹരണത്തിന്, ഇസ്ലാം നിരസിച്ചതിന് കള്ളന്മാരുടെ കൈ വെട്ടുകയും വിശ്വാസത്യാഗികളെ കൊല്ലുകയും ചെയ്യുക.

- ആളുകളെ നല്ലവരാക്കി മാറ്റാൻ *ശരീഅത്തിന്* കഴിയുന്നില്ല. രാജ്യങ്ങളിൽ ഇസ്ലാമിക വിപ്ലവങ്ങൾ നടക്കുകയും തീവ്ര മുസ്ലിംകൾ ഭരണം കയ്യടക്കുകയും ചെയ്തപ്പോൾ അതിൻ്റെ ഫലം കൂടുതൽ അഴിമതിയാണ്. ഇറാൻ്റെ

സമീപകാല ചരിത്രം ഒരു ഉദാഹരണമാണ്: 1978 ലെ ഇറാനിയൻ ഇസ്ലാമിക വിപ്ലവത്തിന് ശേഷം, ഷാ അട്ടിമറിക്കപ്പെട്ടപ്പോൾ, മുസ്ലീം പണ്ഡിതന്മാർ സർക്കാർ ഏറ്റെടുത്തു, എന്നാൽ അവരുടെ വാഗ്ദാനങ്ങൾക്കിടയിലും അഴിമതി വർദ്ധിച്ചു.

- ചില സാഹചര്യങ്ങളിൽ നുണ പറയാൻ മുഹമ്മദ് മുസ്ലീങ്ങളെ അനുവദിക്കുകയും പ്രോത്സാഹിപ്പിക്കുകയും ചെയ്തു. ഇതിൻ്റെ അനന്തരഫലങ്ങൾ നമ്മൾപിന്നീട് ചർച്ച ചെയ്യും.
- ഇസ്ലാമിക അധ്യാപനങ്ങൾ കാരണം, മുസ്ലിം സമൂഹങ്ങളിൽ അമുസ്ലിംകൾ പലപ്പോഴും വിവേചനത്തിന് വിധേയരാകുന്നു. ഇന്ന് ലോകത്ത് ഏറ്റവും കൂടുതൽ ക്രിസ്ത്യാനികളെ പീഡിപ്പിക്കുന്നത് മുസ്ലീങ്ങളാണ്.

ആമിന ലാവലിൻ്റെ കേസ്

ശരിഅത്ത് ജീവന് ഭീഷണിയായ ഒരു മുസ്ലീം സ്ത്രീയുടെ ഉദാഹരണം ഞങ്ങൾ ഇവിടെ പരിഗണിയ്ക്കുന്നു. 1999-ൽ നൈജീരിയ രാജ്യത്തിൻ്റെ വടക്ക് മുസ്ലീം ഭൂരിപക്ഷ സംസ്ഥാനങ്ങൾക്കായി ശരിഅത്ത് കോടതികൾ കൊണ്ടുവന്നു. മൂന്ന് വർഷത്തിന് ശേഷം, 2002 ൽ, ആമിന ലാവലിനെ വിവാഹമോചനത്തിന് ശേഷം ഗർഭം ധരിച്ച ഒരു കുഞ്ഞിന് ജന്മം നൽകിയതിനാൽ *ശരിഅത്ത്* ജഡ്ജി അവളെ കല്ലെറിഞ്ഞ് കൊല്ലാൻ വിധിച്ചു. അവൾ കുട്ടിയുടെ പിതാവിൻ്റെ പേര് നൽകിയെങ്കിലും, ഡിഎൻഎ പരിശോധന കൂടാതെ കോടതിക്ക് അവൻ പിതാവാണെന്ന് തെളിയിക്കാൻ കഴിഞ്ഞില്ല, അതിനാൽ ആ മനുഷ്യൻ കുറ്റക്കാരനല്ലെന്ന് കണ്ടെത്തി. സ്ത്രീയെ മാത്രം വ്യഭിചാര കുറ്റം ചുമത്തി കല്ലെറിയാൻ വിധിച്ചു.

ആമിനയെ ശിക്ഷിച്ച ജഡ്ജി തൻ്റെ കുഞ്ഞിനെ മുലകുടി മാറിയതിന് ശേഷമേ കല്ലെറിയാൻ പാടുള്ളു എന്നും വിധിച്ചു. ഈ വാചകം, കുട്ടിയുടെ മുലകുടി മാറിയതിന് ശേഷം അത് പ്രയോഗിക്കുന്നത്, വ്യഭിചാരം സമ്മതിച്ചതിന് ശേഷം ഒരു മുസ്ലീം സ്ത്രീയെ കല്ലെറിഞ്ഞ് കൊന്ന മുഹമ്മദിൻ്റെ ഉദാഹരണം അടുത്ത് പിന്തുടരുന്നു, പക്ഷേ കുട്ടിയെ മുലകുടി മാറ്റി കട്ടിയുള്ള ഭക്ഷണം കഴിച്ചതിന് ശേഷമാണ്.

ശരിഅത്ത് കല്ലെറിയൽ നിയമം പല കാരണങ്ങളാൽ മോശമാണ്:

- അത് അമിതമാണ്.

- അത് ക്രൂരമാണ്: കല്ലേറിഞ്ഞുള്ള മരണം മരിക്കാനുള്ള ഭയാനകമായ മാർഗമാണ്.

- അത് കല്ലേറിയുന്ന പുരുഷന്മാർക്കും കേടുപാടുകൾ ഉണ്ടാക്കുന്നു.

- അത് വിവേചനപരമാണ്, ഗർഭിണിയാകുന്ന സ്ത്രീയെ ലക്ഷ്യമിടുന്നു, എന്നാൽ അവൾ ഗർഭിണിയാകാൻ കാരണക്കാരനായ പുരുഷനെയല്ല.

- അത് ഒരു പിഞ്ചു കുഞ്ഞിനെ അമ്മയിൽ നിന്ന് ഒഴിവാക്കി, അതിനെ അനാഥയാക്കുന്നു.

- ഒരു സ്ത്രീ ബലാത്സംഗം ചെയ്യപ്പെടാനുള്ള സാധ്യതയെ അത് അവഗണിക്കുന്നു.

ആമിനയുടെ കേസ് അന്താരാഷ്ട്ര രോഷം ആകർഷിച്ചു. ലോകമെമ്പാടുമുള്ള നൈജീരിയൻ എംബസികളിലേക്ക് ഒരു ദശലക്ഷത്തിലധികം പ്രതിഷേധ കത്തുകൾ അയച്ചു. ആമിനയുടെ ഭാഗ്യവശാൽ, അവളുടെ ശിക്ഷയ്ക്ക് അപ്പീൽ കോടതി റദ്ദാക്കി. ആമിനയുടെ ശിക്ഷ റദ്ദാക്കിയ *ശരിഅത്ത്* അപ്പീൽ കോടതി യഥാർത്ഥത്തിൽ വ്യഭിചാരത്തിനുള്ള ഇസ്ലാമിക ശിക്ഷ കല്ലേറിഞ്ഞു കൊല്ലുക എന്ന തത്വം നിരാകരിച്ചില്ല. പകരം മറ്റു കാരണങ്ങൾ പറഞ്ഞു; ഉദാഹരണത്തിന്, ആമിനയുടെ ശിക്ഷ വിധിക്കുന്നത് ഒരാളല്ല, മൂന്ന് ജഡ്ജിമാരായിരുന്നുവെന്ന് അപ്പീൽ കോടതി പ്രസ്താവിച്ചു.

നിയമപരമായ വഞ്ചന

ശരീഅത്തിൻ്റെ പ്രശ്നകരമായ വശങ്ങളിലൊന്ന് നുണയും വഞ്ചനയും സംബന്ധിച്ച പഠിപ്പിക്കലുകളാണ്. ഇസ്ലാമിൽ നുണ പറയുന്നത് വളരെ ഗുരുതരമായ പാപമായി കണക്കാക്കപ്പെടുന്നു എന്നത് അംഗീകരിക്കപ്പെടേണ്ടതാണെങ്കിലും, മുഹമ്മദിൻ്റെ മാതൃകയെ അടിസ്ഥാനമാക്കി ഇസ്ലാമിക അധികാരികളുടെ അഭിപ്രായത്തിൽ നുണ പറയുന്നത് അനുവദനീയമോ നിർബന്ധിതമോ ആയ സാഹചര്യങ്ങളുണ്ട്.

മുസ്ലിംകൾക്ക് നുണ പറയാൻ അനുവദിക്കുകയോ ആവശ്യപ്പെടുകയോ ചെയ്യുന്ന നിരവധി വ്യത്യസ്ത സാഹചര്യങ്ങളുണ്ട്. ഉദാഹരണത്തിന്, *സഹിഹ് അൽ -ബുഖാരി* എന്ന ഹദീസ് ശേഖരത്തിൽ "ജനങ്ങൾക്കിടയിൽ സമാധാനമുണ്ടാക്കുന്നവൻ കള്ളനല്ല" എന്ന തലക്കെട്ടുള്ള ഒരു

അധ്യായം ഉണ്ട്. മുഹമ്മദിൻ്റെ ഉദാഹരണത്തിൻ്റെ ഈ വശം അനുസരിച്ച്, അസത്യമായ കാര്യങ്ങൾ പറയാൻ മുസ്‌ലിംകളെ അനുവദിക്കുന്ന ഒരു സാഹചര്യം ആളുകളെ അനുരഞ്ജിപ്പിക്കാൻ സഹായിക്കുന്നതിന് നുണ പറയുന്നത് നല്ല ഫലം നൽകും.

അമുസ്ലിങ്ങളിൽ നിന്ന് മുസ്ലിങ്ങൾ അപകടത്തിലാകുമ്പോഴാണ് നിയമാനുസൃതമായ നുണ പറയാനുള്ള മറ്റൊരു സന്ദർഭം (Q3:28). ഈ വാക്യത്തിൽ നിന്നാണ് *തഖിയ്യ* എന്ന ആശയം ഉരുത്തിരിഞ്ഞത്, ഇത് മുസ്ലീങ്ങളെ സുരക്ഷിതമായി സൂക്ഷിക്കുന്നതിനുള്ള വഞ്ചനയെ സൂചിപ്പിക്കുന്നു. മുസ്ലിങ്ങൾ അമുസ്ലിങ്ങളുടെ രാഷ്ട്രീയ ആധിപത്യത്തിൻ കീഴിൽ ജീവിക്കുമ്പോൾ, തങ്ങളുടെ വിശ്വാസം (വിരോധവും) മുറുകെ പിടിക്കുന്നിടത്തോളം, അമുസ്‌ലിംകളോട് സൗഹൃദവും ദയയും കാണിക്കാൻ ഒരു സംരക്ഷണ നടപടിയായി അനുവദിക്കും എന്നതാണ് മുസ്‌ലിം പണ്ഡിതന്മാരുടെ സമവായം. അവരുടെ ഹൃദയങ്ങളിൽ. ഈ ഉപദേശം സൂചിപ്പിക്കുന്ന ഒന്നാണ് മതപരമായ കൃത്യത പാലിക്കുന്ന മുസ്ലീങ്ങൾ അധികാരത്തിൽ എത്തുമ്പോൾ മുസ്ലീമേതരരോടുള്ള അവരുടെ പെരുമാറ്റവും സൗഹൃദവും എന്നിവ കുറയുമെന്നും, അവരുടെ വിശ്വാസങ്ങൾ കുറച്ചുകൂടി വ്യക്തമായും മാറാം എന്നും പ്രതീക്ഷിക്കാം.

ശരിഅത്ത് നിയമം മുസ്ലീങ്ങളെ കള്ളം പറയാൻ പ്രോത്സാഹിപ്പിക്കുന്ന മറ്റ് സാഹചര്യങ്ങൾ ഉൾപ്പെടുന്നു: വിവാഹ ബന്ധം നിലനിർത്തികൊണ്ട് ഭർത്താവും ഭാര്യയും തമ്മിലുള്ള ബന്ധത്തിൽ; തർക്കങ്ങൾ പരിഹരിക്കുമ്പോൾ; സത്യസന്ധതയാൽ സ്വയം കുറ്റക്കാരനാക്കപ്പെടാൻ സാധ്യതയുള്ള സാഹചര്യത്തിൽ– മുഹമ്മദ് ചിലപ്പോൾ കുറ്റസമ്മതം നൽകിയവരെ ശാസിക്കുമായിരുന്നുവെന്നു പറയുന്നു; ആരെങ്കിലും നിങ്ങളുടെ അടുത്ത് രഹസ്യം വെച്ചുവെച്ചാൽ അത് മറച്ചുവയ്ക്കാനും യുദ്ധസമയത്താണെങ്കിൽപ്പോലും പോലും. പൊതുവായി, ഇസ്ലാം ഒരു നൈതിക ചിന്താഗതിയെ പിന്തുടരുന്നു, ഇതിൽ ലക്ഷ്യം നീതീകരണമായിത്തീരുന്നു.

ചില മുസ്ലീം പണ്ഡിതന്മാർ വ്യത്യസ്ത തരത്തിലുള്ള നുണകൾക്കിടയിൽ നല്ല വ്യത്യാസം വരുത്തിയിട്ടുണ്ട്; ഉദാഹരണത്തിന്, തെറ്റിദ്ധരിപ്പിക്കുന്ന ഒരു ധാരണ നൽകുന്നത് ഒരു നുണ പറയുന്നതിന് മുൻഗണന നൽകുന്നു. പ്രയോജനപ്രദമായ - 'അവസാനം മാർഗങ്ങളെ ന്യായീകരിക്കുന്നു' - നുണ പറയുന്നതിനും സത്യം പറയുന്നതിനുമുള്ള ധാർമ്മികത ഒരു സമൂഹത്തിന് വളരെയധികം ദോഷം ചെയ്യും. ഇത് വിശ്വാസത്തെ നശിപ്പിക്കുകയും ആശയക്കുഴപ്പം സൃഷ്ടിക്കുകയും ആഭ്യന്തര, രാഷ്ട്രീയ സംസ്കാരങ്ങളെ നശിപ്പിക്കുകയും ചെയ്യുന്നു. മുസ്‌ലിം

ഉമ്മ-മുസ്‌ലിംകളുടെ മുഴുവൻ സമൂഹവും-ഇതുമൂലം ധാർമ്മികമായി തകർന്ന ഒരു സമൂഹമാണ്. ഉദാഹരണത്തിന്, മുഹമ്മദ് പഠിപ്പിച്ചതുപോലെ, അഭിപ്രായവ്യത്യാസങ്ങൾ പരിഹരിക്കാൻ ഭർത്താക്കന്മാർ ഭാര്യമാരോട് പതിവായി കള്ളം പറയുകയാണെങ്കിൽ, ഇത് വിവാഹത്തിനുള്ളിലെ വിശ്വാസത്തെ ഇല്ലാതാക്കും. കുട്ടികൾ അവരുടെ പിതാവ് മാതാവിനോട് കള്ളം പറയുന്നത് നിരീക്ഷിക്കുകയാണെങ്കിൽ, ഇത് മറ്റുള്ളവരോട് കള്ളം പറയാനുള്ള അനുമതി നൽകുകയും മറ്റുള്ളവരെ വിശ്വസിക്കുന്നത് അവർക്ക് ബുദ്ധിമുട്ടാക്കുകയും ചെയ്യും. നിയമാനുസൃതമായ വഞ്ചനയുടെ സംസ്കാരം മുഴുവൻ സമൂഹത്തിലുടനീളം വിശ്വാസത്തിൻ്റെ തകർച്ചയ്ക്ക് കാരണമാകുന്നു. ഇതിനർത്ഥം, ഉദാഹരണത്തിന്, ബിസിനസ്സ് നടത്തുന്നത് കൂടുതൽ ചെലവേറിയതാണ്, വൈരുദ്ധ്യങ്ങൾ നീണ്ടുനിൽക്കും, അനുരഞ്ജനം നേടാൻ വളരെ ബുദ്ധിമുട്ടാണ്.

ആരെങ്കിലും ഇസ്‌ലാം വിട്ടുപോകുമ്പോൾ, മുഹമ്മദിൻ്റെ മാതൃകയുടെ ഈ വശം അവർ പ്രത്യേകം ഉപേക്ഷിക്കേണ്ടത് പ്രധാനമാണ്. പാഠം 7-ൽ നമ്മൾ അതിലേയ്ക്ക് മടങ്ങും.

സ്വയം ചിന്തിക്കുക

ഇസ്‌ലാമിൽ അറിവ് ക്രമീകരിച്ചിരിക്കുന്നതും സംരക്ഷിച്ചിരിക്കുന്നതുമായ രീതി കാരണം, ചില വിഷയങ്ങളിൽ ഇസ്‌ലാം യഥാർത്ഥത്തിൽ എന്താണ് പഠിപ്പിക്കുന്നതെന്ന് അറിയാൻ പ്രയാസമാണ്. നുണ പറയുന്ന സംസ്കാരം ഈ പ്രശ്നം കൂടുതൽ വഷളാക്കും.

ഇസ്‌ലാമിൻ്റെ പ്രാഥമിക സ്രോതസ്സുകൾ വലുതും സങ്കീർണ്ണവുമാണ്, ഖുർആനിൻ്റെയും *സുന്നയുടെയും* ഉറവിടങ്ങളിൽ നിന്ന് *ശരിഅത്ത്* വിധികൾ നേടുന്ന പ്രക്രിയ വളരെ വൈദഗ്ധ്യമുള്ള ഒന്നായി കണക്കാക്കപ്പെടുന്നു, ദീർഘകാല പരിശീലനം ആവശ്യമാണ്, അത് മുസ്ലീങ്ങളിൽ ബഹുഭൂരിപക്ഷത്തിനും ഏറ്റെടുക്കാൻ കഴിയാത്ത ഒന്നാണ്. വിശ്വാസപരമായ കാര്യങ്ങളിൽ മാർഗനിർദേശത്തിനായി മുസ്ലിങ്ങൾ അവരുടെ പണ്ഡിതന്മാരെ ആശ്രയിക്കണം എന്നാണ് ഇതിനർത്ഥം. തീർച്ചയായും, തങ്ങളേക്കാൾ വിശ്വാസപരമായ കാര്യങ്ങളിൽ കൂടുതൽ അറിവുള്ള ഒരാളെ അന്വേഷിക്കാനും ആ വ്യക്തിയെ പിന്തുടരാനും ഇസ്ലാമിക നിയമം മുസ്ലീങ്ങളോട് നിർദ്ദേശിക്കുന്നു. *ശരിഅത്ത്* നിയമത്തെ കുറിച്ച് മുസ്ലീങ്ങൾക്ക് ചോദ്യങ്ങളുണ്ടെങ്കിൽ, ആവശ്യമായ വൈദഗ്ധ്യമുള്ള ആരോടെങ്കിലും ചോദിക്കണം.

സമീപ നൂറ്റാണ്ടുകളിൽ ബൈബിൾ വിജ്ഞാനം നിലനിന്നിരുന്ന രീതിയിൽ ഇസ്ലാമിക മതവിജ്ഞാനം ജനാധിപത്യവൽക്കരിക്കപ്പെട്ടിട്ടില്ല. അത്യാവശ്യം അറിഞ്ഞിരിക്കേണ്ട അടിസ്ഥാനത്തിലാണ് ഇത് ലഭ്യമാക്കിയിരിക്കുന്നത്. ഇസ്ലാമിൽ ചില കാര്യങ്ങൾ പരാമർശിക്കേണ്ട ആവശ്യമില്ലെങ്കിൽ, അത് ഇസ്ലാമിനെ മോശമായി കാണിച്ചുതരുകയാണെങ്കിൽ അത് ചർച്ച ചെയ്യപ്പെടുന്നില്ല. തങ്ങളുടെ ഇസ്ലാമിക ആചാര്യനോട് 'തെറ്റായ ചോദ്യം' ചോദിച്ചാൽ ശാസിച്ച അനുഭവം പല മുസ്ലീങ്ങൾക്കും ഉണ്ടായിട്ടുണ്ട്.

ആർക്കും ഇസ്ലാമിനെക്കുറിച്ച്, ഖുർആനെക്കുറിച്ച്, അല്ലെങ്കിൽ മുഹമ്മദിന്റെ *സുന്നയെക്കുറിച്ച്* അഭിപ്രായങ്ങൾ പ്രകടിപ്പിക്കാൻ അവകാശമില്ലെന്ന വാദങ്ങൾ കൊണ്ട് ഭീതിയാക്കപ്പെടാൻ പാടില്ല. ഈ വിഷയങ്ങളിൽ പ്രാഥമിക സ്രോതസ്സുകൾ എളുപ്പത്തിൽ ലഭ്യമാകുന്ന ഈ കാലഘട്ടത്തിൽ, ക്രിസ്ത്യാനികൾ, ജൂതന്മാർ, നിരീശ്വരവാദികൾ, അല്ലെങ്കിൽ മുസ്ലീങ്ങൾ - എല്ലാവരും ഈ വിഷയങ്ങളിൽ തങ്ങളെ അറിയിക്കാനും അവരുടെ കാഴ്ചപ്പാടുകൾ പ്രകടിപ്പിക്കാനും എല്ലാ അവസരങ്ങളും ഉപയോഗിക്കണം. ഇസ്ലാമിന്റെ സ്വാധീനം അനുഭവിക്കുന്ന എല്ലാവർക്കും ഇക്കാര്യങ്ങളിൽ അവരുടേതായ അറിവും നിലപാടും രൂപപ്പെടുത്താനുള്ള അവകാശം ഉണ്ട്.

ഈ അടുത്ത ഭാഗങ്ങളിൽ നാം യേശുവിനെ കുറിച്ചുള്ള ഇസ്ലാമിൻ്റെ ഗ്രാഹ്യത്തെ കുറിച്ച് ചർച്ച ചെയ്യുകയും ഇസ്ലാമിക യേശുവിന് മനുഷ്യർക്ക് സ്വാതന്ത്ര്യം നൽകാൻ കഴിയാത്തത് എന്തുകൊണ്ടാണെന്ന് വിശദീകരിക്കുകയും ചെയ്യുന്നു.

ഈസാ ഇസ്ലാമിക പ്രവാചകൻ

വിശ്വാസമുള്ള ആളുകൾ ഒരു പ്രധാന ചോദ്യം തീരുമാനിക്കണം: അവർ നസ്രത്തിലെ യേശുവിനെ അനുഗമിക്കുമോ അതോ മക്കയിലെ മുഹമ്മദിനെ അനുഗമിക്കുമോ? ഇത് വളരെ പ്രധാനപ്പെട്ട ഒരു തിരഞ്ഞെടുപ്പാണ്, വ്യക്തികൾക്കും രാജ്യങ്ങൾക്കും പോലും വലിയ പ്രത്യാഘാതങ്ങൾ ഉണ്ടാകും.

മുഹമ്മദിനെപ്പോലെ മുസ്ലീങ്ങൾ 'ഈസ' എന്ന് വിളിക്കുന്ന യേശുവിനെ അല്ലാഹുവിൻ്റെ ദൂതനായി കണക്കാക്കുന്നത് എല്ലാവർക്കും അറിയാം. കന്യകയായ മറിയത്തിൽ നിന്നാണ് യേശു അത്ഭുതകരമായി ജനിച്ചതെന്ന് ഇസ്ലാം പഠിപ്പിക്കുന്നു, അതിനാൽ അദ്ദേഹത്തെ ചിലപ്പോൾ ഇബ്ൻ മറിയം *'മറിയത്തിൻ്റെ മകൻ'*

എന്ന് വിളിക്കാറുണ്ട്. ഖുറാൻ ഈസ *അൽ-മസീഹിനെ* 'മിശിഹാ' എന്നും വിളിക്കുന്നു, എന്നാൽ ഈ തലക്കെട്ട് എന്താണ് അർത്ഥമാക്കുന്നത് എന്നതിനെക്കുറിച്ച് ഒരു വിശദീകരണവും നൽകിയിട്ടില്ല.

ഖുർആനിൽ യേശുവിനെ ആ പേരിലാണ് പരാമർശിച്ചിരിക്കുന്നത് ഈസ ഇരുപതിലധികം തവണ - താരതമ്യപ്പെടുത്തുമ്പോൾ, മുഹമ്മദ് എന്ന പേര് നാല് തവണ മാത്രമേ പരാമർശിച്ചിട്ടുള്ളൂ - ഖുറാൻ യേശുവിനെ ഒന്നല്ലെങ്കിൽ മറ്റൊരു തലക്കെട്ടിൽ മൊത്തത്തിൽ 93 തവണ പരാമർശിക്കുന്നു.

മുഹമ്മദിന് മുമ്പ് അള്ളാഹു ഭൂതകാല ജനങ്ങളിലേക്ക് അയച്ച നിരവധി ദൂതന്മാരോ പ്രവാചകന്മാരോ ഉണ്ടായിരുന്നതായി ഇസ്ലാം പഠിപ്പിക്കുന്നു. യേശു ഉൾപ്പെടെ ഇവരെല്ലാം വെറും മനുഷ്യർ മാത്രമാണെന്ന് ഖുർആൻ ഊന്നിപ്പറയുന്നു.

ഈ മുൻ ദൂതന്മാർ മുഹമ്മദിൻ്റെ അതേ സന്ദേശമാണ് കൊണ്ടുവന്നതെന്ന് ഖുറാൻ അവകാശപ്പെടുന്നു: ഇസ്ലാമിൻ്റെ സന്ദേശം. ഉദാഹരണത്തിന്, യുദ്ധം ചെയ്യാനും കൊല്ലാനുമുള്ള കൽപ്പനയും പോരാടി മരിക്കുന്ന വിശ്വാസികൾക്ക് പറുദീസയുടെ വാഗ്ദാനവും പണ്ട് യേശുവിനും മോശയ്ക്കും നൽകിയിരുന്നു (Q9: 111), പിന്നീട് അതേ കൽപ്പനയും വാഗ്ദാനവും മുഹമ്മദ് മുഖേന നൽകപ്പെട്ടു. തീർച്ചയായും, നസ്രത്തിലെ യഥാർത്ഥ യേശു അത്തരം കാര്യങ്ങൾ പഠിപ്പിക്കുകയും വാഗ്ദാനം ചെയ്യുകയും ചെയ്തിട്ടില്ല.

ഖുറാനിൽ, ഈസയുടെ ശിഷ്യന്മാർ പ്രഖ്യാപിക്കുന്നു, "ഞങ്ങൾ മുസ്ലീങ്ങളാണ്" (Q3:52; Q5:111 എന്നിവയും കാണുക) കൂടാതെ അബ്രഹാം ഒരു ജൂതനോ, ക്രിസ്ത്യാനിയോ അല്ല, മറിച്ച് ഒരു മുസ്ലീമായിരുന്നു (Q3:67) എന്ന് ഖുർആൻ പറയുന്നു. ഖുർആനിൽ, ഈസയുടെ ശിഷ്യന്മാർ പ്രഖ്യാപിക്കുന്നു, "ഞങ്ങൾ മുസ്ലീങ്ങളാണ്" (Q3:52; Q5:111 എന്നിവയും കാണുക) കൂടാതെ അബ്രഹാം ഒരു ജൂതനോ ക്രിസ്ത്യാനിയോ അല്ല, മറിച്ച് ഒരു മുസ്ലീമായിരുന്നു (Q3:67) എന്ന് ഖുർആൻ പറയുന്നു. അബ്രഹാം, ഇസഹാക്ക്, യാക്കോബ്, ഇസ്മായേൽ, മോശ, അഹരോൻ, ദാവീദ്, ശലോമോൻ, ഇയോബ്, യോനാ, യോഹന്നാൻ സ്നാപകൻ എന്നിവർ ഇസ്ലാമിൻ്റെ പ്രവാചകന്മാരാണെന്ന് ഖുറാൻ അവകാശപ്പെടുന്ന മറ്റ് ബൈബിൾ വ്യക്തിത്വങ്ങളിൽ ഉൾപ്പെടുന്നു.

ഈ മുൻകാല 'ഇസ്ലാമിന്റെ പ്രവാചകന്മാർ' കൊണ്ടുവന്നതായി ആരോപിക്കപ്പെടുന്ന *ശരീഅത്ത്* മുഹമ്മദിന്റെ *ശരീഅത്തിന്* തുല്യമല്ലെന്ന് ഇസ്ലാം അംഗീകരിക്കുന്നു. എന്നിരുന്നാലും, മുമ്പത്തെ *ശരിഅത്ത്* റദ്ദാക്കുകയും മുഹമ്മദ് വന്നപ്പോൾ പകരം

വയ്ക്കുകയും ചെയ്തുവെന്ന് അവകാശപ്പെടുന്നു, അതിനാൽ യേശു മടങ്ങിവരുമ്പോൾ അവൻ മുഹമ്മദിൻ്റെ ശരിഅയത്തനുസരിച്ച് ഭരിക്കും:

> മുഹമ്മദിന്റെ പ്രവാചകത്വത്തോടെ മുൻകാല പ്രവാചകന്മാരുടെയെല്ലാം ശരീഅത്ത് റദ്ദാക്കപ്പെട്ടതിനാൽ, യേശു ഇസ്ലാം നിയമമനുസരിച്ച് വിധിക്കും.6

മുഹമ്മദിൻ്റെ ഖുറാൻ പോലെ *ഇഞ്ചിൽ* എന്ന് വിളിക്കപ്പെടുന്ന ഒരു ഗ്രന്ഥം അല്ലാഹു ഈസയ്ക്ക് നൽകിയതായി ഖുറാൻ അവകാശപ്പെടുന്നു. *ഇഞ്ചിൽ* പഠിപ്പിക്കുന്നത് ഖുർആനിൻ്റെ സന്ദേശത്തിന് തുല്യമാണെന്ന് വിശ്വസിക്കപ്പെടുന്നു, എന്നിരുന്നാലും യഥാർത്ഥ *ഇഞ്ചിൽ* പാഠം നഷ്ടപ്പെട്ടതായി അവകാശപ്പെടുന്നു. ബൈബിളിലെ സുവിശേഷങ്ങളിൽ യഥാർത്ഥ *ഇഞ്ചീലിൻ്റെ* മാറ്റവും കേടുപാടുകളും മാത്രമേ ഉള്ളൂ എന്ന് മുസ്ലീങ്ങൾ വിശ്വസിക്കുന്നു. എന്നിരുന്നാലും, ആവശ്യമുള്ള കാര്യങ്ങളിൽ അന്തിമ വാക്ക് നൽകാൻ അള്ളാഹു അയച്ചതാണ് മുഹമ്മദ് എന്നതിനാൽ ഇത് പ്രശ്നമല്ലെന്ന് അവകാശപ്പെടുന്നു.

അടിസ്ഥാനപരമായി, ഇസ്ലാം പഠിപ്പിക്കുന്നതും മിക്ക മുസ്ലിംകളും വിശ്വസിക്കുന്നതും, യേശു ഇന്ന് ജീവിച്ചിരുന്നെങ്കിൽ ക്രിസ്ത്യാനികളോട് “മുഹമ്മദിനെ അനുഗമിക്കുക!” എന്ന് പറയുമായിരുന്നു എന്നതാണ്. ഇതിനർത്ഥം ഈസാ എന്താണ് പഠിപ്പിച്ചതെന്ന് അറിയാനും അവനെ പിന്തുടരാനും ആഗ്രഹിക്കുന്നുവെങ്കിൽ, അവർ ചെയ്യേണ്ടത് മുഹമ്മദിനെ പിന്തുടരുകയും ഇസ്ലാമിന് കീഴടങ്ങുകയും ചെയ്യുക എന്നതാണ്: ഒരു നല്ല ക്രിസ്ത്യാനിയോ നല്ല ജൂതനോ മുഹമ്മദിനെ അല്ലാഹുവിൻ്റെ യഥാർത്ഥ പ്രവാചകനായി അംഗീകരിക്കുമെന്ന് ഖുർആൻ വിശദീകരിക്കുന്നു. (Q3:199).

യേശുവിനെ "ദൈവപുത്രൻ" എന്ന് വിളിക്കുകയോ ദൈവമായി ആരാധിക്കുകയോ ചെയ്യരുതെന്ന് ഖുറാൻ ക്രിസ്ത്യാനികൾക്ക് മുന്നറിയിപ്പ് നൽകുന്നു. ഈസാ കേവലം ഒരു മനുഷ്യനാണെന്നും (Q3:59) അല്ലാഹുവിൻ്റെ അടിമയാണെന്നും (Q19:30) ഊന്നിപ്പറയുന്നു.

ലോകം അവസാനിക്കുന്നതിന് മുമ്പ്, യഹൂദമതവും ക്രിസ്തുമതവും യേശുവിൻ്റെ കരത്താൽ നശിപ്പിക്കപ്പെടുമെന്ന് ഇസ്ലാം പഠിപ്പിക്കുന്നു. അന്ത്യകാലത്തെക്കുറിച്ചുള്ള ഈ പഠിപ്പിക്കൽ

---

6 *സഹീഹ് മുസ്ലിം*, വാല്യം. 2, പേ. 111, fn. 288.

ഇസ്ലാമിക വീക്ഷണം മനസ്സിലാക്കാൻ നമ്മെ സഹായിക്കുന്നു. സുനൻ *അബു ദൗദിൽ* നിന്നുള്ള ഇനിപ്പറയുന്ന *ഹദീസ്* പരിഗണിക്കുക:

> [ഈസാ മടങ്ങിവരുമ്പോൾ] അവൻ ഇസ്ലാമിൻ്റെ ലക്ഷ്യത്തിനായി ജനങ്ങളോട് യുദ്ധം ചെയ്യും. അവൻ കുരിശ് തകർക്കും, പന്നികളെ കൊല്ലും, *ജിസിയ* നിർത്തലാക്കും. ഇസ്ലാം ഒഴികെയുള്ള എല്ലാ മതങ്ങളെയും അല്ലാഹു നശിപ്പിക്കും. അവൻ എതിർക്രിസ്തുവിനെ നശിപ്പിക്കുകയും നാല്പതു വർഷം ഭൂമിയിൽ ജീവിക്കുകയും തുടർന്ന് മരിക്കുകയും ചെയ്യും.

ഈസ ഭൂമിയിൽ തിരിച്ചെത്തുമ്പോൾ താൻ "കുരിശ് തകർക്കും"- അതായത്, ക്രിസ്ത്യാനിറ്റിയെ നശിപ്പിക്കും-"ജിസിയ നിർത്തലാക്കും"- അതായത്, ഇസ്ലാമിക ഭരണത്തിൻ കീഴിൽ ജീവിക്കുന്ന ക്രിസ്ത്യാനികളുടെ നിയമപരമായ സഹിഷ്ണുത അവസാനിപ്പിക്കുമെന്ന് മുഹമ്മദ് ഇവിടെ പറയുന്നു. ഇതിനർത്ഥം ക്രിസ്ത്യാനികൾക്ക് അവരുടെ ക്രിസ്ത്യൻ മതം നിലനിർത്താൻ നികുതി അടയ്ക്കാനുള്ള അവരം അതിനുശേഷം ഉണ്ടാകില്ല എന്നാണ്. ഈസാ മുസ്ലീമായ യേശു മടങ്ങിവരുമ്പോൾ ക്രിസ്ത്യാനികൾ ഉൾപ്പെടെയുള്ള എല്ലാ അമുസ്ലിംകളെയും ഇസ്ലാം മതത്തിലേക്ക് പരിവർത്തനം ചെയ്യാൻ നിർബന്ധിക്കും എന്നാണ് മുസ്ലീം പണ്ഡിതന്മാർ ഇതിനെ വ്യാഖ്യാനിക്കുന്നത്.

നസ്രത്തിലെ യഥാർത്ഥ യേശുവിനെ പിന്തുടരുന്നു

ആരെയാണ് പിന്തുടരേണ്ടതെന്ന് ആളുകൾ തീരുമാനിക്കണമെന്ന് ഞങ്ങൾ നേരത്തെ പ്രസ്താവിച്ചു: യേശുവോ മുഹമ്മദോ. എന്നിരുന്നാലും, ഇവ ഒരേ തിരഞ്ഞെടുപ്പാണെന്ന് മുസ്ലീങ്ങളെ പഠിപ്പിക്കുന്നു: യേശുവിനെ അനുഗമിക്കുന്നത് മുഹമ്മദിനെ പിന്തുടരുന്നതിന് തുല്യമാണ്. മുഹമ്മദിനെ പിന്തുടരുകയും സ്നേഹിക്കുകയും ചെയ്യുന്നതിലൂടെ അവർ യേശുവിനെ പിന്തുടരുകയും യേശുവിനെ സ്നേഹിക്കുകയും ചെയ്യുന്നു എന്നാണ് മുസ്ലീങ്ങളെ പഠിപ്പിക്കുന്നത്. ചരിത്രത്തിലെ യേശുവിനെ, സുവിശേഷങ്ങളിലെ യേശുവിനെ, ഖുർആനിലെ ഈസ എന്ന വ്യത്യസ്തനായ യേശുവിനെ മുസ്ലീങ്ങൾ മാറ്റിസ്ഥാപിച്ചു. ഈ വ്യക്തിത്വം മാറ്റിവച്ചുകൊണ്ട് ദൈവത്തിൻ്റെ രക്ഷാപദ്ധതി മറച്ചുവെക്കുകയും, മുസ്ലീങ്ങൾക്ക് യഥാർത്ഥ യേശുവിനെ കണ്ടെത്തുന്നതിനും പിന്തുടരുന്നതിനുമുള്ള അവസരം തടസ്സപ്പെടുത്തിയിരിക്കുന്നു.

യേശുവിൻ്റെ ജീവനുള്ള സ്മരണയ്ക്കുള്ളിൽ എഴുതപ്പെട്ട നാല് സുവിശേഷങ്ങളിൽ നിന്ന് ചരിത്രത്തിലെ യഥാർത്ഥ യേശുവിനെ നമുക്ക് അറിയാൻ കഴിയും എന്നതാണ് സത്യം. ഇവ യേശുവിൻ്റെയും അവൻ്റെ സന്ദേശത്തിൻ്റെയും, ശുശ്രൂഷയുടെയും വിശ്വസനീയമായ രേഖകളാണ്. യേശു ഭൂമിയിൽ സഞ്ചരിച്ച് 600-ലധികം വർഷങ്ങൾക്ക് ശേഷം ഇസ്ലാമിൻ്റെ പഠിപ്പിക്കലുകൾ ഒരുമിച്ച് ചേർത്ത, നസ്രത്തിലെ യേശുവിനെക്കുറിച്ചുള്ള വിവരങ്ങളെ ആശ്രയിക്കാനാവില്ല.

ആരെങ്കിലും ഇസ്ലാമിനെ നിരാകരിക്കുമ്പോൾ, അവർ മുഹമ്മദിൻ്റെ മാതൃക മാത്രമല്ല, ഖുർആനിലെ വ്യാജ യേശുവിനെയും തള്ളിക്കളയണം. യേശുവിൻ്റെ ശിഷ്യനായി ജീവിക്കാനുള്ള ഏറ്റവും നല്ല മാർഗം അവനിൽ നിന്നും അവൻ്റെ അനുയായികളുടെ സന്ദേശത്തിൽ നിന്നും ലൂക്കോസ് പറയുന്നതുപോലെ നാല് സുവിശേഷങ്ങളിൽ നിന്നും പഠിപ്പിച്ചത് പഠിക്കുക എന്നതാണ്" (ലൂക്കാ 1:4).

ഇത് വളരെ പ്രധാനമാണ്, കാരണം നമ്മൾ കാണാൻ പോകുന്നതുപോലെ, ആത്മീയ ബന്ധനങ്ങളിൽ നിന്ന് സ്വാതന്ത്ര്യം നേടുന്നതിനുള്ള താക്കോൽ യേശുക്രിസ്തുവിൻ്റെ ജീവിതവും മരണവും മാത്രമാണ്. നസ്രത്തിലെ യഥാർത്ഥ യേശു, സുവിശേഷങ്ങളിലെ യേശുവിന് മാത്രമേ നമുക്ക് ഈ സ്വാതന്ത്ര്യം നൽകാൻ കഴിയൂ.

പഠന സഹായി

പാഠം 3

പദാവലി

ഇസ്ലാം	ദൂതൻ	*സലാത്ത്*
ഷഹദ	*അധാൻ*	ഇസ്ലാമികവൽക്കരണം
ഖുർആൻ	*മുശ്രിക്*	*സഹിഹ് അൽ - ബുഖാരി*
സുന്ന	*ശിർക്ക്*	*തഖിയ്യ*
ഹദീസ്	ഗ്രന്ഥത്തിലെ ആളുകൾ	*ഉമ്മാ*
സിറ	*അൽ-ഫാത്തിഹ*	*ഇഞ്ചിൽ*

പുതിയ പേരുകൾ

- ആമിന ലാവൽ: നൈജീരിയൻ വനിത (ജനനം 1972)
- ഈസ: യേശുവിൻ്റെ ഖുർആനിലെ പേര്

ഈ പാഠത്തിൽ ബൈബിൾ

ലൂക്കോസ് 1:4

ഈ പാഠത്തിൽ ഖുർആൻ

Q33:21	Q8:12-13	Q4:47	Q1:1-7
Q4:80	Q3:85	Q5:15	Q3:28
Q33:36	Q39:65	Q57:28-29	Q9:111

Q24:52	Q9:30-31	Q3:110	Q3:52
Q4:69	Q3:64	Q48:28	Q5:111
Q4:115	Q3:113-14	Q5:72	Q3:67
Q59:7	Q3:199	Q4:47-56	Q3:59
Q9:29	Q98:1	Q5:82	Q19:30

ചോദ്യങ്ങൾ പാഠം 3

കേസ് പഠനം ചർച്ച ചെയ്യുക.

എങ്ങനെ മുസ്ലീമാകാം

1. *ഇസ്ലാം* എന്ന അറബി പദത്തിൻ്റെ അർത്ഥവും വിശദീകരണവും എന്താണ്?

2. *ഷഹദ* ചൊല്ലിയാൽ നിങ്ങൾ എന്താകും?

3. *ഷഹദ* പാരായണം ചെയ്യുമ്പോൾ നിങ്ങളുടെ ജീവിത വഴികാട്ടിയാകുന്നത് ആരാണെന്നാണ് നിങ്ങൾ പ്രഖ്യാപിക്കുന്നത്?

4. മുഹമ്മദിൽ നിന്നുള്ള മാർഗ്ഗനിർദ്ദേശം മനസ്സിലാക്കുന്നതിനുള്ള രണ്ട് ഉറവിടങ്ങൾ എന്തൊക്കെയാണ്, അവ എങ്ങനെ വ്യത്യാസപ്പെട്ടിരിക്കുന്നു?

5. ഏത് രണ്ട് തരത്തിലുള്ള ഗ്രന്ഥങ്ങളിലാണ് മുഹമ്മദിൻ്റെ ഉദാഹരണം രേഖപ്പെടുത്തിയിരിക്കുന്നത്?

മുഹമ്മദിൻ്റെ വ്യക്തിത്വം

6. മുസ്ലീങ്ങൾ അല്ലാഹുവിനെ അനുസരിക്കാൻ ആഗ്രഹിക്കുന്നുവെങ്കിൽ അവർ ആരെയാണ് അനുസരിക്കേണ്ടത്?

7. മുഹമ്മദിന്റെ എല്ലാ ഉദാഹരണങ്ങളും എല്ലാ മുസ്ലീങ്ങൾക്കും പിന്തുടരാൻ ഏറ്റവും നല്ല മാതൃകയായി അല്ലാഹു നിയമമാക്കിയാൽ അതിന്റെ പ്രത്യാഘാതങ്ങൾ എന്തൊക്കെയാണ്?

8. Q24:52 അനുസരിച്ച് ആര് വിജയിക്കുമെന്നാണ് വാഗ്ദാനം ചെയ്തിരിക്കുന്നത്?

9. ദൂതനോടു അനുസരണക്കേട് കാണിക്കുന്നവർക്ക് എന്ത് പ്രതിഫലമാണ് വാഗ്ദാനം ചെയ്തിരിക്കുന്നത്?

10. Q9:29, Q8:12-13 എന്നിവ പ്രകാരം മുസ്ലീങ്ങൾ ആർക്കെതിരെയാണ് പോരാടേണ്ടത്?

11. മുഹമ്മദ് ചില പ്രശംസനീയമായ കാര്യങ്ങൾ ചെയ്തുവെന്ന് ഡ്യൂറി കുറിക്കുന്നു, എന്നിട്ടും ഞെട്ടിക്കുന്ന എട്ട് ഉദാഹരണങ്ങളാണ് അദ്ദേഹം പട്ടികപ്പെടുത്തിയത്?

ഖുറാൻ - മുഹമ്മദിൻ്റെ സ്വകാര്യ പ്രമാണം

12. നിങ്ങൾ *ഷഹദ* എന്ന് പറഞ്ഞാൽ, നിങ്ങൾ എന്താണ് വിശ്വസിക്കാനും അനുസരിക്കാനും ബാധ്യസ്ഥരായിരിക്കുന്നത്?

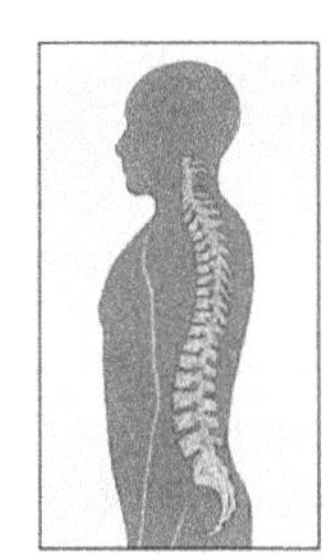

13. *സുന്നയും* ഖുറാനും തമ്മിലുള്ള ബന്ധം വിശദീകരിക്കാൻ ഡ്യൂറി എന്ത് ദൃഷ്ടാന്തമാണ് ഉപയോഗിക്കുന്നത്?

ഇസ്ലാമിക ശരിഅത്ത് - ഒരു മുസ്ലീമാകാനുള്ള 'വഴി'

14. *സുന്നയെയും* ഖുർആനെയും *ശരിഅത്ത്* എന്ന് വിളിക്കുന്ന വ്യവസ്ഥാപിത നിയമങ്ങളാക്കി ക്രമീകരിക്കുന്നതിന് മുസ്ലീങ്ങൾ ആരെയാണ് ആശ്രയിക്കേണ്ടത്?

15. ഡ്യൂറിയുടെ അഭിപ്രായത്തിൽ, എന്തില്ലാതെ ഇസ്ലാം ഉണ്ടാകില്ല?

16. *ശരിഅത്ത്* പാർലമെൻ്റുകൾ ഉണ്ടാക്കുന്ന നിയമങ്ങളിൽ നിന്ന് വ്യത്യസ്തമായിരിക്കുന്നത് എന്തുകൊണ്ട്?

"വിജയത്തിലേക്ക് വരൂ"

17. ഇസ്ലാമിൻ്റെ ആഹ്വാനം എന്താണ്?

18. ഖുർആനിൻ്റെ ആഹ്വാനം മനുഷ്യരാശിയെ ഏത് രണ്ട് തരം ആളുകളിലേക്കാണ് വിഭജിക്കുന്നത്?

19. ഇസ്ലാം വിവേചനവും, ശ്രേഷ്ഠതയുടെ വികാരവും ഏത് രണ്ട് തരത്തിലാണ് പഠിപ്പിക്കുന്നത്?

വിഭജിത ലോകം

20. **ഖുർആനിലും** ഇസ്ലാമിക നിയമത്തിലും ഉള്ള നാല് വിഭാഗങ്ങൾ ഏതൊക്കെയാണ്?

21. അല്ലാഹുവുമായി ആരെയെങ്കിലും അല്ലെങ്കിൽ എന്തിനെയെങ്കിലും പങ്കുചേർക്കുന്ന ഒരാളെ മുഹമ്മദ് എന്താണ് വിളിക്കുന്നത്?

22. യഹൂദമതവും ക്രൈസ്തവമതവും (**പുസ്തകത്തിലെ ജനങ്ങൾ**) ആദ്യം **ഖുർആനിൽ** പരിശുദ്ധ ഏകദൈവ വിശ്വാസത്തിന്റെ രൂപങ്ങൾ ആയി വിവരണം ചെയ്യപ്പെട്ടിരുന്നുവെങ്കിലും, പിന്നീട് ഈ മനോഭാവത്തിൽ മാറ്റം സംഭവിച്ചു. മുസ്ലീങ്ങൾ യഹൂദന്മാരെയും ക്രൈസ്തവന്മാരെയും കുറ്റപ്പെടുത്തുന്ന നാല് പ്രധാന കാര്യങ്ങൾ ചുവടെ ചൂണ്ടിക്കാണിയ്ക്കുക:

1)

2)

3)

4)

23. **ഖുറാനിൽ** എന്ത് നല്ല കാര്യങ്ങളാണ് പറഞ്ഞിരിക്കുന്നത്?

24. അമുസ്ലിങ്ങൾക്കെതിരെ മുസ്ലിങ്ങൾ ഉന്നയിക്കുന്ന നാല് ദൈവശാസ്ത്രപരമായ അവകാശവാദങ്ങളും, ജൂതന്മാരെയും ക്രിസ്ത്യാനികളെയും പീഡിപ്പിക്കുന്നതിനുള്ള നാല് വഴികളും? നാലും പട്ടികപ്പെടുത്തുക:

1)

2)

3)

4)

25. മുസ്ലീങ്ങളുമായുള്ള ജൂതന്മാരുടെ ബന്ധം എങ്ങനെയാണ് ഖുറാനിൽ ചിത്രീകരിച്ചിരിക്കുന്നത്?

മുസ്ലീങ്ങളുടെ ദൈനംദിന പ്രാർത്ഥനകളിൽ ജൂതന്മാരും ക്രിസ്ത്യാനികളും

26. **അൽ-ഫാത്തിഹ** 'പ്രാരംഭം' എന്ന് വിളിക്കപ്പെടുന്ന ഖുർആനിലെ ആദ്യ അധ്യായത്തെ സവിശേഷമാക്കുന്ന മൂന്ന് കാര്യങ്ങൾ ഏതാണ്?

27. ഡ്യൂറിയുടെ അഭിപ്രായത്തിൽ, **അൽ-ഫാത്തിഹയിൽ** പരാമർശിച്ചിരിക്കുന്ന ആളുകൾ വഴിപിഴച്ചവരും അല്ലാഹുവിൻ്റെ കോപം സമ്പാദിച്ചവരും ആരൊക്കെയാണ്?

ശരീഅത്തിൻ്റെ പ്രശ്നങ്ങൾ

28. *ശരീഅത്ത്* മൂലമുണ്ടാകുന്ന പ്രശ്നങ്ങളുടെ അടിസ്ഥാന ഉറവിടം എന്താണ്?

29. ഒരു രാജ്യത്തിൻ്റെ സംസ്കാരം ഇസ്‌ലാമിനോട് അനുരൂപമാക്കുന്ന തരത്തിൽ മാറ്റുന്ന പ്രക്രിയയുടെ പേരെന്താണ്?

30. ശരീഅത്തിന് ഡ്യൂറി ആരോപിക്കുന്ന ആറ് പ്രശ്നങ്ങൾ തിരിച്ചറിയുക:

1)

2)

3)

4)

5)

6)

ആമിന ലാവലിൻ്റെ കേസ്

31. 1999-ൽ നൈജീരിയയിൽ ഉണ്ടായ എന്ത് മാറ്റമാണ് **ആമിന ലാവലിനെ** വ്യഭിചാരക്കുറ്റത്തിന് ശിക്ഷിക്കുന്നതിലേക്ക് നയിച്ചത്?

32. ആമിന ലാവലിനെ കല്ലെറിഞ്ഞ് കൊല്ലാൻ വിധിച്ചപ്പോൾ *ശരിഅത്ത്* ജഡ്ജി ആരുടെ മാതൃകയാണ് പിന്തുടർന്നത്??

33. ഇസ്ലാമിൻ്റെ കല്ലെറിയൽ നിയമത്തെക്കുറിച്ചുള്ള ഡ്യൂറിയുടെ ആറ് വിമർശനങ്ങൾ എന്തൊക്കെയാണ്?

1)

2)

3)

4)

5)

6)

നിയമപരമായ വഞ്ചന

34. മുസ്ലിങ്ങൾ കള്ളം പറഞ്ഞേക്കാമെന്ന് ചിത്രീകരിക്കാൻ ഡ്യൂറി ഉദ്ധരിക്കുന്ന സാഹചര്യങ്ങൾ എന്തെല്ലാം?

35. **തഖിയ്യ** എന്താണ് ഉദ്ദേശിക്കുന്നത്

36. പതിവായി നുണ പറയുന്നതിൻ്റെ ധാർമ്മിക നാശമായി ഡ്യൂറി എന്താണ് കാണുന്നത്?

സ്വയം ചിന്തിക്കുക

37. വിശ്വാസപരമായ കാര്യങ്ങളിൽ മാർഗനിർദേശത്തിനായി മിക്ക മുസ്ലീങ്ങളും ആശ്രയിക്കുന്നത് എന്തിനെയാണ്?

38. ഇൻ്റർനെറ്റിൻ്റെ ആധുനിക യുഗത്തിൽ ഇസ്‌ലാമിൻ്റെ പ്രാഥമിക സ്രോതസ്സുകൾ നമുക്ക് ലഭ്യമായതിനാൽ ഇപ്പോൾ എന്ത് ചെയ്യാനാണ് ഡ്യൂറി നമ്മെ പ്രോത്സാഹിപ്പിക്കുന്നത്?

ഈസാ ഇസ്ലാമിക പ്രവാചകൻ

39. ആളുകൾ അഭിമുഖീകരിക്കുന്ന പ്രധാന തിരഞ്ഞെടുപ്പ് എന്താണ്?

40. **ഖുർആനിൽ** ഏറ്റവും കൂടുതൽ പരാമർശിച്ചിരിക്കുന്ന പേര് ഏത്: മുഹമ്മദ് അല്ലെങ്കിൽ ഈസ (യേശു)?

41. ഇസ്ലാം അനുസരിച്ച്, മുഹമ്മദ് ഏതു നിയമങ്ങൾ റദ്ദാക്കിയെന്ന് പറഞ്ഞിരിക്കുന്നു?

42. **ഖുറാൻ** അനുസരിച്ച്, എന്താണ് **ഇൻജീൽ**?

43. ***ഹദീസുകൾ*** പ്രകാരം **ഈസാ** തിരിച്ചു വന്നാൽ എന്ത് ചെയ്യും?

നസ്രത്തിലെ യഥാർത്ഥ യേശുവിനെ പിന്തുടരുക

44. യേശുവിനെ അനുഗമിക്കുന്നതിനെക്കുറിച്ച് മുസ്ലീങ്ങൾ എന്താണ് പഠിപ്പിക്കുന്നത്?

45. ഇത് മുസ്ലീങ്ങളിൽ നിന്ന് എന്താണ് മറച്ചുവെക്കുന്നത്?

46. നസ്രത്തിലെ യഥാർത്ഥ യേശുവിനെക്കുറിച്ച് നമുക്ക് എങ്ങനെ വിശ്വസനീയമായി അറിയാനാകും?

47. എന്തുകൊണ്ടാണ് **ഖുർആനിലെ** ഈസായും സുവിശേഷങ്ങളിലെ യേശുവും തമ്മിൽ വേർതിരിച്ചറിയേണ്ടത് പ്രധാനമായിരിയ്ക്കുന്നത്?

4

മുഹമ്മദും തിരസ്കരണവും

““നിങ്ങളുടെ ശത്രുക്കളെ സ്നേഹിപ്പിൻ; നിങ്ങളെ പകെക്കുന്നവർക്കു ഗുണം ചെയ്‌വിൻ.

ലൂക്കോസ് 6:27

പാഠ ലക്ഷ്യങ്ങൾ

a. അറേബ്യയിലെ മുഹമ്മദിൻ്റെ ആദ്യ 40 വർഷത്തെ വേദനാജനകമായ ജീവിതത്തെ അഭിനന്ദിക്കുക.

b. മുഹമ്മദിലെ സ്വയം നിരാകരണവും സ്വയം സംശയവും മക്കയിൽ ഇസ്ലാം സ്ഥാപിക്കുന്നതിൽ എങ്ങനെ അവിഭാജ്യമായിരുന്നുവെന്ന് മനസ്സിലാക്കുക.

c. മക്കക്കാരുടെ പരിഹാസത്തിനും പീഡനത്തിനും മുന്നിൽ മുഹമ്മദിനെ സാധൂകരിക്കാൻ മക്കൻ 'വെളിപ്പാടുകൾ' എങ്ങനെ ഉപയോഗിച്ചുവെന്ന് മനസ്സിലാക്കുക.

d. മുഹമ്മദിൻ്റെ മക്കൻ ജീവിതത്തിലെ പ്രധാന വ്യക്തികളെ അഭിനന്ദിക്കുക: അദ്ദേഹത്തിൻ്റെ തീവ്ര പിന്തുണക്കാരും രോഷാകുലരായ ശത്രുക്കളും.

e. പീഡനമോ പ്രലോഭനമോ എന്ന നിലയിൽ മുഹമ്മദിൻ്റെ ഫിറ്റ്നയെക്കുറിച്ചുള്ള യഥാർത്ഥ ആശയം, മക്കൻ കാലഘട്ടത്തിൻ്റെ അവസാനത്തിൽ തുടങ്ങി മദീനയിൽ തുടരുന്ന ഒരു അക്രമാസക്തമായ യുദ്ധ സിദ്ധാന്തമായി എങ്ങനെ രൂപാന്തരപ്പെട്ടുവെന്ന് മനസ്സിലാക്കുക.

f. പ്രതികാരത്തിനും പകരംവീട്ടലിനുനുമുള്ള മുഹമ്മദിൻ്റെ ആഗ്രഹം അദ്ദേഹത്തിൻ്റെ ദൈവശാസ്ത്രത്തെയും അവിശ്വാസികളോടും പ്രത്യേകിച്ച് യഹൂദരോടും അദ്ദേഹം പെരുമാറിയതെങ്ങനെയെന്ന് മനസ്സിലാക്കുക.

g. തിരസ്കരണത്തെ എതിർക്കാനുള്ള മുഹമ്മദിൻ്റെ മാർഗം ഇസ്ലാമിലെ ഇരകളുടെയും ആക്രമണത്തിൻ്റെയും ആഗോള വികാരമായി മാറിയെന്ന് തിരിച്ചറിയുക.

h. ശരീഅത്തിൻ്റെ സ്വാധീനം കാരണം മുഹമ്മദിൻ്റെ മോശം സ്വഭാവങ്ങൾ ഇന്ന് മുസ്ലീങ്ങളുടെ ജീവിതത്തെ എങ്ങനെ പുനർനിർമ്മിക്കപ്പെടുന്നുവെന്ന് മനസ്സിലാക്കുക.

i. ഇസ്ലാം വിടുന്നവർ മുഹമ്മദിൻ്റെ സ്വഭാവത്തിൽ നിന്നും മാതൃകയിൽ നിന്നും വേർപിരിയേണ്ടതിൻ്റെ ആവശ്യകതയെ അഭിനന്ദിക്കുക.

കേസ് പഠനം :നിങ്ങൾ എന്തു ചെയ്യും?

നിങ്ങളുടെ യോഗ്യതകൾ മെച്ചപ്പെടുത്തുന്നതിന് ചില സെമിനാറുകൾ നടത്താൻ നിങ്ങളുടെ തൊഴിൽ ആവശ്യപ്പെടുന്നു. ഒരു വർക്ക്ഷോപ്പിൽ, നിങ്ങളെ ഒരു വർക്ക് ഗ്രൂപ്പിൽ ഉൾപ്പെടുത്തിയിട്ടുണ്ട്, അവിടെ ഒരു ഭക്തനായ മുസ്ലീം, ഒരു നാസ്തിക നിരീശ്വരവാദി, നാമമാത്രമായ ഒരു കത്തോലിക്കൻ, നിങ്ങൾ എന്നിവരും. ഈ ടീമിനൊപ്പം പ്രവർത്തിക്കുന്നത് ചിലപ്പോൾ ഒരുമിച്ച് ഭക്ഷണം കഴിക്കുന്നതും ഉൾപ്പെടുന്നു. ഭക്ഷണസമയത്ത് ഒരു സംഭാഷണത്തിനിടെ മുസ്ലീം മാന്യൻ മുസ്ലീങ്ങൾക്കെതിരെ നൂറ്റാണ്ടുകളായി ക്രിസ്ത്യാനികൾ നടത്തിയ അക്രമത്തിൻ്റെ എല്ലാ പ്രകടനങ്ങളും ഇന്ന് മുസ്ലീം രാഷ്ട്രങ്ങൾക്കെതിരെ ചെയ്യുന്ന എല്ലാ തിന്മകളും പട്ടികപ്പെടുത്താൻ തീരുമാനിച്ചു. അദ്ദേഹം കാണുന്നതുപോലെ, “മുസ്ലിംകൾ അടിച്ചമർത്തപ്പെട്ട ഇരകളാണ്; ക്രിസ്ത്യാനികൾ അക്രമികളാണ്.” കുരിശുയുദ്ധക്കാരുടെ രക്തരൂക്ഷിതമായ "വിശുദ്ധ യുദ്ധങ്ങൾ" ഉപയോഗിക്കുന്നതിനെ ആക്രമിക്കുന്നതിൽ നിരീശ്വരവാദി മുസ്ലീമിനൊപ്പം ചേരുന്നു. കത്തോലിക്കാ സഹപ്രവർത്തകൻ അരിശത്തിലാകുകയും സഹായത്തിനായി നിങ്ങളെ നോക്കുകയും ചെയ്യുന്നു.

ഇപ്പോൾ നിങ്ങളെ നോക്കുന്ന മുസ്ലീങ്ങളോടും നിരീശ്വരവാദികളോടും നിങ്ങൾ എന്ത് പറയും?

ഇസ്ലാമിൻ്റെ വേരും ശരീരവുമാണ് മുഹമ്മദ്. ഈ പാഠം മുഹമ്മദിൻ്റെ ജീവിതത്തിലെ ചില വേദനാജനകമായ അനുഭവങ്ങളുടെയും അവൻ്റെ ബുദ്ധിമുട്ടുകളോട് അദ്ദേഹം പ്രതികരിച്ചതിൻ്റെ ദോഷകരമായ രീതിയുടെയും ഒരു അവലോകനം നൽകുന്നു. ആദ്യ വിഭാഗത്തിൽ അദ്ദേഹത്തിൻ്റെ പ്രയാസകരമായ കുടുംബ സാഹചര്യങ്ങളും മക്കയിൽ അദ്ദേഹം അനുഭവിച്ച മറ്റ് പ്രശ്നങ്ങളും ഞങ്ങൾ പരിഗണിക്കുന്നു.

കുടുംബത്തിന്റെ തുടക്കം

മുഹമ്മദ് ജനിച്ചത് സി. 570 എഡി, മക്കയിലെ ഒരു അറബ് ഗോത്രമായ ഖുറൈഷിയിലാണ്. മുഹമ്മദ് ജനിക്കുന്നതിന് മുമ്പ് അദ്ദേഹത്തിൻ്റെ പിതാവ് അബ്ദുല്ല ബിൻ അബ്ദുൽ മുത്തലിബ് മരിച്ചു. മുഹമ്മദിന്റെ ആദ്യകാലങ്ങളിൽ തന്റെ പരിപാലിക്കുന്നതിനായി മറ്റൊരു കുടുംബത്തിൽ വളർത്തപ്പെട്ടു.

അവന് ആറ് വയസ്സുള്ളപ്പോൾ അവൻ്റെ അമ്മ മരിച്ചു, ശക്തനായ മുത്തച്ഛൻ അവനെ കുറച്ചുകാലം നോക്കി, എന്നാൽ മുഹമ്മദിന് എട്ട് വയസ്സുള്ളപ്പോൾ അദ്ദേഹവും മരിച്ചു. തുടർന്ന് മുഹമ്മദ് തൻ്റെ പിതാവിൻ്റെ സഹോദരൻ അബു താലിബിനൊപ്പം താമസിക്കാൻ പോയി, അവിടെ അമ്മാവൻ്റെ ഒട്ടകങ്ങളെയും ആടുകളെയും പരിപാലിക്കാനുള്ള എളിയ ചുമതല അദ്ദേഹത്തിന് ലഭിച്ചു. ഓരോ പ്രവാചകനും തൻ്റെ എളിയ പശ്ചാത്തലത്തെ സവിശേഷവും വിശേഷമുള്ളതുമാക്കി മാറ്റിക്കൊണ്ട് ഒരു ആട്ടിൻകൂട്ടത്തെ മേയ്ച്ചിട്ടുണ്ടെന്ന് പിന്നീട് അദ്ദേഹം അവകാശപ്പെട്ടു.

മുഹമ്മദിൻ്റെ മറ്റ് അമ്മാവന്മാരിൽ ചിലർ സമ്പന്നരായിരുന്നെങ്കിലും, അവർ അവനെ സഹായിക്കാൻ ഒന്നും ചെയ്തില്ല. അബു ലഹബ് അല്ലെങ്കിൽ 'ജ്വാലയുടെ പിതാവ്' എന്ന് വിളിപ്പേരുള്ള ഒരു അമ്മാവനെക്കുറിച്ചു അവൻ മുഹമ്മദിനെ അവഹേളിച്ചതിനാൽ അവൻ നരകത്തിൽ കത്തിക്കപ്പെടുമെന്ന് ഖുറാനിൽ പറയുന്നത്:

> അബൂലഹബിൻ്റെ കൈകൾ നശിക്കുക, അവൻ നശിക്കട്ടെ! അവൻ്റെ സമ്പത്ത് അല്ലെങ്കിൽ അവൻ സമ്പാദിച്ചതൊന്നും അവനെ സഹായിക്കാൻ കഴിയില്ല, അവൻ ഒരു ജ്വലിക്കുന്ന തീയിൽ കത്തിയ്ക്കപ്പെടും, അവൻ്റെ ഭാര്യ, അവളുടെ കഴുത്തിൽ ഒരു കയർ കെട്ടും. (Q111)

വിവാഹവും കുടുംബവും

ചെറുപ്പത്തിൽ മുഹമ്മദിന് വയസ്സുള്ളപ്പോൾ, ഖദീജ എന്ന ധനികയായ സ്ത്രീ അവനോട് വിവാഹാഭ്യർത്ഥന നടത്തുമ്പോൾ അവൻ അവളുടെ അടുത്ത് ജോലി ചെയ്യുകയായിരുന്നു. അവൾ മുഹമ്മദിനെക്കാൾ പ്രായമുള്ളവളായിരുന്നു. ഇബ്ൻ കതിർ പറയുന്ന പാരമ്പര്യമനുസരിച്ച്, തൻ്റെ പിതാവ് വിവാഹം നിരസിക്കുമെന്ന് ഖദീജ ഭയപ്പെട്ടു, അതിനാൽ അവൻ മദ്യപിച്ചിരിക്കുമ്പോൾ അവരുടെ വിവാഹം നടന്നു. അവളുടെ അച്ഛൻ ബോധം വന്നപ്പോൾ എന്താണ് സംഭവിച്ചതെന്ന് അറിഞ്ഞപ്പോൾ അയാൾക്ക് ദേഷ്യം വന്നു.

അറേബ്യൻ സംസ്കാരത്തിൽ, ഒരു പുരുഷന് ഒരു ഭാര്യക്ക് വധുവില നൽകണം, അതിനുശേഷം അവൾ അവൻ്റെ സ്വത്തായി കണക്കാക്കപ്പെട്ടു. അവളുടെ ഭർത്താവ് മരിച്ചാൽ, അവളെ അവൻ്റെ എസ്റ്റേറ്റിൻ്റെ ഭാഗമായി പോലും കണക്കാക്കി, അവൻ്റെ പുരുഷ അവകാശിക്ക് അവൻ ആഗ്രഹിക്കുന്നുവെങ്കിൽ അവളെ വിവാഹം കഴിക്കാം. സാധാരണ അവസ്ഥയിൽ നിന്ന്

വ്യത്യസ്തമായി, ഖദീജ ശക്തയും സമ്പന്നനുമായിരുന്നു- മുഹമ്മദിൻ്റെ ജീവചരിത്രകാരനായ ഇബ്നു ഇസ്ഹാഖ് അവളെ "അന്തസ്സും സമ്പത്തും" ഉള്ള ഒരു സ്ത്രീ എന്ന് വിളിച്ചു-മുഹമ്മദ് കുറച്ച് പ്രതീക്ഷകൽ മാത്രമുള്ള ഒരു ദരിദ്രനായിരുന്നു. ഖദീജയും മുമ്പ് രണ്ടുതവണ വിവാഹിതയായിരുന്നു. അക്കാലത്തെ അറബികൾക്കിടയിലെ വിവാഹത്തെക്കുറിച്ചുള്ള സാധാരണ ധാരണയും ഖദീജയും മുഹമ്മദും തമ്മിലുള്ള ക്രമീകരണവും തമ്മിലുള്ള വൈരുദ്ധ്യവും ശ്രദ്ധേയമാണ്.

ഖദീജയ്ക്കും മുഹമ്മദിനും ആറ് (ചില കണക്കനുസരിച്ച് ഏഴ്) കുട്ടികളുണ്ടായിരുന്നു. മുഹമ്മദിന് മൂന്ന് (അല്ലെങ്കിൽ നാല്) ആൺമക്കൾ ഉണ്ടായിരുന്നു, എന്നാൽ അവരെല്ലാം ചെറുപ്പത്തിൽ തന്നെ മരിച്ചു, അദ്ദേഹത്തിന് പുരുഷ അവകാശികളില്ല. ബാല്യകാല അനുഭവങ്ങൾക്കുപുറമെ, കുടുംബജീവിതത്തെക്കുറിച്ചുള്ള മുഹമ്മദിൻ്റെ അനുഭവത്തിൽ ഇത് നിരാശയുടെ മറ്റൊരു ഉറവിടമായിരുന്നു.

മുഹമ്മദിൻ്റെ കുടുംബസാഹചര്യങ്ങളിൽ വേദനാജനകമായ നിരവധി കാര്യങ്ങൾ ഉണ്ടായിരുന്നു, അനാഥനാകുന്നതും മുത്തച്ഛനെ നഷ്ടപ്പെടുന്നതും, ദരിദ്രമായ ആശ്രിതബന്ധമുള്ളവനാകുന്നതും, മദ്യപിച്ചെത്തിയ അമ്മായിയപ്പന്റെ മുൻപിൽ വിവാഹം കഴിക്കേണ്ടിവരുന്നതും, മക്കളെ നഷ്ടപ്പെട്ടതും, ലക്ഷ്യം നേടുന്നതും. ശക്തരായ ബന്ധുക്കളിൽ നിന്നുള്ള ശത്രുത. തൻ്റെ അമ്മാവൻ അബു താലിബ് അദ്ദേഹത്തോട് കാണിച്ച കരുതലും ദാരിദ്ര്യത്തിൽ നിന്ന് അവനെ രക്ഷിച്ച ഖദീജയെ വിവാഹ പങ്കാളിയായി തിരഞ്ഞെടുത്തതും.

ഒരു പുതിയ മതം സ്ഥാപിയ്ക്കപ്പെട്ടു) മക്ക(

മുഹമ്മദിൻ്റെ കുടുംബസാഹചര്യങ്ങൾ ദുഷ്കരമായിരുന്നു, അദ്ദേഹം ഒരു പുതിയ മതം സ്ഥാപിച്ചപ്പോഴും താൻ ബുദ്ധിമുട്ടുകൾ അനുഭവിച്ചുകൊണ്ടിരുന്നു.

മുഹമ്മദിന് ഏകദേശം 40 വയസ്സായിരുന്നപ്പോഴാണ്, ഒരു ആത്മാവിൽ നിന്നുള്ള സന്ദർശനങ്ങൾ അവൻ അനുഭവിക്കാൻ തുടങ്ങിയത്, മുഹമ്മദ് പിന്നീട് പറഞ്ഞതനുസരിച്ചു അത് ജിബ്രീൽ മാലാഖയായിരുന്നു. ഈ സന്ദർശനങ്ങളിൽ ആദ്യം മുഹമ്മദിന് അങ്ങേയറ്റം വിഷമം തോന്നി, തനിക്ക് ബാധയുണ്ടോ എന്ന് അവൻ ആശ്ചര്യപ്പെട്ടു. “ഞാൻ ആത്മഹത്യ ചെയ്യാനും വിശ്രമിക്കാനും വേണ്ടി മലമുകളിൽ ചെന്ന് താഴേയ്ക്ക് ചാടും” എന്ന് പറഞ്ഞുകൊണ്ട് അവൻ ആത്മഹത്യയെക്കുറിച്ച് പോലും ചിന്തിച്ചു.

അവൻ്റെ ഭാര്യ ഖദീജ അവൻ്റെ വലിയ ഉത്കണ്ഠയിൽ അവനെ ആശ്വസിപ്പിക്കുകയും തൻ്റെ ബന്ധുവായ ക്രിസ്ത്യാനിയായ വറഖയുടെ അടുത്തേക്ക് കൊണ്ടുപോവുകയും ചെയ്തു, അവൻ ഒരു പ്രവാചകനാണെന്നും ഭ്രാന്തനല്ലെന്നും പ്രഖ്യാപിച്ചു.

പിന്നീട്, വെളിപ്പെടുത്തലുകൾ നിലച്ചപ്പോൾ, മുഹമ്മദിന് വീണ്ടും ആത്മഹത്യാ ചിന്തകളുണ്ടായി, എന്നാൽ ഓരോ തവണയും ഒരു മലയിൽ നിന്ന് സ്വയം ചാടാൻ പോകുമ്പോൾ, ജിബ്രീൽ പ്രത്യക്ഷപ്പെടുകയും അവനെ ആശ്വസിപ്പിക്കുകയും ചെയ്തു, "ഒരു പുതിയ മതം മുഹമ്മദ്! തീർച്ചയായും നീ അല്ലാഹുവിൻ്റെ സത്യദൂതനാണ്."

ഒരു വഞ്ചകനായി നിരസിക്കപ്പെടുമെന്ന് മുഹമ്മദ് ഭയപ്പെട്ടിരുന്നതായി തോന്നുന്നു, കാരണം ആദ്യകാല *സൂറങ്ങളിലൊന്നിൽ* തന്നെ ഉപേക്ഷിക്കുകയോ തള്ളിക്കളയുകയോ ചെയ്യില്ലെന്ന് അല്ലാഹു ഉറപ്പുനൽകുന്നു (Q93).

മുസ്ലീം സമുദായം ആദ്യം പതുക്കെ വളർന്നു. ഖദീജയാണ് ആദ്യം മതം മാറിയത്. അടുത്തത് മുഹമ്മദിൻ്റെ സ്വന്തം വീട്ടിൽ വളർന്നുവന്ന മുഹമ്മദിൻ്റെ യുവ കസിൻ അലി ബിൻ അബു താലിബായിരുന്നു. മറ്റുചിലർ പിന്തുടർന്നു, പ്രധാനമായും ദരിദ്രർ, അടിമകൾ, സ്വതന്ത്രരായ അടിമകൾ എന്നിവരിൽ നിന്ന്.

മുഹമ്മദിൻ്റെ സ്വന്തം ഗോത്രം

ആദ്യം പുതിയ മതം അതിൻ്റെ അനുയായികൾ രഹസ്യമാക്കി വച്ചിരുന്നു, എന്നാൽ മൂന്ന് വർഷത്തിന് ശേഷം അത് പരസ്യമാക്കാൻ അല്ലാഹു തന്നോട് പറഞ്ഞതായി മുഹമ്മദ് പറഞ്ഞു. ഒരു കുടുംബ സംഗമം വിളിച്ചുകൂട്ടിയാണ് അദ്ദേഹം ഇത് ചെയ്തത്, അതിൽ അദ്ദേഹം തൻ്റെ ബന്ധുക്കളെ ഇസ്ലാമിലേക്ക് ക്ഷണിച്ചു.

ആദ്യം, മക്കയിലെ മുഹമ്മദിൻ്റെ സഹ ഖുറൈഷ് ഗോത്രക്കാർ അവനെ ശ്രദ്ധിക്കാൻ തയ്യാറായി, പക്ഷേ അവൻ അവരുടെ ദൈവങ്ങളെ ആക്രമിക്കാൻ തുടങ്ങുന്നതുവരെ. ഇതിനുശേഷം മുസ്ലിംകൾ ഇബ്ൻ ഇസ്ഹാഖ് "നിന്ദിക്കപ്പെട്ട ന്യൂനപക്ഷം" ആയിത്തീർന്നു. പിരിമുറുക്കം രൂക്ഷമായി, ഇരുവിഭാഗവും ഏറ്റുമുട്ടി.

എതിർപ്പ് ഉയർന്നപ്പോൾ, മുഹമ്മദിൻ്റെ അമ്മാവൻ അബു താലിബ് അദ്ദേഹത്തെ സംരക്ഷിച്ചു. മക്കയിലെ മറ്റുള്ളവർ പറഞ്ഞു: "അല്ലയോ അബൂതാലിബ്, നിൻ്റെ അനന്തരവൻ ഞങ്ങളുടെ

ദൈവങ്ങളെ ശപിച്ചു, ഞങ്ങളുടെ മതത്തെ അപമാനിച്ചു, ഞങ്ങളുടെ ജീവിതരീതിയെ പരിഹസിച്ചു ... ഒന്നുകിൽ നിങ്ങൾ അവനെ തടയണം, അല്ലെങ്കിൽ ഞങ്ങളെ അവനെ നേരിടാൻ അനുവദിക്കണം," അബു താലിബ് അവരോട് മൃദുവായി ഉത്തരം പറഞ്ഞു ആയതിനാൽ അവർ പോയി.

അവിശ്വാസികളായ അറബികൾ മുഹമ്മദിൻ്റെ വംശത്തിനെതിരെ സാമ്പത്തികവും, സാമൂഹികവുമായ ബഹിഷ്കരണം സംഘടിപ്പിച്ചു, അവരുമായുള്ള വ്യാപാരവും മിശ്രവിവാഹവും വിലക്കി. അവരുടെ ദാരിദ്ര്യം കാരണം മുസ്ലീങ്ങൾ ദുർബലരായിരുന്നു. ഇബ്നു ഇസ്ഹാഖ് ഖുറൈശികളുടെ കൈകളിൽ നിന്നും അവർ നേരിട്ടതിനെപ്പറ്റി സംഗ്രഹിക്കുന്നു:

> അപ്പൊസ്തലനെ അനുഗമിച്ചവരോടെല്ലാം ഖുറൈശികൾ ശത്രുത കാണിച്ചു; മുസ്ലീങ്ങൾ അടങ്ങുന്ന എല്ലാ വംശങ്ങളും അവരെ [മുസ്ലിംകളെ] ആക്രമിക്കുകയും തടവിലിടുകയും തല്ലുകയും ഭക്ഷണമോ പാനീയമോ നൽകാതെയും മക്കയിലെ കത്തുന്ന ചൂടിൽ അവരെ തുറന്നുകാട്ടുകയും ചെയ്തു, അവരുടെ മതം വിട്ടുപോകാൻ അവരെ പ്രേരിപ്പിക്കാനായിരുന്നു ഈ നീക്കം. ചിലർ പീഡനങ്ങളുടെ സമ്മർദ്ദത്തിൽ വഴങ്ങി, മറ്റുചിലർ ദൈവത്താൽ സംരക്ഷിക്കപ്പെടുകയും പ്രതിരോധിക്കുകയും ചെയ്തു.7

മുഹമ്മദ് പോലും അപകടങ്ങളിൽ നിന്നും അപമാനങ്ങളിൽ നിന്നോ രക്ഷപ്പെട്ടില്ല: അവൻ പ്രാർത്ഥിക്കുമ്പോൾ അഴുക്കും മൃഗങ്ങളുടെ കുടലും പോലും അവൻ്റെ മേൽ എറിഞ്ഞിരുന്നു.

പീഡനം തുടർന്നപ്പോൾ, 83 മുസ്ലീം പുരുഷന്മാരും അവരുടെ കുടുംബങ്ങളും അഭയാർത്ഥി ക്രിസ്ത്യൻ അബിസീനിയയിലേക്ക് കുടിയേറി, അവിടെ അവർക്ക് സംരക്ഷണം ലഭിച്ചു.

മക്കയിലെ സ്വന്തം ജനതയുടെ തിരസ്കരണത്തോട് മുഹമ്മദ് എങ്ങനെ പ്രതികരിച്ചുവെന്ന് ഈ അടുത്ത ഭാഗങ്ങളിൽ നാം പരിഗണിക്കുന്നു.

---

7 എ. ഗില്ലൂം, *ദി ലൈഫ് ഓഫ് മുഹമ്മദ്*, പേജ് 143.

സ്വയം സംശയവും സ്വയം സാധൂകരണവും

ഒരു ഘട്ടത്തിൽ ഖുറൈഷികളുടെ സമ്മർദ്ദത്തിൽ മുഹമ്മദ് ഒരു ദൈവത്തിലുള്ള തൻ്റെ വിശ്വാസത്തിൽ പതറുന്നതായി കാണപ്പെട്ടു. അവരുടെ ദൈവങ്ങളെ ആരാധിച്ചാൽ അല്ലാഹുവിനെ ആരാധിക്കാമെന്ന ഒരു കരാർ അവർ അവനോട് വാഗ്ദാനം ചെയ്തിരുന്നു. എന്നാൽ, ഖുർആനിലെ 109:6-ലെ വാക്കുകൾ "നിങ്ങളുടെ മതം നിങ്ങൾക്ക്, എന്റെ മതം എനിക്ക്!" എന്ന് ഉച്ചരിച്ച്, അദ്ദേഹം ഈ കരാർ തള്ളിക്കളഞ്ഞു. എന്നിരുന്നാലും, ഇസ്ലാമിക ചരിത്രകാരനായ അൽ-തബരിയുടെ രേഖകൾ പ്രകാരം, Q 53-ാം പദം ലഭിക്കുന്ന സമയത്ത് ഒരു വ്യത്യസ്ത സംഭവമുണ്ടായി. മക്കയിലെ ദേവതകളായ അൽ-ലത്ത്, ഉസ്സ, മനാത്ത് എന്നിവയെക്കുറിച്ച് "സാത്താനിക് വേഴ്സ്" എന്നറിയപ്പെടുന്ന ഒരു വെളിപ്പെടുത്തൽ മുഹമ്മദ് സ്വീകരിച്ചു: "ഇവയാണ് ഉന്നതമായ *ഘരാനി* (ക്രെയിൻ പക്ഷികൾ), അവരുടെ മധ്യസ്ഥത അംഗീകരിക്കപ്പെടുന്നു."

ഈ സൂക്തം കേട്ടപ്പോൾ വിജാതിയരായ ഖുറൈശികൾ സന്തോഷിക്കുകയും മുസ്ലിംകളോടൊപ്പം ആരാധന നടത്തുകയും ചെയ്തു. എന്നിരുന്നാലും, ജിബ്രീൽ ദൂതൻ മുഹമ്മദിനെ ശാസിച്ചു, അതിനാൽ ഈ വാക്യം റദ്ദാക്കപ്പെട്ടു (റദ്ദാക്കിയത്) സാത്താനിൽ നിന്നാണ് വന്നതെന്ന് മുഹമ്മദ് പ്രഖ്യാപിച്ചു. വാക്യം പിൻവലിച്ചതായി മുഹമ്മദ് അറിയിച്ചപ്പോൾ, ഇത് ഖുറൈഷികളിൽ നിന്ന് കൂടുതൽ പുച്ഛത്തിന് കാരണമായി, അവർ മുഹമ്മദിനോടും അനുയായികളോടും കൂടുതൽ ശത്രുത പുലർത്തി.

ഇതിനുശേഷം, തനിക്ക് മുമ്പുള്ള എല്ലാ പ്രവാചകന്മാരും സാത്താനാൽ വഴിതെറ്റിക്കപ്പെട്ടുവെന്ന് അവകാശപ്പെടുന്ന ഒരു വാക്യം മുഹമ്മദ് റിപ്പോർട്ട് ചെയ്തു (Q22:52). മുഹമ്മദ് ഇതിലൂടെ, വിജയകരമായി ഒരു സാധ്യതാപരമായ നാണക്കേടിനെ മാറ്റി ഒരു പ്രത്യേകതയാക്കിയതായി കാണപ്പെടുന്നു.

താനൊരു വ്യാജവാദിയാണെന്ന പരിഹാസത്തിനും ആരോപണങ്ങൾക്കും മുന്നിൽ, തന്നെ ആഴത്തിൽ മുറിവേൽപ്പിച്ചപ്പോൾ, തന്നെ സാധൂകരിക്കുന്ന വാക്യങ്ങൾ അല്ലാഹുവിൽ നിന്ന് ലഭിച്ചതായി മുഹമ്മദ് റിപ്പോർട്ട് ചെയ്യുകയും അദ്ദേഹത്തിൻ്റെ സ്വഭാവം ശ്രദ്ധേയമാണെന്ന് പ്രശംസിക്കുകയും ചെയ്തു. അവൻ തെറ്റ് ചെയ്തില്ല, ഖുറാൻ പ്രസ്താവിക്കുന്നു, മറിച്ച് സത്യസന്ധനായ ഒരു മനുഷ്യനായിരുന്നു (Q53:1-3; Q68:1-4).

വിവിധ *ഹദീസ്* പാരമ്പര്യങ്ങൾ മുഹമ്മദ് തന്റെ ജാതി, ഗോത്രം, വംശം, മാതാപിതാക്കളുടെ ശ്രേഷ്ഠത എന്നിവയിലൊക്കെ വിശ്വാസമുണ്ടായിരുന്നുവെന്ന് റിപ്പോർട്ട് ചെയ്യുന്നു. താനൊരു നിയമവിരുദ്ധനാണെന്ന ആരോപണങ്ങൾക്കുള്ള മറുപടിയായി, തന്റെ എല്ലാ പൂർവ്വികരും ആദാമിലേക്കുള്ള വഴിയിൽ മുഴുവൻ നിയമബദ്ധമായ വിവാഹങ്ങളിൽ ജനിച്ചവരാണെന്നും ആരും വിവാഹത്തിന് പുറത്ത് ജനിച്ചവരല്ലെന്നും അദ്ദേഹം പറഞ്ഞു. ഇബ്നു കതിർ റിപ്പോർട്ട് ചെയ്ത ഒരു ഹദീസിൽ, മുഹമ്മദ് താൻ മികച്ച രാഷ്ട്രം (അറബികൾ) എന്നതിൽ നിന്നുള്ള മികച്ച വംശത്തിൽ (ഹാഷിമിയൻ വംശം) നിന്ന മികച്ച വ്യക്തിയാണെന്നും പ്രഖ്യാപിച്ചു: "ഞാൻ നിങ്ങളിലുള്ള ആത്മാവിലും മികച്ചവനും വംശപരമായി മികച്ചവനുമാണ്. ഞാൻ തിരഞ്ഞെടുക്കപ്പെട്ടവരിൽ ഏറ്റവും തിരഞ്ഞെടുക്കപ്പെട്ടവനാണ്; അതിനാൽ അറബികളെ സ്നേഹിക്കുന്നവൻ എന്നെ സ്നേഹിക്കുന്നതിലൂടെ അവരെ സ്നേഹിക്കുന്നതാണ്."

മുഹമ്മദിൻ്റെ മക്കയിലെ 13 വർഷക്കാലത്താണ് ഇസ്ലാമിക വിജയ സങ്കൽപ്പവും വിജയികളുടെയും പരാജിതരുടെയും ഭാഷയും ഖുറാനിൽ വിഷയങ്ങളായി ഉയർന്നുവരാൻ തുടങ്ങിയത്. ഉദാഹരണത്തിന്, മോശയും ഈജിപ്ഷ്യൻ വിഗ്രഹാരാധകരും തമ്മിലുള്ള സംഘർഷങ്ങളെക്കുറിച്ചുള്ള ആവർത്തിച്ചുള്ള പരാമർശങ്ങളിൽ, വിജയികളുടെയും പരാജിതരുടെയും അടിസ്ഥാനത്തിൽ ഖുറാൻ ഫലങ്ങളെ വിവരിക്കുന്നു (ഉദാഹരണത്തിന്, Q20:64, 68; Q26:40-44). അല്ലാഹുവിൻ്റെ വെളിപാടുകളെ നിരാകരിക്കുന്നവർ പരാജിതരാകുമെന്ന് പ്രഖ്യാപിച്ചുകൊണ്ട്, താനും തൻ്റെ എതിരാളികളും തമ്മിലുള്ള പോരാട്ടത്തിൽ വിജയത്തിൻ്റെ പദപ്രയോഗം മുഹമ്മദ് പ്രയോഗിക്കാൻ തുടങ്ങി (Q10:95).

കൂടുതൽ തിരസ്കരണവും പുതിയ സഖ്യകക്ഷികളും

മുഹമ്മദിന് ഭാര്യ ഖദീജയെയും അമ്മാവൻ അബു താലിബിനെയും ഒരേ വർഷം നഷ്ടപ്പെട്ടപ്പോൾ മക്കയിൽ കുറച്ചുകാലമായി കാര്യങ്ങൾ *ശരിയായിരുന്നില്ല*. ഇവ വലിയ പ്രഹരങ്ങളായിരുന്നു. അവരുടെ പിന്തുണയും സംരക്ഷണവും ഇല്ലാതിരുന്നപ്പോൾ, മുഹമ്മദിനോടും അവൻ്റെ മതത്തോടും കൂടുതൽ ശത്രുത പുലർത്താൻ ഖുറൈശികൾ ധൈര്യപ്പെട്ടു.

അറബ് സമൂഹം സഖ്യങ്ങളും പരിരക്ഷിത ബന്ധങ്ങളും അടിസ്ഥാനമാക്കി പ്രവർത്തിച്ചിരുന്നു. സുരക്ഷ ലഭിക്കാൻ ഒരു ശക്തനായ സംരക്ഷകനിലേയ്ക്ക് അടങ്ങുകയാണ് മാർഗ്ഗം. അപകടങ്ങൾ അദ്ദേഹത്തിനും അദ്ദേഹത്തിന്റെ അനുയായികൾക്കും ഉയർന്നതോടെ, സ്വന്തം ഗോത്രത്തിൽനിന്ന് ഉപേക്ഷിക്കപ്പെട്ട അദ്ദേഹം, മക്കയുടെ സമീപം തഅിഫ് എന്ന സ്ഥലത്ത് പുതിയ സംരക്ഷകരെ തേടാൻ പോയി. എന്നാൽ, തഅിഫിൽ അദ്ദേഹത്തെ പരിഹസിക്കുകയും അപമാനിക്കുകയും ചെയ്തതിനുപുറമേ ഒരു കൂട്ടം ജനങ്ങൾ അദ്ദേഹത്തെ പിന്തുടർന്ന് പുറത്താക്കി.

തഅിഫിൽ നിന്ന് തിരികെ വരുന്നതിനിടെ, ഇസ്ലാമിക പാരമ്പര്യങ്ങളിൽ പറയുന്നതനുസരിച്ച്, ഒരു കൂട്ടം *ജിന്നുകൾ* (അന്തരിച്ചു പോന്നവാർ അല്ലെങ്കിൽ ഭൂപ്രേതങ്ങൾ) മുഹമ്മദ് അർദ്ധരാത്രിയിൽ പ്രാർത്ഥിക്കുമ്പോൾ മുഹമ്മദ് ഖുറാനിലെ വാക്യങ്ങൾ ഉച്ചരിക്കുന്നതുകേട്ടു. അവർ അതിൽ നിന്ന് അത്യന്തം പ്രഭാവിതരായും ഉടൻ ഇസ്ലാം സ്വീകരിച്ചെന്നും വിശ്വസിക്കപ്പെടുന്നു. പിന്നീട് ഈ മുസ്ലീം പിശാചുക്കൾ മറ്റ് ജിന്നുകളോട് ഇസ്ലാം പ്രസംഗിക്കാൻ പോയി. ഈ സംഭവം ഖുർആനിൽ രണ്ടു പ്രാവശ്യം പരാമർശിച്ചിട്ടുണ്ട് (Q46:29-32; Q72:1-15).

ഈ സംഭവം രണ്ട് കാരണങ്ങളാൽ പ്രധാനമാണ്. ഒന്നാമതായി, ഇത് മുഹമ്മദിൻ്റെ സ്വയം സാധൂകരണത്തിൻ്റെ മാതൃകയുമായി പൊരുത്തപ്പെടുന്നു: തഅിഫിലെ മനുഷ്യർ അവനെ നിരസിച്ചെങ്കിലും, താൻ അവകാശപ്പെട്ടതിന് അവനെ തിരിച്ചറിഞ്ഞ *ജിന്നുകൾ* ഉണ്ടെന്ന് അവകാശപ്പെടാൻ അദ്ദേഹത്തിന് കഴിഞ്ഞു: അതായത് അല്ലാഹുവിൽ നിന്നുള്ള ഒരു യഥാർത്ഥ ദൂതൻ.

രണ്ടാമതായി, *ജിന്നുകൾ* ദൈവഭയമുള്ള മുസ്ലീങ്ങളാകാം എന്ന ആശയം ഇസ്ലാമിനുള്ളിൽ പൈശാചിക മണ്ഡലത്തിലേക്കുള്ള ഒരു വാതിൽ തുറന്നു. മുഹമ്മദിൻ്റെ ജീവിതത്തിലെ ഈ സംഭവവും മുസ്ലിം ജിന്നിനെക്കുറിച്ചുള്ള പരാമർശവും മുസ്‌ലിംകൾക്ക് (മുസ്‌ലിം) ആത്മീയ ലോകവുമായി സമ്പർക്കം പുലർത്താൻ ഒരു ന്യായീകരണം നൽകി. മുസ്ലീങ്ങൾ ആത്മലോകവുമായി ഇടപഴകുന്നതിന് മറ്റൊരു കാരണം ഖുർആനിലും ഹദീസുകളിലും ഓരോ വ്യക്തിക്കും ഒരു *ഖാരിൻ* അല്ലെങ്കിൽ സഹചാരി ആത്മാവ് ഉണ്ടെന്ന് പരാമർശിക്കുന്നതാണ് (Q43:36; Q50:23, 27).

മക്കയിൽ തിരിച്ചെത്തിയപ്പോൾ മുഹമ്മദിന് കാര്യങ്ങൾ അത്ര ശുഭകരമായിരുന്നില്ല. എന്നിട്ടും ഒടുവിൽ തന്നെ സംരക്ഷിക്കാൻ തയ്യാറുള്ള ഒരു സമൂഹത്തെ കണ്ടെത്താൻ അദ്ദേഹത്തിന് കഴിഞ്ഞു. നിരവധി യഹൂദർ താമസിച്ചിരുന്ന നഗരമായ യാത്രിബിൽ (പിന്നീട്

മദീന എന്ന് വിളിക്കപ്പെട്ടു) നിന്നുള്ള അറബികളായിരുന്നു ഇവർ. മക്കയിൽ നടന്ന ഒരു വാർഷിക മേളയിൽ, മദീനയിൽ നിന്നുള്ള ഒരു കൂട്ടം സന്ദർശകർ മുഹമ്മദിനോട് വിശ്വസ്തതയും അനുസരണവും വാഗ്ദാനം ചെയ്തു, അവൻ്റെ ഏകദൈവ വിശ്വാസത്തിൻ്റെ സന്ദേശം അനുസരിച്ച് ജീവിക്കാൻ സമ്മതിച്ചു.

ഈ ആദ്യ പ്രതിജ്ഞയിൽ, പോരാടാനുള്ള പ്രതിജ്ഞാബദ്ധത ഉണ്ടായിട്ടില്ല. എന്നിരുന്നാലും, അടുത്ത വർഷത്തെ മേളയിൽ ഒരു വലിയ കൂട്ടം മദീനക്കാർ മുഹമ്മദ് തേടുന്ന സംരക്ഷണം വാഗ്ദാനം ചെയ്തു. *അൻസാർ* 'സഹായികൾ' എന്ന് അറിയപ്പെട്ടിരുന്ന ഈ മദീനക്കാർ "അപ്പോസ്തലനെ പൂർണ്ണമായി അനുസരിച്ചുള്ള യുദ്ധം" ചെയ്യാൻ തീരുമാനിച്ചു.

ഇതിന് ശേഷം മക്കയിലെ മുസ്ലിംകൾ മദീനയിലേക്ക് ചേക്കേറാൻ തീരുമാനിച്ചു, ഒരു രാഷ്ട്രീയ സുരക്ഷാ കേന്ദ്രം രൂപീകരിക്കാനായി. അർദ്ധരാത്രിയിൽ പിന്നിലെ ജനലിലൂടെ രക്ഷപ്പെട്ട മുഹമ്മദ് മക്കയിൽ നിന്ന് അവസാനമായി പലായനം ചെയ്ത കൂട്ടത്തിൽപ്പെടുന്നു. മദീനയിൽ, മുഹമ്മദിന് തൻ്റെ സന്ദേശം തടസ്സമില്ലാതെ പ്രഖ്യാപിക്കാൻ കഴിഞ്ഞു, ഫലത്തിൽ എല്ലാ മദീനൻ അറബികളും ആദ്യ വർഷത്തിനുള്ളിൽ ഇസ്ലാം മതം സ്വീകരിച്ചു. അപ്പോഴേക്കും മുഹമ്മദിന് 52 വയസ്സ് കഴിഞ്ഞിരുന്നു.

മക്കൻ വർഷങ്ങളിൽ, മുഹമ്മദിനെ സ്വന്തം കുടുംബവും ഗോത്രവും തള്ളിക്കളഞ്ഞിരുന്നു. ചില അപവാദങ്ങളൊഴികെ, എളിയ ദരിദ്രർ മാത്രമേ അവനിൽ വിശ്വസിച്ചിരുന്നുള്ളൂ, മറ്റുള്ളവരെല്ലാം അവനെ കളിയാക്കുകയും ഭീഷണിപ്പെടുത്തുകയും അപമാനിക്കുകയും ആക്രമിക്കുകയും ചെയ്തു.

തൻ്റെ പ്രാവചനിക വിളി നിരസിക്കപ്പെടുമെന്ന് ഭയന്ന് മുഹമ്മദിന് ആദ്യമേ തന്നെ ഒരു തീർത്തകയുമില്ലായിരുന്നു. ഒരു ഘട്ടത്തിൽ അദ്ദേഹം ഖുറൈശികളുടെ ദൈവങ്ങളെ അംഗീകരിക്കുന്നതായി തോന്നി. എന്നിരുന്നാലും, ഒടുവിൽ, എല്ലാ എതിർപ്പുകളെയും വകവയ്ക്കാതെ, മുഹമ്മദ് നിശ്ചയദാർഢ്യത്തോടെ പ്രവർത്തിക്കുകയും സമർപ്പിതരായ ഒരു കൂട്ടം അനുയായികളെ സ്വന്തമാക്കുകയും ചെയ്തു.

മുഹമ്മദ് ശരിക്കും മക്കയിൽ സമാധാനപരമായിരുന്നോ?

മുഹമ്മദിൻ്റെ മക്കയിലെ സാക്ഷികളുടെ ദശകം സമാധാനപരമായിരുന്നുവെന്ന് പല എഴുത്തുകാരും

അവകാശപ്പെട്ടിട്ടുണ്ട്. ഒരർത്ഥത്തിൽ ഇത് സത്യമായിരുന്നു. എന്നിരുന്നാലും, ഖുർആനിലെ മക്കൻ അധ്യായങ്ങളിൽ ശാരീരികമായ അക്രമങ്ങളൊന്നും കൽപ്പിക്കപ്പെട്ടിട്ടില്ലെങ്കിലും, അത് തീർച്ചയായും ആലോചിച്ചിരുന്നു, ആദ്യകാല വെളിപ്പെടുത്തലുകൾ മുഹമ്മദിൻ്റെ അയൽക്കാരെ നികൃഷ്ടമായ ഭാഷയിൽ അപലപിക്കുന്നു, അവൻ്റെ മതം നിരസിക്കുന്നവർക്ക് അടുത്ത ജന്മത്തിൽ ഭയങ്കരമായ പീഡനങ്ങൾ പ്രഖ്യാപിക്കുന്നു.

ഖുറേഷി അറബികളുടെ തിരസ്കരണത്തിൻ്റെ പശ്ചാത്തലത്തിൽ മുഹമ്മദിനെ സാധൂകരിക്കുക എന്നതായിരുന്നു ഖുർആനിലെ മക്കൻ ന്യായവിധി വാക്യങ്ങളുടെ പ്രവർത്തനങ്ങളിലൊന്ന്. ഉദാഹരണത്തിന്, മുസ്ലീങ്ങളെ കളിയാക്കി ചിരിക്കുന്നവർ ഇഹത്തിലും പരത്തിലും ശിക്ഷിക്കപ്പെടുമെന്ന് ഖുറാൻ പറയുന്നു. സ്വർഗത്തിൽ തങ്ങളുടെ കട്ടിലിൽ ആഡംബരത്തോടെ വീഞ്ഞ് കുടിക്കുന്ന വിശ്വാസികൾ, നരകാഗ്നിയിൽ പൊള്ളുന്ന അവിശ്വാസികളെ നോക്കുമ്പോൾ ചിരിക്കും (Q83:29-36).

ഈ വിധി സന്ദേശങ്ങൾ നിസ്സംശയമായും മക്കയിൽ സംഘർഷത്തിൻ്റെ തീ ആളിക്കത്തിച്ചു. സത്യനിഷേധികളായ ബഹുദൈവാരാധകർക്ക് അവർ കേൾക്കുന്നത് ഇഷ്ടപ്പെട്ടില്ല.

മുഹമ്മദ് ശാശ്വതമായ ന്യായവിധി പ്രസംഗിക്കുക മാത്രമല്ല, മക്കൻ കാലഘട്ടത്തിൻ്റെ തുടക്കത്തിലാണ് അവിശ്വാസികളായ മക്കക്കാരെ കൊല്ലാനുള്ള തൻ്റെ ഉദ്ദേശ്യം മുഹമ്മദ് ആദ്യമായി മുൻകൂട്ടി കണ്ടതെന്ന് ഇബ്നു ഇസ്ഹാഖ് റിപ്പോർട്ട് ചെയ്യുന്നു. അവൻ അവരോട് പറഞ്ഞു: ഖുറൈശികളേ, നിങ്ങൾ ഞാൻ പറയുന്നത് കേൾക്കുമോ? എൻ്റെ ജീവനെ കയ്യിൽ പിടിച്ചവൻ മുഖേന, ഞാൻ നിനക്ക് അറുകൊല കൊണ്ടുവരുന്നു.

പിന്നീട്, മുഹമ്മദ് മദീനയിലേക്ക് പലായനം ചെയ്യുന്നതിന് തൊട്ടുമുമ്പ്, ഒരു കൂട്ടം ഖുറൈഷികൾ അദ്ദേഹത്തിൻ്റെ അടുക്കൽ വന്ന്, തന്നെ നിരസിക്കുന്നവരെ കൊല്ലുമെന്ന് ഭീഷണിപ്പെടുത്തിയെന്ന ആരോപണവുമായി അദ്ദേഹത്തെ നേരിട്ടു: “നിങ്ങൾ അവനെ അനുഗമിച്ചില്ലെങ്കിൽ നിങ്ങളെ കൊല്ലുമെന്ന് മുഹമ്മദ് ആരോപിക്കുന്നു, ഒപ്പം നിങ്ങൾ മരിച്ചവരിൽ നിന്ന് ഉയിർത്തെഴുന്നേൽക്കുമ്പോൾ നരകത്തിലെ അഗ്നിയിൽ ദഹിപ്പിക്കപ്പെടും. ഇത് ശരിയാണെന്ന് മുഹമ്മദ് സമ്മതിച്ചു, "എന്തെന്നാൽ ഞാൻ അത് പറയുന്നു."

മക്കയിൽ തിരസ്കരണവും പീഡനവും അനുഭവിച്ച ശേഷം, മുസ്ലീം സമൂഹം, അവരുടെ പ്രവാചകൻ മുഹമ്മദ് വഴി നയിക്കപ്പെട്ടു, അവരുടെ എതിരാളികൾക്കെതിരെ യുദ്ധം ചെയ്യാൻ തീരുമാനിച്ചു.

ഈ ഭാഗങ്ങളിൽ, തന്നെയും അവൻ്റെ സന്ദേശത്തെയും നിരസിച്ചവർക്കെതിരെയുള്ള മുഹമ്മദിൻ്റെ അക്രമത്തിലേക്കുള്ള മാറ്റാതിരിയുന്നതും നമ്മൾ ഇവിടെ പരിശോധിക്കുന്നു.

പീഡനം മുതൽ കൊലപാതകം വരെ

അറബി വാക്കായ *ഫിറ്റ്ന* ('പരീക്ഷണം, പീഡനം, പ്രലോഭനം') മുഹമ്മദ് ഒരു സൈനിക നേതാവായി മാറുന്നതിന്റെ ദൃശ്യം മനസ്സിലാക്കുന്നതിന് വളരെ അത്യന്താപേക്ഷിതമാണ്. ഈ വാക്ക് ഫാത്തന എന്ന പദത്തിൽ നിന്നാണ് ഉത്ഭവിച്ചിരിക്കുന്നത്, അതിന്റെ അർത്ഥം 'മടങ്ങിപ്പോകാൻ, പ്രലോഭിപ്പിക്കാൻ, ആകർഷിക്കാൻ, അല്ലെങ്കിൽ പരീക്ഷണങ്ങൾക്ക് വിധേയമാക്കുക'. അതിന്റെ അടിസ്ഥാന അർത്ഥം ഒരു ലോഹത്തെ തീകൊണ്ട് പരിശോധിച്ച് *ശുദ്ധിയാക്കുന്നതാണ്*. *ഫിറ്റ്ന* പ്രലോഭനമോ പരീക്ഷണമോ ആകാം, ഇതിൽ പോസിറ്റീവ് അല്ലെങ്കിൽ നെഗറ്റീവ് പ്രേരണാശേഷിയുള്ള രണ്ടും ഉൾപ്പെടാം. ഇതിൽ സാമ്പത്തിക അല്ലെങ്കിൽ മറ്റുള്ള പ്രലോഭനങ്ങൾ നൽകിയാലോ, അല്ലെങ്കിൽ പീഡനങ്ങൾ പ്രയോഗിയ്ക്കുന്നതോ ഉൾപ്പെടാം.

അവിശ്വാസികളുമായുള്ള ആദ്യകാല മുസ്ലിം സമൂഹത്തിൻ്റെ അനുഭവങ്ങളെക്കുറിച്ചുള്ള ദൈവശാസ്ത്രപരമായ പ്രതിഫലനത്തിൽ *ഫിറ്റ്ന* ഒരു പ്രധാന ആശയമായി മാറി. മുസ്‌ലിംകളെ ഇസ്‌ലാം വിട്ടുപോകാൻ പ്രേരിപ്പിക്കുന്നതിനോ അതിൻ്റെ അവകാശവാദങ്ങളെ ദുർബലപ്പെടുത്തുന്നതിനോ വേണ്ടി അവർ *ഫിറ്റ്ന* ഉപയോഗിച്ചു എന്നതായിരുന്നു ഖുറൈഷികൾക്കെതിരായ മുഹമ്മദിൻ്റെ കുറ്റം.

യുദ്ധത്തെക്കുറിച്ചുള്ള ആദ്യകാല ഖുർആനിക വാക്യങ്ങൾ, യുദ്ധത്തിൻ്റെയും കൊലയുടെയും മുഴുവൻ ഉദ്ദേശവും *ഫിറ്റ്ന* ഇല്ലാതാക്കുക എന്നതാണെന്ന് വ്യക്തമാക്കി.

> നിങ്ങളോട് യുദ്ധം ചെയ്യുന്നവരോട് അല്ലാഹുവിൻ്റെ മാർഗത്തിൽ യുദ്ധം ചെയ്യുക, എന്നാൽ അതിക്രമം കാണിക്കരുത്: അക്രമികളെ അല്ലാഹു ഇഷ്ടപ്പെടുന്നില്ല.
>
> നിങ്ങൾ നേരെ അവർ എവിടെ വന്നാലും അവരെ കൊല്ലുക, അവർ നിങ്ങളെ പുറത്താക്കിയിടത്ത് നിന്ന് അവരെ പുറത്താക്കുക. പീഡനം (ഫിറ്റ്ന) കൊല്ലുന്നതിനേക്കാൾ മോശമാണ്.

....

> ഒരു പീഡനവും (ഫിറ്റ്ന) ഉണ്ടാകാതിരിയ്ക്കാനും, മതം അള്ളാഹുവിൻ്റേതാകുന്നതുവരെ അവരോട് യുദ്ധം ചെയ്യുക. എന്നാൽ അവർ (അവിശ്വാസവും ഇസ്ലാമിനോടുള്ള എതിർപ്പും അവസാനിപ്പിച്ചാൽ) അക്രമികൾക്കെതിരെയല്ലാതെ അക്രമം ഉണ്ടാകില്ല. (Q2:190-93)

മുസ്ലീങ്ങളുടെ *ഫിറ്റ്ന* "കൊല്ലുന്നതിനേക്കാൾ മോശമാണ്" എന്ന ആശയം വളരെ പ്രാധാന്യമർഹിക്കുന്നതായി തെളിഞ്ഞു. വിശുദ്ധ മാസത്തിൽ (അറബ് ഗോത്ര പാരമ്പര്യങ്ങൾ റെയ്ഡിംഗ് നിരോധിച്ചിരുന്ന കാലഘട്ടത്തിൽ) ഒരു മക്കൻ യാത്രാസംഘത്തിന് നേരെയുള്ള (Q2:217) ആക്രമണത്തിന് ശേഷം അതേ വാചകം വീണ്ടും വെളിപ്പെടുത്തപ്പെട്ടു. അവിശ്വാസികളുടെ രക്തം ചൊരിയുന്നത് മുസ്ലിങ്ങളെ അവരുടെ വിശ്വാസത്തിൽ നിന്ന് വഴിതെറ്റിക്കുന്നത്ര മോശമല്ലെന്ന് അത് സൂചിപ്പിച്ചു.

ഫിറ്റ്ന ഇല്ലാതാവുന്നതുവരെ അവരോട് യുദ്ധം ചെയ്യുക." ബദർ യുദ്ധത്തിനു ശേഷം മദീനയിലെ രണ്ടാം വർഷത്തിൽ ഇതും രണ്ടാമതും വെളിപ്പെട്ടു (Q8:39).

ഈ *ഫിറ്റ്ന* വാക്യങ്ങൾ, ഓരോന്നും രണ്ടുതവണ വെളിപ്പെടുത്തി, ആളുകൾ ഇസ്ലാമിലേക്ക് പ്രവേശിക്കുന്നതിന് എന്തെങ്കിലും തടസ്സമുണ്ടെങ്കിൽ, അല്ലെങ്കിൽ അവരുടെ വിശ്വാസം ഉപേക്ഷിക്കാൻ മുസ്ലിങ്ങളെ പ്രേരിപ്പിക്കുന്നതിനാൽ ജിഹാദ് ന്യായീകരിക്കപ്പെടുന്നു എന്ന തത്വം സ്ഥാപിച്ചു. മറ്റുള്ളവരോട് പോരാടുകയും അവരെ കൊന്നുകളയുകയും ചെയ്യുന്നത് എത്ര ദുഷ്കരമായാലും ഇസ്ലാമിനെ നശിപ്പിക്കാനോ തടസ്സപ്പെടുത്താനോ ഉള്ള ശ്രമങ്ങൾ അതിലും വല്ലാതെ മോശമാണെന്ന ധാരണ ഇതിലൂടെ സ്ഥാപിക്കപ്പെട്ടു.

മുസ്ലിം പണ്ഡിതന്മാർ *ഫിറ്റ്ന* എന്ന ആശയത്തെ അവിശ്വാസത്തിൻ്റെ കേവലമായ അസ്തിത്വം പോലും ഉൾപ്പെടുത്താൻ വിപുലീകരിച്ചു, അതിനാൽ ഈ വാചകം "അവിശ്വാസം കൊല്ലുന്നതിനേക്കാൾ മോശമാണ്" എന്ന് വ്യാഖ്യാനിക്കാം.

ഈ രീതിയിൽ മനസ്സിലാക്കിയാൽ, "ഫിറ്റ്ന കൊല്ലുന്നതിനേക്കാൾ മോശമാണ്" എന്ന വാചകം, മുസ്ലിംകളുമായി ഇടപെട്ടാലും ഇല്ലെങ്കിലും, മുഹമ്മദിൻ്റെ സന്ദേശം നിരസിച്ച എല്ലാ അവിശ്വാസികളോടും പോരാടാനും കൊല്ലാനുമുള്ള ഒരു സാർവത്രിക ഉത്തരവായി മാറി. അവിശ്വാസികൾ കേവലം "അവിശ്വാസം" ചെയ്യുന്നത് - മഹാനായ വ്യാഖ്യാതാവ് ഇബ്നു കഥീർ പറഞ്ഞതുപോലെ - അവർ കൊല്ലപ്പെടുന്നതിനേക്കാൾ വലിയ തിന്മയായിരുന്നു.

അവിശ്വാസം ഇല്ലാതാക്കാനും ഇസ്ലാമിനെ മറ്റെല്ലാ മതങ്ങളിന്മേലും ആധിപത്യം സ്ഥാപിക്കാനുമുള്ള യുദ്ധത്തിന് ഇത് ന്യായീകരണം നൽകി (Q2:193; Q8:39).

"ഞങ്ങൾ ഇരകളാണ് "!

ഖുർആനിലെ ഈ ഭാഗങ്ങളിലൂടെ മുഹമ്മദ് മുസ്ലീങ്ങൾ ഇരകളാണെന്ന് ഊന്നിപ്പറയുകയായിരുന്നു. യുദ്ധവും കീഴടക്കലും നീതിയുക്തമാണെന്ന് വരുത്തിത്തീർക്കാൻ, അവിശ്വാസികളായ ശത്രുക്കൾ കുറ്റക്കാരാണെന്നും അവർ ആക്രമിക്കപ്പെടാൻ അർഹരാണെന്നും അദ്ദേഹം അവകാശപ്പെട്ടു. മുസ്ലിംങ്ങൾ ഇരകളാണെന്നുള്ള വരുത്തിത്തീർക്കൽ അവർ അക്രമത്തെ ന്യായീകരിക്കാൻ ഉപയോഗിച്ചു: മുസ്ലിങ്ങൾ അവരുടെ ശത്രുക്കൾക്ക് നൽകുന്ന ശിക്ഷ എത്രത്തോളം തീവ്രമാണ്, അത് ശത്രുക്കളുടെ കുറ്റബോധത്തിൽ ഉറച്ചുനിൽക്കേണ്ടത് ആവശ്യമാണ്. മുസ്ലിംകളുടെ കഷ്ടപ്പാടുകൾ "കൊല്ലുന്നതിനേക്കാൾ മോശമാണ്" എന്ന് അല്ലാഹു പ്രഖ്യാപിച്ചതിന് ശേഷം, മുസ്ലിങ്ങൾ തങ്ങളുടെ ശത്രുക്കളുടെമേൽ അടിച്ചേൽപ്പിക്കുന്നതിനേക്കാൾ വലിയ തിന്മയായി തങ്ങൾ ഇരകളാണെന്ന് കണക്കാക്കേണ്ടത് നിർബന്ധമായി.

ഈ മനോഭാവത്തിന്റെ ദൈവശാസ്ത്ര അടിത്തറ ഖുറാനും മുഹമ്മദിന്റെ *സുന്നയിലുമാണെന്ന്* കാണുന്നത്. ഇതുകൊണ്ടാണ് ചില മുസ്ലീങ്ങൾ പലപ്പോഴും അവരുടെ ശത്രുക്കൾക്കൊപ്പം നടത്തിയ ആക്രമണത്തിൽ അവർ അനുഭവിച്ച ദുരിതം കൂടുതൽ വലിയതാണെന്നു വാദിക്കുന്നത്. അൽജസീറ ടെലിവിഷനിൽ ഡോ വഫ സുൽത്താനുമായി നടത്തിയ സംവാദത്തിൽ അൾജീരിയൻ മതരാഷ്ട്രീയ പ്രൊഫസറായ അഹ്മദ് ബിൻ മുഹമ്മദ് ഈ മാനസികാവസ്ഥ പ്രദർശിപ്പിച്ചു. മുസ്ലീങ്ങൾ നിരപരാധികളെ കൊന്നൊടുക്കിയതായി ഡോ.സുൽത്താൻ ചൂണ്ടിക്കാട്ടിയിരുന്നു. ഡോ. സുൽത്താന്റെ വാദങ്ങളിൽ പ്രകോപിതനായ അഹ്മദ് ബിൻ മുഹമ്മദ് ആക്രോശിക്കാൻ തുടങ്ങി:

> ഞങ്ങൾ ഇരകളാണ്! ... ദശലക്ഷക്കണക്കിന് നിരപരാധികൾ ഞങ്ങൾക്കിടയിലുണ്ട് [മുസ്ലിംകൾ] ഉണ്ട്, അതേസമയം നിങ്ങളിൽ നിരപരാധികൾ ... എണ്ണം ഡസൻ, നൂറുകണക്കിന് അല്ലെങ്കിൽ ആയിരക്കണക്കിന് മാത്രം.

ഈ ഇരകളുടെ മാനസികാവസ്ഥ പല മുസ്ലീം സമുദായങ്ങളെയും ഇന്നും ബാധിച്ചുകൊണ്ടിരിക്കുന്നു, മാത്രമല്ല അവരുടെ സ്വന്തം പ്രവർത്തനങ്ങളുടെ ഉത്തരവാദിത്തം ഏറ്റെടുക്കാനുള്ള അവരുടെ കഴിവിനെ ദുർബലപ്പെടുത്തുകയും ചെയ്യുന്നു.

പ്രതികാരം

മദീനയിൽ മുഹമ്മദിൻ്റെ സൈനിക ശക്തി വർദ്ധിക്കുകയും വിജയിക്കുവാനും തുടങ്ങിയപ്പോൾ, പരാജയപ്പെട്ട ശത്രുക്കളോടുള്ള അദ്ദേഹത്തിൻ്റെ പെരുമാറ്റം യുദ്ധത്തിനുള്ള അദ്ദേഹത്തിൻ്റെ പ്രേരണകളെക്കുറിച്ച് ധാരാളം വെളിപ്പെടാൻ തുടങ്ങി. നേരത്തെ ഒട്ടകത്തിൻ്റെ ചാണകവും കുടലും എറിഞ്ഞ ഉഖ്ബയോട് മുഹമ്മദ് പെരുമാറിയ സംഭവമായിരുന്നു അത്. ബദർ യുദ്ധത്തിൽ ഉഖ്ബ പിടിക്കപ്പെടുകയും തൻ്റെ ജീവനുവേണ്ടി അപേക്ഷിക്കുകയും ചെയ്തു, "എന്നാൽ മുഹമ്മദേ, എൻ്റെ മക്കളെ ആരാണ് പരിപാലിക്കുക?" ഉത്തരം "നരകം!" തുടർന്ന് മുഹമ്മദ് ഉഖ്ബയെ വധിച്ചു. ബദർ യുദ്ധത്തിനുശേഷം, യുദ്ധത്തിൽ കൊല്ലപ്പെട്ട മക്കക്കാരുടെ മൃതദേഹങ്ങൾ ഒരു കുഴിയിലേക്ക് വലിച്ചെറിയുകയും, മക്കയിൽ മരിച്ചവരെ പരിഹസിക്കാൻ മുഹമ്മദ് അർദ്ധരാത്രിയിൽ കുഴിയിലേക്ക് പോകുകയും ചെയ്തു.

തന്നെ തള്ളിപ്പറഞ്ഞവരോട് പ്രതികാരം ചെയ്ത് സ്വയം സാധൂകരിക്കാനാണ് മുഹമ്മദ് ശ്രമിച്ചതെന്നാണ് ഇത്തരം സംഭവങ്ങൾ തെളിയിക്കുന്നത്. മരിച്ചവരോട് പോലും അവസാന വാക്ക് പറയണമെന്ന് അദ്ദേഹം നിർബന്ധിച്ചു.

മുഹമ്മദിനെ തള്ളിപ്പറഞ്ഞവരാണ് അദ്ദേഹത്തിൻ്റെ കൊലപാതക പട്ടികയിൽ മുന്നിൽ. മക്ക കീഴടക്കിയപ്പോൾ മുഹമ്മദ് കൊല്ലുന്നത് നിരുത്സാഹപ്പെടുത്തി. എന്നിരുന്നാലും, കൊല്ലപ്പെടേണ്ട ആളുകളുടെ ഒരു ചെറിയ ലിസ്റ്റ് ഉണ്ടായിരുന്നു. ഈ പട്ടികയിൽ മൂന്ന് വിശ്വാസത്യാഗികൾ, മക്കയിൽ മുഹമ്മദിനെ അപമാനിച്ച ഒരു പുരുഷനും സ്ത്രീയും, അദ്ദേഹത്തെക്കുറിച്ച് ആക്ഷേപഹാസ്യ ഗാനങ്ങൾ ആലപിച്ച രണ്ട് അടിമ പെൺകുട്ടികളും ഉൾപ്പെടുന്നു.

നിരസിക്കപ്പെട്ടതിലുള്ള മുഹമ്മദിൻ്റെ വെറുപ്പാണ് മക്കൻ ലിസ്റ്റ് പ്രതിഫലിപ്പിക്കുന്നത്. വിശ്വാസത്യാഗികളുടെ തുടർ അസ്തിത്വം *ഫിറ്റ്നയുടെ* ഒരു രൂപമായിരുന്നു, അവർ ജീവിച്ചിരുന്ന കാലമത്രയും ഇസ്ലാം ഉപേക്ഷിക്കാൻ കഴിയുമെന്നതിൻ്റെ തെളിവായിരുന്നു, അതേസമയം മുഹമ്മദിനെ പരിഹസിക്കുകയോ അപമാനിക്കുകയോ ചെയ്യുന്നവർ അപകടകാരികളായിരുന്നു, കാരണം അവർക്ക് മറ്റുള്ളവരുടെ വിശ്വാസത്തെ തുരങ്കംവയ്ക്കാനുള്ള ശക്തിയുണ്ട്.

അമുസ്ലിങ്ങൾക്കുള്ള പ്രത്യാഘാതങ്ങൾ

ഇസ്ലാമിക നിയമങ്ങളിൽ അവിശ്വാസികളുടെ തിരസ്കരണത്തിൻ്റെ വേര് മുഹമ്മദിൻ്റെ വൈകാരികമായ

ലോകവീക്ഷണത്തിലും തിരസ്കരണത്തോടുള്ള അദ്ദേഹത്തിൻ്റെ സ്വന്തം പ്രതികരണങ്ങളിലുമാണ് കാണുന്നത്.

തുടക്കത്തിൽ, മുഹമ്മദ് തൻ്റെ ശത്രുത തൻ്റെ സഹ ഗോത്രക്കാരായ പുറജാതീയ അറബികളിൽ കേന്ദ്രീകരിച്ചു. വിജാതീയരായ അറബികളോട് മുഹമ്മദിൻ്റെ പെരുമാറ്റത്തിലെ ഒരു പ്രവണത നമുക്ക് നിരീക്ഷിക്കാൻ കഴിയും: അവർ മുസ്ലിംകളുടെ മേൽ ചുമത്തിയ പരീക്ഷകളെക്കുറിച്ചുള്ള കുറ്റബോധം അവിശ്വാസത്തിൻ്റെ നിലനിൽപ്പ് തന്നെ *ഫിറ്റ്നയാണ്* എന്ന ആശയത്തെ ന്യായീകരിക്കാൻ ഉപയോഗിക്കുന്നു. പുസ്തകത്തിലെ ആളുകളുമായുള്ള മുഹമ്മദിൻ്റെ ഇടപാടുകളിലും ഇതേ പ്രവണത കാണപ്പെടുന്നു. ഇസ്ലാമിനെ നിരാകരിക്കുന്നവർ എന്ന നിലയിൽ, അവർ കുറ്റവാളികളായി സ്ഥിരമായി അടയാളപ്പെടുത്തി, ആധിപത്യത്തിന് അർഹരായി, താഴ്ന്നവരായി പരിഗണിക്കപ്പെട്ടു.

മക്ക കീഴടക്കുന്നതിന് മുമ്പ്, മുഹമ്മദിന് ഒരു ദർശനം ഉണ്ടായിരുന്നു, അതിൽ അദ്ദേഹം മക്കയിലേക്ക് തീർത്ഥാടനം പോകുന്നത്. മുസ്ലിങ്ങൾ മക്കക്കാരുമായി യുദ്ധത്തിലായിരുന്നതിനാൽ അക്കാലത്ത് ഇത് അസാധ്യമായിരുന്നു. അദ്ദേഹത്തിൻ്റെ ദർശനത്തിനുശേഷം, മുഹമ്മദ് ഹുദൈബിയ്യ ഉടമ്പടിയിൽ ചർച്ച നടത്തി, അതിനാൽ അദ്ദേഹത്തിന് അവിടേയ്ക്ക് തീർത്ഥാടനം നടത്താൻ അനുവാദം ലഭിച്ചു. ഉടമ്പടി പത്ത് വർഷത്തേക്കായിരുന്നു, അതിലെ വ്യവസ്ഥകളിൽ ഒന്ന്, മക്കക്കാരുടെ രക്ഷിതാവിൻ്റെ അനുമതിയില്ലാതെ തൻ്റെ അടുക്കൽ വരുന്ന ആരെയും മുഹമ്മദ് തിരിച്ച് നൽകുമെന്നായിരുന്നു. ഇതിൽ അടിമകളും സ്ത്രീകളും ഉൾപ്പെടുന്നു. ഇരുവശത്തുമുള്ള ആളുകൾക്ക് പരസ്പരം സഖ്യത്തിലേർപ്പെടാനും ഉടമ്പടി അനുവദിച്ചു.

ഉടമ്പടിയിൽ മുഹമ്മദ് തൻ്റെ വശം പാലിച്ചില്ല: ആളുകൾ അവരുടെ ഭാര്യമാരെയോ അടിമകളെയോ തിരിച്ചെടുക്കാൻ മക്കയിൽ നിന്ന് അവൻ്റെ അടുക്കൽ വന്നപ്പോൾ, അല്ലാഹുവിൻ്റെ അധികാരം ഉദ്ധരിച്ച് പലായനം ചെയ്തവരെ തിരികെ നൽകാൻ അദ്ദേഹം വിസമ്മതിച്ചു. ആദ്യത്തെ കേസ് ഉമ്മു കുൽത്തും എന്ന സ്ത്രീയായിരുന്നു, അവളുടെ സഹോദരന്മാർ അവളെ തിരിച്ചെടുക്കാൻ വന്നു. മുഹമ്മദ് വിസമ്മതിച്ചു, കാരണം, ഇബ്നു ഇസ്ഹാഖ് പറഞ്ഞതുപോലെ, "അല്ലാഹു അത് വിലക്കി" (Q60:10 കൂടി കാണുക).

അവിശ്വാസികളെ സുഹൃത്തുക്കളായി സ്വീകരിക്കരുതെന്ന് സൂറ 60 മുസ്ലീങ്ങളോട് നിർദ്ദേശിക്കുന്നു. ഏതെങ്കിലും മുസ്ലിങ്ങൾ മക്കക്കാരെ

രഹസ്യമായി സ്നേഹിച്ചാൽ അവർ വഴിപിഴച്ചുവെന്ന് അതിൽ പറയുന്നു, കാരണം അവിശ്വാസികളുടെ ആഗ്രഹം മുസ്ലിംകളെ അവിശ്വാസത്തിലേക്ക് നയിക്കുക മാത്രമാണ്. "ഞങ്ങൾ പരസ്പരം ശത്രുത കാണിക്കില്ല, രഹസ്യ സംവരണമോ മോശം വിശ്വാസമോ ഉണ്ടാകില്ല" എന്ന് പ്രസ്താവിച്ച ഹുദൈബിയ്യ ഉടമ്പടിയുടെ ആത്മാവിന് വിരുദ്ധമാണ് സൂറ 60 മുഴുവനും. എന്നിരുന്നാലും, പിന്നീട്, മുസ്ലീങ്ങൾ മക്ക ആക്രമിച്ച് കീഴടക്കിയപ്പോൾ, കരാർ ലംഘിച്ചത് ഖുറൈഷികളാണെന്നതിൻ്റെ അടിസ്ഥാനത്തിൽ ഇത് ന്യായീകരിക്കപ്പെടുന്നു.

ഇതിനുശേഷം, വിഗ്രഹാരാധകരുമായി കൂടുതൽ ഉടമ്പടികൾ ഉണ്ടാക്കാൻ കഴിയില്ലെന്ന് അല്ലാഹു പ്രഖ്യാപിച്ചു - "അല്ലാഹു വിഗ്രഹാരാധകരെ ഉപേക്ഷിക്കുന്നു", "വിഗ്രഹാരാധകരെ നിങ്ങൾ കണ്ടെത്തുന്നിടത്തെല്ലാം കൊല്ലുക" (Q9:3, 5).

അമുസ്ലിം അവിശ്വാസികൾ ഉടമ്പടികൾ പാലിക്കാൻ കഴിയാത്ത സ്വഭാവത്താൽ ഉടമ്പടി ലംഘിക്കുന്നവരായിരുന്നു എന്ന സ്ഥാപിത ഇസ്ലാമിക വീക്ഷണമായി മാറിയതിനെ ഈ സംഭവങ്ങളുടെ ക്രമം വ്യക്തമാക്കുന്നു (Q9:7-8). അതേസമയം, അള്ളാഹുവിൽ നിന്നുള്ള നിർദ്ദേശപ്രകാരം മുഹമ്മദ്, അവിശ്വാസികളുമായുള്ള ഉടമ്പടി ലംഘിക്കാനുള്ള അവകാശം അവകാശപ്പെട്ടു. ഒരു ഉന്നത ശക്തിയുടെ അധികാരം അവകാശപ്പെടുന്ന മുഹമ്മദ് തൻ്റെ കരാറുകൾ ലംഘിച്ചപ്പോൾ, ഇത് അനീതിയായി കണക്കാക്കപ്പെട്ടില്ല.

മുസ്ലിംകളെ അവരുടെ വിശ്വാസത്തിൽ നിന്ന് വശീകരിക്കുന്നവരുടെ (അതായത് *ഫിറ്റ്ന* ചെയ്യുന്നവർ) അവിശ്വാസികളെ മുഹമ്മദ്, ഇസ്ലാം സ്വീകരിക്കാൻ വിസമ്മതിക്കുന്നിടത്തോളം അവരുമായി സാധാരണ ബന്ധം സ്ഥാപിക്കുന്നത് അസാധ്യമാക്കിയെന്ന് ഇതുപോലുള്ള സംഭവങ്ങൾ വെളിപ്പെടുത്തുന്നു.

ഈ അടുത്ത ഭാഗങ്ങളിൽ, മുഹമ്മദ് അറേബ്യയിലെ ജൂതന്മാർക്കെതിരായ തൻ്റെ നീരസവും ആക്രമണവും ദാരുണമായ പ്രത്യാഘാതങ്ങളോടെ എങ്ങനെ തിരിച്ചുവെന്ന് നാം പരിഗണിക്കുന്നു. അറേബ്യയിലെ ജൂതന്മാരുമായുള്ള മുഹമ്മദിൻ്റെ ഇടപെടലുകൾ അമുസ്ലിങ്ങൾക്കുറിച്ചുള്ള ഇസ്ലാമിൻ്റെ നയത്തിൻ്റെ അടിത്തറയാണ്, പുസ്തകത്തിലെ ആളുകൾക്കുള്ള ദിമ്മ ഉടമ്പടി സമ്പ്രദായം ഉൾപ്പെടെ, അത് നമ്മൾ പിന്നീടുള്ള പാഠത്തിൽ പര്യവേക്ഷണം ചെയ്യും.

ജൂതന്മാരെക്കുറിച്ചുള്ള മുഹമ്മദിൻ്റെ ആദ്യകാല വീക്ഷണങ്ങൾ

യഹൂദരോടുള്ള മുഹമ്മദിൻ്റെ പ്രധാന താൽപ്പര്യം, യഹൂദ പ്രവാചകന്മാർ ഉൾപ്പെടുന്ന ഒരു നീണ്ട നിരയിലെ ഒരു പ്രവാചകനാണെന്ന അദ്ദേഹത്തിൻ്റെ അവകാശവാദത്തെക്കുറിച്ചായിരുന്നു. മക്കൻ കാലഘട്ടത്തിൻ്റെ അവസാനത്തിലും മദീനൻ കാലഘട്ടത്തിൻ്റെ തുടക്കത്തിലും, ജൂതന്മാരെക്കുറിച്ച് ധാരാളം പരാമർശങ്ങളുണ്ട്, പലപ്പോഴും അവരെ ഗ്രന്ഥത്തിലെ ആളുകൾ എന്ന് പരാമർശിക്കുന്നു. ഈ സമയത്ത്, ചില യഹൂദന്മാർ വിശ്വസിക്കുന്നുണ്ടെങ്കിലും ചിലർ വിശ്വസിക്കുന്നില്ലെങ്കിലും, മുഹമ്മദിൻ്റെ സന്ദേശം അവർക്ക് അനുഗ്രഹമായി വരുമെന്ന് ഖുറാൻ ചൂണ്ടിക്കാട്ടുന്നു (Q98:1-8).

മുഹമ്മദ് ചില ക്രിസ്ത്യാനികളെയും കണ്ടുമുട്ടിയിട്ടുണ്ട്, ഈ ബന്ധങ്ങൾ പ്രോത്സാഹജനകമായിരുന്നു. ഖദീജയുടെ ക്രിസ്ത്യൻ ബന്ധുവായ വറഖ മുഹമ്മദിനെ പ്രവാചകനാണെന്ന് തിരിച്ചറിഞ്ഞിരുന്നു. തൻ്റെ യാത്രയിൽ മുഹമ്മദ് ഒരു പ്രവാചകനാണെന്ന് പ്രഖ്യാപിച്ച ബഹിറ എന്ന സന്യാസിയെ കണ്ടുമുട്ടിയ ഒരു പാരമ്പര്യവുമുണ്ട്. യഹൂദന്മാർ തന്നിൽ അല്ലാഹുവിൽ നിന്നുള്ള ഒരു "വ്യക്തമായ അടയാളം" കാണുമെന്നും (Q98) തൻ്റെ സന്ദേശത്തോട് ക്രിയാത്മകമായി പ്രതികരിക്കുമെന്നും മുഹമ്മദ് പ്രതീക്ഷിച്ചിരിക്കാം. തീർച്ചയായും, താൻ പഠിപ്പിക്കുന്നത് യഹൂദ മതം തന്നെയാണെന്ന് മുഹമ്മദ് പറഞ്ഞു, "പ്രാർത്ഥന നിർവഹിക്കുന്നതും", *സകാത്ത്* നൽകതുവരെ[8] (Q98:5). അവൻ തൻ്റെ അനുയായികളോട് *അൽ-ഷാം* 'സിറിയ'യെ അഭിമുഖീകരിച്ച് പ്രാർത്ഥിക്കാൻ നിർദ്ദേശിച്ചു, ഇത് ജറുസലേമിലേക്ക് അർത്ഥമാക്കുന്നത്, യഹൂദ ആചാരം പകർത്തി എന്നാണ്.

മുഹമ്മദ് മദീനയിൽ എത്തിയപ്പോൾ, മുസ്ലീങ്ങൾക്കും ജൂതന്മാർക്കും ഇടയിൽ ഒരു ഉടമ്പടി നടപ്പിലാക്കിയതായി ഇസ്ലാമിക പാരമ്പര്യം രേഖപ്പെടുത്തുന്നു. ഈ ഉടമ്പടി ജൂത മതത്തെ അംഗീകരിച്ചു - "ജൂതന്മാർക്ക് അവരുടേതായ മതമുണ്ട്, മുസ്ലീങ്ങൾക്ക് അവരുടേതായ മതവുമുണ്ട്" - ജൂതന്മാർ മുഹമ്മദിനോട് വിശ്വസ്തത പുലർത്തണമെന്ന് അത് കൽപ്പിച്ചു.

---

8 എന്നതിൽ

മദീനയിൽ എതിർപ്പ്

മദീനയിലെ ജൂത നിവാസികളോട് മുഹമ്മദ് തന്റെ സന്ദേശം അവതരിപ്പിക്കാൻ തുടങ്ങി, പക്ഷേ അപ്രതീക്ഷിതമായ എതിർപ്പാണ് അവരിൽ നിന്ന് നേരിടേണ്ടി വന്നത്. ഇസ്ലാമിക പാരമ്പര്യം ഇതിനെ അസൂയയുടെ ഫലമായാണ് കാണുന്നത്. മുഹമ്മദിന്റെ ചില വെളിപ്പെടുത്തലുകളിൽ ബൈബിൾ പരാമർശങ്ങൾ ഉണ്ടായിരുന്നു, കൂടാതെ മുഹമ്മദിന്റെ വ്യാഖ്യാനങ്ങളിലെ വൈരുദ്ധ്യങ്ങൾ ചൂണ്ടിക്കാണിച്ചുകൊണ്ട് റബ്ബികൾ ഈ കാര്യങ്ങളെ എതിർത്തു എന്നതിൽ സംശയമില്ല.

റബ്ബിമാരുടെ ചോദ്യങ്ങൾ ഇസ്ലാമിലെ പ്രവാചകന് ബുദ്ധിമുട്ടായി തോന്നി, ചിലപ്പോഴൊക്കെ ഖുർആനിന്റെ കൂടുതൽ ഭാഗങ്ങൾ അദ്ദേഹത്തിന് നൽകുകയും, അത് അദ്ദേഹത്തിന് ഉത്തരങ്ങൾ നൽകുകയും ചെയ്യുമായിരുന്നു. വീണ്ടും വീണ്ടും, മുഹമ്മദിനെ ഒരു ചോദ്യം വെല്ലുവിളിക്കുമ്പോൾ, ഖുർആനിലെ വാക്യങ്ങൾ കാണിക്കുന്നതുപോലെ, അദ്ദേഹം ആ സംഭവത്തെ സ്വയം സാധൂകരിക്കാനുള്ള അവസരമാക്കി മാറ്റുമായിരുന്നു.

മുഹമ്മദിന്റെ ഏറ്റവും ലളിതമായ തന്ത്രങ്ങളിലൊന്ന്, ജൂതന്മാർ തങ്ങൾക്ക് അനുയോജ്യമായ ഭാഗങ്ങൾ ഉദ്ധരിക്കുകയും അവരുടെ ലക്ഷ്യത്തിന് സഹായകരമല്ലാത്ത മറ്റു ചില ഭാഗങ്ങൾ മറച്ചുവെക്കുകയും ചെയ്യുന്ന വഞ്ചകരാണെന്ന് സ്ഥാപിക്കുക എന്നതായിരുന്നു (Q36:76; Q2:77). അല്ലാഹുവിൽ നിന്നുള്ള മറ്റൊരു ഉത്തരം, ജൂതന്മാർ മനഃപൂർവ്വം അവരുടെ വേദഗ്രന്ഥങ്ങൾ വ്യാജമാക്കി എന്നതാണ് (Q2:75).

മുഹമ്മദുമായുള്ള റബ്ബിമാരുടെ സംഭാഷണങ്ങളെ ഇസ്ലാമിക പാരമ്പര്യം വ്യാഖ്യാനിച്ചത് യഥാർത്ഥ സംഭാഷണമായോ മുഹമ്മദിന്റെ അവകാശവാദങ്ങൾക്കുള്ള ന്യായമായ ഉത്തരങ്ങളായോ അല്ല, മറിച്ച് ഇസ്ലാമിനെയും മുസ്ലീങ്ങളുടെ വിശ്വാസത്തെയും നശിപ്പിക്കാനുള്ള ശ്രമമായ *ഫിറ്റ്നയായാണ്.*

നിരസിക്കുന്നവരോടുള്ള ശത്രുതാപരമായ ദൈവശാസ്ത്രം

യഹൂദന്മാരുമായുള്ള മുഹമ്മദിൻ്റെ നിരാശാജനകമായ സംഭാഷണങ്ങൾ അവരോടുള്ള അദ്ദേഹത്തിൻ്റെ വർദ്ധിച്ചുവരുന്ന ശത്രുതയ്ക്ക് കാരണമായി. മുൻകാലങ്ങളിൽ, ചില യഹൂദന്മാർ വിശ്വാസികളാണെന്ന് ഖുറാൻ വാക്യങ്ങൾ പറഞ്ഞിരുന്നെങ്കിൽ, പിന്നീട് യഹൂദ വംശം മുഴുവൻ ശപിക്കപ്പെട്ടവരാണെന്നും വളരെ

കുറച്ചുപേർ മാത്രമേ യഥാർത്ഥ വിശ്വാസികളാണെന്നും ഖുറാൻ പ്രഖ്യാപിച്ചിരുന്നു (Q4:46).

ഖുർആൻ അവകാശപ്പെടുന്നത് മുൻകാലങ്ങളിൽ ചില ജൂതന്മാരെ അവരുടെ പാപങ്ങൾ നിമിത്തം കുരങ്ങുകളും പന്നികളുമായി രൂപാന്തരപ്പെടുത്തിയിരുന്നു എന്നാണ് (Q2:65; Q5:60; Q7:166). അല്ലാഹു അവരെ പ്രവാചക ഘാതകർ എന്നും വിളിച്ചു (Q4:155; Q5:70). ഉടമ്പടി ലംഘിക്കുന്ന ജൂതന്മാരുമായുള്ള ബന്ധം അല്ലാഹു ഉപേക്ഷിച്ചുവെന്നും അവരുടെ ഹൃദയങ്ങളെ കഠിനമാക്കിയെന്നും പറയപ്പെടുന്നു, അതിനാൽ മുസ്ലീങ്ങൾ അവരെ എപ്പോഴും വഞ്ചകരായി കാണാമായിരുന്നു (കുറച്ചുപേരൊഴികെ) (Q5:13). അവരുടെ കരാർ ലംഘിച്ചതിനാൽ, ജൂതന്മാരെ അവരുടെ യഥാർത്ഥ മാർഗനിർദേശം ഉപേക്ഷിച്ച "പരാജിതർ" ആയി പ്രഖ്യാപിച്ചു (Q2:27).

മദീനയിൽ വെച്ച് മുഹമ്മദ്, ജൂതന്മാരുടെ തെറ്റുകൾ തിരുത്താനാണ് താൻ അയക്കപ്പെട്ടതെന്ന് അഭിപ്രായപ്പെട്ടു (Q5:15). മദീന കാലഘട്ടത്തിന്റെ തുടക്കത്തിൽ, മുഹമ്മദിന്റെ വെളിപ്പെടുത്തലുകൾ യഹൂദമതം ശരിയാണെന്ന് സൂചിപ്പിച്ചിരുന്നു (ഖുർആൻ 2:62). എന്നാൽ, ഈ വാക്യം ഖുർആൻ 3:85ൽ നിന്ന് പരിഷ്കരിക്കപ്പെട്ടു. (Q2:62). മുഹമ്മദ് തന്റെ വരവ് ജൂതമതത്തെ റദ്ദുചെയ്തുവെന്നും, അദ്ദേഹം കൊണ്ടുവന്ന ഇസ്ലാം അവസാന മതമാണെന്നും, ഖുർആൻ അവസാനത്തെ വെളിപ്പെടുത്തലാണെന്നും നിഗമനത്തിലെത്തി. ഈ സന്ദേശം നിരസിക്കുന്ന എല്ലാവരും "പരാജിതർ" ആയിരിക്കും (Q3:85). ജൂതന്മാർക്കോ, ക്രിസ്ത്യാനികൾക്കോ അവരുടെ പഴയ മതം പിന്തുടരുന്നത് ഇനി സ്വീകാര്യമല്ല: അവർ മുഹമ്മദിനെ അംഗീകരിക്കുകയും മുസ്ലീങ്ങളാകുകയും വേണം.

ഖുർആനിലെ വാക്യങ്ങളിൽ, മുഹമ്മദ് യഹൂദമതത്തിനെതിരെ പൂർണ്ണമായ ഒരു ദൈവശാസ്ത്രപരമായ ആക്രമണം അഴിച്ചുവിട്ടു. ജൂതന്മാർ തന്റെ സന്ദേശം നിരസിച്ചതിൽ മുഹമ്മദ് ഏറ്റെടുത്ത അഗാധമായ നീരസത്തിൽ നിന്നാണ് ഇത് ഉടലെടുത്തതാണത്. മക്കയിലെ വിഗ്രഹാരാധകരുമായി അദ്ദേഹം അവലംബിച്ചതുപോലെ, മുഹമ്മദിന് ഇത് മറ്റൊരു സ്വയം സാധൂകരണമായിരുന്നു. പിന്നീട് മുഹമ്മദ് കൂടുതൽ മുന്നോട്ട് പോയി ആക്രമണാത്മക പ്രതികരണങ്ങളും നടപ്പാക്കി.

തിരസ്കരണം അക്രമമായി മാറുന്നു

മദീനയിൽ, യഹൂദരെ ഭീഷണിപ്പെടുത്താനും ആത്യന്തികമായി ഉന്മൂലനം ചെയ്യാനും മുഹമ്മദ് ഒരു പ്രചാരണം ആരംഭിച്ചു. ബദർ

യുദ്ധത്തിൽ വിഗ്രഹാരാധകർക്കെതിരായ വിജയത്താൽ ധൈര്യപ്പെട്ട അദ്ദേഹം ഖൈനുഖ ജൂത ഗോത്രത്തെ സന്ദർശിക്കുകയും ദൈവത്തിൻ്റെ പ്രതികാരത്തിനായി അവരെ ഭീഷണിപ്പെടുത്തുകയും ചെയ്തു. പിന്നീട് ഖൈനുഖ ജൂതന്മാരെ ഉപരോധിക്കാൻ ഒരു ഒഴികഴിവ് കണ്ടെത്തി അവരെ മദീനയിൽ നിന്ന് പുറത്താക്കി.

പിന്നീട് മുഹമ്മദ് ജൂതന്മാരെ ലക്ഷ്യമിട്ടുള്ള കൊലപാതകങ്ങളുടെ ഒരു പരമ്പര ആരംഭിച്ചു, അദ്ദേഹം തന്റെ അനുയായികൾക്ക് ഒരു കൽപ്പന പുറപ്പെടുവിച്ചു, "നിങ്ങളുടെ അധികാരത്തിൽ വരുന്ന ഏതൊരു ജൂതനെയും കൊല്ലുക." ജൂതന്മാരോട് അദ്ദേഹം *അസ്ലിം തസ്ലാമം* "ഇസ്ലാം സ്വീകരിക്കൂ, നിങ്ങൾ സുരക്ഷിതരായിരിക്കും" എന്ന് പ്രഖ്യാപിച്ചു.

മുഹമ്മദിൻ്റെ ധാരണയിൽ അഗാധമായ മാറ്റം സംഭവിച്ചു. ഇസ്ലാമിനെയും മുസ്ലിംകളെയും പിന്തുണക്കുകയും ആദരിക്കുകയും ചെയ്യുന്നെങ്കിൽ മാത്രമേ അമുസ്ലിംകൾക്ക് അവരുടെ സ്വത്തിനും ജീവനും അവകാശമുള്ളൂ. മറ്റെന്തും *ഫിറ്റ്ന* ആകുന്നു, അവരോട് യുദ്ധം ചെയ്യാനുള്ള ഒരു ഒഴികഴിവ്.

മദീനയിലെ ജൂതന്മാരെ കൈകാര്യം ചെയ്യുന്നതിനുള്ള മുഹമ്മദിന്റെ ദൗത്യം ഇതുവരെ പൂർത്തിയായിട്ടില്ലായിരുന്നു. അടുത്തതായി അദ്ദേഹത്തിന്റെ ശ്രദ്ധയിൽപ്പെടാൻ പോകുന്നത് ബനു നാദിർ ഗോത്രക്കാരായിരുന്നു. മുഴുവൻ നാദിർ ഗോത്രവും അവരുടെ കരാർ ലംഘിച്ചുവെന്ന് ആരോപിച്ച് അവരെ ആക്രമിച്ചു, നീണ്ട ഉപരോധത്തിനുശേഷം, അവരെയും മദീനയിൽ നിന്ന് പുറത്താക്കി, അവരുടെ സ്വത്തുക്കൾ മുസ്ലീങ്ങൾക്ക് കൊള്ളയടിക്കാൻ വിട്ടുകൊടുത്തു.

ഇതിനുശേഷം, ജിബ്രീൽ മാലാഖയുടെ കൽപ്പനയുടെ അടിസ്ഥാനത്തിൽ, ശേഷിച്ച അവസാനത്തെ ജൂത ഗോത്രമായ ബനൂ ഖുറൈസയെ മുഹമ്മദ് ഉപരോധിച്ചു. ജൂതന്മാർ നിരുപാധികം കീഴടങ്ങിയപ്പോൾ, യഹൂദ പുരുഷന്മാരെ മദീനയിലെ ചന്തയിൽ ശിരഛേദം ചെയ്തു - 600 മുതൽ 900 വരെ നൂറുകണക്കിന് പുരുഷന്മാരെ, വിവിധ കണക്കുകൾ പ്രകാരം - ജൂത സ്ത്രീകളെയും കുട്ടികളെയും മുസ്ലീങ്ങൾക്കിടയിൽ കൊള്ളയായി (അതായത് അടിമകളായി) വിതരണം ചെയ്തു.

അറേബ്യയിലെ ജൂതന്മാരെ കുറിച്ച് മുഹമ്മദിന് പൂർണ്ണമായി മനസ്സിലായിരുന്നില്ല. മദീനയെ അവരുടെ സാന്നിധ്യത്തിൽ നിന്ന് മോചിപ്പിച്ച ശേഷം അദ്ദേഹം ഖൈബറിനെ ആക്രമിച്ചു. ഖൈബറിലെ ജൂതന്മാർക്ക് രണ്ട് വഴികൾ വാഗ്ദാനം ചെയ്തുകൊണ്ടാണ് ഖൈബറിലെ പ്രചാരണം ആരംഭിച്ചത്: ഇസ്ലാമിലേക്ക് മതം മാറുക

അല്ലെങ്കിൽ കൊല്ലപ്പെടുക. എന്നിരുന്നാലും, മുസ്ലീങ്ങൾ ഖൈബറിലെ ജൂതന്മാരെ പരാജയപ്പെടുത്തിയപ്പോൾ, മൂന്നാമത്തെ വഴി ചർച്ച ചെയ്യപ്പെട്ടു: സോപാധികമായ കീഴടങ്ങൽ. ഖൈബറിലെ ജൂതന്മാർ ആദ്യത്തെ *ദിമ്മികളായി* മാറുന്നത് ഇങ്ങനെയാണ് (പാഠം 6 കാണുക).

ജൂതന്മാരുമായുള്ള മുഹമ്മദിന്റെ ഇടപെടലുകളെക്കുറിച്ചുള്ള നമ്മുടെ ചർച്ച ഇവിടെ അവസാനിക്കുന്നു.

ഖുർആൻ ക്രിസ്ത്യാനികളെയും ജൂതന്മാരെയും ഒരുപോലെ വേദഗ്രന്ഥത്തിന്റെ ആളുകൾ എന്നറിയപ്പെടുന്ന ഒരൊറ്റ വിഭാഗത്തിന്റെ പ്രതിനിധികളായി കണക്കാക്കുന്നതിനാൽ, ഖുർആനിലും മുഹമ്മദിന്റെ ജീവിതത്തിലും വേദഗ്രന്ഥത്തിന്റെ ആളുകൾ എന്ന നിലയിൽ ജൂതന്മാരോടുള്ള പെരുമാറ്റം യുഗങ്ങളിലുടനീളം ക്രിസ്ത്യാനികളോടുള്ള പെരുമാറ്റത്തിന് ഒരു മാതൃകയായി മാറിയിരിക്കുന്നു എന്നത് ശ്രദ്ധിക്കേണ്ടതാണ്.

തിരസ്കരണത്തോടുള്ള മുഹമ്മദിൻ്റെ മൂന്ന് പ്രതികരണങ്ങൾ

മുഹമ്മദിന്റെ പ്രവാചക ജീവിത കഥയിൽ, കുടുംബ സാഹചര്യങ്ങളിൽ നിന്നും, മക്കയിലെ സ്വന്തം സമൂഹത്തിൽ നിന്നും, മദീനയിലെ ജൂതന്മാരിൽ നിന്നും പല വിധത്തിൽ അദ്ദേഹത്തിന് തിരസ്കരണങ്ങൾ അനുഭവപ്പെട്ടതായി നാം കണ്ടു.

തിരസ്കരണത്തോടുള്ള അദ്ദേഹത്തിന്റെ പ്രതികരണങ്ങളുടെ പരിധിയും നാം നിരീക്ഷിച്ചിട്ടുണ്ട്. ആദ്യകാലങ്ങളിൽ, ആത്മഹത്യാ ചിന്തകൾ, തനിക്ക് ഭൂതബാധയുണ്ടെന്ന ഭയം, നിരാശ എന്നിവയുൾപ്പെടെ *സ്വയം നിരസിക്കപ്പെടുന്ന* പ്രതികരണങ്ങൾ മുഹമ്മദ് കാണിച്ചു.

നിരസിക്കപ്പെടുമെന്ന ഭയത്തെ ചെറുക്കാൻ എന്നപോലെ *സ്വയം സാധൂകരിക്കുന്ന പ്രതികരണങ്ങളും* ഉണ്ടായിരുന്നു.9 അല്ലാഹു തന്റെ ശത്രുക്കളെ നരകത്തിൽ ശിക്ഷിക്കുമെന്ന വാദങ്ങൾ; എല്ലാ പ്രവാചകന്മാരെയും സാത്താൻ എപ്പോഴോ വഴിതെറ്റിച്ചു എന്ന

---

9 തിരസ്കരണത്തെയും അതിനോടുള്ള പ്രതികരണങ്ങളെയും കുറിച്ചുള്ള ചർച്ചയ്ക്ക്, നോയലും ഫൈൽ ഗിബ്സണും, *എവിക്റ്റിംഗ് ഡെമോണിക് സ്ക്വാട്ടേഴ്സ് ആൻഡ് ബ്രേക്കിംഗ് ബോണ്ടേജസ്* കാണുക.

വാദം പോലുള്ള നാണക്കേടുണ്ടാക്കുന്ന കാര്യങ്ങൾ മറച്ചുവെക്കാനുള്ള അവകാശവാദങ്ങൾ; മുഹമ്മദിന്റെ വെളിപ്പെടുത്തലുകൾ പിന്തുടരുന്നവർ ഇഹത്തിലും പരത്തിലും വിജയികളാകുമെന്ന് പ്രഖ്യാപിക്കുന്ന അല്ലാഹുവിൽ നിന്ന് അയച്ച വാക്യങ്ങൾ എന്നിവ ഇതിൽ ഉൾപ്പെടുന്നു.

ഒടുവിൽ, *ആക്രമണാത്മക പ്രതികരണങ്ങൾ* ആധിപത്യം സ്ഥാപിച്ചു. മുസ്ലിങ്ങലല്ലാത്തവർക്കെതിരെ പോരാടി അവരെ കീഴടക്കി *ഫിറ്റ്ന* ഇല്ലാതാക്കാനുള്ള *ജിഹാദ്* സിദ്ധാന്തത്തിന് ഇത് കാരണമായി.

തന്റെ പ്രതികരണങ്ങളിൽ, മുഹമ്മദ് സ്വയം നിരസിക്കൽ, പിന്നീട് സ്വയം സാധൂകരണം, ഒടുവിൽ ആക്രമണോത്സുകത എന്നിവയിലൂടെ കടന്നുപോയി. അനാഥനായ മുഹമ്മദ് മറ്റുള്ളവരെ അനാഥരാക്കുന്ന മുഹമ്മദായി. പിശാചുക്കൾ തന്നെ പീഡിപ്പിക്കുമെന്ന് ഭയന്ന് ആത്മഹത്യയെക്കുറിച്ച് ചിന്തിച്ച ആത്മ സംശയാലു, ആത്യന്തിക നിഷേധിയായി, പോരാട്ടത്തിലൂടെ തന്റെ വിശ്വാസപ്രമാണം അടിച്ചേൽപ്പിക്കുകയും, മറ്റെല്ലാ വിശ്വാസങ്ങളെയും മറികടന്ന് ഒടുവിൽ അത് മാറ്റിസ്ഥാപിക്കുകയും ചെയ്തു.

മുഹമ്മദിന്റെ വൈകാരിക ലോകവീക്ഷണത്തിൽ, അവിശ്വാസികളുടെ പരാജയവും അധഃപതനവും അനുയായികളുടെ വികാരങ്ങളെ "സുഖപ്പെടുത്തുകയും" അവരുടെ കോപം ശമിപ്പിക്കുകയും ചെയ്യും. യുദ്ധത്തിലൂടെ നേടിയ 'ഇസ്ലാമിക സമാധാനം' എന്ന രോഗശാന്തി ഖുർആനിൽ **വിവരിച്ചിരിക്കുന്നു**:

> അവരോട് യുദ്ധം ചെയ്യുക! അല്ലാഹു നിങ്ങളുടെ കൈകളാൽ അവരെ ശിക്ഷിക്കുകയും അവരെ അപമാനിക്കുകയും ചെയ്യും, അവർക്കെതിരെ നിങ്ങളെ സഹായിക്കുകയും വിശ്വസിക്കുന്ന ഒരു ജനതയുടെ ഹൃദയങ്ങളെ സുഖപ്പെടുത്തുകയും അവരുടെ *ഹൃദയങ്ങളിൽ നിന്ന് കോപം നീക്കം ചെയ്യുകയും ചെയ്യും. (Q9:14-15)*

ആദ്യമൊക്കെ, മുഹമ്മദും അനുയായികളും മക്കയിലെ ബഹുദൈവ വിശ്വാസികളിൽ നിന്ന് പീഡനം അനുഭവിച്ചു. എന്നിരുന്നാലും, മദീനയിൽ അധികാരമേറ്റപ്പോൾ, മുഹമ്മദ് തന്റെ പ്രവാചകത്വത്തിലുള്ള അവിശ്വാസം പോലും മുസ്ലീങ്ങൾക്കെതിരായ പീഡനമായി കണക്കാക്കി, അവിശ്വാസികളെയും പരിഹാസികളെയും - വിഗ്രഹാരാധികൾ, ജൂതന്മാരോ, ക്രിസ്ത്യാനികളോ ആകട്ടെ - നേരിടാൻ അക്രമം ഉപയോഗിക്കാൻ അനുമതി നൽകി. അങ്ങനെ അവരെ നിശബ്ദരാക്കുകയും കീഴടങ്ങാൻ ഭീഷണിപ്പെടുത്തുകയും ചെയ്തു. തന്നെയും തന്റെ മതത്തെയും സമൂഹത്തെയും നിരസിക്കുന്ന എല്ലാത്തരം കാര്യങ്ങളും ഇല്ലാതാക്കാൻ മുഹമ്മദ്

ഒരു പ്രത്യയശാസ്ത്രപരവും സൈനികവുമായ പരിപാടി സ്ഥാപിച്ചു. പിന്നീട് തന്റെ പരിപാടിയുടെ വിജയം തന്റെ പ്രവാചകത്വത്തെ സാധൂകരിക്കുകയും ന്യായീകരിക്കുകയും ചെയ്തുവെന്ന് അദ്ദേഹം അവകാശപ്പെട്ടു.

ഇതെല്ലാം സംഭവിച്ചുകൊണ്ടിരുന്ന സമയം, മുഹമ്മദ് തന്റെ അനുയായികളായ മുസ്ലീങ്ങളുടെ മേൽ കൂടുതൽ കൂടുതൽ നിയന്ത്രണം ചെലുത്തിക്കൊണ്ടിരുന്നു. മക്കയിൽ മുമ്പ് ഖുർആൻ മുഹമ്മദ് "വെറും ഒരു മുന്നറിയിപ്പുകാരൻ" ആണെന്ന് പ്രഖ്യാപിച്ചിരുന്നു, മദീനയിലേക്കുള്ള കുടിയേറ്റത്തിനുശേഷം അദ്ദേഹം വിശ്വാസികളുടെ ഒരു കമാൻഡറായി മാറി, "അല്ലാഹുവും ദൂതനും" ഒരു കാര്യം തീരുമാനിച്ചുകഴിഞ്ഞാൽ, ചോദ്യം ചെയ്യാതെ അനുസരിക്കുകയല്ലാതെ വിശ്വാസികൾക്ക് മറ്റൊന്നും ശേഷിക്കുന്നില്ല" എന്ന് ഖുർആൻ പ്രഖ്യാപിക്കുന്ന ഒരു ഘട്ടത്തിലേക്ക് അവരുടെ ജീവിതത്തെ നിയന്ത്രിക്കുന്നു (Q33:36), അല്ലാഹുവിനെ അനുസരിക്കാനുള്ള മാർഗം ദൂതനെ അനുസരിക്കുക എന്നതാണ് (Q4:80).

മദീനാ കാലഘട്ടത്തിൽ മുഹമ്മദ് അവതരിപ്പിച്ച നിയന്ത്രണങ്ങൾ ഇന്നും *ശരീഅത്തിലൂടെ* നിരവധി മുസ്ലീങ്ങൾക്ക് ആഘാതം സൃഷ്ടിക്കുന്നു. മുഹമ്മദ് അവതരിപ്പിച്ച ശരീഅത്ത് നിയമത്തിന് ഒരു ഉദാഹരണമാണ്, ഒരു പുരുഷൻ തന്റെ ഭാര്യയെ "ഞാൻ നിന്നെ വിവാഹമോചനം ചെയ്യുന്നു" എന്ന് മൂന്ന് തവണ പറഞ്ഞ് വിവാഹമോചനം ചെയ്യുകയും, അതിനുശേഷം ദമ്പതികൾ പുനർവിവാഹം കഴിക്കാൻ ആഗ്രഹിക്കുകയും ചെയ്താൽ, അവൾ ആദ്യം മറ്റൊരു പുരുഷനെ വിവാഹം കഴിക്കുകയും, അവനുമായി ലൈംഗിക ബന്ധത്തിൽ ഏർപ്പെടുകയും, ആദ്യ ഭർത്താവിനെ വീണ്ടും വിവാഹം കഴിക്കുന്നതിന് മുമ്പ് അവളുടെ രണ്ടാമത്തെ ഭർത്താവിൽ നിന്ന് വിവാഹമോചനം നേടുകയും വേണം. ഈ നിയമം മുസ്ലീം സ്ത്രീകൾക്ക് വളരെയധികം വ്യസനം സൃഷ്ടിച്ചിട്ടുണ്ട്.

മുഹമ്മദിന്റെ പ്രവാചക ജീവിതത്തിന്റെ പുരോഗതി ഖുർആൻ നമുക്ക് കാണിച്ചുതരുന്നു: അത് മുഹമ്മദിന്റെ സ്വന്തം, തീവ്രമായ വ്യക്തിപര രേഖയാണ്, തിരസ്കരണത്തിന് മുന്നിൽ അദ്ദേഹത്തിന്റെ വർദ്ധിച്ചുവരുന്ന ശത്രുതയുടെയും ആക്രമണത്തിന്റെയും, മറ്റുള്ളവരുടെ ജീവിതങ്ങളെ നിയന്ത്രിക്കാനുള്ള അദ്ദേഹത്തിന്റെ വർദ്ധിച്ചുവരുന്ന സന്നദ്ധതയുടെയും രേഖയാണ്. "അല്ലാഹു അല്ലാതെ മറ്റൊരു ദൈവമില്ലെന്ന് ഞാൻ വിശ്വസിക്കുന്നു, മുഹമ്മദ് അവന്റെ പ്രവാചകനാണ്" എന്ന് പ്രഖ്യാപിക്കാൻ വിസമ്മതിച്ച എല്ലാവരുടെയും മേൽ പരാജയവും തിരസ്കരണവും ശക്തമായി

അടിച്ചേൽപ്പിച്ചതിനാൽ, തിരസ്കരണത്തോടുള്ള മുഹമ്മദിന്റെ സ്വന്തം പ്രതികരണങ്ങളുടെ പരിണാമത്തിൽ നിന്നാണ് പിന്നീട് അമുസ്ലിംകളിൽ അടിച്ചേൽപ്പിക്കാൻ തുടങ്ങിയ വിശേഷങ്ങളാണ് - നിശബ്ദത, കുറ്റബോധം, കൃതജ്ഞത എന്നിവ.

മറ്റുള്ളവരുടെ മേൽ അടിച്ചേൽപ്പിക്കപ്പെട്ടതും സ്വീകരിക്കപ്പെട്ടതുമായ തിരസ്കരണത്തോടുള്ള മുഹമ്മദിന്റെ അനുഭവങ്ങളെയും പ്രതികരണങ്ങളെയും ശത്രുക്കളുടെ മേൽ വിജയം നേടാനുള്ള അദ്ദേഹത്തിന്റെ സ്വയം സാധൂകരണ ശ്രമങ്ങളെയും കുറിച്ചുള്ള ഞങ്ങളുടെ അവലോകനം ഇവിടെ അവസാനിപ്പിക്കുന്നു.

മികച്ച ഉദാഹരണം"

ഈ പാഠത്തിൽ മുഹമ്മദിന്റെ ചില പ്രധാന സ്വഭാവ സവിശേഷതകളെക്കുറിച്ച് നമ്മൾ പഠിക്കുന്നു. ഇസ്ലാമിൽ മനുഷ്യരാശിക്ക് പിന്തുടരാവുന്ന ഏറ്റവും മികച്ച മാതൃകയായി അദ്ദേഹത്തെ കണക്കാക്കുന്നുണ്ടെങ്കിലും, തിരസ്കരണത്താൽ അദ്ദേഹം സ്വാധീനിക്കപ്പെടുകയും ആഴത്തിൽ മുറിവേൽക്കുകയും ചെയ്തതായി നാം കണ്ടു. സ്വയം നിരസിക്കൽ, സ്വയം സാധൂകരിക്കൽ, നിയന്ത്രണം, ആക്രമണം എന്നിവ അദ്ദേഹത്തിന്റെ പ്രതികരണങ്ങളിൽ ഉൾപ്പെടുന്നു. തിരസ്കരണത്തോടുള്ള ഈ പ്രതികരണങ്ങൾ അദ്ദേഹത്തിന് ദോഷകരമായിരുന്നു, ഇന്നും മറ്റ് പലർക്കും അവ ദോഷകരമായി തുടരുന്നു.

ശരീഅത്തും അതിന്റെ ലോകവീക്ഷണവും വഴി മുഹമ്മദിന്റെ വ്യക്തിപരമായ പ്രശ്നങ്ങൾ ലോകപ്രശ്നങ്ങളായി മാറിയതിനാൽ അദ്ദേഹത്തിന്റെ വ്യക്തിപരമായ ചരിത്രം പ്രധാനമാണ്. ഈ രീതിയിൽ ഒരു മുസ്ലീം മുഹമ്മദിന്റെ സ്വഭാവത്തോടും മാതൃകയോടും ആത്മീയമായി ബന്ധപ്പെട്ടിരിക്കുന്നു. *ഷഹാദ* പാരായണം ചെയ്യുന്ന ആചാരത്തിലൂടെ ഈ ബന്ധം ഉറപ്പിക്കപ്പെടുന്നു, കൂടാതെ *ഷഹാദ* പാരായണം ചെയ്യുമ്പോഴെല്ലാം ഇസ്ലാമിന്റെ ആചാരങ്ങളിലൂടെ ഇത് ശക്തിപ്പെടുത്തുന്നു. ഒരു മുസ്ലീം കുഞ്ഞ് ജനിച്ചതിനുശേഷം ആദ്യം കേൾക്കുന്ന വാക്കുകൾ *ഷഹാദ* അതിന്റെ ചെവിയിൽ പാരായണം ചെയ്യുന്നതിന്റെ പ്രഖ്യാപനമാണ്.

ഷഹാദ മുഹമ്മദ് അല്ലാഹുവിന്റെ ദൂതനാണെന്ന് പ്രഖ്യാപിക്കുന്നതും, അല്ലാഹുവിന്റെ വചനമായ ഖുർആൻ മുഹമ്മദ് അല്ലാഹുവിന്റെ ദൂതനായി വെളിപ്പെടുത്തിയതാണെന്ന് അംഗീകരിക്കുന്നതുമാണ്. മുഹമ്മദിനെക്കുറിച്ച് ഖുർആൻ പറയുന്ന കാര്യങ്ങൾ *ഷഹാദ* സ്ഥിരീകരിക്കുന്നത്, അദ്ദേഹത്തിന്റെ മാതൃക

പിന്തുടരാനുള്ള ബാധ്യത, മുഹമ്മദ് തന്നെ പിന്തുടരാത്തവരുടെ മേൽ പ്രഖ്യാപിച്ച ഭീഷണികളും ശാപങ്ങളും സ്വീകരിക്കൽ, തന്റെ സന്ദേശം നിരസിക്കുകയും പിന്തുടരാൻ വിസമ്മതിക്കുകയും ചെയ്യുന്നവരെ എതിർക്കാനും പോരാടാനുമുള്ള കടമ എന്നിവയുൾപ്പെടുന്നു.

ഫലത്തിൽ, *ഷഹാദ* ആത്മലോകത്തോട് - ഈ ഇരുണ്ട ലോകത്തിലെ അധികാരികളോടും ശക്തികളോടും (എഫെസ്യർ 6:12) - ഉള്ള ഒരു പ്രഖ്യാപനമാണ് - വിശ്വാസി മുഹമ്മദിന്റെ മാതൃകയ്ക്ക് അനുസൃതമായി ഒരു ഉടമ്പടിയാൽ ബന്ധിതനാണെന്ന്: അയാൾക്ക് അല്ലെങ്കിൽ അവൾക്ക് മുഹമ്മദുമായി ഒരു 'ആത്മബന്ധം' ഉണ്ട് (പാഠം 7 കാണുക). ഇത് മുഹമ്മദുമായി ഒരു ആത്മീയ ബന്ധം സ്ഥാപിക്കുന്നു. ഈ നിയമബന്ധം, മുസ്ലീം വിശ്വാസികളിൽ, മുഹമ്മദ് നേരിട്ട മോശവും ആത്മീയവുമായ പ്രശ്നങ്ങൾ ഏറ്റുപിടിക്കാനുള്ള അനുവാദവും, അധികാരങ്ങളും, ശക്തിയും നൽകുന്നു. ഈ പ്രശ്നങ്ങൾ ഇസ്ലാമിക ശരീഅത്തിലൂടെ വേരുപിടിച്ചു ഇസ്ലാമിക സമൂഹങ്ങളുടെ സംസ്കാരങ്ങളിലേക്ക് ആഴത്തിൽ വ്യാപിച്ചു കൊണ്ടിരിക്കുന്നു.

ഷഹാദയുടെയും ശരീഅത്തിന്റെയും സ്വാധീനത്താൽ അനേകം മുസ്ലിംകളുടെ ജീവിതത്തിലൂടെ ആവർത്തിക്കപ്പെടുന്ന മുഹമ്മദിന്റെ സുന്നയുടെ നിരവധി നിഷേധാത്മക വശങ്ങളിൽ ചിലത് മാത്രമാണ് നമ്മൾ ചർച്ച ചെയ്യുന്നത്. മുഹമ്മദിന്റെ മാതൃകയുടെയും അധ്യാപനത്തിന്റെയും സവിശേഷതയായ ചില നിഷേധാത്മക സ്വഭാവങ്ങളുടെ ഒരു പട്ടിക ഇതാകുന്നു:

- അക്രമവും യുദ്ധവും
- കൊലപാതകം
- അടിമത്തം
- പ്രതികാരവും പ്രതികാരവും
- വെറുപ്പ്
- സ്ത്രീകളോടുള്ള വെറുപ്പ്
- ജൂതന്മാരോടുള്ള വെറുപ്പ്
- ദുരുപയോഗം
- നാണക്കേടും മറ്റുള്ളവരെ നാണംകെടുത്താലും

- ഭീഷണിപ്പെടുത്തൽ
- വഞ്ചന
- കുറ്റപ്പെടുത്തൽ
- ഇരയാണെന്നു വരുത്തിത്തീർക്കുക
- സ്വയം ന്യായീകരിയ്ക്കുക
- തങ്ങൾ മാത്രം ശ്രേഷ്ഠരാണെന്നെന്നുക
- ദൈവത്തെ തെറ്റായി ചിത്രീകരിക്കൽ
- മറ്റുള്ളവരുടെമേൽ ആധിപത്യം സ്ഥാപിക്കൽ
- ബലാത്സംഗം.

മുസ്ലീങ്ങൾ *ഷഹാദ* ചൊല്ലുമ്പോൾ, ക്രിസ്തുവിനെയും ബൈബിളിനെയും കുറിച്ചുള്ള ഖുർആനിന്റെയും സുന്നയുടെയും അവകാശവാദങ്ങളെ അവർ അംഗീകരിക്കുകയാണ്. ഇതിൽ ഇവ ഉൾപ്പെടുന്നു:

- ക്രിസ്തുവിന്റെ കുരിശുമരണത്തെ നിഷേധിക്കൽ
- കുരിശിനോടുള്ള വെറുപ്പ്
- യേശു ദൈവപുത്രനാണെന്ന നിഷേധം (ഇത് വിശ്വസിക്കുന്നവരുടെ മേലുള്ള ശാപം)
- ജൂതന്മാരും ക്രിസ്ത്യാനികളും അവരുടെ തിരുവെഴുത്തുകളെ ദുഷിപ്പിച്ചുവെന്ന ആരോപണം
- ക്രിസ്തുമതത്തെ നശിപ്പിക്കാനും ലോകത്തെ മുഴുവൻ മുഹമ്മദിന്റെ *ശരീഅത്തിന്* വിധേയമാക്കാനും യേശു മടങ്ങിവരുമെന്ന വാദം.

ഈ ലക്ഷണങ്ങൾ തീർച്ചയായും ഒരു വലിയ ഭാരമാണ്. യേശുക്രിസ്തുവിനെ അനുഗമിക്കാൻ ഇസ്ലാം വിട്ട് പോകുന്നവർ നേരിടുന്ന ഒരു വെല്ലുവിളിയാണിത്, ഈ ലക്ഷങ്ങൾ നിർണ്ണായകമായി കൈകാര്യം ചെയ്തില്ലെങ്കിൽ അവ ആളുകളുടെ ആത്മാവിന്മേൽ സ്ഥാനം കണ്ടെത്തുന്നത് തുടരും എന്നതാണ്. ക്രിസ്തുവിലേക്ക് തിരിയുന്ന മുസ്ലീങ്ങൾക്ക് അവരുടെ ക്രിസ്തീയ യാത്രയിൽ പോരാട്ടങ്ങളും ബുദ്ധിമുട്ടുകളും അനുഭവപ്പെടാനുള്ള ഒരു കാരണം ഇതാണ്.

മുഹമ്മദ് ഒരു ദൂതൻ എന്ന പദവി വ്യക്തമായി ഉപേക്ഷിക്കുന്നില്ലെങ്കിൽ, ഖുർആനിന്റെ ശാപങ്ങളും ഭീഷണികളും ക്രിസ്തുവിന്റെ മരണത്തോടും ക്രിസ്തുവിന്റെ കർത്തൃത്വത്തോടുമുള്ള മുഹമ്മദിന്റെ എതിർപ്പും ആത്മീയ അസ്ഥിരതയ്ക്ക് കാരണമാകും, ഒരാളെ എളുപ്പത്തിൽ ഭയപ്പെടുത്താനും, യേശുവിന്റെ അനുയായി എന്ന നിലയിൽ ദുർബലതയും ആത്മവിശ്വാസക്കുറവും വളർത്താനും ഇത് കാരണമാകും. ഇത് ഒരാളുടെ ശിഷ്യത്വത്തെ സാരമായി ബാധിക്കും.

ഇക്കാരണത്താൽ, ആരെങ്കിലും ഇസ്ലാം വിട്ടുപോകുമ്പോൾ, അവർ മുഹമ്മദിന്റെ മാതൃകയും പഠിപ്പിക്കലും, ഖുർആനും, പാരമ്പര്യവും *ഷഹാദ* സൂചിപ്പിക്കുന്ന എല്ലാ ശാപങ്ങളും പ്രത്യേകമായി നിരസിക്കുകയും ഉപേക്ഷിക്കുകയും ചെയ്യണമെന്ന് ശുപാർശ ചെയ്യുന്നു. യേശുക്രിസ്തുവിന്റെ ജീവിതവും കുരിശും പരിഗണിക്കുകയും മുഹമ്മദിന്റെ മാതൃകയിൽ നിന്ന് മോചിതരാകാൻ ശക്തമായ താക്കോലുകൾ നിർദ്ദേശിക്കുകയും ചെയ്യുമ്പോൾ അടുത്ത പാഠത്തിൽ ഇത് എങ്ങനെ ചെയ്യാമെന്ന് നമ്മൾ പഠിക്കും.

പഠന സഹായി

പാഠം 4

പദാവലി

സാത്താനിക വാക്യങ്ങൾ
റദ്ദാക്കൽ
ജിന്ന്
ഖാരിൻ
കുടിയേറ്റം
ഫിറ്റ്ന

ഹുദൈബിയ്യ ഉടമ്പടി
സകാത്ത്
അസ്ലിം തസ്ലാം
ഖൈബർ
ദിമ്മി
ഗ്രന്ഥത്തിലെ ആളുകൾ

നിരസിക്കൽ പ്രതികരണങ്ങൾ: സ്വയം നിരസിക്കൽ, സ്വയം സാധൂകരണം, ആക്രമണം

പുതിയ പേരുകൾ

- മക്കയിലെ മുഹമ്മദിന്റെ ഗോത്രമായ ഖുറൈശികൾ
- അബ്ദുല്ല ബിൻ അബ്ദുൽ മുത്തലിബ്: മുഹമ്മദിന്റെ അറബ് പിതാവ് (മരണം 570 എ.ഡി.)
- അബു താലിബ്: മുഹമ്മദിന്റെ അമ്മാവനും രക്ഷാധികാരിയും (മരണം 620 എ.ഡി.)
- അബു ലഹാബ്: മുഹമ്മദിന്റെ അമ്മാവനും എതിരാളിയും (മരണം 624 എ.ഡി.)
- ഖദീജ: മുഹമ്മദിന്റെ മക്കയിലെ ഭാര്യ (മരണം 620 എ.ഡി.)
- ഇബ്നു കഥീർ: സിറിയൻ ചരിത്രകാരനും പണ്ഡിതനും (മരണം 1301-1373 എ.ഡി.)
- ഇബ്നു ഇസ്ഹാഖ്: മുഹമ്മദിന്റെ സിറിയൻ മുസ്ലീം ജീവചരിത്രകാരൻ (704-768 എ.ഡി.). മുഹമ്മദിന്റെ ജീവിതത്തെക്കുറിച്ചുള്ള അദ്ദേഹത്തിന്റെ വിവരണം എഡിറ്റ് ചെയ്ത രൂപത്തിൽ ഇബ്നു ഹിഷാം (ഏകദേശം 833 എ.ഡി.) രേഖപ്പെടുത്തിയിട്ടുണ്ട്.

- ജിബ്രീൽ: മുഹമ്മദിന് സന്ദേശങ്ങൾ അയച്ചതായി ആരോപിക്കപ്പെടുന്ന മാലാഖ
- വാരഖ: മുഹമ്മദിന്റെ ആദ്യ ഭാര്യയായ ഖദീജയുടെ ക്രിസ്ത്യൻ കസിൻ
- അലി ബിൻ അബു താലിബ്: മുഹമ്മദിന്റെ ഇളയ കസിൻ, അബു താലിബിന്റെ മകനും മുഹമ്മദിന്റെ രണ്ടാമത്തെ മതപരിവർത്തനം ചെയ്തയാളും (എ.ഡി. 601-661)
- അൽ-തബാരി: സ്വാധീനമുള്ള ഒരു മുസ്ലീം ചരിത്രകാരനും ഖുർആൻ വ്യാഖ്യാതാവും (എ.ഡി. 839-923)
- അൽ-ലാത്ത, അൽ-ഉസ്സ, മനാത്ത്: മക്കാൻ ദേവതകൾ, അല്ലാഹുവിന്റെ മൂന്ന് പെൺമക്കൾ
- ഹാഷെമിറ്റുകൾ: മുഹമ്മദിന്റെ മുതുമുത്തച്ഛനായ ഹാഷിമിന്റെ പിൻഗാമികൾ
- യാത്രിബ്: മദീനയുടെ മുൻ നാമം
- അൻസാർ 'സഹായികൾ': മുഹമ്മദിനെ പിന്തുടർന്ന മദീനക്കാർ
- ഡോ. വഫ സുൽത്താൻ: സിറിയൻ-അമേരിക്കൻ മനോരോഗവിദഗ്ദ്ധനും ഇസ്ലാമിന്റെ വിമർശകനും (ജനനം എ.ഡി. 1958)

- അഹമ്മദ് ബിൻ മുഹമ്മദ്: അൾജീരിയൻ മതരാഷ്ട്രീയ പ്രൊഫസർ
- ഉഖ്ബ: ശത്രുതയുള്ള ഒരു മക്കാൻ അറബ് മുഹമ്മദ്
- ബഹിറ: മുഹമ്മദ് തൻ്റെ യാത്രയിൽ കണ്ടുമുട്ടിയ ഒരു ക്രിസ്ത്യൻ സന്യാസി
- ബനു ഖൈനുഖ, ബനൂ നദീർ, ബനൂ ഖുറൈസ: മദീനൻ ജൂത

ഈ പാഠത്തിൽ ബൈബിൾ

എഫെസ്യർ 6:12

ഈ പാഠത്തിൽ ഖുർആൻ

Q111	Q46:29-32	Q36:76	Q2:27
Q93	Q71:1-15	Q2:77	Q5:15
Q109:6	Q83:29-36	Q2:75	Q2:62
Q53	Q2:190-93	Q4:46	Q3:85
Q22:52	Q2:217	Q2:65	Q9:14-15

Q53:1-3	Q8:39	Q5:60	Q33:36
Q68:1-4	Q2:193	Q7:166	Q4:80
Q20:64, 69	Q60:10	Q4:155	
Q26:40-44	Q9:3-5, 7-8	Q5:70	
Q10:95	Q98:1-8	Q5:13	

ചോദ്യങ്ങൾ പാഠം 4

- കേസ് പഠനം ചർച്ച ചെയ്യുക.

കുടുംബത്തിന്റെ തുടക്കം

1. മുഹമ്മദിന്റെ ഭരണകാലത്തിന്റെ ആദ്യ വർഷങ്ങളിൽ നടന്ന മൂന്ന് വേദനാജനകമായ സംഭവങ്ങൾ എന്തൊക്കെയാണ്?

2. മുഹമ്മദിന്റെ അമ്മാവൻ **അബു ലഹബ്** എന്തിനാണ് അറിയപ്പെടുന്നത്?

വിവാഹവും കുടുംബവും

3. **ഖദീജയുമായുള്ള** മുഹമ്മദിന്റെ വിവാഹത്തിലെ ആറ് സവിശേഷ വശങ്ങൾ എന്തൊക്കെയാണ്?

4. കുട്ടികളെ പ്രസവിക്കുന്നതിൽ മുഹമ്മദും ഖദീജയും എന്ത് കഷ്ടപ്പാടുകൾ നേരിട്ടു?

5. മുഹമ്മദിനോട് വലിയ കരുതൽ കാണിച്ച രണ്ട് വ്യക്തികൾ ആരായിരുന്നു?

ഒരു പുതിയ മതം സ്ഥാപിക്കപ്പെടുന്നു (മക്ക)

6. **ജിബ്രീൽ** എന്ന 'മാലാഖ'യുടെ സന്ദർശനങ്ങൾ അനുഭവിക്കാൻ തുടങ്ങിയപ്പോൾ മുഹമ്മദിന് എത്ര വയസ്സായിരുന്നു, അതിനോട് അദ്ദേഹം എങ്ങനെ പ്രതികരിച്ചു?

7. മുഹമ്മദിന്റെ സന്ദർശനങ്ങളെക്കുറിച്ച് വാരഖ കേട്ടപ്പോൾ അദ്ദേഹം എന്താണ് പ്രഖ്യാപിച്ചത്?

8. മുഹമ്മദ് എന്തിനെയാണ് ആവർത്തിച്ച് ഭയപ്പെട്ടത്, അല്ലാഹു അത് അദ്ദേഹത്തിന് ഉറപ്പ് നൽകി അങ്ങനെയാവില്ലെന്ന്?

9. ആദ്യത്തെ മുസ്ലീം വിശ്വാസികൾ ആരായിരുന്നു? മുഹമ്മദിൻ്റെ സ്വന്തം മുഹമ്മദിന്റെ സ്വന്തം ഗോത്രം

മുഹമ്മദിൻ്റെ സ്വന്തം ഗോത്രം

10. മുഹമ്മദിന്റെ മുസ്ലീങ്ങളുടെ ചെറിയ സമൂഹം ഒരു നിന്ദ്യമായ ന്യൂനപക്ഷമായി മാറാൻ കാരണമെന്താണ്?

11. ഒരു മുസ്ലീം അല്ലായിരുന്നിട്ടും അമ്മാവൻ **അബു താലിബ്** എന്ത് പ്രധാന പങ്കാണ് വഹിച്ചത്?

12. മക്കയിലെ **ഖുറൈഷി** ഗോത്രത്തിന്റെ മുഹമ്മദിനോടും അദ്ദേഹത്തിന്റെ സമൂഹത്തോടുമുള്ള പുതിയ നയം എന്തായി മാറി?

13. ഏത് ക്രിസ്ത്യൻ രാഷ്ട്രത്തിലേക്കാണ് നിരവധി മുസ്ലീങ്ങൾ പലായനം ചെയ്തത്, എത്ര പുരുഷന്മാർ കുടുംബങ്ങളായി പലായനം ചെയ്തു?

സ്വയം സംശയവും സ്വയം സാധൂകരണവും

14. മുഹമ്മദ് വാഗ്ദാനം ചെയ്ത ഏത് കരാറിനാണ് 109:6-ൽ പരിഹാരം കണ്ടത്?

15. മക്കക്കാരെ സന്തോഷിപ്പിച്ച എന്ത് വിട്ടുവീഴ്ചയാണ് മുഹമ്മദ് നടത്തിയത്, എന്നാൽ പിന്നീട് അദ്ദേഹം അത് മാറ്റി, ഇപ്പോൾ **സാത്താനിക വാക്യങ്ങൾ** എന്ന് വിളിക്കപ്പെടുന്നതെന്താണ്?

16. മുഹമ്മദിന്റെ തിരിച്ചടിയെത്തുടർന്ന്, Q22:52-ൽ എന്ത് ഒഴികഴിവാണ് അദ്ദേഹം പറഞ്ഞത്?

17. തന്റെ ശ്രേഷ്ഠത ഉയർത്തിക്കാട്ടാൻ മുഹമ്മദ് എന്തൊക്കെ പ്രശംസകൾ പറഞ്ഞു?

18. മക്കാൻ കാലഘട്ടത്തിന്റെ അവസാനത്തിൽ മുഹമ്മദിന്റെ 'വിജയം' എന്ന പുതിയ ആശയം എന്തായി മാറി?

കൂടുതൽ തിരസ്കരണവും പുതിയ സഖ്യകക്ഷികളും

19. മുഹമ്മദിനെ കാത്തിരുന്ന ഇരട്ട പ്രഹരം എന്താണ്, പുതിയ സംരക്ഷകരെ എവിടെയാണ് അദ്ദേഹം കണ്ടെത്തിയത്?

20. മുഹമ്മദ് തായിഫിൽ നിന്ന് മടങ്ങുമ്പോൾ, അദ്ദേഹത്തിന്റെ പ്രാർത്ഥന കേട്ടപ്പോൾ ആര് മുസ്ലീങ്ങളായി?

21. നിരവധി മുസ്ലീങ്ങൾ ആത്മലോകത്തേക്ക് തുറന്നിരിക്കുന്നതിന് ദുരി നൽകുന്ന രണ്ട് കാരണങ്ങൾ എന്തൊക്കെയാണ്?

22. മദീനയിലെ **അൻസാർ** മുഹമ്മദിന് നൽകിയ പ്രതിജ്ഞ എന്താണ്?

23. മദീനയിലെ തന്റെ ആദ്യ വർഷത്തിൽ മുഹമ്മദ് മദീനയിൽ നേടിയിട്ടില്ലാത്ത എന്താണ് നേടിയത്?

മുഹമ്മദ് മക്കയിൽ യഥാർത്ഥത്തിൽ സമാധാനപരമായിരുന്നോ?

24. മക്കാൻ സൂറങ്ങളിൽ എന്ത് ഭയാനകമായ പ്രഖ്യാപനങ്ങളാണ് കാണപ്പെടുന്നത്?

25. **ഇബ്നു ഇസ്ഹാക്കിന്റെ** അഭിപ്രായത്തിൽ, മക്കാൻ **ഖുറൈഷ്** ഗോത്രത്തിന് മുഹമ്മദ് എന്ത് വാഗ്ദാനം ചെയ്തു?

പീഡനം മുതൽ കൊലപാതകം വരെ

26. **ഖുറൈശികൾ** തനിക്കെതിരെ ഉപയോഗിച്ചതായി മുഹമ്മദ് ആരോപിച്ചത് എന്താണ്, അത് യുദ്ധത്തിന്‌റെ മുഴുവൻ ഉദ്ദേശ്യത്തെയും ന്യായീകരിച്ചു?

27. മുഹമ്മദിന്‌റെ അഭിപ്രായത്തിൽ, ആളുകളെ കൊല്ലുന്നതിനേക്കാളോ പവിത്രമായ മാസത്തെ അക്രമാസക്തമായി ലംഘിക്കുന്നതിനേക്കാളോ കൂടുതൽ ഗുരുതരമായ മറ്റെന്താണ്?

28. പ്പോഴും *ജിഹാദിനെ* ന്യായീകരിക്കുന്നതെന്താണ്?

29. മുസ്ലീം പണ്ഡിതന്മാരുടെയും സിറിയൻ പേർഷ്യൻ പണ്ഡിതനായ *ഇബ്നു കഥീറിന്‌റെയും* അഭിപ്രായത്തിൽ നിങ്ങൾ 'അവിശ്വാസിച്ചാൽ', നിങ്ങൾക്ക് എന്താണ് അർഹിയ്ക്കുന്നത്?

"ഞങ്ങൾ ഇരകളാണ്!"

30. ശത്രുക്കളെ കൊല്ലുന്നതിനേക്കാൾ മോശമായി മുസ്ലീങ്ങൾ തങ്ങളുടെ ഇരകളെ കണക്കാക്കുന്നത് എന്തുകൊണ്ട്?

31. ഡോ. **വഫ സുൽത്താനെക്കുറിച്ചുള്ള** ചർച്ചയിൽ **പ്രൊഫസർ അഹമ്മദ് ബിൻ മുഹമ്മദ്** ഇരകളാകാനുള്ള തന്‌റെ വാദം എന്തിന്‌റെ അടിസ്ഥാനത്തിലാണ് സ്ഥാപിച്ചത്?

പ്രതികാരം

32. **ഉഖ്ബയോടുള്ള** മുഹമ്മദിന്റെ പ്രവൃത്തി അവന്റെ പെരുമാറ്റം എന്താണ് സൂചിപ്പിക്കുന്നത്?

33. പിടികൂടപ്പെട്ട മക്കക്കാരുടെ പട്ടികയിൽ മുഹമ്മദിന്റെ കൊലപാതക നിർദ്ദേശം എന്താണ് പ്രതിഫലിപ്പിക്കുന്നത്?

അമുസ്‌ലിംകൾക്കുള്ള പ്രത്യാഘാതങ്ങൾ

34. **പുസ്തകത്തിലെ ആൾക്കാർ** ഇസ്ലാം നിരസിച്ചപ്പോൾ അവരെ കാത്തിരുന്നത് എന്താണ്?

35. ദുരി പറയുന്നതനുസരിച്ച്, മുഹമ്മദിന്റെ ജീവിതത്തിൽ എന്താണ് ആധിപത്യം സ്ഥാപിച്ചത്?

36. **ഹുദൈബിയ ഉടമ്പടി** ലംഘിക്കാൻ കഴിയുമെന്ന് മുഹമ്മദ് കരുതിയത് എന്തുകൊണ്ട്?

37. വിഗ്രഹാരാധകരോട് എന്ത് ചെയ്യണമെന്നാണ് ഖുർആൻ 9:3-5 മുസ്ലീങ്ങളോട് നിർദ്ദേശിക്കുന്നത്?

ജൂതന്മാരെക്കുറിച്ചുള്ള മുഹമ്മദിൻ്റെ ആദ്യകാല വീക്ഷണങ്ങൾ

38. ഖുർആനിലെ മക്കാൻ സൂറങ്ങളിലും സൂറ 98ൽ ജൂതന്മാരെ കുറിച്ച് എങ്ങനെയാണ് പറഞ്ഞിരിക്കുന്നത്?

39. ജൂതന്മാർ തന്റെ സന്ദേശത്തോട് അനുകൂലമായി പ്രതികരിക്കുമെന്ന് മുഹമ്മദ് പ്രതീക്ഷിച്ചിരുന്നുവെന്ന് എന്താണ് സൂചിപ്പിക്കുന്നത്? മദീനയിൽ എതിർപ്പ്

മദീനയിലെ എതിർപ്പ്

40. മദീനയിലെ ജൂത റബ്ബികളുമായുള്ള ആശയവിനിമയങ്ങളിൽ മുഹമ്മദ് പുതിയ ഖുർആൻ വെളിപ്പെടുത്തലുകളെ കൂടുതലായി ആശ്രയിക്കേണ്ടി വന്നത് എന്തുകൊണ്ട്?

41. ഏത് രണ്ട് വിധത്തിലാണ് ജൂതന്മാരുടെ ഫിറ്റ്നയോട് മുഹമ്മദ് പ്രതികരിച്ചത്?

നിരസിക്കുന്നവരോടുള്ള ശത്രുതാപരമായ ദൈവശാസ്ത്രം

42. മുഹമ്മദിന്റെ പുതിയ ജൂത വിരുദ്ധ സന്ദേശത്തെ ഡ്യൂറി വിവരിക്കുന്നു: "ജൂതന്മാർ" ആരായിരുന്നുവെന്നാണ് ഖുർആൻ പറയുന്നത്?

    1) Q 4:46 ...

    2) Q 7:166, മുതലായവ ...

    3) Q 5:70 ...

4) Q 5:13 ...

5) Q 2:27 ...

43. തന്റെ സന്ദേശം എന്ത് റദ്ദാക്കിയെന്നാണ് മുഹമ്മദ് അപ്പോൾ വിശ്വസിച്ചത്?

തിരസ്കരണം അക്രമമായി മാറുന്നു

44. **ഖൈനുഖ** ഗോത്രത്തോട് മുഹമ്മദ് എന്താണ് ചെയ്തത്?

45. മദീനയിൽ അവശേഷിക്കുന്ന ജൂതന്മാരോട് മുഹമ്മദ് എന്തിനാണ് ***അസ്ലിം തസ്ലാം*** പ്രസംഗിച്ചത്?

46. **നാദിർ** ഗോത്രത്തോട് മുഹമ്മദ് എന്താണ് ചെയ്തത്?

47. **ഖുറൈസ** ഗോത്രത്തോട് മുഹമ്മദ് എന്താണ് ചെയ്തത്?

48. **ഖൈബർ** ജൂത ഗോത്രത്തോട് മുഹമ്മദ് എന്താണ് ചെയ്തത്?

49. ഇസ്ലാമിൽ ഗ്രന്ഥത്തിന്റെ ആളുകളായി ആരെയാണ് കാണുന്നത്?

തിരസ്കരണത്തോടുള്ള മുഹമ്മദിൻ്റെ മൂന്ന് പ്രതികരണങ്ങൾ

50. തിരസ്കരണത്തിൻ്റെ ഫലമായി, ഏത് മൂന്ന് ഘട്ടങ്ങളിലൂടെയാണ് മുഹമ്മദ് പ്രതികരിച്ചത്?

51. Q 9:14-15 അനുസരിച്ച്, മുഹമ്മദിൻ്റെയും അനുയായികളുടെയും വികാരങ്ങളെ "സൗഖ്യമാക്കുകയും" അവരുടെ രോഷം ശമിപ്പിക്കുകയും ചെയ്യുന്നതെന്താണ്?

52. തന്നെയും തനറെ സമൂഹത്തെയും തിരസ്കരിക്കുന്നത് തടയാൻ മുഹമ്മദ് എന്താണ് ചെയ്തത്?

53. മദീനയിലേക്ക് പലായനം ചെയ്ത ശേഷം മുഹമ്മദിൻ്റെ പ്രവർത്തികളിൽ എന്ത് മാറ്റമാണ് ഉണ്ടായത്?

54. ഖുർആനിൽ പിന്നീടുള്ള വാക്യങ്ങൾ അല്ലാഹുവിനെ അനുസരിക്കാനുള്ള മാർഗമായി എന്താണ് കണക്കാക്കുന്നത്?

55. അമുസ്ലിംകളുടെ നിർബന്ധിത മൗനം, കുറ്റബോധം, കൃതജ്ഞത എന്നിവ എന്തിനെ അടിസ്ഥാനമാക്കിയുള്ളതാണ്?

"മികച്ച ഉദാഹരണം"

56. മുഹമ്മദിൻ്റെ പ്രശ്നങ്ങൾ എങ്ങനെയാണ് ലോകത്തിൻ്റെ പ്രശ്നമായത്?

57. വജാത ശിശുവിൻ്റെ ചെവിയിൽ ആദ്യമായി ചൊല്ലുന്ന വാക്കുകൾ ഏതാണ്?

58. *ഷഹാദ* പറയുമ്പോൾ മുസ്ലിങ്ങൾ എന്ത് രണ്ട് കാര്യങ്ങളാണ് അംഗീകരിക്കുന്നത്?

59. *ഷഹാദ* പാരായണം ആത്മീയ ശക്തികൾക്ക് എന്ത് അനുമതിയാണ് നൽകുന്നവെന്നാണ് ഡൂറി പറയുന്നത്?

60. നിങ്ങൾ മുസ്ലീങ്ങളെ വ്യക്തിപരമായി കണ്ടുമുട്ടിയിട്ടുണ്ടെങ്കിൽ, താഴെ കൊടുത്തിരിക്കുന്ന മുഹമ്മദിൻ്റെ ഉദാഹരണത്തിൻ്റെ 18 വശങ്ങളിൽ ഏതെങ്കിലും അവരുടെ പെരുമാറ്റത്തിൽ നിങ്ങൾ നിരീക്ഷിച്ചിട്ടുണ്ടോ? (ഒന്നോ അതിലധികമോ സർക്കിൾ ചെയ്യുക.)

- അക്രമം/യുദ്ധം
- കൊലപാതകം
- അടിമത്തം
- പ്രതികാരം / പ്രതികാരം
- വെറുപ്പ്
- സ്ത്രീകളോടുള്ള വെറുപ്പ്
- ജൂതന്മാരോടുള്ള വെറുപ്പ്
- ദുരുപയോഗം
- ലജ്ജ / ലജ്ജിപ്പിയ്ക്കൽ
- ഭീഷണിപ്പെടുത്തൽ
- വഞ്ചന
- കുറ്റപ്പെടുത്തൽ
- ഇര
- സ്വയം സാധൂകരണം
- ശ്രേഷ്ഠതയുടെ വികാരങ്ങൾ
- ദൈവത്തെ തെറ്റായി ചിത്രീകരിക്കുന്നു
- മറ്റുള്ളവരുടെമേൽ ആധിപത്യം സ്ഥാപിക്കുന്നു
- ബലാത്സംഗം

- മുകളിൽ കൊടുത്തിരിക്കുന്നതിൽ ഒന്നുമല്ല

61. ക്രിസ്തുവിൻ്റെ ദൈവിക പുത്രത്വത്തോട് ഖുർആനും *സുന്നയും* എങ്ങനെ പ്രതികരിക്കുന്നു?

62. ഖുർആനും *സുന്നയും* ബൈബിളിനോട് എങ്ങനെ പ്രതികരിക്കുന്നു?

63. യേശു (ഈസാ) ഭൂമിയിൽ മടങ്ങിയെത്തുമ്പോൾ ക്രിസ്ത്യാനികളോട് എന്തുചെയ്യുമെന്നാണ് ഖുർആനും സുന്നയും പറയുന്നു?

64. മുഹമ്മദിൻ്റെ മാതൃകയും അതിനോടൊപ്പമുള്ള ശാപങ്ങളും നിരസിക്കുകയും ഉപേക്ഷിക്കുകയും ചെയ്യുമ്പോൾ, മറ്റെന്താണ് നാം നിരാകരിക്കുന്നത്?

65. മുഹമ്മദിനെ വ്യക്തമായി ത്യജിക്കുന്നതിൽ പരാജയപ്പെടുന്നതിൽ നിന്ന് എന്ത് നാല് ആത്മീയ വിശേഷതകൾ ഒരാൾക്കുണ്ടാകാം?

5

ഷഹാദയിൽ നിന്നുള്ള സ്വാതന്ത്ര്യം

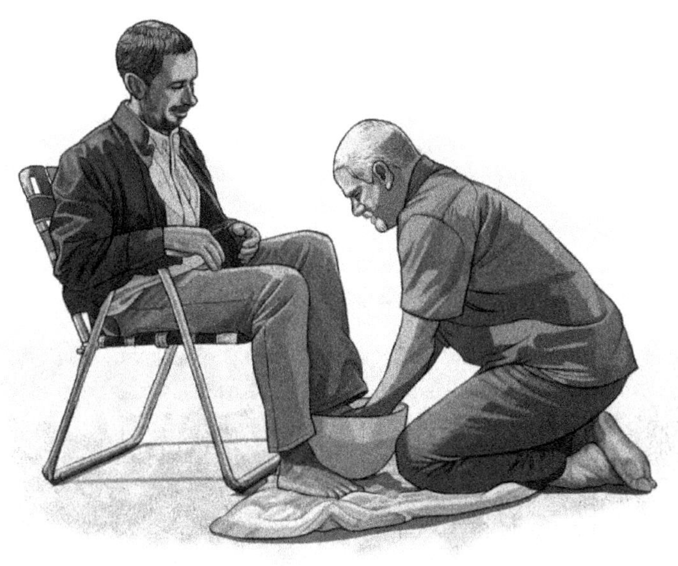

"ഒരുത്തൻ ക്രിസ്തുവിലായാൽ അവൻ
പുതിയ സൃഷ്ടി ആകുന്നു."
2 കൊരിന്ത്യർ 5:17

പാഠ ലക്ഷ്യങ്ങൾ

a. യേശുവും മുഹമ്മദും തിരസ്കരണത്തോട് പ്രതികരിച്ച രീതിയിൽ എത്രമാത്രം വ്യത്യസ്തരായിരുന്നുവെന്ന് താരതമ്യം ചെയ്ത് മനസ്സിലാക്കുക.

b. യേശുവിനെ ചോദ്യം ചെയ്തതും, തിരസ്കരിച്ചതും, വെറുത്തതും ആയ പല വഴികളും പരിശോധിക്കുക.

c. യേശു തിരസ്കരണത്തെ എങ്ങനെ സ്വീകരിച്ചുവെന്നും അക്രമത്തെ എങ്ങനെ നിരസിച്ചുവെന്നും മനസ്സിലാക്കുക.

d. നമ്മുടെ ശത്രുക്കളെ സ്നേഹിക്കുക എന്ന ക്രിസ്തുവിന്റെ പഠിപ്പിക്കലിന്റെ ആഴത്തിലുള്ള സ്വാധീനം അഭിനന്ദിക്കുക.

e. യേശു തന്റെ ശിഷ്യന്മാരെയും എല്ലാ ക്രിസ്ത്യാനികളെയും അന്തിമ പീഡനത്തിന് സജ്ജമാക്കിയെന്ന് മനസ്സിലാക്കുക.

f. യേശുക്രിസ്തുവിന്റെ ക്രൂശുമരണത്തിൽ ദൈവം മാനുഷികവും ദൈവികവുമായ തിരസ്കരണത്തെ എങ്ങനെ അഭിസംബോധന ചെയ്തുവെന്ന് മനസ്സിലാക്കുക.

g. പുനരുത്ഥാനവും സ്വർഗ്ഗാരോഹണവും യേശുക്രിസ്തുവിന്റെ മരണത്തിന്റെ ന്യായീകരണത്തെ എങ്ങനെ പ്രകടമാക്കുന്നു എന്ന് മനസ്സിലാക്കുക.

h. യേശുവിന്റെ ക്രൂശിനോട് മുഹമ്മദിന് ഉണ്ടായിരുന്ന തീവ്രമായ വെറുപ്പിനെക്കുറിച്ച് ബോധവാനായിരിക്കുക.

i. ക്രിസ്തുവിനെ അനുഗമിക്കാൻ ഒരു പ്രാർത്ഥന ചൊല്ലി അവനോടുള്ള പ്രതിബദ്ധത സ്ഥാപിക്കുക.

j. *ഷഹാദ* ഉപേക്ഷിക്കാൻ തയ്യാറെടുക്കുമ്പോൾ 15 പ്രത്യേക സത്യങ്ങൾ പ്രഖ്യാപിക്കുന്ന തിരുവെഴുത്ത് വാക്യങ്ങൾ പരിഗണിക്കുക.

k. ആത്മാർപ്പണ പ്രാർത്ഥന ചൊല്ലി *ഷഹാദയിൽ* നിന്ന് ആത്മീയ സ്വാതന്ത്ര്യം നേടുക.

കേസ് സ്റ്റഡി: നിങ്ങൾ എന്തു ചെയ്യും?

നൈജീരിയയിലുടനീളം മതപരമായ ശുദ്ധീകരണം വ്യാപിപ്പിക്കാൻ മുസ്ലീങ്ങളെ പ്രോത്സാഹിപ്പിക്കുന്ന "വിശ്വാസവും നീതിയും" എന്ന പരിപാടിയിൽ പങ്കെടുക്കാൻ നൈജീരിയയിലെ ജോസ് എന്ന സ്ഥലത്തേയ്ക്ക് നിങ്ങളെ ക്ഷണിച്ചിരിക്കുന്നു. നിങ്ങളുടെ കൈവശം മുഴുവൻ ഫണ്ടും ഉണ്ട്, മീഡിയ ഡിപ്പാർട്ട്മെന്റിന്റെ ഒരു വളണ്ടിയർ സഹായിയായി നിങ്ങൾ പോകുന്നു. ചർച്ചകൾ ആവേശകരവും രസകരവുമാണെന്ന് നിങ്ങൾ കണ്ടെത്തുന്നു, കൂടാതെ ചെറിയ ഗ്രൂപ്പ് വർക്ക്ഷോപ്പ് സെഷനുകളിൽ പങ്കെടുക്കാനും അത് കേൾക്കാനും നേതൃത്വം നിങ്ങളെ പ്രോത്സാഹിപ്പിക്കുന്നു. നിങ്ങൾ മനസ്സോടെ അങ്ങനെ ചെയ്യുന്നു.

രണ്ടാം ദിവസമാകുമ്പോഴേക്കും, നിങ്ങളുടെ ചെറിയ ഗ്രൂപ്പിൽ ചർച്ച ചെയ്യപ്പെടുന്ന വിഷയം "ക്രിസ്ത്യാനികൾ മൂന്നാം[10] കവിൾ കാണിച്ചുകൊടുക്കണോ?" നിങ്ങളുടെ ഗ്രൂപ്പിലെ രണ്ട് പേർ ശക്തമായി സ്ഥിരമായ അഹിംസ, സമാധാനവാദം, ഹിംസാത്മക സാഹചര്യങ്ങളിൽ നിന്നുള്ള രക്ഷപെടൽ എന്നിവയെ പ്രോത്സാഹിപ്പിക്കുന്നു. എന്നാൽ, നിങ്ങളുടെ ഗ്രൂപ്പിലെ പലരും ഇത് എതിർത്തുകൊണ്ട് ചർച്ച ചെയ്യുന്നു: "ഭീതിപൂർണമായ രക്ഷപ്പെടലും അഹിംസയും പ്രതിപാദന മാർഗമായാൽ ക്രിസ്ത്യാനികളുടെ സമൂഹം ദുർബലമാകും. അതിനു പകരം ശക്തമായ പ്രതിരോധ നടപടികളും ജാഗ്രതയുള്ള സഭാ സമൂഹവും ആവശ്യമാണ്. യഥാർത്ഥ ക്രിസ്ത്യാനികൾ അവരുടെ വീടുകളെയും ഗ്രാമങ്ങളെയും സംരക്ഷിക്കുക, ഓടിപ്പോകാൻ പാടില്ല.

രണ്ടു കൂട്ടരും തങ്ങളുടെ ബോധ്യങ്ങളെ ശരിവയ്ക്കാൻ തിരുവെഴുത്തുകൾ ഉപയോഗിക്കുന്നു. ഒടുവിൽ അവർ നിങ്ങളുടെ നേരെ തിരിഞ്ഞു ചോദിക്കുന്നു, “നിങ്ങൾ എന്താണ് പറയുന്നത്? യേശു പറഞ്ഞു, ‘മറ്റേ കവിൾ കാണിച്ചുകൊടുക്കുക’. നമ്മൾ മൂന്നാമത്തെ കവിളും കാണിച്ചുകൊടുക്കണോ?”

നിങ്ങൾ എന്ത് പറയും?

---

10 മറ്റൊരു വിധത്തിൽ പറഞ്ഞാൽ, ക്രിസ്ത്യാനികൾ മറ്റേ കവിൾ ഒരു തവണയല്ല, രണ്ടോ അതിലധികമോ തവണ കാണിയ്ക്കേണ്ടതുണ്ടോ?

ഈ ഭാഗങ്ങളിൽ യേശു തിരസ്കരണ അനുഭവങ്ങളോട് എങ്ങനെ പ്രതികരിച്ചുവെന്ന് നാം പരിഗണിക്കുന്നു. മുഹമ്മദിന്റെ ജീവിതത്തെപ്പോലെ തന്നെ യേശുവിന്റെ ജീവിതവും തിരസ്കരണത്തിന്റെ ഒരു കഥയാണ്, അത് ക്രൂശിൽ അതിന്റെ പാരമ്യത്തിലെത്തുന്നു. മുഹമ്മദ് പീഡനത്തോട് പ്രതികാരത്തോടെ പ്രതികരിച്ചു: ക്രിസ്തുവിന്റെ പ്രതികരണം തികച്ചും വ്യത്യസ്തമായിരുന്നു, ഇസ്ലാമിൽ നിന്നുള്ള മോചനത്തിലേക്കുള്ള താക്കോൽ ഇത് നൽകുന്നു.

കഠിനമായ ഒരു തുടക്കം

മുഹമ്മദിനെപ്പോലെ, യേശുവിന്റെയും കുടുംബ സാഹചര്യങ്ങൾ ആദർശപരമല്ലായിരുന്നു. ജനനസമയത്ത് തന്നെ നിയമവിരുദ്ധതയുടെ നാണക്കേട് അദ്ദേഹത്തെ പിടികൂടി (മത്തായി 1:18-25). എളിയ സാഹചര്യങ്ങളിൽ, ഒരു കാലിത്തൊഴുത്തിലാണ് അദ്ദേഹം ജനിച്ചത് (ലൂക്കോസ് 2:7). ജനനത്തിനുശേഷം, ഹെരോദാവ് രാജാവ് അദ്ദേഹത്തെ കൊല്ലാൻ ശ്രമിച്ചു. പിന്നീട് അദ്ദേഹം ഒരു അഭയാർത്ഥിയായി ഈജിപ്തിലേക്ക് പലായനം ചെയ്തു (മത്തായി 2:13-18).

യേശുവിനെ ചോദ്യം ചെയ്യുന്നു

യേശു തൻ്റെ അധ്യാപന ശുശ്രൂഷ ആരംഭിച്ചപ്പോൾ, ഏകദേശം മുപ്പത് വയസ്സുള്ളപ്പോൾ, അവൻ വലിയ എതിർപ്പ് അനുഭവിച്ചു. മുഹമ്മദിനെപ്പോലെ, യഹൂദ മതനേതാക്കൾ യേശുവിനോട് അവൻ്റെ അധികാരത്തെ വെല്ലുവിളിക്കാനും ദുർബലപ്പെടുത്താനും ഉദ്ദേശിച്ചുള്ള ചോദ്യങ്ങൾ ചോദിച്ചു:

> ... പരീശന്മാരും ശാസ്ത്രിമാരും അവനെ കഠിനമായി എതിർക്കാനും, അവൻ എന്തെങ്കിലും പറയുന്നതിൽ അവനെ കുടുക്കാൻ വേണ്ടി ചോദ്യങ്ങൾ ചോദിച്ചുകൊണ്ട് അവനെ വളയാനും തുടങ്ങി. (ലൂക്കോസ് 11:53-54)

ഈ ചോദ്യങ്ങൾ ആശങ്കപ്പെടുത്തുന്നു:

- ആ ചോദ്യങ്ങൾ ഇവയ്ക്കുറിച്ചായിരുന്നു: യേശു ശബ്ബത്തിൽ ആളുകളെ സഹായിച്ചത് എന്തുകൊണ്ട്: അവൻ നിയമം ലംഘിക്കുകയാണെന്ന് കാണിക്കാനായിരുന്നു ആ ചോദ്യം (മർക്കോസ് 3:2; മത്തായി 12:10)

- അവൻ ചെയ്ത കാര്യങ്ങൾ ചെയ്യാൻ അവന് എന്ത് അധികാരമുണ്ടായിരുന്നു (മർക്കോസ് 11:28; മത്തായി 21:23; ലൂക്കോസ് 20:2)
- ഒരു പുരുഷൻ തന്റെ ഭാര്യയെ ഉപേക്ഷിക്കുന്നത് നിയമാനുസൃതമാണോ (മർക്കോസ് 10:2; മത്തായി 19:3)
- സീസറിന് നികുതി കൊടുക്കുന്നത് നിയമാനുസൃതമാണോ (മർക്കോസ് 12:15; മത്തായി 22:17; ലൂക്കോസ് 20:22)
- ഏതാണ് ഏറ്റവും വലിയ കല്പന (മത്തായി 22:36)
- ആരുടെ മകനാണ് മിശിഹാ (മത്തായി 22:42)
- യേശുവിന്റെ പിതൃത്വം (യോഹന്നാൻ 8:19)
- യേശുവിന്റെ പുനരുത്ഥാനം (മത്തായി 22:23-28; ലൂക്കോസ് 20:27-33)
- അടയാളങ്ങൾ കാണിക്കാനുള്ള **അഭ്യർത്ഥനകൾ** (മർക്കോസ് 8:11; മത്തായി 12:38; 16:1).

ചോദ്യങ്ങൾക്ക് പുറമേ, യേശുവിനെതിരെ ചുമത്തിയ കുറ്റങ്ങൾ ഇവയാണ്:

- സാത്താനോട് ബന്ധം ഉള്ളവനെന്നും, സാത്താന്റെ ശക്തിയാൽ അത്ഭുതങ്ങൾ പ്രവർത്തിക്കുന്നവനെന്നും (മർക്കോസ് 3:22; മത്തായി 12:24; യോഹന്നാൻ 8:52; 10:20)
- ശബ്ബത്ത് ആചരിക്കാത്ത ശിഷ്യന്മാരുള്ളവൻ (മത്തായി 12:2) അല്ലെങ്കിൽ ശുചിത്വ ആചാരങ്ങൾ പാലിയ്ക്കാത്തവൻ (മർക്കോസ് 7:2; മത്തായി 15:1-2; ലൂക്കോസ് 11:38)
- കള്ളാ സാക്ഷ്യം നൽകുന്നവൻ (യോഹന്നാൻ 8:13).

തിരസ്കരണക്കാർ

യേശുവിന്റെ ജീവിതവും പഠിപ്പിക്കലും പരിഗണിക്കുമ്പോൾ, പല വ്യക്തികളിൽ നിന്നും സമൂഹങ്ങളിൽ നിന്നും അദ്ദേഹത്തിന് തിരസ്കരണം നേരിടേണ്ടി വന്നതായി നമുക്ക് കാണാം:

- ഹെരോദാവ് രാജാവ് ശിശുവായിരുന്നപ്പോൾ തന്നെ അദ്ദേഹത്തെ കൊല്ലാൻ ശ്രമിച്ചു (മത്തായി 2:16).

- നസറെത്തിലെ സ്വന്തം ഗ്രാമത്തിലെ ആളുകൾ അദ്ദേഹത്തിനെതിരെ കോപിച്ചു (മർക്കോസ് 6:3; മത്തായി 13:53-58) അദ്ദേഹത്തെ കൊല്ലുവാനായി ഒരു പാറക്കെട്ടിൽ നിന്ന് തള്ളിയിടാൻ ശ്രമിച്ചു (ലൂക്കോസ് 4:28-30).

- അദ്ദേഹത്തിന്റെ സ്വന്തം കുടുംബാംഗങ്ങൾ അദ്ദേഹത്തിന് ഭ്രാന്താണെന്ന് ആരോപിച്ചു (മർക്കോസ് 3:21).

- അദ്ദേഹത്തിന്റെ അനുയായികളിൽ പലരും അദ്ദേഹത്തെ ഉപേക്ഷിച്ചു (യോഹന്നാൻ 6:66).

- ജനക്കൂട്ടം അദ്ദേഹത്തെ കല്ലെറിയാൻ ശ്രമിച്ചു (യോഹന്നാൻ 10:31).

- മതനേതാക്കൾ അദ്ദേഹത്തെ കൊല്ലാൻ ഗൂഢാലോചന നടത്തി (യോഹന്നാൻ 11:50).

- അദ്ദേഹത്തിന്റെ അടുത്ത വൃത്തത്തിൽപ്പെട്ട യൂദാസാണ് അദ്ദേഹത്തെ ഒറ്റിക്കൊടുത്തത് (മർക്കോസ് 14:43-45; മത്തായി 26:14-16; ലൂക്കോസ് 22:1-6; യോഹന്നാൻ 18:2-3).

- അദ്ദേഹത്തിന്റെ മുഖ്യ ശിഷ്യനായ പത്രോസ് അദ്ദേഹത്തെ മൂന്ന് തവണ തള്ളിപ്പറഞ്ഞു (മർക്കോസ് 14:66-72; മത്തായി 26:69-75; ലൂക്കോസ് 22:54-62; യോഹന്നാൻ 18).

- ഏതാനും ദിവസങ്ങൾക്ക് മുമ്പ് ഒരു സാധ്യതയുള്ള മിശിഹായായി അദ്ദേഹത്തെ സന്തോഷത്തോടെ സ്വീകരിച്ച യെരുശലേം നഗരമായ യെരുശലേമിലെ ജനക്കൂട്ടം അദ്ദേഹത്തെ കുരിശിൽ തറയ്ക്കണമെന്ന് ആവശ്യപ്പെട്ടു (മർക്കോസ് 15:12-15; ലൂക്കോസ് 23:18-23; യോഹന്നാൻ 19:15).

- മതനേതാക്കൾ അദ്ദേഹത്തെ ഇടിക്കുകയും തുപ്പുകയും പരിഹസിക്കുകയും ചെയ്തു (മർക്കോസ് 14:65; മത്തായി 26:67-68).

- കാവൽക്കാരും റോമൻ പട്ടാളക്കാരും അവനെ പരിഹസിക്കുകയും അപമാനിയ്ക്കുകയും ചെയ്തു (മർക്കോസ് 15:16-20; മത്തായി 27:27-31; ലൂക്കോസ് 22:63-65, 23:11).

- യഹൂദരുടെയും, റോമൻ കോടതികൾക്ക് മുമ്പാകെയും അവനെതിരെ വ്യാജമായി കുറ്റം ചുമത്തി വധശിക്ഷയ്ക്ക്

വിധിച്ചു (മർക്കോസ് 14:53-65; മത്തായി 26:57-67; യോഹന്നാൻ 18:28ff).

- അവനെ ക്രൂശിച്ചു, റോമാക്കാർക്ക് ലഭ്യമായ ഏറ്റവും നിന്ദ്യമായ വധശിക്ഷാ മാർഗം, അത് ദൈവത്തിന്റെ ശാപത്തിന് കാരണമായ ശിക്ഷയായി യഹൂദന്മാർ കണക്കാക്കി (ആവർത്തനം 21:23).
- യേശു രണ്ട് കള്ളന്മാർക്കിടയിൽ ക്രൂശിക്കപ്പെട്ട, കുരിശിൽ മരണാസന്നമായ വേദനകൾ സഹിച്ചപോൾപോലും അവൻ അധിക്ഷേപിക്കപ്പെട്ടു (മർക്കോസ് 15:21-32; മത്തായി 27:32-44; ലൂക്കോസ് 23:32-36; യോഹന്നാൻ 19:23-30).

തിരസ്കരണത്തോടുള്ള യേശുവിന്റെ പ്രതികരണം

ഈ തിരസ്കരണങ്ങളെല്ലാം പരിഗണിക്കുമ്പോൾ, യേശു ആക്രമണകാരിയോ അക്രമാസക്തനോ അല്ല എന്ന് നമുക്ക് കാണാൻ കഴിയും. അവൻ പ്രതികാരം ചെയ്യാൻ ശ്രമിക്കുന്നില്ല.

ചിലപ്പോൾ യേശു തനിക്കെതിരായ ആരോപണങ്ങൾക്ക് മറുപടി നൽകില്ല, പ്രത്യേകിച്ച് ക്രൂശുമരണത്തിന് മുമ്പ് അവനെ കുറ്റപ്പെടുത്തിയപ്പോൾ (മത്തായി 27:14). ആദ്യകാല സഭ ഇതിനെ ഒരു മിശിഹൈക പ്രവചനത്തിന്റെ നിവൃത്തിയായി കണക്കാക്കി:

> അവൻ പീഡിപ്പിക്കപ്പെടുകയും നിന്ദിയ്ക്കപ്പെടുകയും ചെയ്തു, എന്നിട്ടും അവൻ വായ തുറന്നില്ല; കൊല്ലുവാൻ കൊണ്ടുപോകപ്പെട്ട കുഞ്ഞാടിനെപ്പോലെ, രോമം കത്രിക്കുന്നവരുടെ മുമ്പിൽ ഒരു ആട് നിശബ്ദനായിരിക്കുന്നതുപോലെ, അവൻ വായ തുറന്നില്ല. (യെശയ്യാവ് 53:7)

സ്വയം തെളിയിക്കാൻ വെല്ലുവിളിക്കപ്പെട്ടപ്പോൾ, യേശു അതിനൊക്കെ വിസമ്മതിച്ചു, പകരം ഒരു ചോദ്യം ചോദിക്കാൻ അവൻ ഇഷ്ടപ്പെട്ടു (ഉദാഹരണത്തിന്, മത്തായി 21:24; 22:15-20).

യേശു കലഹം ഉണ്ടാക്കുന്നവനല്ലായിരുന്നു, ആളുകൾ പലപ്പോഴും അവനോട് വഴക്കിടാൻ ശ്രമിച്ചെങ്കിലും:

> അവൻ വഴക്കിടുകയോ നിലവിളിക്കുകയോ ചെയ്തില്ല; തെരുവുകളിൽ ആരും അവന്റെ ശബ്ദം കേട്ടില്ല. ചതഞ്ഞ ഓട അവൻ ഒടിച്ചുകളകയില്ല; പുകയുന്ന തിരി കെടുത്തുകളകയില്ല; അവൻ

സത്യത്തോടെ ന്യായം പ്രസ്താവിക്കുന്നതുവരെ. (മത്തായി 12:19-20, യെശയ്യാവ് 42:1-4 ഉദ്ധരിക്കുന്നു)

ആളുകൾ യേശുവിനെ കല്ലെറിയാനോ കൊല്ലാനോ ആഗ്രഹിച്ചപ്പോൾ, അവൻ മറ്റൊരു സ്ഥലത്തേക്ക് പോകുമായിരുന്നു (ലൂക്കോസ് 4:30), യേശു മനഃപൂർവ്വം മരണത്തിലേക്ക് പോയപ്പോൾ, അവന്റെ ക്രൂശീകരണത്തിലേക്ക് നയിച്ച സംഭവങ്ങൾ ഒഴികെ.

ഈ പ്രതികരണങ്ങളുടെ അർഥം ഇതാണ്: യേശു തിരസ്കരണത്തിന്റെ അനുഭവങ്ങൾക്കൊണ്ട് പരീക്ഷിക്കപ്പെടുമ്പോൾ, ആ പരീക്ഷണത്തെ അവൻ ജയിക്കുകയും തിരസ്കരണത്തിന് വഴങ്ങിയതുമില്ല. എബ്രായർക്കുള്ള ലേഖനം അദ്ദേഹത്തിന്റെ പ്രതികരണങ്ങളെ ഇങ്ങനെ സംഗ്രഹിക്കുന്നു:

... നമുക്കുള്ള മഹാപുരോഹിതൻ നമ്മുടെ ബലഹീനതകളിൽ സഹതാപം കാണിപ്പാൻ കഴിയാത്തവനല്ല; പാപം ഒഴികെ സർവ്വത്തിലും നമുക്കു തുല്യമായി പരീക്ഷിക്കപ്പെട്ടവനത്രേ നമുക്കുള്ളതു (എബ്രായർ 4:15).

സുവിശേഷങ്ങളിൽ നമുക്ക് ലഭിക്കുന്ന യേശുവിന്റെ ചിത്രം വളരെ സുരക്ഷിതനും സ്വയം സുഖപ്രദനുമായ ഒരാളുടെതാണ്. അവൻ പ്രതികാരം ചെയ്യുന്നവനായിരുന്നില്ല: തനിക്കെതിരെ വരുന്നവരെ ആക്രമിക്കാനോ നശിപ്പിക്കാനോ അവന് ആവശ്യമില്ലായിരുന്നു. യേശു തിരസ്കരണത്തോട് നന്നായി പ്രതികരിക്കുക മാത്രമല്ല, തിരസ്കരണത്തോട് പ്രതികരിക്കുന്നതിനുള്ള ഒരു ദൈവശാസ്ത്ര ചട്ടക്കൂട് തന്റെ ശിഷ്യന്മാരെ പഠിപ്പിക്കുകയും ചെയ്തു, തീർച്ചയായും തിരസ്കരണത്തെ നിരസിക്കുന്നതിനുള്ള ഒരു മാർഗമാണിത്. ഈ ദൈവശാസ്ത്രത്തിന്റെ പ്രധാന ഘടകങ്ങൾ ഈ പാഠത്തിൽ പിന്നീട് വിവരിച്ചിരിക്കുന്നു.

തിരസ്കരണത്തിൻ്റെ രണ്ട് കഥകൾ

ലോകത്തിലെ ഏറ്റവും വലിയ രണ്ട് മതങ്ങളുടെ സ്ഥാപകരായ യേശുവും മുഹമ്മദും തിരസ്കരണത്തിൻ്റെ കഠിനമായ അനുഭവങ്ങൾ അനുഭവിച്ചതായി പറയപ്പെടുന്നു എന്നത് ശ്രദ്ധേയമാണ്. ഇവ അവരുടെ ജനനത്തിൻ്റെയും ശൈശവത്തിൻ്റെയും സാഹചര്യങ്ങളിൽ തുടങ്ങി, കുടുംബാംഗങ്ങളുമായും മതപരമായ അധികാരികളുമായും ഉള്ള ഇടപാടുകൾ വരെ നീണ്ടു നിൽക്കുന്നു. ഇരുവരും ഭ്രാന്തന്മാരാണെന്നും ദുഷ്ടശക്തികളാൽ നിയന്ത്രിക്കപ്പെട്ടവരാണെന്നും ആരോപിച്ചു. ഇരുവരും പരിഹസിക്കപ്പെടുകയും

ആക്ഷേപിക്കപ്പെടുകയും ചെയ്തു. ഇരുവരും വഞ്ചന അനുഭവിച്ചു. ഇരുവരുടെയും ജീവന് ഭീഷണിയുണ്ടായിരുന്നു.

എന്നിരുന്നാലും, ഈ ശ്രദ്ധേയമായ സമാനതകൾ അതിലും ശ്രദ്ധേയമായ വ്യത്യാസത്താൽ നിഴലിക്കപ്പെടുന്നു, ഇത് ഈ രണ്ട് മതങ്ങളും സ്ഥാപിക്കപ്പെട്ട രീതിയെ ആഴത്തിൽ സ്വാധീനിച്ചു. മുഹമ്മദിൻ്റെ ജീവിതകഥ മനുഷ്യരാശിക്ക് പൊതുവായുള്ള നിഷേധാത്മകമായ തിരസ്കരണ പ്രതികരണങ്ങളുടെ മുഴുവൻ ശ്രേണിയും പ്രകടമാക്കുന്നു, സ്വയം നിരസിക്കൽ, സ്വയം-സാധുവാക്കൽ, ആക്രമണം എന്നിവ ഉൾപ്പെടെ, യേശുവിൻ്റെ ജീവിതം തികച്ചും വ്യത്യസ്തമായ ഒരു ദിശയിലേക്ക് പോയി. അവൻ തിരസ്കരണത്തെ മറികടന്നത്, അത് മറ്റുള്ളവരുടെ മേൽ അടിച്ചേൽപ്പിച്ചല്ല, മറിച്ച് അവയെ ആലിംഗനം ചെയ്തുകൊണ്ടാണ്, അതുവഴി, ക്രിസ്തീയ വിശ്വാസമനുസരിച്ച്, അതിൻ്റെ ശക്തിയെ മറികടന്ന് അതിൻ്റെ വേദനയെ സുഖപ്പെടുത്തുന്നു. മുഹമ്മദിൻ്റെ ജീവിതത്തിൽ *ശരീഅത്തിൻ്റെ* തടവിലാക്കപ്പെട്ട ആത്മീയ പൈതൃകം മനസ്സിലാക്കാനുള്ള താക്കോലുകൾ അടങ്ങിയിരിക്കുന്നുവെങ്കിൽ, ക്രിസ്തുവിൻ്റെ ജീവിതം ഇസ്ലാം വിട്ടുപോകുന്നവർക്കും *ശരിഅത്തിന്റെ* അവസ്ഥയിൽ ജീവിക്കുന്ന ക്രിസ്ത്യാനികൾക്കും സ്വാതന്ത്ര്യത്തിൻ്റെയും സമ്പൂർണ്ണതയുടെയും താക്കോലുകൾ എത്രയധികം പ്രദാനം ചെയ്യുന്നു.

മിശിഹായും രക്ഷകനുമെന്ന തന്റെ ദൗത്യത്തിന്റെ വെളിച്ചത്തിൽ യേശു തിരസ്കരണത്തെ എങ്ങനെ മനസ്സിലാക്കി എന്നും, അവന്റെ ജീവിതവും ക്രൂശും തിരസ്കരണത്തിന്റെ കയ്പേറിയ പ്രത്യാഘാതങ്ങളിൽ നിന്ന് നമ്മെ എങ്ങനെ മോചിപ്പിക്കുമെന്നും തുടർന്നുള്ള ഭാഗങ്ങളിൽ നാം പരിശോധിക്കുന്നു.

തിരസ്കരണം സ്വീകരിക്കുക

താൻ തിരസ്കക്കരിയ്ക്കപ്പെടേണ്ടത്, ദൈവത്തിന്റെ മിശിഹാ എന്ന തന്റെ നാമകരണത്തിന്റെ ഒരു അനിവാര്യ ഭാഗമായിരുന്നു യേശു വ്യക്തമാക്കി. തള്ളിക്കളഞ്ഞ കല്ല് കെട്ടിടത്തിന്റെയും മൂലക്കല്ലായി ഉപയോഗിക്കാൻ ദൈവം പദ്ധതിയിട്ടു:

> പണിക്കാർ ഉപേക്ഷിച്ച കല്ല് മൂലക്കല്ലായി മാറിയിരിക്കുന്നു... (മർക്കോസ് 12:10, സങ്കീർത്തനം 118:22-23 ഉദ്ധരിക്കുന്നു; മത്തായി 21:42 ഉം കാണുക)

യേശുവിനെ യെശയ്യാവിന്റെ നിരസിക്കപ്പെട്ട, കഷ്ടപ്പെടുന്ന ദാസനായി കാണിച്ചിരിയ്ക്കുന്നു (ഉദാഹരണത്തിന്, 1 പത്രോസ് 2:21ff ഉം പ്രവൃത്തികൾ 8:32-35 ഉം). അവന്റെ കഷ്ടപ്പാടുകളിലൂടെ മനുഷ്യർക്ക് അവരുടെ പാപങ്ങളിൽ നിന്ന് സമാധാനവും രക്ഷയും ലഭിക്കുന്നു:

> അവൻ മനുഷ്യരാൽ നിന്ദിക്കപ്പെട്ടും ത്യജിക്കപ്പെട്ടും വ്യസനപാത്രമായും രോഗം ശീലിച്ചവനായും ഇരുന്നു; അവനെ കാണുന്നവർ മുഖം മറെച്ചുകളയത്തക്കവണ്ണം അവൻ നിന്ദിതനായിരുന്നു; നാം അവനെ ആദരിച്ചതുമില്ല.
>
> സാക്ഷാൽ നമ്മുടെ രോഗങ്ങളെ അവൻ വഹിച്ചു; നമ്മുടെ വേദനകളെ അവൻ ചുമന്നു; നാമോ, ദൈവം അവനെ ശിക്ഷിച്ചും അടിച്ചും ദണ്ഡിപ്പിച്ചുമിരിക്കുന്നു എന്നു വിചാരിച്ചു.
>
> എന്നാൽ അവൻ നമ്മുടെ അതിക്രമങ്ങൾനിമിത്തം മുറിവേറ്റും നമ്മുടെ അകൃത്യങ്ങൾനിമിത്തം തകർന്നും ഇരിക്കുന്നു; നമ്മുടെ സമാധാനത്തിന്നായുള്ള ശിക്ഷ അവന്റെമേൽ ആയി അവന്റെ അടിപ്പിണരുകളാൽ നമുക്കു സൌഖ്യം വന്നുമിരിക്കുന്നു. (യെശയ്യാവു 53:3-5)

ക്രൂശ് ഈ പദ്ധതിയുടെ കേന്ദ്ര ഭാഗമായിരുന്നു, താൻ കൊല്ലപ്പെടുമെന്ന വസ്തുത യേശു ആവർത്തിച്ച് പരാമർശിച്ചു:

> മനുഷ്യപുത്രൻ പലതും സഹിക്കയും മൂപ്പന്മാരും മഹാപുരോഹിതന്മാരും ശാസ്ത്രിമാരും അവനെ തള്ളിക്കളഞ്ഞു കൊല്ലുകയും മൂന്നു നാൾ കഴിഞ്ഞിട്ടു അവൻ ഉയിർത്തെഴുന്നേൽക്കയും വേണം എന്നു അവരെ ഉപദേശിച്ചു തുടങ്ങി.... (മർക്കോസ് 8:31-32; മർക്കോസ് 10:32-34; മത്തായി 16:21; 20:17-19; 26:2; ലൂക്കോസ് 18:31; യോഹന്നാൻ 12:23 എന്നിവയും കാണുക)

അക്രമം നിരസിക്കുക

സ്വന്തം ജീവൻ അപകടത്തിലായിരുന്നപ്പോൾ പോലും, തന്റെ ലക്ഷ്യങ്ങൾ നേടിയെടുക്കാൻ ബലപ്രയോഗം നടത്തുന്നതിനെ യേശു വ്യക്തമായും ആവർത്തിച്ചു അപലപിച്ചു:

> യേശു അവനോടു: “വാൾ ഉറയിൽ ഇടുക; വാൾ എടുക്കുന്നവർ ഒക്കെയും വാളാൽ നശിച്ചുപോകും.(മത്തായി 26:52)

യേശു ക്രൂശിലേയ്ക്ക് പോകുമ്പോൾ പോലും, തന്റെ മരണം മുന്നിൽ കണ്ടപ്പോൾപോലും, തന്റെ ദൗത്യം ന്യായീകരിക്കാൻ തൻ ഒരു ബലപ്രയോഗം നടത്തിയില്ല:

> യേശു പറഞ്ഞു, "എന്റെ രാജ്യം ഐഹികമല്ല; എന്റെ രാജ്യം ഐഹികം ആയിരുന്നു എങ്കിൽ എന്നെ യഹൂദന്മാരുടെ കയ്യിൽ ഏല്പിക്കാതവണ്ണം എന്റെ ചേവകർ പോരാടുമായിരുന്നു. എന്നാൽ എന്റെ രാജ്യം ഐഹികമല്ല എന്നു ഉത്തരം പറഞ്ഞു." (യോഹന്നാൻ 18:36)

സഭയുടെ ഭാവി കഷ്ടപ്പാടുകളെക്കുറിച്ച് സംസാരിക്കുമ്പോൾ യേശു "ഒരു വാൾ" കൊണ്ടുവരുന്നതിനെ പരാമർശിച്ചു:

> ഞാൻ ഭൂമിയിൽ സമാധാനം വരുത്തുവാൻ വന്നു എന്നു നിരൂപിക്കരുതു; സമാധാനം അല്ല വാൾ അത്രേ വരുത്തുവാൻ ഞാൻ വന്നതു. (മത്തായി 10:34)

യേശു അക്രമത്തിന് അനുമതി നൽകി എന്നതിന്റെ തെളിവായി ഇത് ചിലപ്പോൾ നൽകപ്പെടുന്നു; എന്നിരുന്നാലും, ക്രിസ്തുവിലുള്ള വിശ്വാസത്തിന്റെ പേരിൽ ക്രിസ്ത്യാനികൾ നിരസിക്കപ്പെടുമ്പോൾ കുടുംബങ്ങളിൽ ഉണ്ടാകാവുന്ന ഭിന്നതകളെയാണ് ഇത് സൂചിപ്പിക്കുന്നത്: ലൂക്കോസിന്റെ സുവിശേഷത്തിലെ അനുബന്ധ ഭാഗത്തിൽ "വാൾ" എന്നതിന് പകരം "വിഭജനം" എന്ന പദം ഉപയോഗിച്ചിരിക്കുന്നു (ലൂക്കോസ് 12:51). ഇവിടെ വാൾ പ്രതീകാത്മകമാണ്, ഒരു കുടുംബത്തിലെ അംഗത്തെ മറ്റൊരാളിൽ നിന്ന് വേർതിരിക്കുന്നതിനെ സൂചിപ്പിക്കുന്നു. ഭാവിയിലെ പീഡനങ്ങളെക്കുറിച്ച് യേശു നൽകിയ ഉപദേശത്തിന്റെ വിശാലമായ പശ്ചാത്തലത്തിൽ, "വാൾ" ക്രിസ്ത്യാനികളെ പീഡിപ്പിക്കുന്നതിനെയാണ് സൂചിപ്പിക്കുന്നത് എന്നതാണ് മറ്റൊരു സാധ്യമായ വ്യാഖ്യാനം. ഈ സാഹചര്യത്തിൽ, ഇത് അവരുടെ സാക്ഷ്യം കാരണം മറ്റുള്ളവർ ക്രിസ്ത്യാനികൾക്കെതിരെ ഉയർത്തപ്പെട്ട ഒരു വാളാണ്, അല്ലാതെ മറ്റുള്ളവർക്കെതിരെ അവർ ഉയർത്തിയതല്ല.

ദൈവജനത്തെ രക്ഷിക്കാൻ വന്നപ്പോൾ മിശിഹാ എന്തുചെയ്യുമെന്നതിനെക്കുറിച്ച് പൊതുവേ ജനങ്ങൾക്ക് ഉണ്ടായിരുന്ന പ്രതീക്ഷകൾക്ക് വിരുദ്ധമായിരുന്നു യേശു അക്രമത്തെ നിരസിച്ചത്. ഈ രക്ഷ സൈനികവും രാഷ്ട്രീയവും ആത്മീയവുമാകുമെന്നായിരുന്നു ജനങ്ങളുടെ പ്രതീക്ഷ. സൈനിക മാർഗവും യേശു നിരസിച്ചു. തന്റെ രാജ്യം "ഈ ലോകത്തിന്റേതല്ല" എന്ന് യേശു പറഞ്ഞപ്പോൾ അത് രാഷ്ട്രീയമല്ലെന്നും അദ്ദേഹം വ്യക്തമാക്കി. സീസറിന്റേത് സീസറിനും

ദൈവത്തിന്റേത് ദൈവത്തിനും നൽകണമെന്ന് അദ്ദേഹം പഠിപ്പിച്ചു (മത്തായി 22:21). ദൈവരാജ്യം ഭൗതികമായി സ്ഥാപിക്കാൻ കഴിയില്ലെന്ന് അദ്ദേഹം നിഷേധിച്ചു, കാരണം അത് ദൈവരാജ്യം മനുഷ്യരുടെ ഇടയിൽ തന്നേ ഉണ്ടല്ലോ (ലൂക്കോസ് 17:21).

ദൈവരാജ്യത്തിൽ ആർക്കാണ് ഇഷ്ടപ്പെട്ട രാഷ്ട്രീയ സ്ഥാനം ലഭിക്കുക എന്നതിനെക്കുറിച്ച് തർക്കിച്ചുകൊണ്ടിരുന്ന ശിഷ്യന്മാരെ നേരിട്ടപ്പോൾ - അവരുടെ ഇരിപ്പിടത്തിന്റെ സ്ഥാനം അവിടെ എവിടെ ആയിരിയ്ക്കുമെന്ന് അത് കാണിയ്ക്കുന്നു - എന്നാൽ ദൈവരാജ്യം അവർക്ക് പരിചിതമായ രാജ്യങ്ങളുടെ രാഷ്ട്രീയ സാഹചര്യങ്ങൾ പോലെ അവിടെ ആളുകൾ പരസ്പരം ആധിപത്യം സ്ഥാപിക്കില്ലെന്നും യേശു അവരോട് പറഞ്ഞു. പിമ്പന്മാർ മുമ്പൻ മാരും മുമ്പന്മാർ പിമ്പന്മാരും ആകുമെന്നും (മത്തായി 20:16, 27), അവന്റെ അനുയായികളിൽ മഹാൻ ആകുവാൻ ഇച്ഛിക്കുന്നവനെല്ലാം നിങ്ങളുടെ ശുശ്രൂഷക്കാരൻ ആകേണം അദ്ദേഹം പറഞ്ഞു (മർക്കോസ് 10:43; മത്തായി 20:26-27).

അക്രമത്തെക്കുറിച്ചുള്ള യേശുവിന്റെ പഠിപ്പിക്കലുകൾ ആദിമ സഭ ഗൗരവമായി എടുത്തു. ഉദാഹരണത്തിന്, സഭയുടെ ആദ്യ നൂറ്റാണ്ടുകളിലെ വിശ്വാസികൾക്ക് ഒരു പട്ടാളക്കാരന്റെത് ഉൾപ്പെടെയുള്ള ചില തൊഴിലുകളിൽ ഏർപ്പെടുന്നതിൽ നിന്നും വിലക്കിയിരുന്നു, ഒരു ക്രിസ്ത്യാനി ഒരു പട്ടാളക്കാരനായാൽ, കൊല്ലുന്നതിൽ നിന്ന് അദ്ദേഹത്തെ വിലക്കിയിരുന്നു.

നിങ്ങളുടെ ശത്രുക്കളെ സ്നേഹിക്കുക

തിരസ്കരണത്തോടുള്ള ദോഷകരമായ പ്രതികരണങ്ങളിലൊന്ന് ആക്രമണമായിരിക്കാം. തിരസ്കരണത്തിന്റെ അനുഭവം ഉണ്ടാക്കുന്ന ശത്രുതയാണ് ഇതിന് കാരണം. എന്നിരുന്നാലും, യേശു പഠിപ്പിച്ചത്:

- പ്രതികാരം ചെയ്യുന്നത് സ്വീകാര്യമല്ല - ദുഷ്പ്രവൃത്തികൾക്ക് തിന്മയല്ല, നന്മയാണ് പകരം നൽകേണ്ടത് (മത്തായി 5:38-42)
- മറ്റുള്ളവരെ വിധിക്കുന്നത് തെറ്റാണ് (മത്തായി 7:1-5)
- ശത്രുക്കളെ സ്നേഹിക്കണം, വെറുക്കരുത് (മത്തായി 5:44)
- സൗമ്യതയുള്ളവർ ഭൂമിയെ അവകാശമാക്കും (മത്തായി 5:5)
- സമാധാനം സ്ഥാപിക്കുന്നവരെ ദൈവത്തിന്റെ മക്കൾ എന്ന് വിളിക്കും (മത്തായി 5:9).

ഇതെല്ലാം ശിഷ്യന്മാർ കേട്ടു മറന്നുപോയ വെറും വാക്കുകളല്ല ഈ പഠിപ്പിക്കലുകൾ. വലിയ പരീക്ഷണങ്ങളുടെയും എതിർപ്പുകളുടെയും മുമ്പിൽ പോലും ഈ തത്ത്വങ്ങൾ എല്ലാം അവരെ നയിച്ചുവെന്ന് യേശുവിന്റെ അനുയായികൾ അവരുടെ കത്തുകളിലൂടെ വ്യക്തമാക്കുകയും, പുതിയനിയമത്തിലൂടെ അവയെല്ലാം പഠിപ്പിയ്ക്കുന്നുമുണ്ട്:

> ഈ നാഴികവരെ ഞങ്ങൾ വിശന്നും ദാഹിച്ചും കഴിയുന്നു, കീറിയ വസ്ത്രങ്ങളണിഞ്ഞും, ക്രൂരത അനുഭവിയ്ക്കുന്നു, ഭവനരഹിതരാകുന്നു ... ശപിക്കപ്പെടുമ്പോൾ ഞങ്ങൾ അനുഗ്രഹിക്കുന്നു; പീഡിപ്പിക്കപ്പെടുമ്പോൾ ഞങ്ങൾ അത് സഹിക്കുന്നു; അപവാദം പറയപ്പെടുമ്പോൾ ഞങ്ങൾ ദയയോടെ ഉത്തരം നൽകുന്നു. (1 കൊരിന്ത്യർ 4:11-13; 1 പത്രോസ് 3:10; തീത്തോസ് 3:1-2; റോമർ 12:14-21 എന്നിവയും വായിക്കുക)

അപ്പോസ്തലന്മാർ വിശ്വാസികൾക്ക് യേശുവിന്റെ മാതൃക കാണിച്ചുകൊടുത്തു (1 പത്രോസ് 2:21-25). ഇത് വളരെ സ്വാധീനം ചെലുത്തിയതിനാൽ ആദിമ സഭയുടെ രചനകളിൽ മത്തായി 5:44 ലെ "നിങ്ങളുടെ ശത്രുക്കളെ സ്നേഹിക്കുക" എന്ന വാക്യം ബൈബിളിലെ ഏറ്റവും കൂടുതൽ ഉദ്ധരിക്കപ്പെടുന്ന ഭാഗമായി മാറി.

കഷ്ടങ്ങൾക്കായി തയ്യാറെടുക്കുക

പീഡനം ഒഴിച്ചുകൂട്ടാൻ പെട്ടതാണ് എന്ന് യേശു തന്റെ അനുയായികളെ പഠിപ്പിച്ചു: അവർ ചാട്ടവാറടിക്കപ്പെടുകയും, വെറുക്കപ്പെടുകയും, ഒറ്റിക്കൊടുക്കപ്പെടുകയും, കൊല്ലപ്പെടുകയും ചെയ്യുമെന്ന് അവൻ പറഞ്ഞു (മർക്കോസ് 13:9-13; ലൂക്കോസ് 21:12-19; മത്തായി 10:17-23).

തന്റെ സന്ദേശം മറ്റുള്ളവരിലേക്ക് എങ്ങനെ എത്തിക്കണമെന്ന് അവൻ അവരെ പരിശീലിപ്പിക്കുമ്പോൾ, അവരെ മറ്റുള്ളവർ നിരസിക്കപ്പെടുമെന്ന് അവൻ തന്റെ ശിഷ്യന്മാർക്ക് മുന്നറിയിപ്പ് നൽകി. മുസ്ലീങ്ങൾ കഷ്ടപ്പാടുകളോട് അക്രമത്തിലൂടെയും കൊലപാതകത്തിലൂടെയും പോലും പ്രതികരിക്കണമെന്ന് പ്രോത്സാഹിപ്പിച്ച മുഹമ്മദിന്റെ മാതൃകയ്ക്കും പഠിപ്പിക്കലിനും വിരുദ്ധമായി, യേശു തന്റെ ശിഷ്യന്മാരെ പഠിപ്പിച്ചത് "നിങ്ങൾ പോകുമ്പോൾ നിങ്ങളുടെ കാലിലെ പൊടി കുടഞ്ഞുകളയുക" എന്നാണ്. മറ്റൊരു വിധത്തിൽ പറഞ്ഞാൽ, അവർ മുന്നോട്ട് പോകണം, അവരുടെ ഏറ്റുമുട്ടലിൽ നിന്ന് തിന്മയോ അശുദ്ധമോ ആയ ഒന്നും ചെയ്യരുതെന്ന് (മർക്കോസ് 6:11; മത്തായി 10:14). ഇത്

കയ്പുള്ള ഒരു വേർപിരിയലല്ല, അതിനാൽ അവരുടെ സമാധാനം അവരിലേക്ക് "തിരിച്ചുവരും" (മത്തായി 10:13-14).

ഒരു ശമര്യ ഗ്രാമം തന്നെ സ്വീകരിക്കാൻ വിസമ്മതിച്ചപ്പോൾ യേശു തന്നെ ഇത് മാതൃകയാക്കി. ശമര്യക്കാരുടെ മേൽ ആകാശത്തുനിന്ന് തീ അയക്കാൻ ആവശ്യപ്പെടണോ എന്ന് ശിഷ്യന്മാർ അവനോട് ചോദിച്ചു, എന്നാൽ യേശു ശിഷ്യന്മാരെ ശാസിച്ചുകൊണ്ട് മുന്നോട്ട് പോയി (ലൂക്കോസ് 9:54-56).

പീഡിപ്പിക്കപ്പെടുമ്പോൾ മറ്റൊരിടത്തേക്ക് ഓടിപ്പോകണമെന്ന് യേശു ശിഷ്യന്മാരെ പഠിപ്പിച്ചു (മത്തായി 10:23). അവർ വിഷമിക്കേണ്ടതില്ല, കാരണം പരിശുദ്ധാത്മാവ് എന്തു പറയണമെന്ന് അവരെ സഹായിക്കും (മത്തായി 10:19-20; ലൂക്കോസ് 12:11-12, 21:14-15), അവർ ഭയപ്പെടേണ്ടതില്ല (മത്തായി 10:26, 31).

യേശുവിന്റെ ഒരു പ്രത്യേക പഠിപ്പിക്കൽ, തന്റെ അനുയായികൾ പീഡിപ്പിക്കപ്പെടുമ്പോൾ സന്തോഷിക്കണം എന്നതാണ്, കാരണം അവർ പ്രവാചകന്മാരുമായി താദാത്മ്യം പ്രാപിക്കും:

> മനുഷ്യപുത്രൻ നിമിത്തം ആളുകൾ നിങ്ങളെ വെറുക്കുകയും, നിങ്ങളെ ഒഴിവാക്കുകയും, നിങ്ങളെ അപമാനിക്കുകയും, നിങ്ങളുടെ പേർ വിടക്കു എന്നു തള്ളുമ്പോൾ നിങ്ങൾ ഭാഗ്യവാന്മാർ. ആ ദിവസത്തിൽ സന്തോഷിക്കുകയും, സന്തോഷത്താൽ തുള്ളുകയും ചെയ്യുക, കാരണം സ്വർഗ്ഗത്തിൽ നിങ്ങളുടെ പ്രതിഫലം വലുതായിരിക്കും. കാരണം അവരുടെ പൂർവ്വികർ പ്രവാചകന്മാരോട് അങ്ങനെയാണ് പെരുമാറിയത്. (ലൂക്കോസ് 6:22-23; മത്തായി 5:11-12 കൂടി കാണുക)

ക്രിസ്തുവിനോടുള്ള അവരുടെ ഭക്തിയുടെ ഭാഗമായി ആദിമ സഭ ഈ സന്ദേശം പൂർണ്ണഹൃദയത്തോടെ സ്വീകരിച്ചുവെന്നതിന് ധാരാളം തെളിവുകളുണ്ട്:

> ... നീതിനിമിത്തം കഷ്ടം സഹിക്കേണ്ടി വന്നാലും നിങ്ങൾ ഭാഗ്യവാന്മാർ. (1 പത്രോസ് 3:14; 2 കൊരിന്ത്യർ 1:5; ഫിലിപ്പിയർ 2:17-18; 1 പത്രോസ് 4:12-14)

പീഡനത്തോടൊപ്പം നിത്യജീവന്റെ ദാനം ലഭിക്കുമെന്ന പ്രത്യാശയോടെ യേശു തന്റെ ശിഷ്യന്മാരെ പ്രോത്സാഹിപ്പിച്ചു, എന്നാൽ വരാനിരിയ്ക്കുന്ന ജീവിതത്തിൽ ഈ വാഗ്ദാനം ലഭിക്കാൻ അവർ ഈ ജീവിതത്തിൽ വിശ്വസ്തരായി തുടരേണ്ടതുണ്ട് (മർക്കോസ് 10:29-30, 13:13).

അനുരഞ്ജനം

ക്രിസ്തീയ ധാരണയിൽ, മനുഷ്യന്റെ അടിസ്ഥാന പ്രശ്നം പാപമാണ്, അത് മനുഷ്യരാശിയെ ദൈവത്തിൽ നിന്നും പരസ്പരം അകറ്റുന്നു. പാപത്തിന്റെ പ്രശ്നം അനുസരണക്കേടിന്റെ പ്രശ്നമല്ല. അത് ദൈവവുമായുള്ള ബന്ധത്തിലെ ഒരു വിള്ളലാണ്. ആദാമും ഹവ്വായും ദൈവത്തോട് അനുസരണക്കേട് കാണിച്ചപ്പോൾ അവർ അവനിൽ നിന്ന് അകന്നു. ദൈവത്തിൽ വിശ്വസിക്കാനല്ല, പാമ്പിനെ ശ്രദ്ധിക്കാനാണ് അവർ തീരുമാനിച്ചത്. അവർ ദൈവത്തിൽ നിന്നും തിരിഞ്ഞു, അവനെ നിരസിച്ചു, അവനുമായുള്ള ബന്ധം നിരസിച്ചു. തൽഫലമായി, ദൈവം അവരെ നിരസിച്ചു, തന്റെ സാന്നിധ്യത്തിൽ നിന്ന് അവരെ ഒഴിവാക്കി. അവർ വീഴ്ചയുടെ ശാപങ്ങൾക്ക് വിധേയരായി.

ഇസ്രായേലിന്റെ ചരിത്രത്തിൽ, ദൈവവും മനുഷ്യരും തമ്മിലുള്ള ശരിയായ ബന്ധം പുനഃസ്ഥാപിക്കുന്നതിനായി മോശയിലൂടെ ദൈവം ഒരു ഉടമ്പടി നൽകി, എന്നാൽ ജനം കൽപ്പനകൾ അനുസരിക്കാതെ സ്വന്തം വഴിക്ക് പോയി. അവരുടെ അനുസരണക്കേടിൽ, അവർ ദൈവവുമായുള്ള ബന്ധം നിരസിക്കുകയും ന്യായവിധിക്ക് വിധേയരാകുകയും ചെയ്തു. എന്നാൽ ദൈവം അവരെ പൂർണ്ണമായും നിരസിച്ചില്ല: അവരുടെ പുനഃസ്ഥാപനത്തിനായി അവന് ഒരു പദ്ധതി ഉണ്ടായിരുന്നു. അവരുടെ രക്ഷയ്ക്കും ലോകത്തിന്റെ രക്ഷയ്ക്കും വേണ്ടി അവന് ഒരു പദ്ധതി ഉണ്ടായിരുന്നു.

ആളുകൾ ദൈവത്തെ തള്ളിക്കളഞ്ഞെങ്കിലും, അവൻ ഒടുവിൽ അവരെ തള്ളിക്കളഞ്ഞില്ല. അവൻ സൃഷ്ടിച്ച ആളുകൾക്കായി അവന്റെ ഹൃദയം കൊതിച്ചു, അവരുടെ അനുരഞ്ജനത്തിനുള്ള ഒരു പദ്ധതിയും അവനുണ്ടായിരുന്നു. ദൈവവുമായുള്ള വീണ്ടെടുക്കപ്പെട്ട ബന്ധത്തിൽ എല്ലാ മനുഷ്യരാശിയുടെയും പുനഃസ്ഥാപനത്തിനായുള്ള ഈ പദ്ധതിയുടെ പൂർത്തീകരണമാണ് യേശുക്രിസ്തുവിന്റെ ജനനവും അവന്റെ ക്രൂശു മരണവും.

മനുഷ്യർ ദൈവത്തെ നിരസിക്കുന്നതിന്റെയും അത് കൊണ്ടുവരുന്ന ന്യായവിധിയുടെയും ആഴത്തിലുള്ള പ്രശ്നത്തെ മറികടക്കുന്നതിനുള്ള താക്കോലാണ് ക്രൂശ്. ക്രൂശിലൂടെ യേശുവിന്റെ തിരസ്കരണത്തോടുള്ള വിധേയത്വം, തിരസ്കരണത്തെ തന്നെ മറികടക്കുന്നതിനുള്ള താക്കോൽ നൽകുന്നു. രസ്കരണത്തിന്റെ ശക്തി എല്ലായിടത്തും ആളുകളുടെ ഹൃദയങ്ങളിൽ വരുന്ന പ്രതികരണങ്ങളാണ്. തന്റെ ആക്രമണകാരികളുടെ വിദ്വേഷം ആഗിരണം ചെയ്തുകൊണ്ട്,

ലോകത്തിന്റെ പാപങ്ങൾക്കായി തന്റെ ജീവൻ ഒരു ബലിയായി നൽകി, യേശു തിരസ്കരണത്തിന്റെ ശക്തിയെ തന്നെ പരാജയപ്പെടുത്തി, സ്നേഹത്താൽ അതിനെ കീഴടക്കി. യേശു കാണിച്ച ഈ സ്നേഹം താൻ സൃഷ്ടിച്ച ലോകത്തോടുള്ള ദൈവസ്നേഹമല്ലാതെ മറ്റൊന്നുമല്ല:

> എന്തെന്നാൽ, അവനിൽ വിശ്വസിക്കുന്ന ഏവനും നശിച്ചുപോകാതെ നിത്യജീവൻ പ്രാപിക്കേണ്ടതിന്നു തൻറെ ഏകജാതനെ നൽകാൻ തക്കവിധം ദൈവം ലോകത്തെ അത്രമാത്രം സ്നേഹിച്ചു. (യോഹന്നാൻ 3:16)

ക്രൂശിലെ മരണത്തിൽ, ദൈവത്തെ നിരസിച്ചതിന് മനുഷ്യവർഗ്ഗം അർഹിക്കുന്ന ശിക്ഷ യേശു സ്വയം ഏറ്റെടുത്തു. ഈ ശിക്ഷ മരണമായിരുന്നു, തന്നിൽ വിശ്വസിക്കുന്ന എല്ലാ മനുഷ്യരും പാപമോചനവും നിത്യജീവനും ലഭിക്കുന്നതിനായി ക്രിസ്തു അത് വഹിച്ചു. ഈ വിധത്തിൽ, തിരസ്കരണത്തിന്റെ ശക്തിയെ യേശു മറികടന്നു, അതിന്റെ ശിക്ഷ നിറവേറ്റി.

തോറയിൽ (ആദ്യത്തെ 5 പുസ്തകങ്ങൾ) പാപപരിഹാരമായി മൃഗങ്ങളുടെ രക്തമാണ് ഉപയോഗിച്ചിരുന്നത്. യേശുവിന്റെ ക്രൂശുമരണത്തിന്റെ അർത്ഥം മനസ്സിലാക്കാൻ ക്രിസ്ത്യാനികൾ ഈ പ്രതീകാത്മകത ഉപയോഗിയ്ക്കുന്നു. കഷ്ടപ്പെടുന്ന ദാസനെക്കുറിച്ചുള്ള യെശയ്യാവിന്റെ ഗീതത്തിൽ ഇത് പ്രകടമാണ്:

> … നമ്മുടെ സമാധാനത്തിന്നായുള്ള ശിക്ഷ അവന്റെമേൽ ആയി അവന്റെ അടിപ്പിണരുകളാൽ നമുക്കു സൌഖ്യം വന്നുമിരിക്കുന്നു… എന്നാൽ അവനെ തകർത്തുകളവാൻ യഹോവെക്കു ഇഷ്ടംതോന്നി; അവൻ അവന്നു കഷ്ടം വരുത്തി; അവന്റെ പ്രാണൻ ഒരു അകൃത്യയാഗമായിത്തീർന്നിട്ടു അവൻ സന്തതിയെ കാണുകയും ദീർഘായുസ്സു പ്രാപിക്കയും യഹോവയുടെ ഇഷ്ടം അവന്റെ കയ്യാൽ സാധിക്കയും ചെയ്യും… അവൻ തന്റെ പ്രാണനെ മരണത്തിന്നു ഒഴുക്കിക്കളകയും അനേകരുടെ പാപം വഹിച്ചും അതിക്രമക്കാർക്കു വേണ്ടി ഇടനിന്നുംകൊണ്ടു അതിക്രമക്കാരോടുകൂടെ എണ്ണപ്പെടുകയും ചെയ്കയാൽ തന്നേ. (യെശയ്യാവ് 53:5, 10, 12)

റോമർക്ക് എഴുതിയ ലേഖനത്തിലെ ശക്തമായ ഒരു ഭാഗത്ത്, ക്രിസ്തുവിന്റെ യാഗം നിരാകരണത്തിന് അവസാനം വരുത്തി അതിന് വിരുദ്ധമായ അനുരഞ്ജനം നമ്മളിലേക്ക് എങ്ങനെ സമ്മാനിക്കുന്നു എന്ന് പൗലോസ് വിശദീകരിക്കുന്നു:

ശത്രുക്കളായിരിക്കുമ്പോൾ തന്നേ നമുക്കു അവന്റെ പുത്രന്റെ മരണത്താൽ ദൈവത്തോടു നിരപ്പു വന്നു എങ്കിൽ നിരന്നശേഷം നാം അവന്റെ ജീവനാൽ എത്ര അധികമായി രക്ഷിക്കപ്പെടും. അത്രയുമല്ല, നമുക്കു ഇപ്പോൾ നിരപ്പു ലഭിച്ചതിന്നു കാരണമായ നമ്മുടെ കർത്താവായ യേശുക്രിസ്തുമുഖാന്തരം നാം ദൈവത്തിൽ പ്രശംസിക്കയും ചെയ്യുന്നു. (റോമർ 5:10-11)

മനുഷ്യർ, ദൂതന്മാർ, ഭൂതങ്ങൾ എന്നിവരുൾപ്പെടെ മൂന്നാം കക്ഷികൾ ഉന്നയിക്കുന്ന എല്ലാ ശിക്ഷാവിധി അവകാശങ്ങളെയും ഈ അനുരഞ്ജനം മറികടക്കുന്നു (റോമർ 8:38):

ദൈവം തിരഞ്ഞെടുത്തവർക്കെതിരെ ആരാണ് എന്തെങ്കിലും കുറ്റം ചുമത്തുക? ദൈവമാണ് നീതീകരിക്കുന്നത് ... [ഒന്നിനും] നമ്മുടെ കർത്താവായ ക്രിസ്തുയേശുവിലുള്ള ദൈവസ്നേഹത്തിൽ നിന്ന് നമ്മെ വേർപെടുത്താൻ കഴിയില്ല. (റോമർ 8:33, 39)

ഇതു മാത്രമല്ല, മറ്റുള്ളവരിലേക്ക് അനുരഞ്ജനം വ്യാപിപ്പിക്കുന്നതിലൂടെയും ക്രൂശിന്റെ സന്ദേശം പ്രഖ്യാപിക്കുന്നതിലൂടെ തിരസ്കരണത്തെ നശിപ്പിക്കാനുള്ള ശക്തിയും അനുരഞ്ജന ശുശ്രൂഷയും ക്രിസ്ത്യാനികളെ ഭരമേൽപ്പിച്ചിരിക്കുന്നു:

അതിന്നൊക്കെയും ദൈവം തന്നേ കാരണഭൂതൻ; അവൻ നമ്മെ ക്രിസ്തുമൂലം തന്നോടു നിരപ്പിച്ചു, നിരപ്പിന്റെ ശുശ്രൂഷ ഞങ്ങൾക്കു തന്നിരിക്കുന്നു. ദൈവം ലോകത്തിന്നു ലംഘനങ്ങളെ കണക്കിടാതെ ലോകത്തെ ക്രിസ്തുവിൽ തന്നോടു നിരപ്പിച്ചു പോന്നു. ഈ നിരപ്പിന്റെ വചനം ഞങ്ങളുടെ പക്കൽ ഭരമേല്പിച്ചുമിരിക്കുന്നു.

ആകയാൽ ഞങ്ങൾ ക്രിസ്തുവിന്നു വേണ്ടി സ്ഥാനാപതികളായി ദൈവത്തോടു നിരന്നു കൊൾവിൻ എന്നു ക്രിസ്തുവിന്നു പകരം അപേക്ഷിക്കുന്നു; അതു ദൈവം ഞങ്ങൾ മുഖാന്തരം പ്രബോധിപ്പിക്കുന്നതുപോലെ ആകുന്നു. (2 കൊരിന്ത്യർ 5:18-20)

പുനരുത്ഥാനം

മുഹമ്മദിന്റെ 'വെളിപാടുകളുടെയും' അദ്ദേഹത്തിന്റെ നിരവധി പ്രസ്താവനകളുടെയും സ്ഥിരമായ പ്രമേയങ്ങളിലൊന്ന് ന്യായീകരണത്തിനോ സ്വയം സാധൂകരണത്തിനോ വേണ്ടിയുള്ള അദ്ദേഹത്തിന്റെ ആഗ്രഹമായിരുന്നു. ശത്രുക്കളെ തന്റെ വിശ്വാസത്തിന് കീഴടങ്ങാൻ നിർബന്ധിച്ചുകൊണ്ട്, അവർ തന്റെ

മാർഗനിർദേശത്തിനും അധികാരത്തിനും കീഴിൽ പ്രതിഷ്ഠിച്ചുകൊണ്ടോ, അല്ലെങ്കിൽ അവരെ ധാർഷ്ട്യം സ്വീകരിക്കാൻ നിർബന്ധിച്ചുകൊണ്ടോ അദ്ദേഹം ഇത് സ്വയം നേടിയെടുത്തു. അവരുടെ മൂന്നാമത്തെ ബദൽ മരണമായിരുന്നു.

ക്രിസ്തുവിന്റെ ദൗത്യത്തെക്കുറിച്ചുള്ള ക്രിസ്തീയ ധാരണയിൽ, ന്യായീകരണം ഉണ്ട്, പക്ഷേ അത് ക്രിസ്തു സ്വയം നേടിയെടുക്കുന്നില്ല. കഷ്ടപ്പെടുന്ന മിശിഹായുടെ ഭാവം സ്വയം താഴ്ത്തി, തിരസ്കരണത്തെ സ്വീകരിക്കുക എന്നതായിരുന്നു. ക്രിസ്തുവിന്റെ പുനരുത്ഥാനത്തിലൂടെയും സ്വർഗ്ഗാരോഹണത്തിലൂടെയും ന്യായീകരണം ലഭിച്ചു, അതിലൂടെ മരണവും അതിന്റെ എല്ലാ ശക്തിയും പരാജയപ്പെട്ടു:

> അവനെ പാതാളത്തിൽ വിട്ടുകളഞ്ഞില്ല: അവന്റെ ജഡം ദ്രവത്വം കണ്ടതുമില്ല എന്നു ക്രിസ്തുവിന്റെ പുനരുത്ഥാനം മുമ്പുകൂട്ടി കണ്ടു പ്രസ്താവിച്ചു. ഈ യേശുവിനെ ദൈവം ഉയിർത്തെഴുന്നേല്പിച്ചു: അതിന്നു ഞങ്ങൾ എല്ലാവരും സാക്ഷികൾ ആകുന്നു. അവൻ ദൈവത്തിന്റെ വല ഭാഗത്തേക്കു ആരോഹണം ചെയ്തു പരിശുദ്ധാത്മാവു എന്ന വാഗ്ദത്തം പിതാവിനോടു വാങ്ങി, നിങ്ങൾ ഈ കാണുകയും കേൾക്കുകയും ചെയ്യുന്നത് പകർന്നുതന്നു, ഈ യേശുവിനെ തന്നേ ദൈവം കർത്താവും ക്രിസ്തുവുമാക്കിവെച്ചു (പ്രവൃത്തികൾ 2:31-36)

യേശു എങ്ങനെയാണ് "തന്നെത്താൻ താഴ്ത്തി" ഒരു ദാസന്റെ ഭാവം സ്വമേധയാ സ്വീകരിച്ചതെന്ന് ഫിലിപ്പിയർക്കുള്ള പൗലോസിന്റെ ലേഖനത്തിലെ പ്രസിദ്ധമായ ഒരു ഭാഗം വിവരിക്കുന്നു. അവന്റെ അനുസരണം മരണം വരെ നീണ്ടു. എന്നാൽ ദൈവം അവനെ പരമോന്നത അധികാരത്തിന്റെ ഒരു ആത്മീയ സ്ഥാനത്തേക്ക് ഉയർത്തി. ഈ വിജയം ക്രിസ്തുവിന്റെ സ്വന്തം പരിശ്രമം മൂലമല്ല, മറിച്ച് കുരിശിലെ ക്രിസ്തുവിന്റെ പരമോന്നത യാഗത്തിന്റെ ന്യായീകരണത്തിലൂടെയാണ്:

> ... ക്രിസ്തുയേശുവിന്റെ അതേ മനോഭാവം പുലർത്തുക: അവൻ ദൈവസ്വഭാവത്തിൽ ആയിരുന്നിട്ടും, ദൈവവുമായുള്ള തുല്യത സ്വന്തം നേട്ടത്തിനായി ഉപയോഗിക്കേണ്ട ഒന്നായി കരുതിയില്ല; മറിച്ച്, ഒരു ദാസന്റെ സ്വഭാവം സ്വീകരിച്ചുകൊണ്ട്, മനുഷ്യസാദൃശ്യത്തിൽ സൃഷ്ടിക്കപ്പെട്ടുകൊണ്ട് അവൻ തന്നെത്താൻ ഒന്നുമല്ലാതാക്കി.

> ....ക്രിസ്തുയേശുവിലുള്ള ഭാവം തന്നേ നിങ്ങളിലും ഉണ്ടായിരിക്കട്ടെ. അവൻ ദൈവരൂപത്തിൽ ഇരിക്കെ

> ദൈവത്തോടുള്ള സമത്വം മുറുകെ പിടിച്ചു കൊള്ളേണം എന്നു വിചാരിക്കാതെ ദാസരൂപം എടുത്തു മനുഷ്യസാദൃശ്യത്തിലായി തന്നെത്താൻ ഒഴിച്ചു വേഷത്തിൽ മനുഷ്യനായി വിളങ്ങി തന്നെത്താൻ താഴ്ത്തി മരണത്തോളം ക്രൂശിലെ മരണത്തോളം തന്നേ, അനുസരണമുള്ളവനായിത്തീർന്നു. അതുകൊണ്ടു ദൈവവും അവനെ ഏറ്റവും ഉയർത്തി സകലനാമത്തിന്നും മേലായ നാമം നല്കി....(ഫിലിപ്പിയർ 2:*5-10*)

കുരിശിൻ്റെ ശിഷ്യത്വം

ക്രിസ്തുവിന് അനുഗമിക്കുകയെന്നാൽ അവന്റെ മരണത്തോടും പുനരുത്ഥാനത്തോടും താദാത്മ്യം പ്രാപിക്കുക എന്നാണ്. ക്രിസ്തുവിനൊപ്പം "മരിക്കുക" - അതായത്, പഴയ ജീവിതരീതിയെ മരിപ്പിയ്ക്കുതായും - ക്രിസ്തുവിന്റെ സ്നേഹത്തിന്റെയും അനുരഞ്ജനത്തിന്റെയും വഴിയനുസരിച്ച് പുനർജനിക്കുക, പുതിയ ജീവിതത്തിലേക്ക് ഉയിർത്തെഴുന്നേൽക്കുക, നമുക്കുവേണ്ടിയല്ല, ദൈവത്തിനുവേണ്ടി ജീവിക്കുക എന്നതിന്റെ ആവശ്യകതയെക്കുറിച്ച് യേശുവും അനുയായികളും ആവർത്തിച്ച് പരാമർശിക്കുന്നു. കഷ്ടപ്പാടുകളുടെ അനുഭവങ്ങളെ ക്രിസ്തുവിന്റെ കഷ്ടപ്പാടുകളിൽ പങ്കുചേരാനുള്ള ഒരു മാർഗമായി ക്രിസ്ത്യാനികൾ കണക്കാക്കുന്നു. അവർ കടന്നുപോകുന്ന പരീക്ഷണങ്ങളുടെ അർത്ഥം നിത്യജീവനിലേക്കുള്ള പാതയായും, പരാജയങ്ങൾ, ഭാവി വിജയത്തിന്റെ അടയാളമായും നിർവചിക്കുന്നു. ഈ ലോകത്തിലെ ക്രൂരമായ ശക്തികളല്ല, വിശ്വസ്തരായ വിശ്വാസികളെ ന്യായീകരിക്കുന്നത് ദൈവമാണ്:

> എന്റെ ശിഷ്യനാകാൻ ആഗ്രഹിക്കുന്നവൻ സ്വയം ത്യജിച്ച് തന്റെ ക്രൂശ് എടുത്ത് എന്നെ അനുഗമിക്കണം. കാരണം, തന്റെ ജീവൻ രക്ഷിക്കാൻ ആഗ്രഹിക്കുന്നവൻ അത് നഷ്ടപ്പെടുത്തും, എന്നാൽ എനിക്കുവേണ്ടിയും സുവിശേഷത്തിനുവേണ്ടിയും തന്റെ ജീവൻ നഷ്ടപ്പെടുത്തുന്നവൻ അത് രക്ഷിക്കും. (മർക്കോസ് 8:34-35; 1 യോഹന്നാൻ 3:14, 16; 2 കൊരിന്ത്യർ 5:14-15; എബ്രായർ 12:1-2 എന്നിവയും വായിക്കുക)

കുരിശിനെതിരെ മുഹമ്മദ്

നാം ഒരു ആത്മീയ ലോകത്തിൽ ജീവിക്കുന്നുവെന്ന് അറിയുകയും ഇതുവരെ പഠിച്ചതിന്റെ പശ്ചാത്തലത്തിൽ, മുഹമ്മദ് ക്രൂശുകളെ വെറുത്തതിൽ അത്ഭുതപ്പെടേണ്ടതില്ല. ഒരു *ഹദീസിൽ* പറയുന്നത്,

മുഹമ്മദ് തന്റെ വീട്ടിൽ ക്രൂശിന്റെ അടയാളമുള്ള ഒരു വസ്തു കണ്ടെത്തിയാൽ അത് നശിപ്പിക്കുമെന്നാണ്.11

പാഠം 3-ൽ നമ്മൾ കണ്ടതുപോലെ, ക്രൂശിനോടുള്ള മുഹമ്മദിന്റെ വെറുപ്പ്, ഇസ്ലാമിക യേശുവായ ഈസ, ഭൂമിയിൽ നിന്ന് ക്രിസ്തുമതത്തെ തുടച്ചുനീക്കാനും ക്രൂശ് നശിപ്പിക്കുന്ന പ്രവാചകനായി ഭൂമിയിലേക്ക് മടങ്ങിവരുമെന്ന് പഠിപ്പിക്കുന്നതിലേക്ക് പോലും വ്യാപിച്ചു.

ഇന്ന് മുഹമ്മദിന് ക്രൂശിനോടുള്ള ശത്രുത പല മുസ്ലീങ്ങളും പങ്കിടുന്നു. ഇന്ന് ലോകത്തിന്റെ പല ഭാഗങ്ങളിലും ക്രിസ്ത്യൻ ക്രൂശുകൾ മുസ്ലീങ്ങൾ വെറുക്കുകയും നിരോധിക്കുകയും നശിപ്പിക്കുകയും ചെയ്യുന്നു.

1995-ൽ സൗദി അറേബ്യയിൽ വിമാനം നിർബന്ധിതമായി നിർത്തേണ്ടിവന്നപ്പോൾ കാന്റർബറി ആർച്ച് ബിഷപ്പ് ജോർജ്ജ് കാരി തന്റെ കഴുത്തിലെ കുരിശ് നീക്കം ചെയ്യാൻ നിർബന്ധിതനായി എന്നതിന്റെ സൂചന പോലും ഇതിന് ഉദാഹരണമാകുന്നു. എപ്പിസ്കോപ്പൽ ന്യൂസ് സർവീസിൽ ഡേവിഡ് സ്കിഡ്മോർ ഈ സംഭവം വിവരിച്ചത് ഇങ്ങനെയാണ്:

> കെയ്റോയിൽ നിന്ന് സുഡാനിലേക്കുള്ള കാരിയുടെ വിമാനം സൗദി അറേബ്യയിൽ പെട്ടെന്ന് ഇറക്കേണ്ടി വന്നു. സൗദി അറേബ്യയിലെ ചെങ്കടൽ തീരദേശ നഗരമായ ജിദ്ദയിലേക്ക് അടുക്കുമ്പോൾ, അദ്ദേഹത്തിന്റെ വൈദിക കോളറും, ക്രൂശു ഉൾപ്പെടെ എല്ലാ മതചിഹ്നങ്ങളും നീക്കം ചെയ്യാൻ കാരിയോട് ആവശ്യപ്പെട്ടു.

ക്രൂശ് മുസ്ലീങ്ങൾ നിരസിക്കുന്നുണ്ടെങ്കിലും, ക്രിസ്ത്യാനികൾക്ക് അത് നമ്മുടെ സ്വാതന്ത്ര്യത്തെ പ്രതിനിധീകരിക്കുന്നു.

ഈ ഭാഗങ്ങളിൽ യേശുക്രിസ്തുവിനെ അനുഗമിക്കാനുള്ള പ്രതിബദ്ധതയുടെ പ്രാർത്ഥന, സ്വാതന്ത്ര്യത്തിന്റെ ചില സാക്ഷ്യങ്ങൾ, ഇസ്ലാമിന്റെ ശക്തിയിൽ നിന്നും *ഷഹാദ* ഉടമ്പടിയിൽ നിന്നും മോചനം നേടുന്നതിനുള്ള പ്രാർത്ഥന എന്നിവ നാം പരിഗണിക്കുന്നു. നസ്രത്തിലെ യേശുവിനെ അനുഗമിക്കാൻ ഇസ്ലാം വിട്ടുപോകാൻ തീരുമാനിക്കുന്ന ആളുകൾക്കും, ഇതിനകം തന്നെ യേശുവിനെ

---

11 ഡബ്ല്യൂ. മുയിർ, *ദി ലൈഫ് ഓഫ് മുഹമ്മദ്*, വാല്യം 3, പേജ് 61, കുറിപ്പ് 47.

അനുഗമിക്കാൻ തീരുമാനിച്ചവർക്കും, ഇസ്ലാമിന്റെ എല്ലാ തത്വങ്ങളിൽ നിന്നും ശക്തികളിൽ നിന്നും സ്വാതന്ത്ര്യം അവകാശപ്പെടാൻ ആഗ്രഹിക്കുന്നവർക്കും വേണ്ടിയുള്ളതാണ് ഈ പ്രാർത്ഥനകൾ.

യേശുവിനെ അനുഗമിക്കുക

ഈ പ്രാർത്ഥന ഉറക്കെ വായിച്ചുകൊണ്ട് ക്രിസ്തുവിനെ അനുഗമിക്കാനുള്ള നിങ്ങളുടെ പ്രതിബദ്ധത സ്ഥിരീകരിക്കാൻ നിങ്ങളെ ക്ഷണിക്കുന്നു. നിങ്ങൾ ഇത് വായിക്കുന്നതിനുമുമ്പ് ഇത് ശ്രദ്ധാപൂർവ്വം അവലോകനം ചെയ്യുക, അതുവഴി നിങ്ങൾ എന്താണ് പറയുന്നതെന്ന് നിങ്ങൾക്ക് ഉറപ്പിക്കാം.

നിങ്ങൾ ഈ പ്രാർത്ഥന പരിഗണിക്കുമ്പോൾ, അതിൽ ഇനിപ്പറയുന്ന ഘടകങ്ങൾ ഉൾപ്പെടുന്നുവെന്ന് ദയവായി ശ്രദ്ധിക്കുക:

1. *രണ്ട് കുറ്റസമ്മതങ്ങൾ*:
    - ഞാൻ പാപിയാണ്, എന്നെത്തന്നെ എനിയ്ക്ക് രക്ഷിക്കാൻ കഴിയില്ല.
    - എന്റെ പാപങ്ങൾക്കുവേണ്ടി മരിക്കാൻ തന്റെ പുത്രനായ യേശുവിനെ അയച്ച സ്രഷ്ടാവായ ഒരേയൊരു ദൈവം മാത്രമേയുള്ളൂ.
2. എന്റെ പാപങ്ങളിൽ നിന്നും എല്ലാ ദുഷ്ടതകളിൽ നിന്നും ഞാൻ *പിന്തിരിയുന്നു* (മാനസാന്തരപ്പെടുക).
3. ക്ഷമ, സ്വാതന്ത്ര്യം, നിത്യജീവൻ, പരിശുദ്ധാത്മാവ് എന്നിവയ്ക്കായുള്ള *അപേക്ഷകൾ*.
4. എന്റെ ജീവിതത്തിൽ യേശുക്രിസ്തുവിനെ കർത്താവായി അംഗീകരിച്ച് *നന്മയുടെ വഴിയിൽ കടന്നുവരുന്നു*.
5. ക്രിസ്തുവിന് കീഴടങ്ങുകയും അദ്ദേഹത്തെ സേവിക്കുകയും ചെയ്യാൻ എന്റെ ജീവിതം *സമർപ്പിച്ച് പവിത്രമാക്കുന്നു*.
6. ക്രിസ്തുവിലുള്ള എന്റെ വ്യക്തിത്വത്തിന്റെ *പ്രഖ്യാപിയ്ക്കുന്നു*.

യേശുക്രിസ്തുവിനെ അനുഗമിക്കാനുള്ള പ്രതിജ്ഞാബദ്ധതയുടെ പ്രഖ്യാപനവും പ്രാർത്ഥനയും

യേശുക്രിസ്തുവിനെ അനുഗമിക്കാനുള്ള പ്രതിബദ്ധതയുടെ പ്രഖ്യാപനവും പ്രാർത്ഥനയും

സ്രഷ്ടാവും സർവ്വശക്തനുമായ പിതാവായ ഏക ദൈവത്തിൽ ഞാൻ വിശ്വസിക്കുന്നു.

'ദൈവങ്ങൾ' എന്ന് വിളിക്കപ്പെടുന്ന മറ്റെല്ലാത്തിനേയും ഞാൻ ഉപേക്ഷിക്കുന്നു.

ദൈവത്തിനെതിരെയും മറ്റുള്ളവർക്കെതിരെയും ഞാൻ പാപം ചെയ്തിട്ടുണ്ടെന്ന് ഞാൻ സമ്മതിക്കുന്നു. ഇതിൽ ഞാൻ ദൈവത്തെ അനുസരിക്കാതെ അവനോടും അവന്റെ നിയമങ്ങളോടും മത്സരിച്ചു.

എന്റെ പാപങ്ങളിൽ നിന്ന് എന്നെത്തന്നെ രക്ഷിക്കാൻ എനിക്ക് കഴിയില്ല.

ഉയിർത്തെഴുന്നേറ്റ ദൈവപുത്രനായ ക്രിസ്തുവാണ് യേശു എന്ന് ഞാൻ വിശ്വസിക്കുന്നു. അവൻ എന്റെ സ്ഥാനത്ത് ക്രൂശിൽ മരിച്ചു, എന്റെ പാപങ്ങൾക്കുള്ള ന്യായവിധി സ്വയം ഏറ്റെടുത്തു. അവൻ എനിക്കുവേണ്ടി മരിച്ചവരിൽ നിന്ന് ഉയിർത്തെഴുന്നേറ്റു.

ഞാൻ എന്റെ പാപങ്ങളിൽ നിന്ന് പിന്തിരിയുന്നു.

ഞാൻ ക്രിസ്തു ക്രൂശിൽ കൈവരിച്ച പാപമോചന ദാനം ചോദിക്കുന്നു.

പാപമോചന ദാനം ഇപ്പോൾ എനിക്ക് ലഭിക്കുന്നു.

ദൈവത്തെ എന്റെ പിതാവായി സ്വീകരിക്കാൻ ഞാൻ തിരഞ്ഞെടുക്കുന്നു, അവന്റെതായിത്തീരാൻ ഞാൻ ആഗ്രഹിക്കുന്നു.

നിത്യജീവന്റെ ദാനം ഞാൻ അന്വേഷിക്കുന്നു.

എന്റെ ജീവിതത്തിന്റെ അവകാശങ്ങൾ ഞാൻ ക്രിസ്തുവിന് കൈമാറുകയും ഇന്നുമുതൽ എന്റെ ജീവിതത്തിന്റെ കർത്താവായി ഭരിക്കാൻ അവനെ ക്ഷണിക്കുകയും ചെയ്യുന്നു.

മറ്റെല്ലാ ആത്മീയ വിശ്വാസങ്ങളും ഞാൻ ഉപേക്ഷിക്കുന്നു. ഷഹാദയും അതിന്റെ എല്ലാ അവകാശവാദങ്ങളും ഞാൻ പ്രത്യേകമായി ഉപേക്ഷിക്കുന്നു.

സാത്താനെയും എല്ലാ തിന്മകളെയും ഞാൻ നിരസിക്കുന്നു. ദുഷ്ടാത്മാക്കളുമായോ, ദുഷ്ടതയുടെ തത്വങ്ങളുമായോ ഞാൻ ഉണ്ടാക്കിയ എല്ലാ ഭക്തികെട്ട കരാറുകളും ഞാൻ വലിച്ചെറിയുന്നു.

എന്റെ മേൽ ഭക്തികെട്ട അധികാരം പ്രയോഗിച്ച മറ്റുള്ളവരുമായുള്ള എല്ലാ ഭക്തികെട്ട ബന്ധങ്ങളും ഞാൻ ഉപേക്ഷിക്കുന്നു.

എന്റെ പൂർവ്വികർ എനിക്ക് വേണ്ടി ഉണ്ടാക്കിയ എല്ലാ ഭക്തികെട്ട ഉടമ്പടികളും ഞാൻ ഉപേക്ഷിക്കുന്നു, അവ ഏതെങ്കിലും വിധത്തിൽ എന്നെ സ്വാധീനിച്ചെങ്കിൽ.

യേശുക്രിസ്തുവിലൂടെ ദൈവത്തിൽ നിന്ന് വരാത്ത എല്ലാ മാനസികമോ ആത്മീകമെന്നു പറയുന്നതോ ആയ എല്ലാ കഴിവുകളെയും ഞാൻ ഉപേക്ഷിക്കുന്നു.

വാഗ്ദത്തം ചെയ്യപ്പെട്ട പരിശുദ്ധാത്മാവിന്റെ ദാനം ഞാൻ ചോദിക്കുന്നു.

പിതാവായ ദൈവമേ, അങ്ങേക്കു മാത്രം മഹത്വം കൊണ്ടുവരാൻ എന്നെ സ്വതന്ത്രനാക്കുകയും രൂപാന്തരപ്പെടുത്തുകയും ചെയ്യണമേ.

ദൈവത്തെയും മറ്റുള്ളവരെയും ബഹുമാനിക്കാനും സ്നേഹിക്കാനും കഴിയുന്ന തരത്തിൽ പരിശുദ്ധാത്മാവിന്റെ ഫലത്താൽ എന്നെ നിറയ്ക്കേണമേ.

യേശുക്രിസ്തു മുഖാന്തരം ഞാൻ ദൈവത്തോട് എന്നെത്തന്നെ സമർപ്പിക്കുകയും ബന്ധിക്കുകയും ചെയ്യുന്നുവെന്ന് മനുഷ്യസാക്ഷികളുടെയും എല്ലാ ആത്മീയ അധികാരികളുടെയും മുമ്പാകെ ഞാൻ പ്രഖ്യാപിക്കുന്നു.

മാനവ സാക്ഷികളുടെയും ആത്മിക അധികാരങ്ങളുടെയും സാന്നിധ്യത്തിൽ ഞാൻ യേശുക്രിസ്തുവിലൂടെ എന്റെ ജീവിതം ദൈവത്തിന് സമർപ്പിക്കുകയും ബന്ധിക്കുകയും ചെയ്യുന്നുവെന്ന് ഞാൻ പ്രഖ്യാപിക്കുന്നു.

ഞാൻ സ്വർഗ്ഗത്തിലെ ഒരു പൗരനാണെന്ന് ഞാൻ പ്രഖ്യാപിക്കുന്നു. ദൈവമാണ് എന്റെ രക്ഷകൻ. പരിശുദ്ധാത്മാവിന്റെ സഹായത്തോടെ ഞാൻ എന്റെ എല്ലാ ദിവസങ്ങളിലും

യേശുക്രിസ്തുവിനെ, അവനെ മാത്രം എന്റെ കർത്താവായി അംഗീകരിക്കുകയും അനുസരിക്കുകയും ചെയ്യാൻ തീരുമാനിക്കുന്നു.

ആമേൻ.

സ്വാതന്ത്ര്യത്തിന്റെ സാക്ഷ്യങ്ങൾ

ഈ പാഠത്തിലെ പ്രാർത്ഥനകൾ ഉപയോഗിച്ച് മോചിതരായ ആളുകളുടെ ചില സാക്ഷ്യങ്ങൾ ഇതാ.

ശിഷ്യത്വ പാഠ്യക്രമം

ക്രിസ്തുവിനെ തങ്ങളുടെ കർത്താവും രക്ഷകനുമായി സ്വീകരിച്ച മുസ്ലീം പശ്ചാത്തലത്തിലുള്ള ആളുകൾക്ക് വടക്കേ അമേരിക്കയിലെ ഒരു ശുശ്രൂഷ പതിവായി തീവ്രമായ പരിശീലനം നടത്തിക്കൊണ്ടിരുന്നു. പങ്കെടുക്കുന്നവർ തുടർച്ചയായ നിരവധി ശിഷ്യത്വ ബുദ്ധിമുട്ടുകൾ അനുഭവിക്കുന്നുണ്ടെന്ന് കോഴ്സ് കോർഡിനേറ്റർമാർ കണ്ടെത്തി. ഷഹാദ ഉപേക്ഷിക്കുന്നതിനുള്ള ഈ പുസ്തകത്തിലെ പ്രാർത്ഥനകളെക്കുറിച്ച് അവർ ബോധവാന്മാരായി, ഇസ്ലാം ഉപേക്ഷിക്കുന്നതിന് ഈ പ്രാർത്ഥനകൾ ഉപയോഗിക്കാൻ എല്ലാ കോഴ്സ് പങ്കാളികളെയും ക്ഷണിക്കാൻ തീരുമാനിച്ചു. പങ്കെടുക്കുന്നവരുടെ പ്രതികരണം വലിയ ആശ്വാസവും സന്തോഷവുമായിരുന്നു. അവർ ചോദിച്ചു, “നമ്മൾ ഇസ്ലാം ഉപേക്ഷിക്കേണ്ടതുണ്ടെന്ന് ആരും വിശദീകരിക്കാത്തത് എന്തുകൊണ്ട്? നമ്മൾ ഇത് വളരെ മുമ്പുതന്നെ ചെയ്യണമായിരുന്നു!” അതിനുശേഷം, ഇസ്ലാം ഉപേക്ഷിക്കൽ അവരുടെ പരിശീലന കോഴ്സിന്റെ ഒരു അനിവാര്യ ഭാഗമായി മാറി.

ഷഹാദ ഉപേക്ഷിച്ച മിഡിൽ ഈസ്റ്റ് ക്രിസ്ത്യാനികൾ

ഷഹാദ ഉപേക്ഷിച്ചതിന് ശേഷം മിഡിൽ ഈസ്റ്റിലെ മുസ്ലീം വിട്ടു വന്നവരുടെ രണ്ട് സാക്ഷ്യങ്ങൾ ഇതാ:

> എന്റെ കഴുത്തിൽ കെട്ടിയിരുന്ന നുകം അഴിച്ചുമാറ്റി ഓടിച്ചു കളയുന്നതുപോലെ, എനിക്ക് ശരിക്കും സ്വാതന്ത്ര്യം അനുഭവപ്പെട്ടു. ഈ പ്രാർത്ഥന അതിശയകരമാണ്. കൂട്ടിലയ്ക്കപ്പെട്ട ഒരു മൃഗത്തെ സ്വതന്ത്രമാക്കപ്പെട്ടതുപോലെയാണ് എനിക്ക് തോന്നിയത്. എനിക്ക് സ്വാതന്ത്ര്യം തോന്നുന്നു.

> എനിക്ക് അത് വളരെ ആവശ്യമായിരുന്നു, എന്റെ മനസ്സിൽ എന്താണ് സംഭവിക്കുന്നതെന്ന് നിങ്ങൾ അറിഞ്ഞതുപോലെ തോന്നി... ഞാൻ വീണ്ടും വീണ്ടും പ്രാർത്ഥന ചൊല്ലിയപ്പോൾ

വാക്കുകൾക്കതീതമായ ഒരു വിചിത്രമായ ആശ്വാസം എനിക്ക് അനുഭവപ്പെട്ടു; ഒരു വലിയ ഭാരം നീക്കി ഞാൻ പൂർണ്ണമായും സ്വതന്ത്രനായതുപോലെ. എന്തൊരു വിമോചന വികാരം!

സത്യത്തെ നേരിടുക

_ഷഹാദ_ (അല്ലെങ്കിൽ _ദിമ്മ_) ഉപേക്ഷിക്കാൻ സ്വയം തയ്യാറെടുക്കുന്നതിനുള്ള ആദ്യപടി, ചില വേദവാക്യങ്ങൾ പരിഗണിക്കുക എന്നതാണ്. ഞങ്ങളുടെ പ്രാർത്ഥനകൾക്ക് അടിവരയിടുന്ന ഒരു സുപ്രധാന സത്യം സ്ഥിരീകരിക്കുന്നതിനാണ് ഞങ്ങൾ ഇത് ചെയ്യുന്നത്. ഇതിനെ സത്യത്തെ നേരിടുക' എന്ന് വിളിക്കാം.

1 യോഹന്നാൻ്റെയും യോഹന്നാൻ്റെ സുവിശേഷത്തിൽ നിന്നുള്ള ഈ വാക്യങ്ങൾ ഏത് തിരുവെഴുത്തു സത്യത്തെ വിശ്വസിക്കാനും പ്രാർത്ഥിക്കാനും നമ്മെ പഠിപ്പിക്കുന്നു?

> ഇങ്ങനെ ദൈവത്തിന്നു നമ്മോടുള്ള സ്നേഹത്തെ നാം അറിഞ്ഞും വിശ്വസിച്ചുമിരിക്കുന്നു. ദൈവം സ്നേഹം തന്നേ; സ്നേഹത്തിൽ വസിക്കുന്നവൻ ദൈവത്തിൽ വസിക്കുന്നു; ദൈവം അവനിലും വസിക്കുന്നു. (1 യോഹന്നാൻ 4:16)

> [യേശു പറഞ്ഞു:] തന്റെ ഏകജാതനായ പുത്രനിൽ വിശ്വസിക്കുന്ന ഏവനും നശിച്ചുപോകാതെ നിത്യജീവൻ പ്രാപിക്കേണ്ടതിന്നു ദൈവം അവനെ നല്കുവാൻ തക്കവണ്ണം ലോകത്തെ സ്നേഹിച്ചു. (യോഹന്നാൻ 3:16)

ദൈവത്തിൻ്റെ സ്നേഹം തിരസ്കാരണത്തെ മറികടക്കുമെന്ന് അവ നമ്മെ പഠിപ്പിക്കുന്നു.

ഏത് ദൈവിക സത്യമാണ് ഈ രണ്ട് വാക്യങ്ങൾ നമ്മെ ആശ്ലേഷിക്കാനും പ്രാർത്ഥിക്കാനും പഠിപ്പിക്കുന്നത്?

> ഭീരുത്വത്തിന്റെ ആത്മാവിനെ അല്ല, ശക്തിയുടെയും സ്നേഹത്തിന്റെയും സുബോധത്തിന്റെയും ആത്മാവിനെയത്രേ ദൈവം നമുക്കു തന്നതു. (2 തിമോത്തി 1:7)

> നിങ്ങൾ പിന്നെയും ഭയപ്പെടേണ്ടതിന്നു ദാസ്യത്തിന്റെ ആത്മാവിനെ അല്ല; നാം അബ്ബാ പിതാവേ, എന്നു വിളിക്കുന്ന പുത്രത്വത്തിൻ ആത്മാവിനെ അത്രേ പ്രാപിച്ചതു. നാം ദൈവത്തിന്റെ മക്കൾ എന്നു ആത്മാവുതാനും നമ്മുടെ ആത്മാവോടുകൂടെ സാക്ഷ്യം പറയുന്നു. നാം മക്കൾ എങ്കിലോ അവകാശികളും ആകുന്നു; ദൈവത്തിന്റെ അവകാശികളും

ക്രിസ്തുവിന്നു കൂട്ടവകാശികളും തന്നേ; നാം അവനോടുകൂടെ തേജസ്കരിക്കപ്പെടേണ്ടതിന്നു അവനോടുകൂടെ കഷ്ടമനുഭവിച്ചാലത്രേ. (റോമർ 8:15-17)

നമ്മുടെ അവകാശം ഭയപ്പെടുന്നതല്ല, ദൈവത്തിലാണെന്ന് അവ നമ്മെ പഠിപ്പിക്കുന്നു.

ഈ രണ്ട് വാക്യങ്ങൾ എന്ത് സത്യമാണ് വിശ്വസിക്കാനും പ്രാർത്ഥിക്കാനും നമ്മെ പഠിപ്പിക്കുന്നത്?

[യേശു പറഞ്ഞു:] അപ്പോൾ നിങ്ങൾ സത്യം അറിയും, സത്യം നിങ്ങളെ സ്വതന്ത്രരാക്കും ചെയ്യും. (യോഹന്നാൻ 8:32)

സ്വാതന്ത്ര്യത്തിന്നായിട്ടു ക്രിസ്തു നമ്മെ സ്വതന്ത്രരാക്കി; ആകയാൽ അതിൽ ഉറെച്ചുനില്പിൻ; അടിമനുകത്തിൽ പിന്നെയും കുടുങ്ങിപ്പോകരുതു. (ഗലാത്യർ 5:1)

സ്വാതന്ത്ര്യത്തിൽ ജീവിക്കാനാണ് നാം വിളിക്കപ്പെട്ടിരിക്കുന്നതെന്ന് അവ നമ്മെ പഠിപ്പിക്കുന്നു.

വിശ്വസിക്കാനും പ്രാർത്ഥിക്കാനുമാണ് ഈ രണ്ട് വാക്യങ്ങൾ നമ്മെ പഠിപ്പിക്കുന്നത്?

ദൈവത്തിന്റെ ദാനമായി നിങ്ങളിൽ ഇരിക്കുന്ന പരിശുദ്ധാത്മാവിന്റെ മന്ദിരമാകുന്നു നിങ്ങളുടെ ശരീരം എന്നും നിങ്ങളെ വിലെക്കു വാങ്ങിയിരിക്കയാൽ നിങ്ങൾ താന്താങ്ങൾക്കുള്ളവരല്ല എന്നും അറിയുന്നില്ലയോ? അകയാൽ നിങ്ങളുടെ ശരീരംകൊണ്ടു ദൈവത്തെ മഹത്വപ്പെടുത്തുവിൻ. (1 കൊരിന്ത്യർ 6:19-20)

കുഞ്ഞാടിന്റെ രക്തത്താൽ അവർ അവന്റെമേൽ വിജയം നേടി... (വെളിപാട് 12:11)

നമ്മുടെ ശരീരം ദൈവത്തിന്റേതാണെന്നും അടിച്ചമർത്തലിന്റേതല്ലെന്നും അവ നമ്മെ പഠിപ്പിക്കുന്നു: നമ്മുടെ രക്തത്തിന്റെ വില ഇതിനകം നൽകിയിട്ടുണ്ട്.

ഈ വാക്യം എന്ത് ബൈബിൾ സത്യമാണ് അവകാശപ്പെടാനും പ്രാർത്ഥിക്കാനും നമ്മെ പഠിപ്പിക്കുന്നത്?

... അതിൽ യെഹൂദനും യവനനും എന്നില്ല; ദാസനും സ്വതന്ത്രനും എന്നില്ല, ആണും പെണ്ണും എന്നുമില്ല; നിങ്ങൾ എല്ലാവരും ക്രിസ്തുയേശുവിൽ ഒന്നത്രേ. (ഗലാത്യർ 3:28)

ദൈവമുമ്പാകെ സ്ത്രീയും പുരുഷനും തുല്യരാണെന്നും ഒരു വിഭാഗം മറ്റൊന്നിനേക്കാൾ ശ്രേഷ്ഠരല്ലെന്നും ഇത് നമ്മെ പഠിപ്പിക്കുന്നു.

ഈ മൂന്ന് ഭാഗങ്ങൾ നമ്മെ വിശ്വസിക്കാനും പ്രാർത്ഥിക്കാനും പഠിപ്പിക്കുന്ന ദൈവിക സത്യം എന്താണ്?

> ക്രിസ്തുവിൽ ഞങ്ങളെ എപ്പോഴും ജയോത്സവമായി നടത്തുകയും എല്ലാടത്തും ഞങ്ങളെക്കൊണ്ടു തന്റെ പരിജ്ഞാനത്തിന്റെ വാസന വെളിപ്പെടുത്തുകയും ചെയ്യുന്ന ദൈവത്തിന്നു സ്തോത്രം. രക്ഷിക്കപ്പെടുന്നവരുടെ ഇടയിലും നശിക്കുന്നവരുടെ ഇടയിലും ഞങ്ങൾ ദൈവത്തിന്നു ക്രിസ്തുവിന്റെ സൌരഭ്യവാസന ആകുന്നു. (2 കൊരിന്ത്യർ 2:14-15)

> നീ എനിക്കു തന്നിട്ടുള്ള മഹത്വം ഞാൻ അവർക്കു കൊടുത്തിരിക്കുന്നു; നീ എന്നെ അയച്ചിരിക്കുന്നു എന്നും നീ എന്നെ സ്നേഹിക്കുന്നതുപോലെ അവരെയും സ്നേഹിക്കുന്നു എന്നും ലോകം അറിവാൻ, നാം ഒന്നായിരിക്കുന്നതുപോലെ അവരും ഒന്നാകേണ്ടതിന്നു ഞാൻ അവരിലും നീ എന്നിലുമായി അവർ ഐക്യത്തിൽ തികെഞ്ഞവരായിരിക്കേണ്ടതിന്നു തന്നെ. (യോഹന്നാൻ 17:22-23)

> [യേശു പറഞ്ഞു:] പിന്നെ അവൻ എല്ലാവരോടും പറഞ്ഞതു: "എന്നെ അനുഗമിപ്പാൻ ഒരുത്തൻ ഇച്ഛിച്ചാൽ അവൻ തന്നെത്താൻ നിഷേധിച്ചു നാൾതോറും തന്റെ ക്രൂശ് എടുത്തുംകൊണ്ടു എന്നെ അനുഗമിക്കട്ടെ. (ലൂക്കോസ് 9:23)

അവ നമ്മെ പഠിപ്പിക്കുന്നത് നമ്മുടെ വ്യതിരിക്തമായ സവിശേഷതകൾ അപമാനമോ അധഃപതനമോ അല്ല, മറിച്ച് ക്രിസ്തുവിന്റെ വിജയമോ ക്രിസ്തുവിന്റെ സ്നേഹത്തിലുള്ള ഐക്യമോ ക്രൂശോ ആണെന്നാണ്.

ഏത് തിരുവെഴുത്തു സത്യത്തിനുവേണ്ടിയാണ് ഈ വാക്യങ്ങൾ നമ്മെ മുറുകെപ്പിടിയ്ക്കാനും പ്രാർത്ഥിക്കാനും പഠിപ്പിക്കുന്നത്?

> [യേശു പറഞ്ഞു:] എന്നാൽ ഞാൻ നിങ്ങളോടു സത്യം പറയുന്നു; ഞാൻ പോകുന്നതു നിങ്ങൾക്കു പ്രയോജനം; ഞാൻ പോകാഞ്ഞാൽ കാര്യസ്ഥൻ നിങ്ങളുടെ അടുക്കൽ വരികയില്ല; ഞാൻ പോയാൽ അവനെ നിങ്ങളുടെ അടുക്കൽ അയക്കും. അവൻ വന്നു പാപത്തെക്കുറിച്ചും നീതിയെക്കുറിച്ചും ന്യായവിധിയെക്കുറിച്ചും ലോകത്തിന്നു ബോധം വരുത്തും.... (യോഹന്നാൻ 16:7-8)

[യേശു പറഞ്ഞു:] സത്യത്തിന്റെ ആത്മാവു വരുമ്പോഴോ അവൻ നിങ്ങളെ സകല സത്യത്തിലും വഴിനടത്തും. (യോഹന്നാൻ 16:13)

സത്യം വെളിപ്പെടുത്താൻ പരിശുദ്ധാത്മാവിൻ്റെ ശക്തി നമുക്കുണ്ടെന്ന് അവ നമ്മെ പഠിപ്പിക്കുന്നു.

ഏത് സത്യമാണ് വിശ്വസിക്കാനും പ്രാർത്ഥിക്കാനും ഈ വാക്യം നമ്മെ പഠിപ്പിക്കുന്നത്?

… വിശ്വാസത്തിന്റെ നായകനും പൂർത്തിവരുത്തുന്നവനുമായ യേശുവിനെ നോക്കുക; തന്റെ മുമ്പിൽ വെച്ചിരുന്ന സന്തോഷം ഓർത്തു അവൻ അപമാനം അലക്ഷ്യമാക്കി ക്രൂശിനെ സഹിക്കയും ദൈവസിംഹാസനത്തിന്റെ വലത്തുഭാഗത്തു ഇരിക്കയും ചെയ്തു. (എബ്രായർ 12:2)

ലജ്ജയെ മറികടക്കാൻ ക്രിസ്തുവിനെ അനുഗമിക്കാൻ നമുക്ക് അധികാരമുണ്ടെന്ന് അത് നമ്മെ പഠിപ്പിക്കുന്നു.

ഏത് സത്യമാണ് വിശ്വസിക്കാനും പ്രാർത്ഥിക്കാനും ഈ വാക്യം നമ്മെ പഠിപ്പിക്കുന്നത്?

കണ്ണാലെ കണ്ടിട്ടുള്ള കാര്യങ്ങൾ നീ മറക്കാതെയും നിന്റെ ആയുഷ്കാലത്തൊരിക്കലും അവ നിന്റെ മനസ്സിൽനിന്നു വിട്ടുപോകാതെയും ഇരിപ്പാൻ മാത്രം സൂക്ഷിച്ചു നിന്നെത്തന്നേ ജാഗ്രതയോടെ കാത്തുകൊൾക; നിന്റെ മക്കളോടും മക്കളുടെ മക്കളോടും അവയെ ഉപദേശിക്കേണം. (ആവർത്തനം 4:9)

ആത്മീയ കാര്യങ്ങളെക്കുറിച്ച് നമ്മെയും നമ്മുടെ കുട്ടികളെയും പഠിപ്പിക്കാൻ നമുക്ക് അവകാശവും ഉത്തരവാദിത്തവുമുണ്ടെന്ന് ഇത് നമ്മെ പഠിപ്പിക്കുന്നു.

ഏത് തിരുവെഴുത്ത് സത്യത്തിനുവേണ്ടിയാണ് ഈ വാക്യങ്ങൾ നമ്മെ മുറുകെപ്പിടിയ്ക്കാനും പ്രാർത്ഥിക്കാനും പഠിപ്പിക്കുന്നത്?

മരണവും ജീവനും നാവിന്റെ അധികാരത്തിൽ ഇരിക്കുന്നു; അതിൽ ഇഷ്ടപ്പെടുന്നവർ അതിന്റെ ഫലം അനുഭവിക്കും. (സദൃശവാക്യങ്ങൾ 18:21)

ഇപ്പോഴോ കർത്താവേ, അവരുടെ ഭീഷണികളെ നോക്കേണമേ. നിന്റെ ദാസന്മാരെ നിന്റെ വചനം വളരെ ധൈര്യത്തോടെ സംസാരിക്കാൻ പ്രാപ്തരാക്കുകയും ചെയ്യണമേ. (പ്രവൃത്തികൾ 4:29)

സ്നേഹം തിന്മയിൽ സന്തോഷിക്കുന്നില്ല, സത്യത്തിൽ സന്തോഷിക്കുന്നു. (1 കൊരിന്ത്യർ 13:6)

യേശു ദൈവപുത്രനാണെന്ന് ആരെങ്കിലും അംഗീകരിക്കുന്നുവെങ്കിൽ, ദൈവം അവരിലും അവർ ദൈവത്തിലും വസിക്കുന്നു. (1 യോഹന്നാൻ 4:15)

അതിനാൽ നിങ്ങളുടെ ആത്മവിശ്വാസം ഉപേക്ഷിക്കരുത്; അതിന് സമൃദ്ധമായ പ്രതിഫലം ലഭിക്കും. (എബ്രായർ 10:35)

ക്രിസ്തുവിൽ സ്നേഹത്തോടെ, ധൈര്യത്തോടെ സത്യം സംസാരിക്കാൻ നമുക്ക് അധികാരമുണ്ടെന്ന് അവ നമ്മെ പഠിപ്പിക്കുന്നു.

ഈ വാക്യങ്ങൾ ഏത് ബൈബിൾ സത്യമാണ് വിശ്വസിക്കാനും പ്രാർത്ഥിക്കാനും നമ്മെ പഠിപ്പിക്കുന്നത്?

... ദൈവത്തിൻ്റെ സാക്ഷ്യം വലുതാണ്, കാരണം അത് തൻ്റെ പുത്രനെക്കുറിച്ച് ദൈവം നൽകിയ സാക്ഷ്യമാണ്. (1 യോഹന്നാൻ 5:9)

അവരുടെ സാക്ഷ്യ വചനത്താൽ അവർ ജയിച്ചിരിയ്ക്കുന്നു... (വെളിപാട് 12:11)

സത്യവചനത്തിൽ നമുക്ക് പൂർണ്ണ വിശ്വാസമുണ്ടായിരിക്കാൻ കഴിയുമെന്ന് അവ നമ്മെ പഠിപ്പിക്കുന്നു.

ഏത് ദൈവിക സത്യമാണ് നാം അവകാശപ്പെടാനും പ്രാർത്ഥിക്കാനും ഈ വാക്യങ്ങൾ നമ്മെ പഠിപ്പിക്കുന്നത്?

ഒടുവിൽ കർത്താവിലും അവന്റെ അമിത ബലത്തിലും ശക്തിപ്പെടുവിൻ. പിശാചിന്റെ തന്ത്രങ്ങളോടു എതിർത്തുനില്പ്പാൻ കഴിയേണ്ടതിന്നു ദൈവത്തിന്റെ സർവ്വായുധവർഗ്ഗം ധരിച്ചുകൊൾവിൻ. (എഫെസ്യർ 6:10-11)

ഞങ്ങൾ ജഡത്തിൽ സഞ്ചരിക്കുന്നവർ എങ്കിലും ജഡപ്രകാരം പോരാടുന്നില്ല. ഞങ്ങളുടെ പോരിന്റെ ആയുധങ്ങളോ ജഡികങ്ങൾ അല്ല, കോട്ടകളെ ഇടിപ്പാൻ ദൈവസന്നിധിയിൽ ശക്തിയുള്ളവ തന്നേ. അവയാൽ ഞങ്ങൾ സങ്കല്പങ്ങളും ദൈവത്തിന്റെ പരിജ്ഞാനത്തിന്നു വിരോധമായി പൊങ്ങുന്ന എല്ലാ ഉയർച്ചയും ഇടിച്ചുകളഞ്ഞു, ഏതു വിചാരത്തെയും ക്രിസ്തുവിനോടുള്ള അനുസരണത്തിന്നായിട്ടു പിടിച്ചടക്കി. (2 കൊരിന്ത്യർ 10:3-5)

നാം പ്രതിരോധമില്ലാത്തവരോ ആയുധമില്ലാത്തവരോ അല്ല, മറിച്ച് ക്രിസ്തുവിൽ ആത്മീയമായി സായുധരാണെന്ന് അവ നമ്മെ പഠിപ്പിക്കുന്നു.

വിശ്വസിക്കാനും പ്രാർത്ഥിക്കാനും ഈ വാക്യം നമ്മെ പഠിപ്പിക്കുന്നത് എന്താണ്?

> എൻ്റെ സഹോദരീ സഹോദരന്മാരേ, നിങ്ങൾ പലതരത്തിലുള്ള പരീക്ഷണങ്ങളെ അഭിമുഖീകരിക്കുമ്പോഴെല്ലാം അത് അശേഷം സന്തോഷം എന്നു എണ്ണുവിൻ... (യാക്കോബ് 1:2; ഫിലിപ്പിയർ 1:29 കൂടി കാണുക)

ക്രിസ്തുവിൻ്റെ നാമത്തിൽ കഷ്ടത അനുഭവിക്കുന്നത് സന്തോഷമായി കണക്കാക്കണമെന്ന് അത് നമ്മെ പഠിപ്പിക്കുന്നു.

ഈ വാക്യങ്ങൾ ഏത് ബൈബിൾ സത്യമാണ് വിശ്വസിക്കാനും പ്രാർത്ഥിക്കാനും നമ്മെ പഠിപ്പിക്കുന്നത്?

> [യേശു പറഞ്ഞു:] ... ഇപ്പോൾ ഈ ലോകത്തിന്റെ ന്യായവിധി ആകുന്നു; ഇപ്പോൾ ഈ ലോകത്തിന്റെ പ്രഭുവിനെ പുറത്തു തള്ളിക്കളയും. ഞാനോ ഭൂമിയിൽ നിന്നു ഉയർത്തപ്പെട്ടാൽ എല്ലാവരെയും എങ്കലേക്കു ആകർഷിക്കും എന്നു ഉത്തരം പറഞ്ഞു. (യോഹന്നാൻ 12:31-32)

ക്രൂശ് സാത്താൻ്റെ ശക്തിയെ നശിപ്പിക്കുകയും ക്രിസ്തുവിലുള്ള സ്വാതന്ത്ര്യത്തിലേക്ക് നമ്മെ ആകർഷിക്കുകയും ചെയ്യുന്നുവെന്ന് അവ നമ്മെ പഠിപ്പിക്കുന്നു.

ഈ വാക്യങ്ങൾ എന്ത് ബൈബിൾ സത്യമാണ് അവകാശപ്പെടാനും പ്രാർത്ഥിക്കാനും നമ്മെ പഠിപ്പിക്കുന്നത്?

> അതിക്രമങ്ങളിലും നിങ്ങളുടെ ജഡത്തിന്റെ അഗ്രചർമ്മത്തിലും മരിച്ചവരായിരുന്ന നിങ്ങളെയും അവൻ, അവനോടുകൂടെ ജീവിപ്പിച്ചു; അതിക്രമങ്ങൾ ഒക്കെയും നമ്മോടു ക്ഷമിച്ച ചട്ടങ്ങളാൽ നമുക്കു വിരോധവും പ്രതികൂലവുമായിരുന്ന കയ്യെഴുത്തു മായിച്ചു ക്രൂശിൽ തറെച്ചു നടുവിൽനിന്നു നീക്കിക്കളഞ്ഞു; വാഴ്ചകളെയും അധികാരങ്ങളെയും ആയുധവർഗ്ഗം വെപ്പിച്ചു ക്രൂശിൽ അവരുടെമേൽ ജയോത്സവം കൊണ്ടാടി അവരെ പരസ്യമായ കാഴ്ചയാക്കി. (കൊലൊസ്സ്യർ 2:13-15)

കുരിശ് ഭക്തികെട്ട ഉടമ്പടികളെ റദ്ദാക്കുകയും അവരുടെ എല്ലാ ശക്തിയും നശിപ്പിക്കുകയും ചെയ്യുന്നുവെന്ന് അവ നമ്മെ പഠിപ്പിക്കുന്നു.

പ്രാർത്ഥിക്കുന്നതിനുമുമ്പ്, നമ്മുടെ പ്രാർത്ഥനകളും പ്രഖ്യാപനങ്ങളും ശക്തവും ഫലപ്രദവുമാണെന്ന് നാം മനസ്സിലാക്കേണ്ടതുണ്ട്. നിങ്ങളെ പൂർണ്ണ സ്വാതന്ത്ര്യത്തിലേക്ക് കൊണ്ടുവരിക എന്നതാണ് ദൈവത്തിന്റെ ഇഷ്ടം ആണെന്ന് ദൈവത്തോട് ഏറ്റുപറയുക. ക്രിസ്തു നിങ്ങളെ സ്വീകരിച്ചുവെന്നും ദുഷ്ടന്റെ എല്ലാ കെണികളിൽ നിന്നും നിങ്ങളെ മോചിപ്പിക്കാൻ ആഗ്രഹിക്കുന്നുവെന്നും ഉള്ള സത്യം അംഗീകരിക്കാൻ നിങ്ങളുടെ ആത്മാവിൽ സമ്മതിക്കുക. ഇസ്ലാമിന്റെ ഉടമ്പടികളുടെ നുണകളെ നേരിടാനും നിരസിക്കാനും ദൃഢനിശ്ചയം ചെയ്യുക.

ഷഹാദ ഉപേക്ഷിക്കാനുള്ള ഒരു പ്രാർത്ഥനയാണിത്. ഇത് നിന്നുകൊണ്ട് വായിക്കുന്നതാണ് നല്ലത്.

ഷഹാദ ഉപേക്ഷിക്കാനും അതിന്റെ ശക്തി തകർക്കാനുമുള്ള പ്രഖ്യാപനവും പ്രാർത്ഥനയും

മുഹമ്മദ് പഠിപ്പിച്ചതും പ്രകടമാക്കിയതുമായ തെറ്റായ സമർപ്പണം ഞാൻ ഉപേക്ഷിക്കുന്നു.

മുഹമ്മദ് ദൈവത്തിൽ നിന്നുള്ള ഒരു സന്ദേശവാഹകനാണെന്ന വിശ്വാസം ഞാൻ ത്യജിക്കുകയും നിരാകരിക്കുകയും ചെയ്യുന്നു.

ഖുറാൻ ദൈവവചനമാണെന്ന വാദം ഞാൻ നിരാകരിക്കുന്നു.

ഷഹാദയും അതിലെ ഓരോ പാരായണവും ഞാൻ നിരസിക്കുകയും ഉപേക്ഷിക്കുകയും ചെയ്യുന്നു.

ഞാൻ അൽ-ഫാത്തിഹ എന്ന് പറയുന്നത് ഉപേക്ഷിക്കുന്നു. യഹൂദർ ദൈവക്രോധത്തിൻ കീഴിലാണെന്നും ക്രിസ്ത്യാനികൾ വഴിതെറ്റിയെന്നും ഉള്ള അവകാശവാദങ്ങൾ ഞാൻ നിരസിക്കുന്നു.

യഹൂദരോടുള്ള വിദ്വേഷം ഞാൻ ഉപേക്ഷിക്കുന്നു. അവർ ബൈബിളിനെ ദുഷിപ്പിച്ചു എന്ന വാദം ഞാൻ തള്ളിക്കളയുന്നു.

ദൈവം യഹൂദരെ തള്ളിക്കളഞ്ഞു എന്ന വാദം ഞാൻ നിരസിക്കുകയും അത് ഒരു നുണയാണെന്ന് പ്രഖ്യാപിക്കുകയും ചെയ്യുന്നു.

ഞാൻ ഖുറാൻ പാരായണം ഉപേക്ഷിക്കുകയും എൻ്റെ ജീവിതത്തിന്മേലുള്ള അതിൻ്റെ അധികാരം നിരസിക്കുകയും ചെയ്യുന്നു.

മുഹമ്മദിൻ്റെ മാതൃകയെ അടിസ്ഥാനമാക്കിയുള്ള എല്ലാ വ്യാജ ആരാധനകളും ഞാൻ ഉപേക്ഷിക്കുന്നു.

മുഹമ്മദ് കൊണ്ടുവന്ന ദൈവത്തെക്കുറിച്ചുള്ള എല്ലാ തെറ്റായ പഠിപ്പിക്കലുകളും ഖുറാനിൽ ചിത്രീകരിച്ചിരിക്കുന്ന അല്ലാഹുവാണ് ദൈവമെന്ന അവകാശവാദവും ഞാൻ ഉപേക്ഷിക്കുന്നു.

[ഷിയാ പശ്ചാത്തലത്തിൽ നിന്നുള്ള ആളുകൾക്ക്: *അലിയുമായും പന്ത്രണ്ട് ഖലീഫമാരുമായും ഉള്ള എല്ലാ ബന്ധങ്ങളും ഞാൻ നിരസിക്കുകയും ഉപേക്ഷിക്കുകയും ചെയ്യുന്നു. ഹുസൈൻ്റെയും ഇസ്ലാമിക രക്തസാക്ഷികളുടെയും പേരിലുള്ള എല്ലാ ദുഃഖവും ഞാൻ ഉപേക്ഷിക്കുന്നു.]*

ഞാൻ ജനിച്ചപ്പോൾ ഇസ്ലാമിനോടുള്ള എൻ്റെ സമർപ്പണവും എൻ്റെ പൂർവ്വികരുടെ സമർപ്പണവും ഞാൻ ഉപേക്ഷിക്കുന്നു.

മുഹമ്മദിൻ്റെ മാതൃക ഞാൻ പ്രത്യേകം നിരസിക്കുകയും ഉപേക്ഷിക്കുകയും ചെയ്യുന്നു. അക്രമം, ഭീഷണിപ്പെടുത്തൽ, വിദ്വേഷം, കുറ്റബോധം, വഞ്ചന, ശ്രേഷ്ഠത, ബലാത്സംഗം, സ്ത്രീപീഡനം, മോഷണം, മുഹമ്മദ് ചെയ്ത എല്ലാ പാപങ്ങളും ഞാൻ ഉപേക്ഷിക്കുന്നു.

ഞാൻ ലജ്ജ നിരസിക്കുകയും ഉപേക്ഷിക്കുകയും ചെയ്യുന്നു. ക്രിസ്തുയേശുവിൽ ശിക്ഷാവിധി ഇല്ലെന്നും ക്രിസ്തുവിൻ്റെ രക്തം എല്ലാ ലജ്ജകളിൽനിന്നും എന്നെ ശുദ്ധീകരിക്കുന്നുവെന്നും ഞാൻ പ്രഖ്യാപിക്കുന്നു.

ഇസ്ലാം പ്രേരിപ്പിക്കുന്ന എല്ലാ ഭയവും ഞാൻ നിരസിക്കുകയും ഉപേക്ഷിക്കുകയും ചെയ്യുന്നു. ഇസ്ലാം കാരണം ഭയം തോന്നിയതിന് ഞാൻ ദൈവത്തോട് ക്ഷമ ചോദിക്കുന്നു, എല്ലാ കാര്യങ്ങളിലും എൻ്റെ കർത്താവായ യേശുക്രിസ്തുവിൻ്റെ ദൈവത്തിലും പിതാവിലും വിശ്വസിക്കാൻ ഞാൻ തിരഞ്ഞെടുക്കുന്നു.

മറ്റുള്ളവരെ ശപിക്കുന്നത് ഞാൻ നിരസിക്കുകയും ഉപേക്ഷിക്കുകയും ചെയ്യുന്നു. അനുഗ്രഹത്തിൻ്റെ വ്യക്തിയാകാൻ ഞാൻ തിരഞ്ഞെടുക്കുന്നു.

ജിന്നുകളുമായുള്ള എല്ലാ ബന്ധങ്ങളും ഞാൻ നിരസിക്കുകയും ഉപേക്ഷിക്കുകയും ചെയ്യുന്നു. ഖരീനിനെക്കുറിച്ചുള്ള ഇസ്ലാമിക പഠിപ്പിക്കലുകൾ ഞാൻ നിരസിക്കുകയും പിശാചുക്കളുമായുള്ള എല്ലാ ബന്ധങ്ങളും വിച്ഛേദിക്കുകയും ചെയ്യുന്നു.

ദൈവവചനത്തെ എന്റെ പാതയ്ക്ക് ഒരു വെളിച്ചമായി സ്വീകരിച്ചുകൊണ്ട് ആത്മാവിനാൽ നടക്കാൻ ഞാൻ തിരഞ്ഞെടുക്കുന്നു.

അല്ലാഹുവിൻ്റെ ദൂതനായി മുഹമ്മദിനെ പിന്തുടർന്നതിനാൽ ഞാൻ ചെയ്ത എല്ലാ ദൈവവിരുദ്ധമായ പ്രവൃത്തികൾക്കും ഞാൻ ദൈവത്തോട് ക്ഷമ ചോദിക്കുന്നു.

യേശു മടങ്ങിവരുമ്പോൾ ഭൂമിയിലുള്ള എല്ലാവരെയും മുഹമ്മദിൻ്റെ ശരീഅത്ത് പിന്തുടരാൻ പ്രേരിപ്പിക്കും എന്ന ദൈവദൂഷണ വാദം ഞാൻ നിരാകരിക്കുകയും നിരസിക്കുകയും ചെയ്യുന്നു.

ക്രിസ്തുവിനെ, അവനെ മാത്രം പിന്തുടരാൻ ഞാൻ തിരഞ്ഞെടുക്കുന്നു.

ക്രിസ്തു ദൈവപുത്രനാണെന്നും അവൻ എൻ്റെ പാപങ്ങൾക്കുവേണ്ടി കുരിശിൽ മരിച്ചെന്നും എൻ്റെ രക്ഷയ്ക്കുവേണ്ടി മരിച്ചവരിൽ നിന്ന് ഉയിർപ്പിക്കപ്പെട്ടെന്നും ഞാൻ ഏറ്റുപറയുന്നു. ക്രിസ്തുവിൻ്റെ കുരിശിന് ഞാൻ ദൈവത്തെ സ്തുതിക്കുന്നു, എൻ്റെ കുരിശ് എടുത്ത് അവനെ അനുഗമിക്കാൻ തിരഞ്ഞെടുക്കുന്നു.

ക്രിസ്തു എല്ലാവരുടെയും കർത്താവാണെന്ന് ഞാൻ ഏറ്റുപറയുന്നു. അവൻ ആകാശങ്ങളുടെയും ഭൂമിയുടെയും മേൽ ഭരിക്കുന്നു. അവൻ എൻ്റെ ജീവിതത്തിൻ്റെ നാഥനാണ്. ജീവിച്ചിരിക്കുന്നവരെയും മരിച്ചവരെയും വിധിക്കാൻ അവൻ വീണ്ടും വരുമെന്ന് ഞാൻ ഏറ്റുപറയുന്നു. ഞാൻ ക്രിസ്തുവിനോട് ചേർന്നുനിൽക്കുകയും സ്വർഗ്ഗത്തിലോ ഭൂമിയിലോ എനിക്ക് രക്ഷിക്കപ്പെടേണ്ട മറ്റൊരു നാമമില്ലെന്ന് പ്രഖ്യാപിക്കുകയും ചെയ്യുന്നു.

ഞാൻ ചെയ്യുന്നതും പറയുന്നതുമായ എല്ലാ കാര്യങ്ങളിലും എന്നെ നയിക്കാനും അനുഗ്രഹിക്കാനും ഒരു പുതിയ ഹൃദയം, ക്രിസ്തുവിന്റെ ഹൃദയം നൽകാൻ എന്റെ പിതാവായ ദൈവത്തെ ഞാൻ ക്ഷണിക്കുന്നു.

എല്ലാ വ്യാജാരാധനയും ഞാൻ നിരസിക്കുന്നു, പിതാവും പുത്രനും പരിശുദ്ധാത്മാവുമായ ജീവനുള്ള ദൈവത്തെ ആരാധിക്കുന്നതിനായി എന്റെ ശരീരം ഞാൻ സമർപ്പിക്കുന്നു.

ആമേൻ.

പഠന സഹായി

പാഠം 5

ഈ പാഠത്തിലെ പഠിപ്പിക്കൽ യേശുവിനെയും ബൈബിളിനെയും കേന്ദ്രീകരിച്ചുള്ളതായതിനാൽ, ഖുർആൻ പരാമർശങ്ങളില്ല, പുതിയ പദാവലിയില്ല, പുതിയ പേരുകളില്ല.

തുടർന്നുള്ള ചോദ്യങ്ങളിൽ ബൈബിൾ വാക്യങ്ങൾ ഉൾപ്പെടുത്തിയിട്ടുണ്ട്.

ചോദ്യങ്ങൾ പാഠം 5

- കേസ് സ്റ്റഡി ചർച്ച ചെയ്യുക.

കഠിനമായ ഒരു തുടക്കം

1. യേശുവിന്റെയും മുഹമ്മദിന്റെയും ജീവിതത്തിൽ പൊതുവായ് കാണുന്നത് എന്താണ്?

2. യേശുവിന്റെ ജീവിതത്തിന്റെ തുടക്കം ഏതൊക്കെ നാല് വിധങ്ങളിലാണ് വേദനാജനകമായത്?

   1)

   2)

   3)

   4)

യേശുവിനെ ചോദ്യം ചെയ്യുന്നു

3. പരീശന്മാർ ക്രിസ്തുവിനെ ആക്രമിച്ചത് ഏതൊക്കെ ചോദ്യങ്ങളോടെയാണ്?

- മർക്കോസ് 3:2, ചില ചോദ്യങ്ങൾ...
- മർക്കോസ് 11:28, ചില ചോദ്യങ്ങൾ...
- മർക്കോസ് 10:2, ചില ചോദ്യങ്ങൾ...
- മർക്കോസ് 12:15, ചില ചോദ്യങ്ങൾ...
- മത്തായി 22:36, ...
- മത്തായി 22:42, ...
- യോഹന്നാൻ 8:19, ...
- മത്തായി 22:23-28, ചില ചോദ്യങ്ങൾ...
- മർക്കോസ് 8:11, ചില ചോദ്യങ്ങൾ...
- മർക്കോസ് 3:22, ചില ചോദ്യങ്ങൾ...
- മത്തായി 12:2, ചില ചോദ്യങ്ങൾ...
- യോഹന്നാൻ 8:13, ...

തിരസ്കരണക്കാർ

4. യേശു ഏത് തരത്തിലുള്ള തിരസ്കരണമാണ് അനുഭവിച്ചത്?

- മത്തായി 2:16 ...
- മർക്കോസ് 6:3, ചിലത് ...
- മർക്കോസ് 3:21 ...
- യോഹന്നാൻ 6:66 ...
- യോഹന്നാൻ 10:31 ...
- യോഹന്നാൻ 11:50 ...

- മർക്കോസ് 14:43-45, മുതലായവ ...

- മർക്കോസ് 14:66-72, മുതലായവ ...
- മർക്കോസ് 15:12-15, മുതലായവ ...
- മർക്കോസ് 14:65, മുതലായവ ...
- മർക്കോസ് 15:16-20, മുതലായവ ...
- മർക്കോസ് 14:53-65, മുതലായവ ...
- ആവർത്തനം 21:23 ...
- മർക്കോസ് 15:21-32, മുതലായവ...

തിരസ്കരണത്തോടുള്ള യേശുവിന്റെ പ്രതികരണങ്ങൾ

5. യേശു തിരസ്കരണത്തോട് എങ്ങനെ പ്രതികരിച്ചു എന്നതിനെക്കുറിച്ച് അത്ഭുതകരമായ ആറ് കാര്യങ്ങൾ ഡ്യൂറി കുറിയ്ക്കുന്നു? (മത്തായി 27:14; യെശയ്യാവു 53:7; മത്തായി 21:24; മത്തായി 22:15-20; മത്തായി 12:19-20; യെശയ്യാവു 42:1-4; ലൂക്കോസ് 4:30 എന്നിവയെ അടിസ്ഥാനമാക്കി.)

    1)

    2)

    3)

    4)

    5)

    6)

6. തിരസ്കരണത്താൽ പരീക്ഷിക്കപ്പെട്ടപ്പോൾ യേശു എങ്ങനെ സവിശേഷമായി പ്രതികരിച്ചു? (എബ്രായർ 4:15-നെ അടിസ്ഥാനമാക്കി.)

7. തനിക്കെതിരെ വന്നവരെ ആക്രമിക്കുകയോ നശിപ്പിക്കുകയോ ചെയ്യേണ്ട ആവശ്യം യേശുവിന് തോന്നാതിരുന്നത് എന്തുകൊണ്ട്?

തിരസ്കരണം സ്വീകരിക്കുക

8. ദൈവത്തിന്റെ പദ്ധതിയിൽ, ദൈവത്തിന്റെ മിശിഹാ എന്ന നിലയിൽ യേശുവിന്റെ വിളിയുടെ ഒരു അനിവാര്യ ഭാഗം എന്തായിരുന്നു? (മർക്കോസ് 12:10, മുതലായവയെയും യെശയ്യാവു 52:3-5-നെയും അടിസ്ഥാനമാക്കി.)

9. ദൈവത്തിന്റെ പദ്ധതിയുടെ ഒരു കേന്ദ്രഭാഗം എന്തായിരുന്നു? (മർക്കോസ് 8:31-32 മുതലായവയെ അടിസ്ഥാനമാക്കി)

അക്രമം നിരസിക്കുക

10. മത്തായി 26:52 ഉം യോഹന്നാൻ 18:36 ഉം അനുസരിച്ച് യേശു എന്താണ് നിരസിക്കുന്നത്?

11. മത്തായി 10:34 ലെ "വാൾ കൊണ്ടുവരുന്നത്" എന്നതിനെ ഡ്യൂറി എങ്ങനെ മനസ്സിലാക്കുന്നു?

12. തന്റെ ചില അനുയായികളെ നിരാശരാക്കിയ എന്ത് വീക്ഷണങ്ങളാണ് യേശു മിശിഹാ നിരാകരിച്ചത്? (മത്തായി 22:21; ലൂക്കോസ് 17:21; മത്തായി 20:16; മർക്കോസ് 10:43; മത്തായി 20:26-27 എന്നിവയെ അടിസ്ഥാനമാക്കി.)

13. ക്രിസ്ത്യാനികളായി മാറിയ പട്ടാളക്കാർക്ക് ആദിമ സഭ ഈ പഠിപ്പിക്കൽ എങ്ങനെ ബാധകമാക്കി?

നിങ്ങളുടെ ശത്രുക്കളെ സ്നേഹിക്കുക

14. മറ്റുള്ളവരോട് എങ്ങനെ പെരുമാറണമെന്ന് യേശു എന്തുകൊണ്ടാണ് പഠിപ്പിച്ചത്?

1) മത്തായി 5:38-42, തിന്മയ്ക്കുള്ള പ്രതികാരത്തെക്കുറിച്ച്...

2) മത്തായി 7:1-5, ന്യായവിധിയെക്കുറിച്ച്...

3) മത്തായി 5:44, ശത്രുക്കളെക്കുറിച്ച്...

4) മത്തായി 5:5, സൗമ്യതയെക്കുറിച്ച്...

5) മത്തായി 5:9, സമാധാനം ഉണ്ടാക്കുന്നവരെ കുറിച്ച്...

6) 1 കൊരിന്ത്യർ 4:11ff, പീഡനത്തെക്കുറിച്ച്...

7) 1 പത്രോസ് 2:21-25, നമ്മുടെ മാതൃകയെക്കുറിച്ച്...

കഷ്ടങ്ങൾക്കായി തയ്യാറെടുക്കുക

15. അനിവാര്യമായ കാര്യങ്ങളെക്കുറിച്ച് യേശു തന്റെ അനുയായികളെ എന്താണ് പഠിപ്പിച്ചത്? (മർക്കോസ് 13:9-13, അടിസ്ഥാനമാക്കി)

16. മുഹമ്മദ് തന്റെ അനുയായികളെ അക്രമത്തിലൂടെ കഷ്ടപ്പാടിന് പകരം വീട്ടാൻ പഠിപ്പിച്ചപ്പോൾ, യേശു എങ്ങനെയാണ് തന്റെ അനുയായികൾക്ക് നിർദ്ദേശം നൽകിയത്? (മർക്കോസ് 6:11; മത്തായി 10:13-14 എന്നിവയെ അടിസ്ഥാനമാക്കി.)

17. കയ്പേറിയിരിക്കാതെ മുന്നോട്ട് പോകേണ്ടതിന്റെ ആവശ്യകത യേശു എപ്പോഴാണ് മാതൃകയാക്കിയത്? (ലൂക്കോസ് 9:54-56 അടിസ്ഥാനമാക്കി.)

18. ക്രൂരമായി പീഡിപ്പിക്കപ്പെട്ടപ്പോൾ യേശു തന്റെ ശിഷ്യന്മാർ ചെയ്യാൻ പഠിപ്പിച്ച മൂന്ന് കാര്യങ്ങൾ എന്തൊക്കെയാണ്? (മത്തായി 10:19-20 മുതലായവ അടിസ്ഥാനമാക്കി)

1)

2)

3)

19. പീഡനം നേരിട്ട ശിഷ്യന്മാർക്ക് യേശു നൽകിയ നാലാമത്തെ പഠിപ്പിക്കൽ എന്തായിരുന്നു? (ലൂക്കോസ് 6:22-23 മുതലായവ അടിസ്ഥാനമാക്കി)

20. പീഡിപ്പിക്കപ്പെട്ട ശിഷ്യന്മാർക്ക് പഠിപ്പിച്ച അഞ്ചാമത്തെ സത്യം എന്താണ്? (1 പത്രോസ് 3:14 മുതലായവ അടിസ്ഥാനമാക്കി)

അനുരഞ്ജനം

21. ആദാമിന്റെയും ഹവ്വായുടെയും പാപം മനുഷ്യരാശിക്ക് മൂന്ന് പരിണതഫലങ്ങൾ ഉണ്ടാക്കി എന്ന് ഡ്യൂറി കുറിക്കുന്നു. അവ എന്തായിരുന്നു?

22. മനുഷ്യത്വം പുനഃസ്ഥാപിക്കാനും ദൈവ-മനുഷ്യ ബന്ധം പുനഃസ്ഥാപിക്കാനും ഉള്ള ദൈവത്തിന്റെ പദ്ധതിയുടെ പൂർത്തീകരണം എന്താണ്?

23. തിരസ്കരണത്തെ മറികടക്കുന്നതിനുള്ള താക്കോൽ എന്താണ്?

24. തിരസ്കരണത്തിന്റെ ശക്തിയെ യേശു എങ്ങനെ പരാജയപ്പെടുത്തി? (യോഹന്നാൻ 3:16-നെ അടിസ്ഥാനമാക്കി.)

25. യേശുവിന്റെ ക്രൂശുമരണം പഴയനിയമത്തിലെ ഏത് പ്രതീകാത്മകതയെയും പ്രവചനത്തെയുമാണ് സൂചിപ്പിക്കുന്നു?

26. തിരസ്കരണം അവസാനിപ്പിക്കുന്നതിലൂടെ, ക്രിസ്തുവിന്റെ യാഗം നമുക്ക് എന്താണ് നൽകിയത്?

27. റോമർ 8 അനുസരിച്ച്, അനുരഞ്ജനം എന്തിനെയാണ് മറികടക്കുന്നത്?

28. 2 കൊരിന്ത്യർ 5-നുസരിച്ച്, ദൈവം നിരസിക്കാനുള്ള ശക്തിയെ നശിപ്പിക്കാനായി നമുക്ക് ഏല്പിച്ച ശുശ്രൂഷ ശുശ്രൂഷ എന്ത് ആകുന്നു?

പുനരുത്ഥാനം

29. മുഹമ്മദ് തന്റെ ശത്രുക്കൾക്ക് എന്ത് ചെയ്യാൻ ആഗ്രഹിച്ചു?

30. പ്രവൃത്തികൾ 2:31-36 അനുസരിച്ച്, ക്രിസ്തു എങ്ങനെയാണ് ന്യായവിധി നേടിയത്?

31. ഫിലിപ്പിയർ 2:4-10-ൽ നിന്നുള്ള ഡ്യൂറിയുടെ ഉൾക്കാഴ്ച അനുസരിച്ച്, തന്നെത്തന്നെ താഴ്ത്തി ക്രൂശിൽ അർപ്പിച്ചതിന് ദൈവം ക്രിസ്തുവിന് എന്ത് നൽകുന്നു?

കുരിശിന്റെ ശിഷ്യത്വം

32. ക്രിസ്തുവിന്റെ ശിഷ്യന്മാർ 'തങ്ങളുടെ ക്രൂശ് എടുക്കുമ്പോൾ', അവർ അവരുടെ കഷ്ടപ്പാടുകളുടെ അനുഭവങ്ങളെ എങ്ങനെ വ്യാഖ്യാനിക്കുന്നു? (മർക്കോസ് 8:34-35 മുതലായവയെ അടിസ്ഥാനമാക്കി)

മുഹമ്മദ് കുരിശിനെതിരെ

33. മുഹമ്മദ് ക്രൂശിനെ എത്രമാത്രം വെറുത്തിരുന്നു?

34. ഇസ്ലാം അനുസരിച്ച്, ഈസ (ഇസ്ലാമിക യേശു) ഭൂമിയിലേക്ക് മടങ്ങിയെത്തിയാൽ എന്താണ് അപ്രത്യക്ഷമാക്കാൻ പോകുന്നത് എന്താണ്?

35. സൗദി അറേബ്യയിലേക്ക് പറന്നപ്പോൾ ഇംഗ്ലീഷ് ആർച്ച് ബിഷപ്പ് ജോർജ്ജ്

കാരിയോട് എന്ത് അപമാനകരമായ ആവശ്യമാണ് ഉന്നയിച്ചത്?

പ്രാർത്ഥന വിഭാഗത്തിൽ, ഇനിപ്പറയുന്ന ഘട്ടങ്ങൾ ദയവായി പാലിക്കുക:

1. ആദ്യം എല്ലാവരും ഒരുമിച്ച് 'യേശുക്രിസ്തുവിനെ അനുഗമിക്കാനുള്ള പ്രതിബദ്ധതയുടെ പ്രഖ്യാപനവും പ്രാർത്ഥനയും' ചൊല്ലുന്നു.

2. തുടർന്ന് സാക്ഷ്യങ്ങളും 'സത്യത്തെ നേരിടുക' വാക്യങ്ങൾ എല്ലാവരും വായിക്കുക.

3. ഇതിനുശേഷം, എല്ലാവരും ഒരുമിച്ച് നിന്ന് 'ഷഹാദ ഉപേക്ഷിക്കാനും അതിന്റെ ശക്തി തകർക്കാനുമുള്ള പ്രഖ്യാപനവും പ്രാർത്ഥനയും' ചൊല്ലുക.

4. കൂടുതൽ വിശദമായ നിർദ്ദേശങ്ങൾക്ക്, നേതാക്കൾക്കുള്ള ഗൈഡ് കാണുക.

6

ദിമ്മയിൽ നിന്നുള്ള മോചനം

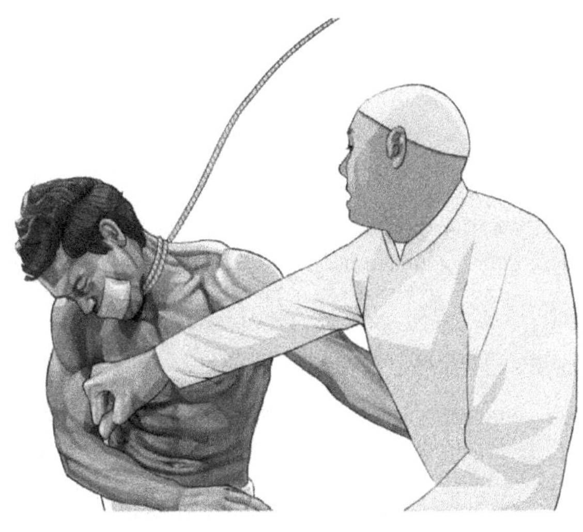

"അവൻ്റെ രക്തം ഗുണകരമായി സംസാരിക്കുന്നു."

എബ്രായർ 12:24

പാഠ ലക്ഷ്യങ്ങൾ

a. കീഴടക്കപ്പെട്ട ഒരു ജനതയുടെ മേൽ മുസ്ലീങ്ങൾ അടിച്ചേൽപ്പിച്ച ദിമ്മ ഉടമ്പടിയുടെ ദൈവശാസ്ത്രപരമായ അടിത്തറ ഗ്രഹിക്കുക.

b. കീഴടക്കപ്പെട്ട ആളുകളിൽ നിന്ന് മുസ്ലീങ്ങൾ ആവശ്യപ്പെടുന്ന മൂന്ന് തിരഞ്ഞെടുപ്പുകളും "മൂന്നാം തിരഞ്ഞെടുപ്പിന്റെ" സ്വാധീനവും മനസ്സിലാക്കുക.

c. മുസ്ലീങ്ങളല്ലാത്തവർക്ക് *ദിമ്മ* ഉടമ്പടിയുടെ പ്രത്യാഘാതങ്ങൾ വിശദീകരിക്കുക.

d. ഇസ്ലാമിക സാഹിത്യത്തിൽ നിന്നും ദൃക്സാക്ഷികളിൽ നിന്നും *ദിമ്മ* കീഴടക്കലിന്റെ ഉദാഹരണങ്ങൾ പരിഗണിക്കുക.

e. വാർഷിക ശിരഛേദം എന്ന ആചാരത്തിന്റെ മാനസികവും ആത്മീയവുമായ ആഘാതം മനസ്സിലാക്കുക.

f. ഇന്ന് പടിഞ്ഞാറൻ രാജ്യങ്ങളിലേക്ക് *ദിമ്മ* ഉടമ്പടി എങ്ങനെ തിരിച്ചുവരുന്നു എന്നതിന്റെ ഉദാഹരണങ്ങൾ പരിഗണിക്കുക.

g. ചില ആളുകൾ *ദിമ്മ* ഉടമ്പടി ഉപേക്ഷിക്കേണ്ടതിന്റെ ആവശ്യകത മനസ്സിലാക്കുക.

h. യേശുവും മുഹമ്മദും നിരസിക്കലിനോട് എത്ര വ്യത്യസ്തമായി പ്രതികരിച്ചുവെന്ന് സംക്ഷിപ്തമായി അവലോകനം ചെയ്യുക.

i. ചില ക്രിസ്ത്യാനികൾക്ക് *ദിമ്മ* ഉടമ്പടി ഉപേക്ഷിക്കുന്നതിനുള്ള പ്രാർത്ഥനകൾ എന്തുകൊണ്ട് ആവശ്യമാണെന്ന് മനസ്സിലാക്കുക.

j. *ദിമ്മ* ഉടമ്പടി ഉപേക്ഷിക്കുന്നതിനുള്ള നിഷേധാത്മകമായ ആത്മീയ സ്വാധീനങ്ങൾ ചുരുക്കി പട്ടികപ്പെടുത്തുക.

k. *ഷഹാദ* ഉപേക്ഷിക്കാൻ നിങ്ങൾ തയ്യാറെടുക്കുമ്പോൾ 15 നിർദ്ദിഷ്ട സത്യങ്ങൾ പ്രഖ്യാപിക്കുന്ന തിരുവെഴുത്ത് വാക്യങ്ങൾ പരിഗണിക്കുക (മുൻ പാഠത്തിൽ ഇതിനകം ചെയ്തിട്ടില്ലെങ്കിൽ).

l. കുറ്റ സമ്മത പ്രാർത്ഥനയും 35 അതുല്യമായ ഏറ്റുപറച്ചിൽ പ്രഖ്യാപനങ്ങളും ഉൾപ്പെടെ ഒരു ഏറ്റുപറച്ചിൽ പ്രാർത്ഥന ചൊല്ലിക്കൊണ്ടാണ് *ദിമ്മയിൽ* നിന്നുള്ള ആത്മീയ സ്വാതന്ത്ര്യം അവകാശപ്പെടുക.

കേസ് പഠനം: നിങ്ങൾ എന്തു ചെയ്യും?

ഒരു ധ്യാന കേന്ദ്രത്തിൽ ഒരു പ്രാർത്ഥനാ സമ്മേളനത്തിൽ പങ്കെടുക്കാൻ നിങ്ങളെയും നിങ്ങളുടെ സുഹൃത്തുക്കളെയും ക്ഷണിക്കുന്നു. നിങ്ങൾ പോകാൻ ആകാംക്ഷയോടെ കാത്തിരിക്കുകയാണ്, മറ്റുള്ളവരെ കണ്ടുമുട്ടുമ്പോൾ, മുസ്ലീം പശ്ചാത്തലത്തിൽ നിന്നുള്ള നിരവധി ക്രിസ്ത്യാനികളെ കാണുന്നതിൽ നിങ്ങൾ വളരെ ആവേശഭരിതരാകുന്നു.

ആദ്യ സായാഹ്ന മീറ്റിംഗിന്റെ അവസാനം, 10-12 പേർ ഉള്ള ഗ്രൂപ്പുകളായി ചേരാനും ആവശ്യങ്ങൾ പങ്കിടാനും 30 മിനിറ്റ് പ്രാർത്ഥിക്കാനും നിങ്ങളോട് നിർദ്ദേശിക്കുന്നു. നിങ്ങളുടെ ഗ്രൂപ്പിൽ നിരവധി മുസ്ലീം പശ്ചാത്തല വിശ്വാസികളുണ്ട്. അവരിൽ പലരും മനസ്സുതുറന്ന് മറ്റ് ക്രിസ്ത്യാനികളോടൊപ്പം ചേരുന്നതിൽ എത്ര സന്തോഷമുണ്ടെന്ന് പങ്കുവെക്കുന്നു. എന്നിരുന്നാലും, ഗ്രൂപ്പിലെ കുറച്ച് ക്രിസ്ത്യാനികൾ, തങ്ങളെ താഴ്ന്നവരായും അവിശ്വാസികളായും അധിക്ഷേപിക്കുകയും അവരുടെ ഗ്രാമത്തിൽ അവരെ മാറ്റിനിർത്തുകയും ചെയ്ത മുസ്ലീങ്ങളിൽ നിന്ന് തങ്ങൾക്ക് എത്രമാത്രം വേദന, ഭയം, ലജ്ജ, വെറുപ്പ് എന്നിവ അനുഭവപ്പെട്ടുവെന്ന് പങ്കുവെക്കാൻ തുടങ്ങുന്നു. മുൻ മുസ്ലീങ്ങളുടെ മറുപടി ഇങ്ങനെയാണ്, "ശരി, അത് കേട്ടതിൽ ഞങ്ങൾക്ക് ഖേദമുണ്ട്, പക്ഷേ അവരോട് ക്ഷമിക്കൂ; ഈ മുസ്ലീങ്ങൾക്ക് അവർ എന്താണ് ചെയ്യുന്നതെന്ന് അറിയില്ലായിരിക്കാം."

ഈ മറുപടി തങ്ങളുടെ വേദന പങ്കുവെച്ചവരെ വേദനിപ്പിച്ചിട്ടുണ്ടെന്ന് നിങ്ങൾക്ക് മനസ്സിലാക്കാൻ കഴിയും. അവർ നിങ്ങളോടും ഗ്രൂപ്പിലെ മറ്റു അംഗങ്ങളോടും ചോദിക്കുന്നു: "ഇത് വെറും 'ഞാൻ നിങ്ങളോട് ക്ഷമിക്കുന്നു' എന്നുപറയുന്നതിലും കൂടുതൽ ആഴത്തിൽ പോകുന്നു എന്നതല്ലേ ശരി? ഞങ്ങൾ അവരോട് ക്ഷമിച്ചു, പക്ഷേ ഇപ്പോഴും ഞങ്ങൾക്ക് മുസ്ലീമിനോട് വളരെ അസ്വസ്ഥത തോന്നുന്നു, ഭയം പോലും തോന്നുന്നു." ഈ അവസാന വാക്കുകൾ ഇപ്പോൾ മുൻ മുസ്ലീങ്ങളെ വളരെയധികം അസ്വസ്ഥരാക്കുന്നത് നിങ്ങൾക്ക് കാണാൻ കഴിയും.

നിങ്ങൾ എന്തു പറയും, ചെയ്യും?

പാഠത്തിൽ ഇസ്ലാമിക ഭരണത്തിൻകീഴിൽ വരുന്ന അമുസ്ലിങ്ങളോടുള്ള ഇസ്ലാമിൻ്റെ നയവും പെരുമാറ്റവും ഞങ്ങൾ പരിഗണിക്കുന്നു. ക്രിസ്ത്യാനികളും ജൂതന്മാരും ഉൾപ്പെടെയുള്ള ഈ ആളുകൾ ഇസ്ലാമിൽ ദിമ്മികൾ എന്നാണ് അറിയപ്പെടുന്നത്.

ദിമ്മ ഉടമ്പടി

2006-ൽ, ബെനഡിക്റ്റ് മാർപ്പാപ്പ തൻ്റെ പ്രസിദ്ധമായ റീജൻസ്ബർഗ് പ്രഭാഷണം നടത്തിയപ്പോൾ, ബൈസൻ്റൈൻ ചക്രവർത്തി മാനുവൽ II പാലിയോലോഗസിനെ ഉദ്ധരിച്ചു, അദ്ദേഹം "താൻ പ്രസംഗിച്ച വിശ്വാസം വാളുകൊണ്ട് പ്രചരിപ്പിക്കാനുള്ള മുഹമ്മദിൻ്റെ കൽപ്പന"യെക്കുറിച്ച് സംസാരിച്ചു.

മാർപാപ്പയുടെ പ്രസ്താവനയ്ക്കെതിരെ മുസ്ലിങ്ങൾ രോഷാകുലരാണ്. ഈ പ്രസംഗത്തിന് ശേഷം, ലോകമെമ്പാടുമുള്ള കലാപങ്ങളിൽ നൂറോളം പേർ കൊല്ലപ്പെട്ടു. അക്രമത്തിലൂടെയല്ല ഇസ്ലാം പ്രചരിച്ചതെന്ന് സൗദി അറേബ്യയിലെ ഗ്രാൻഡ് മുഫ്തി ഷെയ്ഖ് അബ്ദുൾ അസീസ് അൽ ഷെയ്ഖ് വാർത്താക്കുറിപ്പ് ഇറക്കിയതാണ് ഏറ്റവും രസകരമായ പ്രതികരണം. ഇസ്ലാമിനെ ഇതിൽ കുറ്റപ്പെടുത്തുന്നത് തെറ്റാണെന്ന് അദ്ദേഹം വാദിച്ചു, കാരണം അവിശ്വാസികൾക്ക് മൂന്നാമതൊരു തിരഞ്ഞെടുപ്പുണ്ട്. ആദ്യ തിരഞ്ഞെടുക്കൽ ഇസ്ലാം ആയിരുന്നു, രണ്ടാമത്തേത് വാളായിരുന്നു, മൂന്നാമത്തേത് "കീഴടങ്ങുകയും നികുതി അടയ്ക്കുകയും ചെയ്യുക, മുസ്ലീങ്ങളുടെ സംരക്ഷണത്തിൽ അവരുടെ മതം ആചരിച്ച് അവരുടെ രാജ്യത്ത് തുടരാൻ അവരെ അനുവദിക്കും."

ഗ്രാൻഡ് മുഫ്തി തൻ്റെ വായനക്കാരെ മുഹമ്മദിൻ്റെ മാതൃകയിലേക്ക് നയിച്ചു. ഖുർആനും *സുന്നയും* വായിക്കുന്നവർക്ക് വസ്തുതകൾ മനസ്സിലാക്കാൻ കഴിയുമെന്നും അദ്ദേഹം പറഞ്ഞു.

മുഫ്തി പരാമർശിച്ച മൂന്ന് തിരഞ്ഞെടുപ്പുകൾ ഇവയായിരുന്നു:

1. ഇസ്ലാം മതം സ്വീകരിക്കുക;
2. വാൾ-കൊല്ലുക അല്ലെങ്കിൽ കൊല്ലപ്പെടുക; അല്ലെങ്കിൽ
3. ഇസ്ലാമിൻ്റെ ശക്തികൾക്ക് കീഴടങ്ങുക.

ആദ്യത്തെ രണ്ട് തിരഞ്ഞെടുപ്പുകൾ മുഹമ്മദിന്റേതാണ്, അദ്ദേഹം പറഞ്ഞു:

> അല്ലാഹു ഒഴികെ മറ്റാർക്കും ആരാധനയ്ക്ക് അവകാശമില്ലെന്നും മുഹമ്മദ് അല്ലാഹുവിന്റെ ദൂതനാണെന്നും അവർ സാക്ഷ്യപ്പെടുത്തുന്നതുവരെ ജനങ്ങൾക്കെതിരെ പോരാടാൻ (അല്ലാഹു) എന്നോട് കൽപ്പിച്ചിരിക്കുന്നു ... അതിനാൽ അവർ ഇതെല്ലാം ചെയ്താൽ, അവർ അവരുടെ ജീവനും സ്വത്തും എന്നിൽ നിന്ന് രക്ഷിക്കുന്നു ...

എന്നിരുന്നാലും, ഇസ്ലാമിനോ വാളിനോ പുറമേ, കീഴടങ്ങുക, *ജിസിയ* എന്നറിയപ്പെടുന്ന ആദരാഞ്ജലി അർപ്പിക്കുക എന്ന മൂന്നാമത്തെ തിരെഞ്ഞെടുപ്പ് മുഹമ്മദ് നൽകിയ മറ്റ് പ്രസ്താവനകളാൽ ഇത് നിയന്ത്രിക്കപ്പെട്ടു:

> അല്ലാഹുവിന്റെ നാമത്തിലും അല്ലാഹുവിന്റെ മാർഗത്തിലും പോരാടുക.
> അല്ലാഹുവിൽ വിശ്വസിക്കാത്തവരോട് പോരാടുക. ഒരു വിശുദ്ധ യുദ്ധം നടത്തുക ...
> സഹകാരികളായ നിങ്ങളുടെ ശത്രുക്കളെ നിങ്ങൾ കണ്ടുമുട്ടുമ്പോൾ, അവരെ മൂന്ന് പ്രവർത്തന ഗതികളിലേക്ക് ക്ഷണിക്കുക.
> ഇവയിൽ ഏതെങ്കിലുമൊന്നിനോട് അവർ പ്രതികരിക്കുകയാണെങ്കിൽ, നിങ്ങൾ അത് സ്വീകരിക്കുകയും അവർക്ക് എന്തെങ്കിലും ദോഷം ചെയ്യുന്നതിൽ നിന്ന് സ്വയം പിന്മാറുകയും ചെയ്യുക.
> അവരെ ഇസ്ലാമിലേക്ക് ക്ഷണിക്കുക; അവർ നിങ്ങളുടെ വാക്കുകൾക്ക് ഉത്തരം നൽകിയാൽ, അവരിൽ നിന്ന് അത് സ്വീകരിക്കുകയും അവർക്കെതിരെ പോരാടുന്നതിൽ നിന്ന് വിട്ടുനിൽക്കുകയും ചെയ്യുക...
> അവർ ഇസ്ലാം സ്വീകരിക്കാൻ വിസമ്മതിച്ചാൽ, അവരിൽ നിന്ന് *ജിസിയ* ആവശ്യപ്പെടുക.
> അവർ പണം നൽകാൻ സമ്മതിച്ചാൽ, അവരിൽ നിന്ന് അത് സ്വീകരിക്കുകയും നിങ്ങളുടെ കൈകൾ അവർക്ക്ക് നേരെ ഉയർത്തിരിയ്ക്കുക.
> അവർ നികുതി അടയ്ക്കാൻ വിസമ്മതിച്ചാൽ, അല്ലാഹുവിന്റെ സഹായം തേടുകയും അവരോട് യുദ്ധം ചെയ്യുകയും ചെയ്യുക.

***ജിസിയ* നൽകണമെന്ന നിബന്ധനയും ഖുർആനിലെ ഒരു വാക്യത്തെ അടിസ്ഥാനമാക്കിയുള്ളതാണ്:**

> ഗ്രന്ഥം നൽകപ്പെട്ടവരോട് - അവർ കൈയിൽ നിന്ന് ജിസിയ [കപ്പം] നൽകുകയും അവർ അപമാനിക്കപ്പെടുകയും

[ചെറിയവരാക്കപ്പെടുകയും, നിസ്സാരരാക്കപ്പെടുകയും]
ചെയ്യുന്നതുവരെ പോരാടുക. (Q9:29)

ഇസ്ലാമിക ഭരണത്തിന് കീഴടങ്ങിയ സമൂഹങ്ങളെ ഇസ്ലാമിക നിയമം ദിമ്മ ഉടമ്പടി അംഗീകരിച്ചതായി കണക്കാക്കുന്നു, ഇത് ഒരു കീഴടങ്ങൽ ഉടമ്പടിയാണ്, അതിൽ അമുസ്ലിം സമൂഹം രണ്ട് കാര്യങ്ങൾ അംഗീകരിക്കുന്നു: 1) മുസ്ലീങ്ങൾക്ക് വാർഷിക *ജിസിയ* കപ്പം നൽകുക, 2) അപമാനിക്കപ്പെടുകയോ 'കൊച്ചക്കപ്പെടുകയോ' ചെയ്യുക, പരാജയപ്പെട്ട വിനയത്തിന്റെ മനോഭാവം സ്വീകരിക്കുക.

"ദിമ്മയിൻ കിഴലുള്ള ജനങ്ങളെ ബഹുമാനിക്കാനോ അവരെ മുസ്ലീങ്ങൾക്ക് മുകളിൽ ഉയർത്താനോ മുസ്ലീങ്ങൾക്ക് അനുവാദമില്ല, കാരണം അവർ ദുരിതബാധിതരും അപമാനിതരും അപമാനിതരുമാണ്" എന്ന് മുസ്ലീം വ്യാഖ്യാതാവ് ഇബ്നു കഥീർ തന്റെ വ്യാഖ്യാതാവിൽ പറഞ്ഞു. ഈ അധഃപതിച്ച അവസ്ഥ, ശരീഅത്തിന്റെ നിയമങ്ങൾ വഴി ഉറപ്പാക്കണമെന്നും, "അവരുടെ തുടർച്ചയായ അപമാനം, അധഃപതനം, അപമാനം" എന്നിവ ഉറപ്പുനൽകണമെന്നും അദ്ദേഹം പറഞ്ഞു.

ദിമ്മ ഉടമ്പടി അംഗീകരിക്കുന്നതിന് പകരമായി, അമുസ്ലിംകൾക്ക് മുമ്പ് അവർക്കുണ്ടായിരുന്ന മതം നിലനിർത്താൻ ശരീഅത്ത് അനുവദിക്കുന്നു. ഈ സാഹചര്യങ്ങളിൽ ജീവിക്കുന്ന അമുസ്ലിംകളെ ദിമ്മികൾ എന്ന് വിളിക്കുന്നു.

ഖുർആനിലെ രണ്ട് ദൈവശാസ്ത്ര തത്വങ്ങളുടെ രാഷ്ട്രീയ പ്രകടനമാണ് ദിമ്മ സമ്പ്രദായം:

1. ഇസ്ലാം മറ്റ് മതങ്ങളെ ജയിക്കണം:

   എല്ലാ മതങ്ങളെയും കീഴടക്കാൻ വേണ്ടി, തന്റെ ദൂതനെ മാർഗനിർദേശവും സത്യമതവും നൽകി അയച്ചത് അവനാണ്. (Q48:28)

2. ശരിയും തെറ്റും സംബന്ധിച്ച ഇസ്ലാമിന്റെ അധ്യാപനങ്ങൾ നടപ്പിലാക്കാൻ മുസ്ലീങ്ങൾക്ക് അധികാരമുണ്ടായിരിക്കണം:

   മനുഷ്യരാശിക്കുവേണ്ടി ഉയിർപ്പിക്കപ്പെട്ട ഏറ്റവും നല്ല സമൂഹമാണ് അവരെന്നും. നന്മ കൽപ്പിക്കുകയും തെറ്റ് വിലക്കുകയും ദൈവത്തിൽ വിശ്വസിക്കുകയും ചെയ്യുന്നു. (Q3:110)

ജിസിയ

ഇസ്ലാമിക ശരീഅത്ത് നിയമത്തിൽ, മുസ്ലീങ്ങൾ അവരെ വെറുതെ വിട്ടിരുന്നില്ലെങ്കിൽ ജീവൻ നഷ്ടപ്പെടുമായിരുന്ന ആളുകളായിട്ടാണ് ദിമ്മ ഉടമ്പടി അമുസ്ലിങ്ങളെ കണക്കാക്കുന്നത്. നിങ്ങൾ ആരെയെങ്കിലും കീഴടക്കി അവരെ ജീവിക്കാൻ അനുവദിച്ചാൽ, അവർ നിങ്ങളുടെ തലയ്ക്ക് കടപ്പെട്ടിരിക്കുന്നു എന്ന ഇസ്ലാമിന് മുമ്പുള്ള ആശയത്തിലേക്ക് ഇത് പോകുന്നു. ഇക്കാരണത്താൽ, മുതിർന്ന *ദിമ്മി* പുരുഷന്മാർ ഇസ്ലാമിക രാഷ്ട്രത്തിന് നൽകുന്ന വാർഷിക *ജിസിയ* തല നികുതിയെ ആധികാരിക ഇസ്ലാമിക സ്രോതസ്സുകളിൽ *ദിമ്മികൾ* അവരുടെ രക്തത്തിന് പകരമായി നൽകുന്ന ഒരു വീണ്ടെടുപ്പായി വിവരിച്ചിരിക്കുന്നു. *ജിസിയ* എന്ന വാക്കിന്റെ അർത്ഥം 'നഷ്ടപരിഹാരം', 'പ്രതിഫലം' അല്ലെങ്കിൽ 'ആദരാഞ്ജലി' എന്നാണ്. മുസ്ലീം നിഘണ്ടുക്കൾ അതിന്റെ അർത്ഥം ഇനിപ്പറയുന്ന രീതിയിൽ നിർവചിച്ചു:

> ... ഒരു മുസ്ലീം ഗവൺമെന്റിന്റെ സ്വതന്ത്ര അമുസ്ലിംകളിൽ നിന്ന് എടുക്കുന്ന നികുതി, അവർ കൊല്ലപ്പെടാത്തതിന് നഷ്ടപരിഹാരം പോലെ, അവർക്ക് സംരക്ഷണം ഉറപ്പാക്കുന്ന കരാർ [ദിമ്മ കരാർ] അംഗീകരിക്കുന്നു.12

പത്തൊൻപതാം നൂറ്റാണ്ടിലെ അൾജീരിയൻ വ്യാഖ്യാതാവായ മുഹമ്മദ് ഇബ്നു യൂസഫ് അത്ഫായിഷ്, Q9:29-ലെ തന്റെ വ്യാഖ്യാനത്തിൽ ഈ തത്ത്വം വിശദീകരിച്ചു:

> അത് [*ജിസിയ*] അവരുടെ രക്തത്തിന്റെ പര്യാഹരമാണ്. അവർ കൊല്ലപ്പെടാത്തതിന് നഷ്ടപരിഹാരം നൽകാൻ ... മതിയെന്ന് പറയപ്പെടുന്നു. കൊലപാതകത്തിന്റെയും അടിമത്തത്തിന്റെയും കടമകൾക്ക് (*വാജിബ്*) പകരമായി നൽകുക എന്നതാണ് ഇതിന്റെ ഉദ്ദേശ്യം ... അത് മുസ്ലീങ്ങളുടെ പ്രയോജനത്തിനാണ്.

അല്ലെങ്കിൽ, 1798-ൽ പ്രസിദ്ധീകരിച്ച തന്റെ സർവേ ഓഫ് ദി ടർക്കിഷ് എംപയറിൽ വില്യം ഈറ്റൺ ഒരു നൂറ്റാണ്ടിലേറെ മുമ്പ് വിശദീകരിച്ചതുപോലെ:

> ക്രിസ്ത്യൻ പ്രജകൾക്ക് അവരുടെ ക്യാപിറ്റേഷൻ ടാക്സ് [*ജിസിയ*] അടയ്ക്കുമ്പോൾ നൽകിയ അവരുടെ ഫോർമുലയുടെ വാക്കുകൾ തന്നെ, ലഭിച്ച പണത്തിന്റെ തുക, ആ വർഷം

12 എഡ്വേർഡ് ഡബ്ല്യൂ. ലെയ്ൻ, *അറബിക്-ഇംഗ്ലീഷ് ലെക്സിക്കൺ.*

> അവരുടെ തല ധരിക്കാൻ അനുവദിച്ചതിന് നഷ്ടപരിഹാരമായി കണക്കാക്കുന്നു എന്നാണ് അർത്ഥമാക്കുന്നത്.

പാലിക്കാത്തതിനുള്ള പിഴ

ദിമ്മ ഉടമ്പടി പാലിക്കാത്തതിന് കഠിനമായ ശിക്ഷ ബാധകമാണ്. ഒരു *ദിമ്മി ജിസിയ* നികുതി അടയ്ക്കുന്നതിൽ നിന്ന് വിട്ടുനിൽക്കുകയോ അല്ലെങ്കിൽ *ദിമ്മികൾക്ക്* ഏർപ്പെടുത്തിയിരിക്കുന്ന നിയന്ത്രണങ്ങൾ അനുസരിക്കുന്നതിൽ പരാജയപ്പെടുകയോ ചെയ്താൽ, ജിഹാദ് വീണ്ടും ആരംഭിച്ചു എന്നതായിരുന്നു ശിക്ഷ. ഇതിനർത്ഥം യുദ്ധസാഹചര്യങ്ങൾ: *ദിമ്മികളുടെ* സ്വത്തുക്കൾ കൊള്ളയടിക്കുക, സ്ത്രീകളെ അടിമകളാക്കി ബലാത്സംഗം ചെയ്യുക, പുരുഷന്മാരെ കൊല്ലുക (അല്ലെങ്കിൽ വാളിന്റെ മുനയിൽ പരിവർത്തനം ചെയ്യുക).

സിറിയയിലെ ക്രിസ്ത്യാനികൾ ജിഹാദിന്റെ ശിക്ഷ അവരുടെ മേൽ കൊണ്ടുവരുന്നതിനെ കുറിച്ച് സൂചിപ്പിക്കുന്ന ഒരു പ്രത്യേക ധിമ്മ കരാറിന്റെ പ്രസിദ്ധ ഉദാഹരണം, "ഉമറിന്റെ ഉടമ്പടി" എന്ന പേരിൽ അറിയപ്പെടുന്നു:

> സുരക്ഷയ്ക്കും സംരക്ഷണത്തിനും പകരമായി ഞങ്ങൾക്കും ഞങ്ങളുടെ മതത്തിന്റെ അനുയായികൾക്കും എതിരായി നിശ്ചയിച്ച വ്യവസ്ഥകളാണിവ. നിങ്ങളുടെ നേട്ടത്തിനായി ഞങ്ങൾ നിശ്ചയിച്ച ഈ വാഗ്ദാനങ്ങളിൽ ഏതെങ്കിലും ഞങ്ങൾ ലംഘിക്കുകയാണെങ്കിൽ, ഞങ്ങളുടെ ദിമ്മ ലംഘിക്കപ്പെടും, ധിക്കാരികളും മത്സരികളുമായ ആളുകൾ നിങ്ങൾക്ക് അനുവദനീയമായത് ഞങ്ങളുമായി ചെയ്യാൻ നിങ്ങൾക്ക് അനുവാദമുണ്ട്.

ഇബ്നു ഖുദാമയും ഇതേ ആശയം ഉന്നയിക്കുന്നു, ഒരു അമുസ്ലിം *ദിമ്മി ദിമ്മ* ഉടമ്പടിയുടെ വ്യവസ്ഥകൾ പാലിക്കുന്നില്ലെങ്കിൽ, അവർക്ക് അവരുടെ ജീവനും സ്വത്തുക്കളും നഷ്ടപ്പെടുത്തുന്നു:

> തല നികുതി [*ജിസിയ*] അടയ്ക്കാൻ വിസമ്മതിച്ചുകൊണ്ടോ സമൂഹത്തിന്റെ നിയമങ്ങൾക്ക് വിധേയനായിക്കൊണ്ടോ തന്റെ സംരക്ഷണ കരാർ ലംഘിക്കുന്ന ഒരു സംരക്ഷിത വ്യക്തി ... തന്നെയും തന്റെ സ്വത്തുക്കളെയും ഹലാലാക്കുന്നു ['ലൈസൻറായി' - മുസ്ലീങ്ങൾക്ക് കൊല്ലപ്പെടാനോ പിടിച്ചെടുക്കാനോ സ്വതന്ത്രമായി ലഭ്യമാണ്].

കൂട്ടക്കൊലകൾ, ബലാത്സംഗം, കൊള്ള എന്നിവ ഉൾപ്പെടുന്ന ആഘാതകരമായ ചരിത്ര സംഭവങ്ങളാൽ നിരവധി *ദിമ്മി*സമൂഹങ്ങളുടെ

ചരിത്രം അടയാളപ്പെടുത്തിയിട്ടുണ്ട്. ഇവ അമുസ്ലിങ്ങളെ നിരന്തരമായ ഭീഷണിയുടെ അവസ്ഥയിൽ നിലനിർത്താൻ സഹായിച്ചിട്ടുണ്ട്, കൂടാതെ മുഴുവൻ സമൂഹത്തിനും മേലുള്ള ദിമ്മയുടെ മാനസികവും ആത്മീയവുമായ അടിമത്തം ശക്തിപ്പെടുത്തിയിട്ടുണ്ട്. അവയിൽ രണ്ട് ഉദാഹരണങ്ങൾ ഇവയാണ്:

- 1066-ൽ ഏകദേശം 3,000 പേരുള്ള ഗ്രാനഡയിലെ ജൂതന്മാരെ മുസ്ലീങ്ങൾ കൂട്ടക്കൊല ചെയ്തു. സാമുവൽ ഹ-നാഗിദ് എന്ന ജൂതൻ ഗ്രാനഡയിലെ ഗ്രാൻഡ് വിസിയറായിരുന്നു, മുസ്ലീം സുൽത്താനെ സേവിച്ചു. പശ്ചാത്തലം: അദ്ദേഹത്തിന്റെ മകൻ ജോസഫ് ഹ-നാഗിദ് അതേ പദവിയിൽ തുടർന്നു. മുസ്ലീങ്ങളല്ലാത്തവർ മുസ്ലീങ്ങളുടെ മേൽ അധികാരം പ്രയോഗിക്കുന്നത് വിലക്കുന്ന ദിമ്മ വ്യവസ്ഥകളുടെ ലംഘനമായാണ് ഈ ജൂതന്മാരുടെ വിജയമായി കണക്കാക്കപ്പെട്ടത്. ദിമ്മ നിയന്ത്രണങ്ങൾക്ക് അനുസൃതമായി ജൂതന്മാർക്കെതിരായ മതപരമായ പ്രകോപന പ്രചാരണം കൂട്ടക്കൊലയിലേക്ക് നയിച്ചു. ഒരു സുൽത്താനെ സേവിക്കുന്നതിൽ ജൂതന്മാർ പ്രമുഖ സ്ഥാനം വഹിക്കുന്ന സമയത്തെല്ലാം, അവർ "അവരുടെ [*ദിമ്മി*] പദവിക്കെതിരെ സ്ഥിരമായ കലാപത്തിന്റെ അവസ്ഥയിലാണെന്നും, അത് അന്നുമുതൽ അവരെ സംരക്ഷിക്കുന്നില്ലെന്നും" വടക്കേ ആഫ്രിക്കൻ നിയമജ്ഞനായ അൽ-മാഗിലി പിന്നീട് എഴുതി. മറ്റൊരു വിധത്തിൽ പറഞ്ഞാൽ, അവരുടെ രക്തം ഹലാൽ ആയിരുന്നു.

- 1860-ൽ ഡമാസ്കസിലെ 5,000-ത്തിലധികം ക്രിസ്ത്യാനികളെ കൂട്ടക്കൊല ചെയ്തു. ഓട്ടോമൻമാർ ദിമ്മ നിയമങ്ങൾ ഔദ്യോഗികമായി നിർത്തലാക്കി എന്നതാണ് പശ്ചാത്തലം. യൂറോപ്യൻ ശക്തികളുടെ രാഷ്ട്രീയ സമ്മർദ്ദത്തിന്റെ ഫലമായാണ് ഇത് ചെയ്തത്. ഡമാസ്കസിലെ മുസ്ലീം പ്രസംഗകർ ഈ മെച്ചപ്പെട്ട പദവിയോട് നീരസം പ്രകടിപ്പിക്കുകയും ക്രിസ്ത്യാനികൾ ഇനി *ദിമ്മികളായി* വിധേയത്വത്തോടെ പ്രവർത്തിക്കാത്തതിനാൽ അവരുടെ സംരക്ഷിത പദവി നഷ്ടപ്പെടുകയും ചെയ്തുവെന്ന് പ്രഖ്യാപിക്കുകയും ചെയ്തു. ക്ലാസിക്കൽ ജിഹാദ് യുദ്ധ നടപടിക്രമങ്ങൾ പാലിച്ചാണ് ഈ കൂട്ടക്കൊല നടന്നത്: പുരുഷന്മാരെ കൊന്നു, സ്ത്രീകളെയും കുട്ടികളെയും അടിമകളാക്കി, ബന്ദികളാക്കിയ സ്ത്രീകളെ ബലാത്സംഗം ചെയ്തു, സ്വത്ത് കൊള്ളയടിച്ചു. ചിലർ ഇസ്ലാമിലേക്ക് പരിവർത്തനം ചെയ്തുകൊണ്ട് ജീവൻ നഷ്ടപ്പെട്ടു.

അസ്വസ്ഥത ഉളവാക്കുന്ന ഒരു ആചാരം

പ്രായപൂർത്തിയായ ഓരോ പുരുഷനും എല്ലാ വർഷവും *ജിസിയ* നികുതി അടയ്ക്കണമായിരുന്നു, കൂടാതെ ഒരു പ്രത്യേക ആചാരം പാലിക്കണമായിരുന്നു. ഇരുപതാം നൂറ്റാണ്ട് വരെ മുസ്ലീം ലോകമെമ്പാടും *ദിമ്മി* പുരുഷന്മാർ ഈ ആചാരത്തിന് വിധേയരാകേണ്ടി വന്നു.

ജിസിയ പണമടയ്ക്കൽ എന്ന ആചാരത്തിൽ ശക്തമായ ഒരു പ്രതീകാത്മകത ഉണ്ടായിരുന്നു, അതിൽ ഒരു മുസ്ലീം *ദിമ്മിയെ* കഴുത്തിൽ അടിക്കുകയും ചില പതിപ്പുകളിൽ *ദിമ്മിയെ* കഴുത്തിൽ കെട്ടി ഒരു കയർ വലിച്ചിഴയ്ക്കുകയും ചെയ്യുമായിരുന്നു. മരണത്തിൽ നിന്നോ അടിമത്തത്തിൽ നിന്നോ രക്ഷപ്പെടാൻ *ദിമ്മി* ഈ നികുതി ഉപയോഗിച്ച് തന്റെ ജീവൻ പണയപ്പെടുത്തുകയാണെന്ന് ഈ ആചാര പ്രവൃത്തികൾ സൂചിപ്പിക്കുന്നു. ശിരഛേദം വഴിയുള്ള മരണത്തിന്റെ ഒരു നിയമനിർമ്മാണമായിരുന്നു ഈ ആചാരം, അതിൽ നിന്ന് *ജിസിയ* പണമടയ്ക്കലിന് വാർഷിക ഇളവ് ലഭിച്ചു.

മൊറോക്കോ മുതൽ ബുഖാറ വരെ, ഒമ്പതാം നൂറ്റാണ്ട് മുതൽ ഇരുപതാം നൂറ്റാണ്ട് വരെ, ഈ ആചാരത്തെക്കുറിച്ച് മുസ്ലിം അമുസ്ലിം സ്രോതസ്സുകളും നിരവധി റിപ്പോർട്ടുകൾ നൽകുന്നു. 1940 കളുടെ അവസാനത്തിലും 1950 കളുടെ തുടക്കത്തിലും ജൂതന്മാർ ഇസ്രായേലിലേക്ക് പലായനം ചെയ്യുന്നത് വരെ യെമൻ, അഫ്ഗാനിസ്ഥാൻ തുടങ്ങിയ ചില മുസ്ലീം രാജ്യങ്ങളിൽ ഈ ആചാരം തുടർന്നു, സമീപ വർഷങ്ങളിൽ ഇത് തിരികെ കൊണ്ടുവരണമെന്ന് തീവ്ര മുസ്ലീങ്ങൾ നിരവധി ആഹ്വാനങ്ങൾ നടത്തിയിട്ടുണ്ട്.

പ്രതീകാത്മകമായി ശിരഛേദം ചെയ്യുന്നതിനെ ഒരു 'രക്ത ഉടമ്പടി' അല്ലെങ്കിൽ 'രക്ത പ്രതിജ്ഞ' (പാഠം 2 ൽ ചർച്ച ചെയ്തിരിക്കുന്നു) ആയി കണക്കാക്കാം, അതിൽ പങ്കെടുക്കുന്നയാൾ അവരുടെ കരാറിന്റെ വ്യവസ്ഥകൾ പാലിക്കുന്നതിൽ പരാജയപ്പെട്ടാൽ, അവരുടെ വധശിക്ഷ നടപ്പിലാക്കുന്ന രീതി അനുകരിച്ചുകൊണ്ട് സ്വയം മരണത്തിന് അപേക്ഷിക്കുന്നു. നൂറ്റാണ്ടുകളായി രഹസ്യ സമൂഹങ്ങളും നിഗൂഢ ഗ്രൂപ്പുകളും ഈ ചടങ്ങുകളിൽ ഇത്തരം ശപഥങ്ങൾ ഉപയോഗിച്ചുവരുന്നു, കൂടാതെ ഈ ചടങ്ങുകളിൽ പങ്കെടുക്കുന്ന ആളുകളെ സമർപ്പണത്തിലേക്കും അനുസരണത്തിലേക്കും ബന്ധിപ്പിക്കാൻ അവയ്ക്ക് മാനസിക-ആത്മീയ ശക്തിയുമുണ്ട്.

ജിസിയ ആചാരം പ്രതീകാത്മകമായി അതിൽ പങ്കെടുക്കുന്ന *ദിമ്മിയുടെ* സമ്മതം ആവശ്യപ്പെടുന്നു, ധിമ്മാ ഉടമ്പടിയിലെ വ്യവസ്ഥകളിൽ ഏതിനെങ്കിലും വിരുദ്ധമായി പ്രവർത്തിച്ചാൽ, അതിന്റെ പേരിൽ തന്റെ ജീവൻ രക്ഷിക്കപ്പെട്ടതിനാൽ, സ്വന്തം തലയെ പോലും വിട്ടുകൊടുക്കാൻ തയ്യാറാണെന്ന് പ്രതിനിധാനം ചെയ്യുന്നു. ഇത് സ്വയം ശപിക്കുന്ന ഒരു പ്രവൃത്തിയാണ്, ഫലത്തിൽ "എന്റെ ഉടമ്പടിയിലെ ഏതെങ്കിലും വ്യവസ്ഥകൾ ഞാൻ ലംഘിച്ചാൽ നിങ്ങൾക്ക് എന്റെ തല എടുക്കാൻ കഴിയും" എന്ന് പറയുന്നു. പിന്നീട്, ഒരു *ദിമ്മി* തന്റെ കരാർ ലംഘിച്ചാൽ, ഈ പൊതു ആചാരത്തിന് വിധേയനായതിന്റെ പേരിൽ അയാൾ ഇതിനകം തന്നെ വധശിക്ഷ വിധിച്ചിരിക്കും, കൂടാതെ അയാൾ കൊല്ലപ്പെടുകയാണെങ്കിൽ, അത് അയാളുടെ മുൻകൂർ അനുമതിയോടെയാണ്.

ഈ വിഭാഗങ്ങളിൽ, ദിമ്മ സമ്പ്രദായം അമുസ്ലിങ്ങളിൽ ചെലുത്തുന്ന മാനസിക സ്വാധീനം നാം പരിഗണിക്കുന്നു.

വിനീതമായ നന്ദി

സാരത്തിൽ, പരമ്പരാഗത ഇസ്ലാമിക നിയമത്തിൽ അന്യമതസ്ഥർ മുസ്ലിം ജേതാക്കളോട് അവരുടെ ജീവൻ കടപ്പെട്ടവരായി കണക്കാക്കുന്നു. അവർ നന്ദിയോടെ അനുമോദനത്തോടും സമർപ്പണത്തോടും കൂടിയ വിനയദാന നിലപാട് സ്വീകരിക്കണമെന്ന് പ്രതീക്ഷിക്കപ്പെടുന്നു. ഇസ്ലാമിക വ്യാഖ്യാതാക്കൾ ഈ കാര്യത്തിൽ വളരെ വ്യക്തമായിരിക്കുന്നു.

ശരീഅത്ത് നിയമങ്ങൾ പല അമുസ്ലിങ്ങളുടെ മേൽ അപകർഷതയും ദുർബലതയും അടിച്ചേൽപ്പിക്കാൻ രൂപകൽപ്പന ചെയ്തിട്ടുള്ളതാണ്. ഉദാഹരണത്തിന്:

- ശരീഅത്ത് കോടതികളിൽ *ദിമ്മികളുടെ* സാക്ഷ്യം സ്വീകരിക്കപ്പെട്ടിരുന്നില്ല: ഇത് അവരെ എല്ലാത്തരം അടിച്ചമർത്തലുകൾക്കും ഇരയാക്കി.
- *ദിമ്മി* വീടുകൾ മുസ്ലീം വീടുകളേക്കാൾ താഴ്ന്നതായിരിക്കണം.
- *ദിമ്മികൾക്ക്* കുതിരപ്പുറത്ത് കയറാനോ മുസ്ലീങ്ങളുടെ വീടുകൾക്ക് മുകളിൽ തല ഉയർത്താനോ അനുവാദമില്ലായിരുന്നു.

- പൊതുവഴികളിൽ മുസ്ലീങ്ങളുടെ വഴിയിൽ നിന്ന് *ദിമ്മികൾക്ക്* മാറിനിൽക്കേണ്ടിവന്നു, അവർ കടന്നുപോകാനായി മറ്റുള്ളവർ റോഡിന്റെ വശത്തേക്ക് നീങ്ങേണ്ടിവന്നു.

- *ദിമ്മികൾക്ക്* സ്വയം പ്രതിരോധത്തിനുള്ള ഒരു മാർഗവും അനുവദിച്ചിരുന്നില്ല, ഇത് അവരെ മുസ്ലീങ്ങളുടെ കൈകളിൽ നിന്നുള്ള അക്രമത്തിന് ഇരയാക്കി.

- അമുസ്ലിം മതചിഹ്നങ്ങളോ ആചാരങ്ങളോ പരസ്യമായി പ്രദർശിപ്പിക്കാൻ അനുവദിച്ചിരുന്നില്ല.

- പുതിയ പള്ളികൾ പണിയാൻ പാടില്ല, കേടുപാടുകൾ സംഭവിച്ച പള്ളികൾ നന്നാക്കാൻ പാടില്ല.

- ഇസ്ലാമിനെ വിമർശിക്കാൻ അനുവാദമില്ല.

- *ദിമ്മികൾക്ക്* വ്യത്യസ്തമായ വസ്ത്രം ധരിക്കണമായിരുന്നു, വ്യത്യസ്തമായ വസ്ത്രങ്ങളോ നിറമുള്ള പാച്ചുകളോ ധരിക്കണമായിരുന്നു.

- മുസ്ലീം പുരുഷന്മാർക്ക് *ദിമ്മി* സ്ത്രീകളെ വിവാഹം കഴിക്കാമായിരുന്നു, കുട്ടികളെ മുസ്ലീങ്ങളായി വളർത്തണമായിരുന്നു; എന്നിരുന്നാലും, ഒരു മുസ്ലീം സ്ത്രീക്ക് ഒരു *ദിമ്മി* പുരുഷനെ വിവാഹം കഴിക്കുന്നത് നിഷിദ്ധമായിരുന്നു.

- മുസ്ലീം ഇതര സമൂഹങ്ങളിൽ അപമാനവും വേർതിരിവും നടപ്പിലാക്കുന്ന മറ്റ് നിരവധി നിയമങ്ങളും ഉണ്ടായിരുന്നു.

ഇത്തരം നിയമങ്ങൾ ഖുറാൻ (Q9:29) കൽപ്പന പ്രകാരം "ചെറുതാക്കുക" എന്നതിൻ്റെ സാമൂഹികവും നിയമപരവുമായ ആവിഷ്കാരമായി മനസ്സിലാക്കപ്പെട്ടു.

ദിമ്മ സമ്പ്രദായം അത് ആധിപത്യം പുലർത്തുന്ന അമുസ്ലിം സമൂഹങ്ങളെ കുറച്ചുകാണനും താഴ്ത്തിക്കെട്ടാനുമാണ് രൂപകൽപ്പന ചെയ്തിരിക്കുന്നത്. പതിനെട്ടാം നൂറ്റാണ്ടിലെ മൊറോക്കൻ വ്യാഖ്യാതാവ് ഇബ്നു അജിബ അതിന്റെ ഉദ്ദേശ്യത്തെ ആത്മാവിനെ കൊല്ലുക എന്ന നിലയിൽ വിശേഷിപ്പിച്ചു:

> [*ദിമ്മി*] തന്റെ ആത്മാവിനെയും, ഭാഗ്യത്തെയും, ആഗ്രഹങ്ങളെയും മരണത്തിന് വിധേയമാക്കാൻ കൽപ്പിക്കപ്പെട്ടിരിക്കുന്നു. എല്ലാറ്റിനുമുപരി, അവൻ ജീവിതസ്നേഹത്തെയും, നേതൃത്വത്തെയും, ബഹുമാനത്തെയും

> കൊല്ലണം. [*ദിമ്മി*] തന്റെ ആത്മാവിന്റെ ആഗ്രഹങ്ങളെ മറിച്ചിടുക എന്നതാണ്, അത് പൂർണ്ണമായും കീഴടങ്ങുന്നതുവരെ അതിന് താങ്ങാൻ കഴിയുന്നതിലും കൂടുതൽ അവൻ അതിൽ ഭാരം ചുമത്തുക എന്നതാണ്. അതിനുശേഷം അവന് ഒന്നും അസഹനീയമായിരിക്കില്ല. കീഴ്പ്പെടുത്തലിനോടോ ശക്തിക്കോ അവൻ നിസ്സംഗനായിരിക്കും. ദാരിദ്ര്യവും സമ്പത്തും അവന് ഒരുപോലെയായിരിക്കും; പ്രശംസയും അപമാനവും ഒരുപോലെയായിരിക്കും; തടയുന്നതും വഴങ്ങുന്നതും ഒരുപോലെയായിരിക്കും; നഷ്ടപ്പെട്ടതും കണ്ടെത്തുന്നതും ഒരുപോലെയായിരിക്കും. അപ്പോൾ, എല്ലാം ഒരുപോലെയാകുമ്പോൾ, അത് [ആത്മാവിന്] കീഴടങ്ങുകയും അത് നൽകേണ്ടത് സ്വമേധയാ നൽകുകയും ചെയ്യും.

അപകർഷതയുടെ ഒരു മനഃശാസ്ത്രം

'ദിമ്മിത്വം' എന്ന പദം ദിമ്മാ ഉടമ്പടിയിലൂടെ ഉണ്ടാകുന്ന നിബന്ധനകളുടെ സമഗ്രതയെ വിവരിക്കാൻ ഉപയോഗിക്കപ്പെടുന്നു. ലൈംഗിക വിവേചനത്തെയും വംശീയവാദത്തെയും പോലെ, ദിമ്മത്വം നിയമ, സാമൂഹിക ഘടനകളിൽ മാത്രമല്ല, നന്ദിയുള്ള താഴ്മയും ജീവൻ രക്ഷിക്കാനുള്ള ശ്രമത്തിൽ അടിച്ചമർത്തപ്പെട്ട സമൂഹം സ്വീകരിക്കുന്ന സേവന മനോഭാവവുമാണ് പ്രകടമാകുന്നത്.

മധ്യകാല ഐബീരിയൻ ജൂത പണ്ഡിതനായ മൈമോണിഡെസ് പറഞ്ഞതുപോലെ, "വൃദ്ധരും ചെറുപ്പക്കാരും ഒരുപോലെ സ്വയം അപമാനത്തിന് ഇരയാകാൻ സമ്മതിച്ചിരിക്കുന്നു..."; ഇരുപതാം നൂറ്റാണ്ടിന്റെ തുടക്കത്തിൽ, ഭരണകക്ഷിയായ തുർക്കികളുടെയും മുസ്ലീം അൽബേനിയക്കാരുടെയും കൈകളിൽ നിന്നുള്ള അക്രമത്തെക്കുറിച്ചുള്ള തലമുറകൾ തമ്മിലുള്ള ഭയം ബാൽക്കണിലെ ക്രിസ്ത്യൻ ജനതയെ എങ്ങനെ മാനസികമായി മാറ്റിമറിച്ചുവെന്ന് സെർബിയൻ ഭൂമിശാസ്ത്രജ്ഞൻ ജോവാൻ സിവിജിക് വിവരിച്ചു:

> [അവർ] ഒരു താഴ്ന്ന, അടിമ വിഭാഗത്തിൽ പെടുന്നത് ശീലമാക്കി, അവരുടെ കടമ യജമാനന് സ്വീകാര്യരാകുക, അവന്റെ മുമ്പാകെ സ്വയം താഴ്ത്തുക, അവനെ പ്രീതിപ്പെടുത്തുക എന്നിവയാണ്. ഈ ആളുകൾ രഹസ്യമായി സംസാരിക്കുന്നവരും, തന്ത്രശാലികളും, കൗശലക്കാരും ആയിത്തീരുന്നു; അവർക്ക് മറ്റുള്ളവരിൽ എല്ലാ ആത്മവിശ്വാസവും നഷ്ടപ്പെടുന്നു; ജീവിക്കാനും അക്രമാസക്തമായ ശിക്ഷകൾ ഒഴിവാക്കാനും ഇവ ആവശ്യമായതിനാൽ അവർ കാപട്യത്തിനും നീചത്വത്തിനും പരിചിതരാകുന്നു.

> അടിച്ചമർത്തലിന്റെയും അക്രമത്തിന്റെയും നേരിട്ടുള്ള സ്വാധീനം മിക്കവാറും എല്ലാ ക്രിസ്ത്യാനികളിലും ഭയത്തിന്റെയും വേദനയുടെയും വികാരങ്ങളായി പ്രകടമാണ്... മാസിഡോണിയയിൽ ആളുകൾ പറയുന്നത് ഞാൻ കേട്ടു: "നമ്മുടെ സ്വപ്നങ്ങളിൽ പോലും നമ്മൾ തുർക്കികളിൽ നിന്നും അൽബേനിയക്കാരിൽ നിന്നും ഓടിപ്പോകുന്നു."

ദിമ്മിയുടെ താഴ്മയ്ക്ക് സമാനമായി മുസ്ലിമിന്റെ മേൽക്കോയ്മയും നിലനില്ക്കുന്നു, കാരണം ദിമ്മിയ്ക്ക് ജീവിക്കാൻ അനുമതിനൽകിയ ഒരാളെന്ന തോന്നലാണ് അദ്ദേഹത്തിനുണ്ടാകുന്നത്, കൂടാതെ അദ്ദേഹത്തിന്റെ സമ്പത്തുകൾ എടുത്തിട്ടില്ല. ക്രിസ്തുമതത്തിലേക്ക് മാറിയ ഒരു ഇറാനിയൻ പറഞ്ഞു: "ക്രിസ്തുമതം ഇനിയുമൊരു താഴ്ന്ന വർഗ്ഗത്തിന്റെ മതമായി കണക്കാക്കപ്പെടുന്നു. ഇസ്ലാം യജമാനന്മാരുടെയും ഭരണാധികാരികളുടെയും മതമാണ്; ക്രിസ്തുമതം അടിമകളുടെ മതമാണ്."

ധിക്കാരത്തിൻ്റെ ഈ ലോകവീക്ഷണം മുസ്‌ലിംകൾക്കും അമുസ്ലിങ്ങളെ അപമാനിക്കുന്നതുപോലെ തന്നെ ഹാനികരമാണ്. സമനിലയിൽ മത്സരിക്കാൻ പഠിക്കാൻ സാധ്യതയില്ലാത്ത സാഹചര്യങ്ങൾ സ്ഥാപിക്കുമ്പോൾ മുസ്ലിങ്ങൾ സ്വയം ഉപദ്രവിക്കുന്നു. സാമ്പത്തിക സംരക്ഷണ നയങ്ങൾ ഒരു രാജ്യത്തിൻ്റെ സമ്പദ്‌വ്യവസ്ഥയെ തകർച്ചയിലേക്ക് നയിക്കും; സമാനമായ രീതിയിൽ ദിമ്മയുടെ മത സംരക്ഷണവാദം അർത്ഥമാക്കുന്നത് മുസ്ലിങ്ങൾ തെറ്റായ മേൽക്കോയ്മയെ ആശ്രയിക്കുന്നു, അത് ആത്യന്തികമായി അവരെ ദുർബലപ്പെടുത്തുകയും തങ്ങളെക്കുറിച്ചും ചുറ്റുമുള്ള ലോകത്തെക്കുറിച്ചുമുള്ള ശരിയായ ധാരണ നേടാനുള്ള അവരുടെ കഴിവിനെ നശിപ്പിക്കുകയും ചെയ്തു.

തലമുറകളിൽ നിന്ന് തലമുറകളിലേക്ക് ഇരുവശത്തും ആഴത്തിൽ വേരൂന്നിയ ഒരു കൂട്ടം മനോഭാവമാണ് ദിമ്മിറ്റ്യൂഡ് സമ്പ്രദായം സൃഷ്ടിക്കുന്നത്. വംശാധിഷ്ഠിത അടിമത്തം നിർത്തലാക്കി വർഷങ്ങൾക്ക് ശേഷവും രാഷ്ട്രങ്ങളിൽ വംശീയത തുടരുന്നതുപോലെ, *ജിസിയ* നികുതി വിദൂരമായ ഒരു ഓർമ്മയാണെങ്കിലും, അത് മുസ്‌ലിംകളും മറ്റുള്ളവരും തമ്മിലുള്ള ബന്ധത്തെ സ്വാധീനിക്കുകയും ആധിപത്യം സ്ഥാപിക്കുകയും ചെയ്യുന്നു.

ശരീഅത്ത് ഭരണത്തിൻകീഴിൽ ഒരിക്കലും വീണിട്ടില്ലാത്ത സമൂഹങ്ങളെപ്പോലും ധിക്കാരത്തിൻ്റെ മനഃശാസ്ത്രത്തിന് സ്വാധീനിക്കാൻ കഴിയും. ഇത് അക്കാദമിക് അന്വേഷണത്തെ തടസ്സപ്പെടുത്തുകയും രാഷ്ട്രീയ വ്യവഹാരങ്ങളെ തകർക്കുകയും

ചെയ്യും. ഉദാഹരണത്തിന്, ഇസ്‌ലാമിനെ പുകഴ്ത്തുകയും സമാധാനത്തിൻ്റെ മതമാണെന്ന് പ്രഖ്യാപിക്കുകയും അതേസമയം നന്ദി പ്രകടിപ്പിക്കുകയും ചെയ്യുന്ന പാശ്ചാത്യ രാഷ്ട്രീയക്കാരുടെ ഒരു നീണ്ട നിര തന്നെയുണ്ട്. അത്തരം പ്രശംസയുടെയും നന്ദിയുടെയും പ്രകടനങ്ങൾ ഇസ്ലാമിക ഭരണത്തോടുള്ള ദിമ്മി പ്രതികരണങ്ങളാണ്.

മതപീഡനവും *ദിമ്മയുടെ* തിരിച്ചുവരവും

പത്തൊൻപതാം നൂറ്റാണ്ടിലും ഇരുപതാം നൂറ്റാണ്ടിലും യൂറോപ്യൻ ശക്തികൾ മുസ്ലീം ലോകത്തെ ദിമ്മ സമ്പ്രദായത്തെ തരംതാഴ്ത്താനോ തകർക്കാനോ നിർബന്ധിച്ചു. എന്നിരുന്നാലും, കഴിഞ്ഞ നൂറ്റാണ്ടിൽ ആഗോള ശരീഅത്ത് നവോത്ഥാനം ഉണ്ടായിട്ടുണ്ട്. ആ പുനരുജ്ജീവനത്തിൻ്റെ ഭാഗമായി, ദിമ്മയുടെ നിയമങ്ങളും ലോകവീക്ഷണവും മുസ്‌ലിം ലോകമെമ്പാടും മടങ്ങിവരുന്നു, ഇതോടൊപ്പം ക്രിസ്ത്യാനികൾക്കും മറ്റ് അമുസ്‌ലിംകൾക്കും എതിരായ മുൻവിധിയുടെയും ഭീഷണിയുടെയും വിവേചനത്തിൻ്റെയും വർദ്ധിച്ചുവരുന്ന അന്തരീക്ഷം വന്നിരിക്കുന്നു. മതേതര ഭരണഘടനയുള്ള ഒരു രാഷ്ട്രമായി സ്ഥാപിതമായ പാകിസ്ഥാൻ ഒരു ഉദാഹരണമാണ്, എന്നാൽ പിന്നീട് സ്വയം ഇസ്ലാമിക രാഷ്ട്രമായി പ്രഖ്യാപിക്കുകയും ശരിഅത്ത് കോടതികൾ പുനഃസ്ഥാപിക്കുകയും അമുസ്ലിംകളോട് വിവേചനം കാണിക്കുന്ന മതനിന്ദ നിയമം കൊണ്ടുവരികയും ചെയ്തു. ശരിയത്ത് പുനരുജ്ജീവിപ്പിക്കാനുള്ള ഈ പ്രവണത പാകിസ്ഥാൻ ക്രിസ്ത്യാനികൾക്കെതിരായ വർദ്ധിച്ചുവരുന്ന പീഡനത്തിന് കാരണമായി.

ഇന്ന് ലോകത്ത്, ശരിയത്ത് പുനരുജ്ജീവിപ്പിക്കപ്പെടുന്നിടത്തെല്ലാം, ക്രിസ്ത്യാനികൾക്കും മറ്റ് അമുസ്ലിങ്ങൾക്കും ജീവിതം കൂടുതൽ വഷളാകുന്നു. ഇന്ന്, ക്രിസ്ത്യാനികൾ പീഡിപ്പിക്കപ്പെടുന്ന അഞ്ച് രാജ്യങ്ങളിൽ നാലെണ്ണം ഇസ്ലാമികമാണ്, കൂടാതെ ഈ സ്ഥലങ്ങളിലെ ക്രിസ്ത്യാനികൾക്കെതിരായ പ്രത്യേക പീഡന മാതൃകകൾ, ആരാധനാലയങ്ങൾ നിർമ്മിക്കുന്നതിനുള്ള നിയന്ത്രണങ്ങൾ, വലിയതിൻ്റെ ഭാഗമായി ദിമ്മയുടെ നിയമങ്ങളുടെ പുനരുജ്ജീവനത്തെ പിന്തുണയ്ക്കുന്നു.

ഈ വിഭാഗങ്ങളിൽ ദിമ്മ ഉടമ്പടിയും അതിന്റെ ദോഷകരമായ ആത്മീയ സ്വാധീനവും ഉപേക്ഷിക്കാനുള്ള കാരണങ്ങൾ നമ്മൾ പരിഗണിക്കുന്നു.

ഒരു ആത്മീയ പരിഹാരം

തിരസ്കരണത്തിന്റെ ആഴത്തിലുള്ള അനുഭവങ്ങളാണ് മുഹമ്മദിന്റെ ജീവിതത്തെ രൂപപ്പെടുത്തിയത്, അത് മുറിവേറ്റ ആത്മാവിലേക്കും, കുറ്റകൃത്യത്തിന്റെ ആത്മാവിലേക്കും, ഇരയുടെ മാനസികാവസ്ഥയിലേക്കും, അക്രമത്തിന്റെ ആത്മാവിലേക്കും, മറ്റുള്ളവരെമേൽ ആധിപത്യം സ്ഥാപിക്കാനുള്ള ഇച്ഛാശക്തിയിലേക്കും നയിച്ചു. മറ്റുള്ളവരുടെ അധഃപതനത്തിലൂടെ മോചനം തേടിയ ഈ അടിച്ചമർത്തപ്പെട്ട ആത്മീയ അവസ്ഥയാണ് ജിഹാദ് 'ശ്രമ'ത്തിനായുള്ള അദ്ദേഹത്തിന്റെ ആഹ്വാനങ്ങളെ നയിച്ചത്. അധഃപതിച്ച ദിമ്മ സമ്പ്രദായമായിരുന്നു അതിന്റെ ഫലം.

ഇതിനു വിപരീതമായി, ക്രിസ്തു നിരസിക്കപ്പെട്ടു, പക്ഷേ അവനെ കുറ്റപ്പെടുത്താൻ വിസമ്മതിച്ചു, അക്രമം ഏറ്റെടുക്കാൻ വിസമ്മതിച്ചു, മറ്റുള്ളവരെ ആധിപത്യം സ്ഥാപിക്കാൻ വിസമ്മതിച്ചു, മറ്റുവല്ലവരുടെ ആത്മാവിനെ മുറിവേൽപ്പിയ്ക്കുന്നത് ഇഷ്ടപ്പെട്ടില്ല. അവന്റെ ക്രൂശും പുനരുത്ഥാനവും തിരസ്കരണത്തെയും അന്ധകാരശക്തികളെയും പരാജയപ്പെടുത്തി. ദിമ്മയുടെ പൈത്യകത്തിൽ നിന്ന് മോചനം കണ്ടെത്താൻ ക്രിസ്ത്യാനികൾക്ക് ക്രൂശിലേയ്ക്ക് തിരിയാം.

ദിമ്മയിൽ നിന്നുള്ള സ്വാതന്ത്ര്യത്തിൻ്റെ സാക്ഷ്യങ്ങൾ

ദിമ്മ ഉടമ്പടി ഉപേക്ഷിച്ച് പ്രാർത്ഥന നടത്തി സ്വാതന്ത്ര്യം കണ്ടെത്തിയ ആളുകളുടെ ചില സാക്ഷ്യങ്ങൾ ഇതാ.

തലമുറകൾ തമ്മിലുള്ള ഭയം

ഞാൻ പ്രാർത്ഥിച്ച ഒരു സ്ത്രീയുടെ ജീവിതത്തിന്റെ വിവിധ മേഖലകളിൽ ഭയം അനുഭവപ്പെട്ടു. അവളുടെ പൂർവ്വികർ നൂറു വർഷങ്ങൾക്ക് മുമ്പ് സിറിയയിലെ ഡമാസ്കസിൽ *ദിമ്മികളായി* ജീവിച്ചിരുന്നു, അവിടെ 1860-ൽ പ്രസിദ്ധമായ ക്രിസ്ത്യാനികളുടെ വംശഹത്യ നടന്നു. ദിമ്മ ഉടമ്പടി ഉപേക്ഷിച്ച് പ്രാർത്ഥനകൾ നടത്താൻ ഞാൻ അവളെ പ്രോത്സാഹിപ്പിച്ചപ്പോൾ, ഭയത്തിന്റെ ശക്തി തകർന്നു, അവളുടെ ദൈനംദിന ജീവിതത്തിൽ ഭയത്തിൽ നിന്ന് അവൾക്ക് കാര്യമായ ആശ്വാസം ലഭിച്ചു.

വംശഹത്യയുടെ പാരമ്പര്യത്തിൽ നിന്നുള്ള സ്വാതന്ത്ര്യം

അർമേനിയൻ പശ്ചാത്തലത്തിൽ നിന്നുള്ള ഒരു മനുഷ്യന് ഗ്രീക്ക് പേരുകൾ സ്വീകരിച്ച് സ്മിർണ വഴി ഈജിപ്തിലേക്ക് രക്ഷപ്പെട്ട്

വംശഹത്യയിൽ നിന്ന് രക്ഷപ്പെട്ട പൂർവ്വികർ ഉണ്ടായിരുന്നു. ഒരു നൂറ്റാണ്ടിനുശേഷം ഏറ്റവും നല്ല ഭാഗം, അഭയാർത്ഥികളുടെ ഈ മകൻ ദിവസേന അടിച്ചമർത്തൽ ഭയങ്ങൾ അനുഭവിച്ചു. എല്ലാ വാതിലുകളും ജനലുകളും പൂട്ടിയിട്ടുണ്ടോ എന്നതിനെക്കുറിച്ച് വലിയ ഉത്കണ്ഠ അനുഭവിക്കാതെ അദ്ദേഹത്തിന് വീട് വിടാൻ കഴിഞ്ഞില്ല. എന്നിരുന്നാലും, മുൻകാല വംശഹത്യകളുടെ ആഘാതവുമായി ബന്ധപ്പെട്ട തലമുറകൾ തമ്മിലുള്ള ഭയം അദ്ദേഹം ഉപേക്ഷിച്ച്, തന്റെ മോചനത്തിനായി പ്രാർത്ഥിച്ചപ്പോൾ, അദ്ദേഹത്തിന് ഗണ്യമായ ആത്മീയ രോഗശാന്തിയും സ്വാതന്ത്ര്യവും അനുഭവപ്പെട്ടു.

മുസ്ലീങ്ങൾക്കുള്ള ശുശ്രൂഷയിൽ കൂടുതൽ കാര്യക്ഷമത

ദിമ്മിറ്റുടും ദിമ്മയും ഉപേക്ഷിച്ച് മുസ്ലിംങ്ങളോടുള്ള തന്റെ ശുശ്രൂഷ എങ്ങനെ രൂപാന്തരപ്പെട്ടുവെന്ന് ഒരു ന്യൂസിലൻഡ് വനിത എന്നോട് റിപ്പോർട്ട് ചെയ്തു:

> ഒരു വ്യക്തിബന്ധത്തിന്റെ ഭീഷണിയിൽ നിന്നും ഭയത്തിൽ നിന്നും ഞാൻ ശക്തമായി മോചിതനായി, കൂടാതെ നിങ്ങളുടെ സെമിനാറിൽ *ദിമ്മിറ്റുടു* പ്രാർത്ഥന ചൊല്ലിയതിനുശേഷം മുസ്ലീങ്ങളുടെ സുവിശേഷീകരണത്തിൽ വളരെ വലിയ ഫലപ്രാപ്തിയിലേക്ക് ഞങ്ങൾ നീങ്ങി. 1989 മുതൽ ഞാൻ മുസ്ലീങ്ങളെ സമീപിക്കുന്നു ... നിങ്ങളുടെ സെമിനാറുകളിൽ പങ്കെടുത്ത ടീമിലെ മറ്റൊരു അംഗം ദിമ്മിറ്റുടു ഉപേക്ഷിച്ചതിനുശേഷം മിഡിൽ ഈസ്റ്റേൺ സ്ത്രീകളിലേക്ക് എത്തിച്ചേരുന്നതിൽ വളരെ വലിയ ഫലപ്രാപ്തി കണ്ടെത്തി.

ഭയം മുതൽ ധൈര്യം വരെ: സുവിശേഷ പരിശീലനം

ഒരു യൂറോപ്യൻ രാജ്യം വിനോദസഞ്ചാരികളായി സന്ദർശിക്കുന്ന മുസ്ലിംകളെ എത്തിക്കുന്നതിനുള്ള തയ്യാറെടുപ്പിന്റെ ഭാഗമായി അറബ് സംസാരിക്കുന്ന ഒരു കൂട്ടം ക്രിസ്ത്യാനികൾ ഈ പുസ്തകത്തിൽ നൽകിയിരിക്കുന്ന പ്രാർത്ഥനകൾ ഉപയോഗിച്ചു. ഈ ക്രിസ്ത്യാനികൾ ഒരു സ്വതന്ത്ര രാജ്യത്തായിരുന്നെങ്കിലും, തങ്ങളുടെ വിശ്വാസം പങ്കിടുന്നതിൽ ഭയം തോന്നിയതായി അവർ സമ്മതിച്ചു. ധിക്കാരത്തെക്കുറിച്ചുള്ള ചർച്ച ഭയത്തിൽ നിന്നുള്ള രോഗശാന്തിയുടെ ആവശ്യകതയിലേക്ക് അവരുടെ ഹൃദയം തുറന്നു. ഒരു നേതാവ് വിശദീകരിച്ചു, "നിങ്ങൾക്കുവേണ്ടി ഉണ്ടാക്കിയ ഉടമ്പടി നിമിത്തം ഭയം നിങ്ങളുടെ ഉള്ളിൽ വസിക്കുന്നു." ദിമ്മ ഉടമ്പടിയുടെ വിശദീകരണങ്ങൾ ചർച്ച ചെയ്ത ശേഷം, ആളുകൾ സ്വാതന്ത്ര്യത്തിനായി പ്രാർത്ഥിക്കുകയും ഒരുമിച്ച് ദിമ്മ ഉടമ്പടി

ഉപേക്ഷിക്കുകയും ചെയ്തു. പ്രോഗ്രാമിൻ്റെ അവസാന ദിവസം, അവരിൽ ഒരാൾ ഈ വിലയിരുത്തൽ എഴുതി:

> അതിന്റെ ഫലങ്ങൾ അത്ഭുതകരമായിരുന്നു. ഒരു അപവാദവുമില്ലാതെ, ഇത് ഒരു അനിവാര്യമായ ശുശ്രൂഷാ പരിശീലന വിഷയമാണെന്നും ആഴത്തിലുള്ള അനുഗ്രഹങ്ങൾക്കും യഥാർത്ഥ സ്വാതന്ത്ര്യത്തിനും കാരണമാണെന്നും, പ്രത്യേകിച്ച് എല്ലാവർക്കും ദിമ്മ ഉടമ്പടി ഉപേക്ഷിച്ച് യേശുവുമായുള്ള ഉടമ്പടി അവൻ്റെ രക്തത്തിലൂടെ പ്രഖ്യാപിക്കാനുള്ള അവസരമുണ്ടെന്ന് ശക്തമായി പ്രകടിപ്പിച്ചു. ദൈവത്തെ സ്തുതിക്കുക, പ്രാർത്ഥനയിലൂടെ യേശുവിൻ്റെ രക്തത്തിൽ ഈ ഉടമ്പടിയിൽ നിന്ന് സ്വാതന്ത്ര്യമുണ്ട്.

ഒരു കോപ്റ്റിക് ക്രിസ്ത്യാനിക്ക് മുസ്ലീങ്ങളെ സുവിശേഷവത്കരിക്കാനുള്ള സ്വാതന്ത്ര്യവും ശക്തിയും ലഭിച്ചു

ഒരു കോപ്റ്റിക് ക്രിസ്ത്യൻ അഭിഭാഷകൻ ഈ സാക്ഷ്യം പങ്കുവെച്ചു:

> ഒരു ഇസ്ലാമിക രാജ്യത്ത് എന്റെ നിയമ ബിരുദത്തിന്റെ ഭാഗമായി നാല് വർഷം ഞാൻ ശരീഅത്ത് ഒരു പ്രധാന വിഷയമായി പഠിച്ചു. ശരീഅത്ത് നിയമത്തിന് കീഴിലുള്ള ക്രിസ്ത്യാനികളുടെ അധഃപതനത്തെക്കുറിച്ച്, അതിൽ ദിമ്മ നിയന്ത്രണങ്ങൾ ഉൾപ്പെടെ, ഞാൻ വിശദമായി പഠിച്ചു, പക്ഷേ എന്റെ സ്വഭാവത്തിൽ അത്തരം പഠിപ്പിക്കലുകൾ ചെലുത്തുന്ന വ്യക്തിപരമായ സ്വാധീനത്തെക്കുറിച്ചുള്ള എന്റെ ഗ്രാഹ്യത്തെ എന്തോ ഒന്ന് തടസ്സപ്പെടുത്തി. ഞാൻ ഒരു പ്രതിബദ്ധതയുള്ള ക്രിസ്ത്യാനിയായിരുന്നു, കർത്താവായ യേശുക്രിസ്തുവിനെ സ്നേഹിച്ചിരുന്നു, പക്ഷേ എന്റെ മുസ്ലീം സുഹൃത്തുക്കളുടെ മുന്നിൽ അവനെ എന്റെ കർത്താവായി പ്രഖ്യാപിക്കുന്നതിൽ ഞാൻ പലപ്പോഴും പരാജയപ്പെട്ടു, അതിന് കാരണം എനിയ്ക്ക് അവരുടെ വികാരങ്ങളെ വ്രണപ്പെടുത്താൻ ഇഷ്ടമില്ലായിരുന്നു.
>
> ദിമ്മ നിഷ്ഠയെക്കുറിച്ചുള്ള ഒരു പ്രഭാഷണത്തിൽ പങ്കെടുത്തപ്പോൾ, എന്റെ ആത്മീയ അവസ്ഥ വെളിച്ചത്തു കൊണ്ടുവരപ്പെടുന്നതായും എന്റെ ആത്മാവിലെ ആഴത്തിലുള്ള നിരാശകൾ തുറന്നുകാട്ടപ്പെടുന്നതായും എനിക്ക് തോന്നി. എന്റെ പൂർവ്വികരുടെ ദേശമായ, കീഴടക്കിയ പ്രദേശത്ത് മുസ്ലീങ്ങളുടെ ശ്രേഷ്ഠതയെ സന്തോഷത്തോടെ അംഗീകരിക്കുകയും പ്രതിരോധിക്കുകയും ചെയ്ത നിരവധി സാഹചര്യങ്ങൾ ഞാൻ ഓർക്കുകയായിരുന്നു. ഒരു ദിമ്മനിഷ്ഠയുടെ അപമാനം ഞാൻ വർഷങ്ങളായി അംഗീകരിച്ചിട്ടുണ്ടെന്നും അതിൽ നിന്ന്

രക്ഷപ്പെടുകയാണെന്നും എനിക്ക് ബോധ്യമായി. ഞാൻ പ്രാർത്ഥന തേടി, തൽക്ഷണം ക്രിസ്തുവിൽ വലിയ സ്വാതന്ത്ര്യം അനുഭവിച്ചു.

അന്നു രാത്രി തന്നെ ഞാൻ വീട്ടിൽ തിരിച്ചെത്തി അടുത്ത മുസ്ലീം സുഹൃത്തിനെ വിളിച്ചു. യേശുക്രിസ്തു അവളെ സ്നേഹിക്കുന്നുവെന്നും അവൾക്കുവേണ്ടി കുരിശിൽ മരിച്ചുവെന്നും ഞാൻ അവളോട് പറഞ്ഞു. അതിനുശേഷം മുസ്ലീങ്ങൾക്കുള്ള എൻ്റെ ശുശ്രൂഷ വളരെ ഫലപ്രദമാണ്, അവരിൽ പലരും ക്രിസ്തുവിനെ തങ്ങളുടെ കർത്താവും രക്ഷകനും ആയി പ്രഖ്യാപിക്കുന്നത് ഞാൻ കണ്ടു.

ദിമ്മ ഉടമ്പടി ഉപേക്ഷിക്കാനുള്ള കാരണങ്ങൾ

വിവിധ കാരണങ്ങളാൽ ഈ പാഠത്തിൽ പിന്തുടരുന്ന പ്രഖ്യാപനങ്ങളും പ്രാർത്ഥനകളും പ്രാർത്ഥിക്കാൻ നിങ്ങൾ ആഗ്രഹിച്ചേക്കാം:

- നിങ്ങളോ നിങ്ങളുടെ പൂർവ്വികരോ ഇസ്ലാമിക ഭരണത്തിൻ കീഴിൽ അമുസ്ലിങ്ങളായി ജീവിക്കുകയും ഒരു ദിമ്മ ഉടമ്പടി സ്വീകരിക്കുകയും ചെയ്തിരിക്കാം, അല്ലെങ്കിൽ ജിഹാദിൻ്റെയും ധിക്കാരത്തിൻ്റെയും തത്വങ്ങളാൽ സ്വാധീനിക്കപ്പെട്ട സാഹചര്യങ്ങളിൽ ജീവിച്ചിരിക്കാം.

- ജിഹാദുമായി ബന്ധപ്പെട്ട അക്രമാസക്തമായ അനുഭവങ്ങളോ ദിമ്മ സാഹചര്യങ്ങളിൽ സംഭവിക്കാവുന്ന മറ്റ് ദുരുപയോഗങ്ങളോ പോലുള്ള ആഘാതകരമായ സംഭവങ്ങൾ നിങ്ങളുടെ വ്യക്തിപരമോ കുടുംബപരമോ ആയ ചരിത്രത്തെ ആഴത്തിൽ ബാധിച്ചിരിക്കാം. അത്തരം സംഭവങ്ങളെക്കുറിച്ച് നിങ്ങൾ കേട്ടിട്ടുപോലുമില്ലായിരിക്കാം, പക്ഷേ അവ നിങ്ങളുടെ കുടുംബ ചരിത്രത്തിന്റെ ഭാഗമാണെന്ന് നിങ്ങൾ സംശയിച്ചേക്കാം.

- നിങ്ങൾക്കോ നിങ്ങളുടെ പൂർവ്വികർക്കോ ഇസ്ലാമിക ജിഹാദ് ഭീഷണി നേരിട്ടിരിക്കാം, ഇസ്ലാമിന് കീഴിൽ യഥാർത്ഥത്തിൽ ജീവിച്ചതിന്റെ കുടുംബ ചരിത്രമൊന്നുമില്ലെങ്കിലും, ഭയത്തിൽ നിന്നും ഭീഷണിയിൽ നിന്നും മുക്തരാകാൻ നിങ്ങൾ ആഗ്രഹിക്കുന്നു.

- നിങ്ങളോ നിങ്ങളുടെ പൂർവ്വികരോ മുസ്ലീങ്ങളായി ജീവിച്ചിരിക്കാം, ദിമ്മ ഉടമ്പടിയിലും അതിന്റെ എല്ലാ

അനന്തരഫലങ്ങളിലും പങ്കാളിയാകുന്നത് ഉപേക്ഷിക്കാൻ നിങ്ങൾ ആഗ്രഹിച്ചേക്കാം.

ഈ പ്രാർത്ഥനകൾ ദിമ്മ ഉടമ്പടിയെ അതിന്റെ എല്ലാ ആത്മീയ പരിണതഫലങ്ങളോടും കൂടി റദ്ദാക്കാൻ രൂപകൽപ്പന ചെയ്തിട്ടുള്ളതാണ്, അങ്ങനെ അതിന് നിങ്ങളുടെ ജീവിതത്തിൽ യാതൊരു അധികാരവും ഉണ്ടായിരിക്കില്ല. ഒരു ഇസ്ലാമിക രാജ്യത്ത് ജീവിക്കുന്ന ഒരു *ദിമ്മിയായതിനാൽ* നിങ്ങൾക്കോ നിങ്ങളുടെ പൂർവ്വികർക്കോ എതിരായി ചെയ്യപ്പെട്ട എല്ലാ ശാപങ്ങളെയും ചെറുക്കാനും തകർക്കാനും അവ രൂപകൽപ്പന ചെയ്തിട്ടുള്ളതാണ്. മുൻകാലങ്ങളിൽ അറിവില്ലായ്മയിൽ ദുഃഖത്തോടെയും ദൈവവചനത്തിന്റെ സത്യത്തിൽ നിലകൊള്ളാൻ ആഗ്രഹിച്ചും നിങ്ങൾ ഈ പ്രാർത്ഥനകൾ ചൊല്ലുന്നുണ്ടാകാം. ദിമ്മത്വത്തിന്റെ എല്ലാ നിഷേധാത്മകമായ ആത്മീയ സ്വാധീനങ്ങളിൽ നിന്നും മോചനം നേടുന്നതിനാണ് അവ രൂപകൽപ്പന ചെയ്തിരിക്കുന്നത്, ഉദാഹരണത്തിന്:

- വേദനിപ്പിക്കൽ
- ഭയം
- ഭീഷണിപ്പെടുത്തൽ
- ലജ്ജ
- കുറ്റബോധം
- അപകർഷതാബോധം
- സ്വയം വെറുപ്പും സ്വയം നിരസിക്കലും
- മറ്റുള്ളവരോടുള്ള വെറുപ്പ്
- വിഷാദം
- വഞ്ചന
- അപമാനം
- പിൻവാങ്ങലും ഒറ്റപ്പെടലും
- നിശബ്ദത

ഇനി നമുക്ക് ദിമ്മ ഉടമ്പടി ഉപേക്ഷിക്കാനുള്ള ഒരു പ്രാർത്ഥന പരിഗണിക്കാം. ഇന്ന് ഇസ്ലാമിക ആധിപത്യത്തിൻ കീഴിൽ ജീവിക്കുന്ന ക്രിസ്ത്യാനികളെയോ, ഇസ്ലാമിക ഭരണത്തിൻ കീഴിൽ ജീവിച്ചിരുന്ന പൂർവ്വികരെയോ സ്വതന്ത്രരാക്കുന്നതിനാണ് ഈ പ്രാർത്ഥന രൂപകൽപ്പന ചെയ്തിരിക്കുന്നത്.

സത്യത്തെ കണ്ടുമുട്ടൽ

മുൻ പാഠത്തിൽ നിങ്ങൾ ഇത് ചെയ്തിട്ടില്ലെങ്കിൽ, ദിമ്മയെ ഉപേക്ഷിക്കാനുള്ള പ്രാർത്ഥന ചൊല്ലുന്നതിനുമുമ്പ്, പാഠം 5 ലെ 'സത്യാനുഭവം' വാക്യങ്ങൾ ഉറക്കെ വായിക്കുക.

ദിമ്മയെ ഉപേക്ഷിക്കാനുള്ള ഈ പ്രാർത്ഥന എല്ലാവരും ഒരുമിച്ച് നിന്ന് ഉച്ചത്തിൽ വായിക്കണം.

ദിമ്മയെ ഉപേക്ഷിക്കാനും അതിന്റെ ശക്തി തകർക്കാനുമുള്ള പ്രഖ്യാപനവും പ്രാർത്ഥനയും

ഏറ്റുപറച്ചിൽ പ്രാർത്ഥന

സ്നേഹമുള്ള ദൈവമേ, ഞാൻ പാപം ചെയ്യുകയും നിന്നിൽ നിന്ന് അകന്നുപോകുകയും ചെയ്തുവെന്ന് ഞാൻ ഏറ്റുപറയുന്നു. ഞാൻ അനുതപിക്കുകയും എന്റെ രക്ഷകനും കർത്താവുമായി ക്രിസ്തുവിലേക്ക് തിരിയുകയും ചെയ്യുന്നു. ഞാൻ മറ്റുള്ളവരെ ഭയപ്പെടുത്തുകയും മറ്റുള്ളവരുടെ മേൽ അപകർഷതാബോധം അല്ലെങ്കിൽ അപമാനം അടിച്ചേൽപ്പിക്കാൻ ശ്രമിക്കുകയും ചെയ്ത സന്ദർഭങ്ങളിൽ ദയവായി എന്നോട് ക്ഷമിക്കൂ. എന്റെ അഹങ്കാരത്തിന് എന്നോട് ക്ഷമിക്കൂ. ഞാൻ മറ്റുള്ളവരെ ദുരുപയോഗം ചെയ്യുകയോ ആധിപത്യം സ്ഥാപിക്കുകയോ ചെയ്ത ഏത് സമയത്തും എന്നോട് ക്ഷമിക്കൂ. യേശുവിന്റെ നാമത്തിൽ ഞാൻ ഇതെല്ലാം ഉപേക്ഷിക്കുന്നു.

നമ്മുടെ കർത്താവായ യേശുക്രിസ്തുവിന്റെ പിതാവായ ദൈവമേ, ക്രിസ്തു ക്രൂശിൽ നേടിയ പാപമോചന ദാനത്തെപ്രതി ഞാൻ അങ്ങയെ സ്തുതിക്കുന്നു. അവിടെന്ന് എന്നെ സ്വീകരിച്ചുവെന്ന് ഞാൻ അംഗീകരിക്കുന്നു. കുരിശിലൂടെ ഞങ്ങൾ നിങ്ങളോടും പരസ്പരം അനുരഞ്ജനത്തിലായതിൽ ഞാൻ നന്ദി പറയുന്നു. ഞാൻ അങ്ങയുടെ കുട്ടിയാണെന്നും ദൈവരാജ്യത്തിന്റെ അവകാശിയാണെന്നും ഞാൻ ഇന്ന് പ്രഖ്യാപിക്കുന്നു.

പ്രഖ്യാപനങ്ങളും പരിത്യാഗങ്ങളും

പിതാവേ, ഞാൻ ഭയത്തിന് വിധേയനല്ല, മറിച്ച് അവിടെത്തെ സ്നേഹത്തിന്റെ കുട്ടിയാണെന്ന് ഞാൻ അവിടെത്തോട് യോജിക്കുന്നു. മുഹമ്മദ് പഠിപ്പിച്ച ഇസ്ലാമിന്റെ ആവശ്യങ്ങൾ ഞാൻ നിരസിക്കുകയും ഉപേക്ഷിക്കുകയും ചെയ്യുന്നു. "ഖുർആനിലെ അല്ലാഹുവിനുള്ള" എല്ലാത്തരം സമർപ്പണങ്ങളും ഞാൻ ഉപേക്ഷിക്കുകയും നമ്മുടെ കർത്താവായ യേശുക്രിസ്തുവിനെ മാത്രം ആരാധിക്കുകയും ചെയ്യുന്നുവെന്ന് പ്രഖ്യാപിക്കുകയും ചെയ്യുന്നു.

ദിമ്മ ഉടമ്പടിക്കും അതിൻ്റെ തത്വങ്ങൾക്കും വിധേയമായി എൻ്റെ പൂർവ്വികരുടെ പാപങ്ങളെക്കുറിച്ച് ഞാൻ പശ്ചാത്തപിക്കുകയും അവരുടെ പാപങ്ങൾക്ക് അങ്ങയോട് ക്ഷമ ചോദിക്കുകയും ചെയ്യുന്നു.

ഞാനോ എൻ്റെ പൂർവ്വികരോ ഇസ്ലാമിൻ്റെ സമൂഹത്തിനും തത്വങ്ങൾക്കും വേണ്ടി ഉണ്ടാക്കിയ എല്ലാ കീഴടങ്ങലുകളും ഞാൻ ഉപേക്ഷിക്കുകയും പിൻവലിക്കുകയും ചെയ്യുന്നു.

ദിമ്മയും അതിൻ്റെ എല്ലാ വ്യവസ്ഥകളും ഞാൻ പൂർണ്ണമായും നിരസിക്കുന്നു. ജിസിയ പേയ്മെൻ്റ് ആചാരത്തിലെ കഴുത്തിലെ പ്രഹരവും അത് പ്രതിനിധീകരിക്കുന്ന എല്ലാ കാര്യങ്ങളും ഞാൻ ഉപേക്ഷിക്കുന്നു. ഈ ആചാരം പ്രതീകപ്പെടുത്തുന്ന ശിരഛേദത്തിൻ്റെയും മരണത്തിൻ്റെയും ശാപം ഞാൻ പ്രത്യേകം ഉപേക്ഷിക്കുന്നു.

ദിമ്മ ഉടമ്പടി ക്രിസ്തുവിന്റെ ക്രൂശിൽ തറച്ചിരിക്കുന്നുവെന്ന് ഞാൻ പ്രഖ്യാപിക്കുന്നു. ദിമ്മയെ ഒരു പൊതു കാഴ്ചയാക്കി മാറ്റി, അതിന് എൻ്റെ മേൽ അധികാരമോ അവകാശമോ ഇല്ല. ക്രിസ്തുവിൻ്റെ ക്രൂശിലൂടെ ദിമ്മ ഉടമ്പടിയുടെ ആത്മീയ തത്വങ്ങൾ തുറന്നുകാട്ടപ്പെടുകയും നിരായുധീകരിക്കപ്പെടുകയും പരാജയപ്പെടുകയും അപമാനിക്കപ്പെടുകയും ചെയ്യുന്നുവെന്ന് ഞാൻ പ്രഖ്യാപിക്കുന്നു.

ഇസ്ലാമിനോടുള്ള നന്ദിയുടെ തെറ്റായ വികാരങ്ങൾ ഞാൻ ഉപേക്ഷിക്കുന്നു.

കുറ്റബോധത്തിൻ്റെ തെറ്റായ വികാരങ്ങൾ ഞാൻ ഉപേക്ഷിക്കുന്നു.

ഞാൻ വഞ്ചനയും നുണയും ഉപേക്ഷിക്കുന്നു.

ക്രിസ്തുവിലുള്ള എൻ്റെ വിശ്വാസത്തെക്കുറിച്ച് മിണ്ടാതിരിക്കാനുള്ള എല്ലാ കരാറുകളും ഞാൻ ഉപേക്ഷിക്കുന്നു.

ദിമ്മയെക്കുറിച്ചോ ഇസ്ലാമിനെക്കുറിച്ചോ മിണ്ടാതിരിക്കാനുള്ള എല്ലാ കരാറുകളും ഞാൻ ഉപേക്ഷിക്കുന്നു.

ഞാൻ സംസാരിക്കും, ഞാൻ നിശബ്ദനായിരിക്കില്ല.

"സത്യം എന്നെ സ്വതന്ത്രനാക്കും"13 എന്ന് ഞാൻ പ്രഖ്യാപിക്കുകയും ക്രിസ്തുയേശുവിൽ സ്വതന്ത്രമുള്ള ഒരു വ്യക്തിയായി ജീവിക്കാൻ ഞാൻ തിരഞ്ഞെടുക്കുകയും ചെയ്യുന്നു.

ഇസ്ലാമിൻ്റെ പേരിൽ എനിക്കും എൻ്റെ കുടുംബത്തിനും എതിരെ പറഞ്ഞ എല്ലാ ശാപങ്ങളും ഞാൻ ഉപേക്ഷിക്കുകയും റദ്ദാക്കുകയും ചെയ്യുന്നു. എൻ്റെ പൂർവ്വികർക്കെതിരെ പറഞ്ഞ എല്ലാ ശാപങ്ങളും ഞാൻ ഉപേക്ഷിക്കുകയും റദ്ദാക്കുകയും ചെയ്യുന്നു.

മരണത്തിൻ്റെ ശാപം ഞാൻ പ്രത്യേകം ത്യജിക്കുകയും തകർക്കുകയും ചെയ്യുന്നു. മരണമേ, നിനക്ക് എൻ്റെ മേൽ അധികാരമില്ല!

ഈ ശാപങ്ങൾക്ക് എൻ്റെ മേൽ അധികാരമില്ലെന്ന് ഞാൻ പ്രഖ്യാപിക്കുന്നു.

ക്രിസ്തുവിൻ്റെ അനുഗ്രഹങ്ങൾ എൻ്റെ ആത്മീയ പൈതൃകമായി ഞാൻ അവകാശപ്പെടുന്നു.

ഭീഷണിപ്പെടുത്തൽ ഞാൻ ഉപേക്ഷിക്കുന്നു. ക്രിസ്തുയേശുവിൽ ധൈര്യമായിരിക്കാൻ ഞാൻ തിരഞ്ഞെടുക്കുന്നു.

കൗശലവും നിയന്ത്രിക്കലും ഞാൻ ഉപേക്ഷിക്കുന്നു.

ഞാൻ ദുരുപയോഗവും അക്രമവും ഉപേക്ഷിക്കുന്നു.

ഞാൻ ഭയം ഉപേക്ഷിക്കുന്നു. നിരസിക്കപ്പെടുമെന്ന ഭയം ഞാൻ ഉപേക്ഷിക്കുന്നു. എന്റെ സ്വത്തും ധനവും നഷ്ടപ്പെടുമെന്ന ഭയം ഞാൻ ഉപേക്ഷിക്കുന്നു. ദാരിദ്ര്യത്തെക്കുറിച്ചുള്ള ഭയം ഞാൻ ഉപേക്ഷിക്കുന്നു. അടിമത്തത്തെക്കുറിച്ചുള്ള ഭയം ഞാൻ ഉപേക്ഷിക്കുന്നു. ബലാത്സംഗത്തെക്കുറിച്ചുള്ള ഭയം ഞാൻ ഉപേക്ഷിക്കുന്നു. ഒറ്റപ്പെടുമെന്ന ഭയം ഞാൻ ഉപേക്ഷിക്കുന്നു. എന്റെ കുടുംബം നഷ്ടപ്പെടുമെന്ന ഭയം ഞാൻ ഉപേക്ഷിക്കുന്നു. കൊല്ലപ്പെടുമെന്ന ഭയവും മരണഭയവും ഞാൻ ഉപേക്ഷിക്കുന്നു.

---

13 യോഹന്നാൻ 8:32.

ഇസ്ലാമിനോടുള്ള ഭയം ഞാൻ ഉപേക്ഷിക്കുന്നു. മുസ്ലിംകളോടുള്ള ഭയം ഞാൻ ഉപേക്ഷിക്കുന്നു.

പൊതു പ്രവർത്തനങ്ങളിലോ രാഷ്ട്രീയ പ്രവർത്തനങ്ങളിലോ ഏർപ്പെടാനുള്ള ഭയം ഞാൻ ഉപേക്ഷിക്കുന്നു.

യേശുക്രിസ്തു എല്ലാവരുടെയും കർത്താവാണെന്ന് ഞാൻ പ്രഖ്യാപിക്കുന്നു.

എന്റെ ജീവിതത്തിലെ എല്ലാ മേഖലകളുടെയും കർത്താവായ യേശുവിന് ഞാൻ സമർപ്പിയ്ക്കുന്നു. യേശുക്രിസ്തു എന്റെ വീടിന്റെ കർത്താവാണ്. യേശുക്രിസ്തു എന്റെ നഗരത്തിന്റെ കർത്താവാണ്. യേശുക്രിസ്തു എന്റെ ജനതയുടെ കർത്താവാണ്. ഈ ദേശത്തിലെ എല്ലാ ജനങ്ങളുടെയും കർത്താവാണ് യേശുക്രിസ്തു. എന്റെ കർത്താവായി യേശുക്രിസ്തുവിന് ഞാൻ കീഴടങ്ങുന്നു.

ഞാൻ അപമാനം ഉപേക്ഷിക്കുന്നു. ക്രിസ്തു എന്നെ സ്വീകരിച്ചിരിക്കുന്നുവെന്ന് ഞാൻ പ്രഖ്യാപിക്കുന്നു. ഞാൻ അവനെ അവനെ മാത്രമേ സേവിക്കുന്നുള്ളൂ.

ഞാൻ ലജ്ജ ഉപേക്ഷിക്കുന്നു. ക്രൂശിലൂടെ എന്റെ എല്ലാ പാപങ്ങളിൽ നിന്നും ശുദ്ധീകരിക്കപ്പെട്ടിരിക്കുന്നുവെന്ന് ഞാൻ പ്രഖ്യാപിക്കുന്നു. ലജ്ജയ്ക്ക് എന്റെ മേൽ അവകാശമില്ല, ക്രിസ്തുവിനൊപ്പം ഞാൻ മഹത്വത്തിൽ വാഴും.

കർത്താവേ, മുസ്ലീങ്ങളോടുള്ള എല്ലാ വിദ്വേഷത്തിനും എന്നോടും എന്റെ പൂർവ്വികരോടും ക്ഷമിക്കണമേ. മുസ്ലീങ്ങളോടും മറ്റുള്ളവരോടും ഉള്ള വിദ്വേഷം ഞാൻ ഉപേക്ഷിക്കുന്നു, മുസ്ലീങ്ങളോടും ഈ ഭൂമിയിലെ മറ്റെല്ലാ ആളുകളോടും ക്രിസ്തുവിന്റെ സ്നേഹം പ്രഖ്യാപിക്കുന്നു.

സഭയുടെ പാപങ്ങളെയും സഭാ നേതാക്കളുടെ തെറ്റായ കീഴ്വഴക്കത്തെയും കുറിച്ച് ഞാൻ പശ്ചാത്തപിക്കുന്നു.

ഞാൻ മാറ്റിനിർത്തുന്നത് ഉപേക്ഷിക്കുന്നു. ക്രിസ്തുവിലൂടെ ദൈവം എന്നോട് ക്ഷമിക്കുകയും അംഗീകരിക്കുകയും ചെയ്തിരിക്കുന്നുവെന്ന് ഞാൻ പ്രഖ്യാപിക്കുന്നു. ഞാൻ ദൈവവുമായി അനുരഞ്ജനത്തിലായി. സ്വർഗ്ഗത്തിലോ ഭൂമിയിലോ ഉള്ള ഒരു ശക്തിക്കും ദൈവത്തിന്റെ സിംഹാസനത്തിനുമുമ്പിൽ എനിക്കെതിരെ ഒരു കുറ്റവും ചുമത്താൻ കഴിയില്ല.

നമ്മുടെ പിതാവായ ദൈവത്തിനും എൻ്റെ ഏക രക്ഷകനായ ക്രിസ്തുവിനോടും എനിക്ക് ജീവൻ നൽകുന്ന പരിശുദ്ധാത്മാവിനോടും ഞാൻ എൻ്റെ സ്തുതിയും നന്ദിയും അറിയിക്കുന്നു.

കർത്താവായ യേശുക്രിസ്തുവിൻ്റെ ജീവനുള്ള സാക്ഷിയാകാൻ ഞാൻ എന്നെത്തന്നെ സമർപ്പിക്കുന്നു. അവൻ്റെ ക്രൂശിൽ ഞാൻ ലജ്ജിക്കുന്നില്ല. അവൻ്റെ പുനരുത്ഥാനത്തിൽ ഞാൻ ലജ്ജിക്കുന്നില്ല.

ഞാൻ അബ്രഹാമിന്റെയും യിസ്ഹാക്കിന്റെയും യാക്കോബിന്റെയും ദൈവമായ ജീവനുള്ള ദൈവത്തിന്റെ ഒരു കുട്ടിയാണെന്ന് ഞാൻ പ്രഖ്യാപിക്കുന്നു.

ഞാൻ ദൈവത്തിന്റെയും അവന്റെ മിശിഹായുടെയും വിജയം പ്രഖ്യാപിക്കുന്നു. പിതാവായ ദൈവത്തിന്റെ മഹത്വത്തിനായി എല്ലാ മുട്ടുകളും മടങ്ങുമെന്നും എല്ലാ നാവും യേശുക്രിസ്തു കർത്താവാണെന്ന് ഏറ്റുപറയുമെന്നും ഞാൻ പ്രഖ്യാപിക്കുന്നു.

മുസ്ലീങ്ങൾ ദൈവപിതാവിന്റെ മഹത്വത്തിന് എതിരായ ദിമ്മ വ്യവസ്ഥയിൽ പങ്കെടുത്തതിന് ഞാൻ അവരോട് ക്ഷമ പ്രഖ്യാപിക്കുന്നു.

പിതാവായ ദൈവമേ, ദിമ്മ ഉടമ്പടിയുമായി ബന്ധപ്പെട്ട ദിമ്മത്തിൽ നിന്നും, ദിമ്മത്തിന്റെ ആത്മാവിൽ നിന്നും, എല്ലാ അഭക്ത തത്വങ്ങളിൽ നിന്നും എന്നെ മോചിപ്പിക്കണമേ.

അങ്ങയുടെ പരിശുദ്ധാത്മാവിനാൽ എന്നെ നിറയ്ക്കണമേ, യേശുക്രിസ്തുവിന്റെ രാജ്യത്തിന്റെ എല്ലാ അനുഗ്രഹങ്ങളും എന്റെമേൽ പകരണമേ എന്ന് ഞാൻ ഇപ്പോൾ അപേക്ഷിക്കുന്നു. അവിടെത്തെ വചനത്തിന്റെ സത്യം വ്യക്തമായി മനസ്സിലാക്കാനും എന്റെ ജീവിതത്തിന്റെ എല്ലാ മേഖലകളിലും അത് പ്രയോഗിക്കാനും എനിക്ക് കൃപ നൽകണമേ. അവിടെന്ന് വാഗ്ദാനം ചെയ്തതുപോലെ പ്രത്യാശയുടെയും ജീവിതത്തിന്റെയും വാക്കുകൾ എനിക്ക് നൽകണമേ, യേശുവിന്റെ നാമത്തിൽ അധികാരത്തോടും ശക്തിയോടും കൂടി മറ്റുള്ളവരോട് സംസാരിക്കാൻ എന്റെ അധരങ്ങളെ അനുഗ്രഹിക്കണമേ. ക്രിസ്തുവിന് വിശ്വസ്ത സാക്ഷിയാകാൻ എനിക്ക് ധൈര്യം നൽകണമേ. മുസ്ലീം ജനതയെ ആഴമായി സ്നേഹിയ്ക്കാനും അവരുമായി ക്രിസ്തുവിന്റെ സ്നേഹം പങ്കിടാനുള്ള അഭിനിവേശവും എനിക്ക് നൽകണമേ.

എന്റെ കർത്താവും രക്ഷകനുമായ യേശുക്രിസ്തുവിന്റെ നാമത്തിൽ ഞാൻ ഈ കാര്യങ്ങൾ പ്രഖ്യാപിക്കുകയും ചോദിക്കുകയും ചെയ്യുന്നു.

ആമേൻ.

പഠന സഹായി

പാഠം 6

പദാവലി

ദിമ്മ

ദിമ്മി

റീജൻസ്ബർഗ് പ്രഭാഷണം

'മൂന്ന് തിരഞ്ഞെടുപ്പുകൾ'

ഗ്രാൻഡ് മുഫ്തി

ജിസിയ

വാജിബ്

ജിഹാദ്

ഉമറിൻ്റെ കരാർ

ഹലാൽ

ദിമ്മിറ്റ്യൂഡ്

ശിരച്ഛേദം എന്ന ചടങ്ങ്

സത്യത്തെ കണ്ടുമുട്ടൽ

പുതിയ പേരുകൾ

- പോപ്പ് ബെനഡിക്ട് പതിനാറാമൻ (ജനനം: 1927): ജർമ്മൻ വംശജനായ ജോസഫ് റാറ്റ്സിംഗർ, 2005-2013 കാലഘട്ടത്തിലെ പോപ്പ്
- ബൈസൻ്റൈൻ ചക്രവർത്തി മാനുവൽ രണ്ടാമൻ പാലിയോളഗസ് (1350-1425; ഭരിച്ചത് 1395-1425)
- ഷെയ്ഖ് അബ്ദുൽ അസീസ് അൽ-ഷെയ്ഖ്: 1999 മുതൽ സൗദി അറേബ്യയിലെ ഗ്രാൻഡ് മുഫ്തി (ജനനം: 1943)
- ഇബ്നു കഥീർ: സിറിയൻ ചരിത്രകാരനും പണ്ഡിതനും (1301-1373)
- മുഹമ്മദ് ഇബ്നു യൂസഫ് അത്ഫായിഷ്: അൾജീരിയൻ മുസ്ലീം പണ്ഡിതൻ (1818-1914)
- വില്യം ഈറ്റൺ: തുർക്കിയിലും റഷ്യയിലും ബ്രിട്ടീഷ് ഗവേഷകൻ, 1798-ൽ *സർവേ ഓഫ് ദി ടർക്കിഷ് എംപയർ പ്രസിദ്ധീകരിച്ചു*
- ഇബ്നു ഖുദാമ: പലസ്തീൻ സുന്നി പണ്ഡിതനും സൂഫി മിസ്റ്റിക്കും (1147-1223)

- സാമുവൽ ഹ-നാഗിദ് (993-1055/56) ജോസഫ് ഹ-നാഗിദ് (1035-1066): ഗ്രാനഡയിലെ ജൂത ഗ്രാൻഡ് വിസിയർ.
- മുഹമ്മദ് അൽ-മാഗിലി: അൾജീരിയൻ പണ്ഡിതൻ (c. 1400-c. 1505)
- ഇബ്നു അജിബ: മൊറോക്കൻ സുന്നി സൂഫി പണ്ഡിതൻ (1747-1809)
- മൈമോനിഡെസ്: ഐബീരിയൻ സെഫാർഡിക് ജൂത പണ്ഡിതൻ (1138-1204)
- ജോവൻ സിവിജിക്: സെർബിയൻ ഭൂമിശാസ്ത്രജ്ഞനും നരവംശശാസ്ത്രജ്ഞനും (1865-1927)

ഈ പാഠത്തിൽ ഖുർആൻ

Q9:29 Q48:28 Q3:110

ചോദ്യങ്ങൾ പാഠം 6

- കേസ് പഠനം ചർച്ച ചെയ്യുക.

ദിമ്മ ഉടമ്പടി

1. **മാനുവൽ II പാലിയോളഗസ്**, 2006-ലെ തൻ്റെ പ്രസിദ്ധമായ **റീജൻസ്ബർഗ് പ്രഭാഷണത്തിൽ ബെനഡിക്ട്** പതിനാറാമൻ **മാർപാപ്പ** ഉദ്ധരിച്ചതും ലോകമെമ്പാടുമുള്ള മുസ്ലിങ്ങൾ കലാപത്തിന് കാരണമായതും 100-ഓളം മരണങ്ങൾക്ക് ഇടയാക്കിയതുമായ ഏത് പ്രസിദ്ധമായ വാക്കുകളാണ് പ്രഖ്യാപിച്ചത്?

2. **ഗ്രാൻഡ് മുഫ്തി ഷെയ്ഖ് അബ്ദുൽ അസീസ് അൽ-ഷെഖ്** പോപ്പ് ബെനഡിക്റ്റിന് എന്ത് തിരുത്തൽ നൽകി?

3. ഇസ്ലാം അമുസ്ലിംങ്ങളെ കീഴടക്കപ്പെടുമ്പോൾ വാഗ്ദാനം ചെയ്യുന്ന **മൂന്ന് തിരഞ്ഞെടുപ്പുകൾ** ഏതൊക്കെയാണ്?

4. *സാഹിഹ് അൽ-ബുഖാരിയിൽ* നിന്നുള്ള ഒരു *ഹദീസ്* ("എനിക്ക് കൽപ്പന നൽകിയിരിക്കുന്നു...") ഡ്യൂറി ഉദ്ധരിക്കുന്നു. ഈ ഉദ്ധരണി പ്രകാരം അല്ലാഹുവിന്റെ കൽപ്പന എന്താണ്?

5. അടുത്തതായി *സാഹിഹ് മുസ്ലിമിൽ* നിന്നുള്ള ഒരു *ഹദീസ്* ഡ്യൂറി ഉദ്ധരിക്കുന്നു: "അല്ലാഹുവിന്റെ നാമത്തിലും അല്ലാഹുവിന്റെ മാർഗത്തിലും പോരാടുക. അവിശ്വസിക്കുന്നവർക്കെതിരെ പോരാടുക..." ഇസ്ലാമിൽ കീഴടക്കപ്പെട്ട അവിശ്വാസികൾ ഏത് മൂന്ന് തിരഞ്ഞെടുപ്പുകൾ തിരഞ്ഞെടുക്കാന് ക്ഷണിയ്ക്കപ്പെടുന്നത്?

6. കീഴടക്കപ്പെട്ട അമുസ്ലിംകളിൽ നിന്ന് Q9:29 ആവശ്യപ്പെടുന്ന രണ്ട് കാര്യങ്ങൾ ഏതാണ്?

7. കീഴടങ്ങലിന്റെ ഉടമ്പടിയായ കരാറിന്റെ പേരെന്താണ്?

8. ഈ ഉടമ്പടി പ്രകാരം ജീവിക്കാൻ സമ്മതിക്കുന്ന അമുസ്ലിംകളെ എന്താണ് വിളിക്കുന്നത്?

9. *ദിമ്മ* സമ്പ്രദായത്തെ ഉയർത്തിപ്പിടിക്കുന്ന രണ്ട് *ഖുറാൻ* തത്വങ്ങൾ ഏതാണ്?

ജിസിയ

10. ***ദിമ്മികളുടെ*** മേൽ വാർഷിക ***ജിസിയ*** നികുതി ചുമത്തുന്നത് അവരുടെ രക്തത്തിനുള്ള മോചനമാണെന്ന് മുസ്ലീം പണ്ഡിതന്മാർ പറയുന്നത് എന്തുകൊണ്ട്?

11. കൊലപാതകത്തിനും അടിമത്തത്തിനും ***ജിസിയ*** നികുതി പകരം വയ്ക്കുന്നത് ആരുടെ നേട്ടത്തിനാണെന്ന് ഇമാം **അത് ഫായിഷ്** പറയുന്നു?

12. **വില്യം ഈറ്റണിന്റെ** അഭിപ്രായത്തിൽ, ***ജിസിയ*** എന്തിനാണ് നഷ്ടപരിഹാരം?

പാലിക്കാത്തതിനുള്ള പിഴ

13. ***ദിമ്മികൾ ദിമ്മ*** ഉടമ്പടി പാലിച്ചില്ലെങ്കിൽ അവരെ കാത്തിരിക്കുന്നത് എന്താണ്?

14. **ഉമറിന്റെ കരാർ** ***ദിമ്മികൾ*** സ്വയം അപേക്ഷിക്കണമെന്ന് എന്താണ് ആവശ്യപ്പെട്ടത്?

15. ഇമാം **ഇബ്ന് കുദാമ** അനുസരിക്കാത്ത ***ദിമ്മിയുടെ*** ജീവനും സ്വത്തിനും ***ഹലാൽ*** ലിസിറ്റ് (നിയമപ്രകാരമായത്) എന്നത് കൊണ്ട് എന്താണ് ഉദ്ദേശിച്ചത്?

16. ***ദിമ്മി*** സമൂഹങ്ങളുടെ ചരിത്രത്തിൽ എന്തൊക്കെ ആഘാതകരമായ സംഭവങ്ങൾ ഉണ്ടായിട്ടുണ്ട്?

17. 1066-ൽ ഗ്രാനഡയിലെ ജൂതന്മാർ കൊല്ലപ്പെട്ടത് എന്തുകൊണ്ട്?

18. 1860-ൽ ഡമാസ്കസിൽ ക്രിസ്ത്യാനികൾ കൂട്ടക്കൊല ചെയ്യപ്പെട്ടത് എന്തുകൊണ്ട്? കൊല്ലപ്പെടാതിരിക്കാൻ ചിലർ എന്തായിരുന്നു ചെയ്തത്?

അസ്വസ്ഥത ഉളവാക്കുന്ന ഒരു ആചാരം

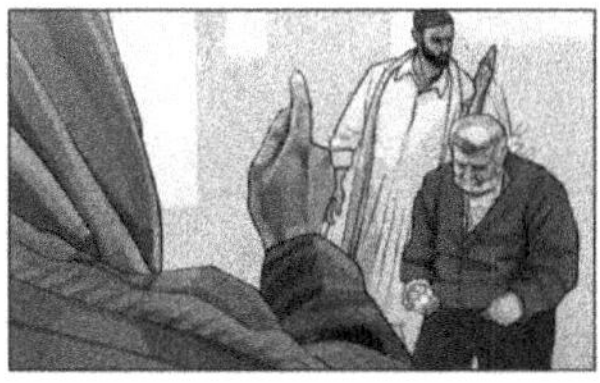

19. ആയിരം വർഷത്തിലേറെയായി മൊറോക്കോ മുതൽ ബുഖാറ വരെ വ്യാപകമായിരുന്നതായി ഡ്യൂറി പറയുന്ന ആചാരം എന്തായിരുന്നു?

20. ഈ ആചാരം എന്താണ് പ്രകടിപ്പിക്കാൻ ഉദ്ദേശിക്കുന്നത്?

21. ഈ ആചാരത്തിലൂടെ കടന്നുപോയപ്പോൾ ഒരു *ദിമ്മി* എന്ത് ശാപമാണ് ചൊല്ലിയത്?

22. ***ജിസിയ*** നികുതി അടയ്ക്കൽ നിയമമാക്കുമ്പോൾ പങ്കെടുക്കുന്നവർ സ്വയം എന്താണ് വിളിച്ചുപറയുന്നത്?

23. ***ജിസിയ*** നികുതി അടയ്ക്കുന്നതിൽ *ദിമ്മി* സ്വയം എന്താണ് ഉച്ചരിക്കുന്നത്?

വിനീതമായ നന്ദി

24. ഡ്യൂറിയുടെ അഭിപ്രായത്തിൽ, അമുസ്ലിങ്ങൾ മുസ്ലിങ്ങളോട് സ്വീകരിക്കേണ്ട രണ്ട് നിലപാടുകൾ ഏതാണ്?

25. അമുസ്ലിങ്ങൾക്ക് *ശരീഅത്ത്* ചട്ടങ്ങൾ ചുമത്തിയ അപകർഷതയുടെ ഉദാഹരണങ്ങൾ ശ്രദ്ധിക്കുക:

- *ദിമ്മിയുടെ* സാക്ഷി
- *ദിമ്മിയുടെ* വീടുകൾ
- *ദിമ്മിയുടെ* കുതിരകൾ
- *ദിമ്മിയുടെ* പൊതുവഴിയിലൂടെ നടക്കുന്നു
- *ദിമ്മിയുടെ* സ്വയം പ്രതിരോധം
- *ദിമ്മികളുടെ* മതചിഹ്നങ്ങൾ
- *ദിമ്മിയുടെ* പള്ളികൾ
- *ദിമ്മിയുടെ* ഇസ്ലാമിനെക്കുറിച്ചുള്ള വിമർശനം
- *ദിമ്മിയുടെ* വസ്ത്രധാരണം
- *ദിമ്മിയുടെ* വിവാഹം

26. മുസ്ലിം ഭരണത്തിൻ കീഴിൽ ജീവിക്കുന്ന അമുസ്ലിങ്ങളോട് Q9:29 എന്താണ് കൽപ്പിക്കുന്നത്?

27. 'മൂന്നാം തിരഞ്ഞെടുപ്പിനെ' **ഇബ്നു അജിബ** എങ്ങനെയാണ് വിവരിച്ചത്?

അപകർഷതയുടെ ഒരു മനഃശാസ്ത്രം

28. 'ദിമ്മിറ്റ്യൂഡ്' എന്ന പദം എന്താണ് വിവരിക്കുന്നത്?

29. മധ്യകാല ഐബീരിയൻ ജൂത പണ്ഡിതനായ മൈമോണിഡെസിന്റെ അഭിപ്രായത്തിൽ, ദിമ്മിറ്റ്യൂഡ് *ദിമ്മികളെ* എന്തുചെയ്യാൻ പ്രേരിപ്പിക്കുന്നു?

30. സെർബിയൻ ഭൂമിശാസ്ത്രജ്ഞനായ ജോവാൻ സിവിജിക്കിന്റെ അഭിപ്രായത്തിൽ, ബാൽക്കൻ ജനതയുടെ മേൽ തുർക്കികൾ നടപ്പിലാക്കിയ അക്രമാസക്തമായ ദിമ്മിറ്റുടു മാനസികമായി എന്താണ് ഉളവാക്കിയത്?

31. ഒരു പ്രസ്താവന പ്രകാരം മാർക്ക് ഡ്യൂറിയോട് സംസാരിച്ച ഇറാനിയൻ മതപരിവർത്തനം ചെയ്തയാൾ, ക്രിസ്തുമതവുമായി ബന്ധപ്പെട്ട് മുസ്ലീങ്ങൾ സ്വന്തം മതത്തെ എങ്ങനെ കാണുന്നു?

32. എന്തുകൊണ്ടാണ് *ദിമ്മിറ്റ്യൂഡ്* മുസ്ലീങ്ങൾക്കും ദോഷം വരുത്തുന്നത്?

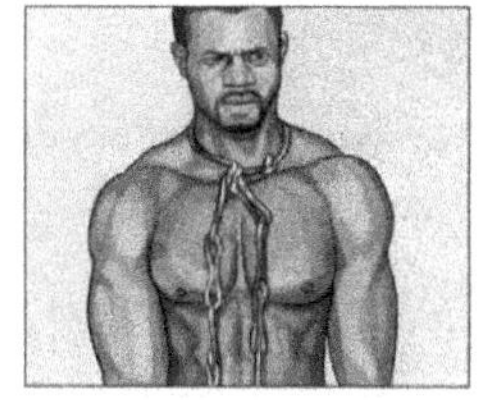

33. അമേരിക്കൻ ഐക്യനാടുകളിലെ ഏത് ചരിത്ര സാഹചര്യവുമായാണ് ഡ്യൂറി *ദിമ്മിറ്റ്യൂഡ്* താരതമ്യം ചെയ്യുന്നത്?

34. ഡൂറിയുടെ അഭിപ്രായത്തിൽ, അക്കാദമിക് അന്വേഷണത്തെയും രാഷ്ട്രീയ വ്യവഹാരങ്ങളെയും തളർത്തുന്നതെന്താണ്?

മതപീഡനവും *ദിമ്മയുടെ* തിരിച്ചുവരവും

35. പത്തൊൻപതാം നൂറ്റാണ്ടിലും ഇരുപതാം നൂറ്റാണ്ടിലും *ദിമ്മ* വ്യവസ്ഥയെ തകർക്കാൻ മുസ്ലീം ലോകത്തെ പ്രേരിപ്പിച്ചത് എന്താണ്?

36. ദുഡൂറിയുടെ അഭിപ്രായത്തിൽ, വർദ്ധിച്ചുവരുന്ന പീഡനത്തിന് കാരണമായത് എന്താണ്? പാകിസ്ഥാനിലെയും മറ്റ് പല രാജ്യങ്ങളിലും ക്രിസ്ത്യാനികൾക്കെതിരായ പീഡനങ്ങൾ വർദ്ധിക്കുന്നതിനും എന്താണ് കാരണമാകുന്നത്?

ഒരു ആത്മീയ പരിഹാരം

37. ഡൂറി പട്ടികപ്പെടുത്തുന്ന മുഹമ്മദിന്റെ ആഴത്തിലുള്ള നിരസിക്കൽ അനുഭവത്തിന്റെ അഞ്ച് ആത്മീയ അനന്തരഫലങ്ങൾ എന്തൊക്കെയാണ്?

38. മുഹമ്മദിന്റെ *ജിഹാദ്* ആഹ്വാനത്തിന് കാരണമായത് എന്തായിരുന്നു?

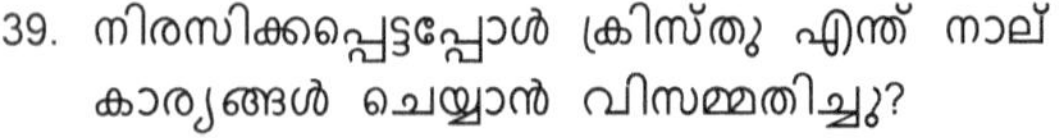

39. നിരസിക്കപ്പെട്ടപ്പോൾ ക്രിസ്തു എന്ത് നാല് കാര്യങ്ങൾ ചെയ്യാൻ വിസമ്മതിച്ചു?

ദിമ്മയിൽ നിന്നുള്ള സ്വാതന്ത്ര്യത്തിൻ്റെ സാക്ഷ്യങ്ങൾ

40. ഡ്യൂറി പങ്കിടുന്ന ഈ അഞ്ച് സാക്ഷ്യങ്ങൾക്ക് പൊതുവായി എന്താണുള്ളത്?

ദിമ്മ ഉടമ്പടി ഉപേക്ഷിക്കാനുള്ള കാരണങ്ങൾ

41. ***ദിമ്മത്വത്തിൽ*** ജീവിച്ചിരുന്നതിനോ അല്ലെങ്കിൽ പൂർവ്വികർ ഉണ്ടായിരുന്നതിനോ വേണ്ടി പ്രാർത്ഥന തേടുന്ന ഒരാളെ ഏത് മൂന്ന് സ്വാധീനങ്ങൾ ബാധിച്ചേക്കാം?

42. ദിമ്മത്വത്തെക്കുറിച്ചുള്ള പ്രാർത്ഥനകൾ ഏതൊക്കെ രണ്ട് കാര്യങ്ങൾ ചെയ്യാൻ രൂപകൽപ്പന ചെയ്തിരിക്കുന്നു?

43. ***ദിമ്മത്വത്താൽ*** ഉണ്ടാകുന്ന 13 നിഷേധാത്മകമായ ആത്മീയ സ്വാധീനങ്ങളുടെ പട്ടിക നോക്കുക. ദൈവവചനത്തിലെ സത്യത്തെ അടിസ്ഥാനമാക്കിയുള്ള പ്രാർത്ഥനകൾ ഈ സ്വാധീനങ്ങളെ എന്തു ചെയ്യും?

പ്രാർത്ഥന വിഭാഗത്തിന്, ദയവായി ഇനിപ്പറയുന്ന ഘട്ടങ്ങൾ പാലിക്കുക:

1. അഞ്ചാം പാഠത്തിലെ **സത്യാന്വേഷണ** വാക്യങ്ങൾ ആ പാഠം ചെയ്യുമ്പോൾ ഇതിനകം വായിച്ചിട്ടില്ലെങ്കിൽ, എല്ലാവർക്കും ഉറക്കെ വായിച്ചു കേൾപ്പിക്കും.

2. ഇതിനുശേഷം, എല്ലാ പങ്കാളികളും ഒരുമിച്ച് നിന്ന് *ദിമ്മയെ* ത്യജിക്കാനും അതിന്റെ ശക്തി തകർക്കാനുമുള്ള പ്രഖ്യാപനവും പ്രാർത്ഥനയും' ചൊല്ലുന്നു.

3. കൂടുതൽ വിശദമായ നിർദ്ദേശങ്ങൾക്ക്, നേതാക്കൾക്കുള്ള ഗൈഡ് കാണുക.

7

നുണ പറയൽ, തെറ്റായ ശ്രേഷ്ഠത, ശാപം

"നാവിനു ജീവൻ്റെയും മരണത്തിൻ്റെയും
ശക്തിയുണ്ട്,
അതിനെ സ്നേഹിക്കുന്നവർ അതിൻ്റെ ഫലം തിന്നും."
സദൃശവാക്യങ്ങൾ 18:21

പാഠ ലക്ഷ്യങ്ങൾ

a. മറ്റുള്ളവരെ കള്ളം പറയാനും വഞ്ചിക്കാനുമുള്ള ഇസ്ലാമിന്റെ അനുവാദം നോക്കുകയും നിരസിക്കുകയും ചെയ്യുക.

b. ഇസ്ലാമിക വഞ്ചന ഉപേക്ഷിക്കാൻ തയ്യാറെടുക്കുമ്പോൾ 20 പ്രത്യേക സത്യങ്ങൾ പ്രഖ്യാപിക്കുന്ന തിരുവെഴുത്ത് വാക്യങ്ങൾ പരിഗണിക്കുക.

c. എട്ട് അതുല്യമായ പ്രഖ്യാപനങ്ങളും നിരാകരണങ്ങളും ഉൾപ്പെടെ നിരാകരണ പ്രാർത്ഥന ചൊല്ലിക്കൊണ്ട് വഞ്ചനയിൽ നിന്ന് ആത്മീയ സ്വാതന്ത്ര്യം അവകാശപ്പെടുക.

d. ഒരാളുടെ ശ്രേഷ്ഠതയെക്കുറിച്ചുള്ള ഇസ്ലാമിന്റെ അന്വേഷണം നോക്കുകയും നിരസിക്കുകയും ചെയ്യുക.

e. ഇസ്ലാമിക ശ്രേഷ്ഠത ഉപേക്ഷിക്കാൻ തയ്യാറെടുക്കുമ്പോൾ പ്രത്യേക സത്യങ്ങൾ പ്രഖ്യാപിക്കുന്ന തിരുവെഴുത്ത് വാക്യങ്ങൾ പരിഗണിക്കുക.

f. അതുല്യമായ പ്രഖ്യാപനങ്ങളും നിരാകരണങ്ങളും ഉൾപ്പെടെ നിരാകരണ പ്രാർത്ഥന ചൊല്ലിക്കൊണ്ട് തെറ്റായ ശ്രേഷ്ഠതയിൽ നിന്ന് ആത്മീയ സ്വാതന്ത്ര്യം അവകാശപ്പെടുക.

g. പള്ളിയിൽ ഒരുമിച്ച് അവിശ്വാസികളെ ശപിക്കുന്ന ധാരാളം ആരാധകരുടെ ഇസ്ലാമിക ആചാര രീതികൾ മനസിലാക്കുക.

h. ഇസ്ലാമിൽ ശപിക്കുന്നതിനോടുള്ള വ്യത്യസ്ത മനോഭാവങ്ങൾ ശ്രദ്ധിക്കുക.

i. ആചാരപരമായ ശാപത്തിൽ പങ്കെടുക്കുന്നവർക്ക് അനുഭവപ്പെടുന്ന വൈകാരിക ബന്ധവും 'ചാർജും' ശ്രദ്ധിക്കുക.

j. ആചാരപരമായ ശാപം ഉപേക്ഷിക്കാൻ തയ്യാറെടുക്കുമ്പോൾ ആറ് പ്രത്യേക സത്യങ്ങൾ പ്രഖ്യാപിക്കുന്ന തിരുവെഴുത്ത് വാക്യങ്ങൾ പരിഗണിക്കുക.

k. 19 അതുല്യമായ പ്രഖ്യാപനങ്ങളും നിരാകരണങ്ങളും ഉൾപ്പെടെ നിരാകരണ പ്രാർത്ഥന ചൊല്ലിക്കൊണ്ട് ശാപ ആചാരങ്ങളിൽ നിന്ന് ആത്മീയ സ്വാതന്ത്ര്യം അവകാശപ്പെടുക.

കേസ് പഠനം: നിങ്ങൾ എന്തു ചെയ്യും?

അലക്സാണ്ടർ, സാമുവൽ, പിയറി എന്നീ മൂന്ന് ക്രിസ്ത്യൻ സഹപ്രവർത്തകരോടൊപ്പം ഒരു പള്ളിയിലേക്ക് നിങ്ങൾ ഒരു മിനിബസിൽ യാത്ര ചെയ്യുകയാണ്. നിങ്ങൾ മുസ്ലീങ്ങൾക്കിടയിലെ ശിഷ്യത്വത്തെ അഭിസംബോധന ചെയ്യുന്ന ഒരു കോൺഫറൻസിലേക്കാണ് യാത്ര ചെയ്യുകയാണ്. പള്ളി, കുടുംബം, രാഷ്ട്രീയം എന്നിവയെക്കുറിച്ച് പങ്കുവെച്ച ശേഷം, ക്രിസ്തുവിനെക്കുറിച്ചും തീവ്രവാദ ഇസ്ലാമിന്റെ ഉദയത്തെക്കുറിച്ചും മുസ്ലീങ്ങൾ കാണുന്ന നിരവധി സ്വപ്നങ്ങളെക്കുറിച്ച് മറ്റുള്ളവർ എന്താണ് ചിന്തിക്കുന്നതെന്ന് പിയറി ചോദിക്കുന്നു. ഇതിനർത്ഥം നമ്മൾ അവസാന കാലത്താണെന്നാണോ? യേശുവിനെ മിശിഹയായി പിന്തുടരുന്ന ജൂതന്മാരെപ്പോലെ, മതം മാറിയ മുസ്ലീങ്ങൾക്കും ശിഷ്യത്വത്തിന്റെ ഒരു പ്രത്യേക പാത അർഹിക്കേണ്ടതുണ്ടോ?

അലക്സാണ്ടർ പരിഹാസപൂർവ്വം പറയുന്നു, "പുരുഷന്മാരേ, യഹൂദന്മാരിൽ നിന്നോ ബുദ്ധമതക്കാരിൽ നിന്നോ വ്യത്യസ്തമായ ശിഷ്യത്വം മതം മാറിയ മുസ്ലീങ്ങൾക്ക് ആവശ്യമായി വരുന്നത് എന്തുകൊണ്ട്? ചരിത്രപരമായ സഭ വ്യത്യസ്ത മതപശ്ചാത്തലങ്ങൾക്ക് വ്യത്യസ്ത ശിഷ്യത്വം എപ്പോഴാണ് വാഗ്ദാനം ചെയ്തത്? നാമെല്ലാവരും ഒരേ ബൈബിൾ ഉപയോഗിക്കുകയും ഒരേ വിശ്വാസപ്രമാണം ചൊല്ലുകയും ചെയ്യുന്നില്ലേ? മുസ്ലീങ്ങൾ വ്യത്യസ്തമായി 'വീണ്ടും ജനിക്കുന്നു' എന്നതിനും പ്രത്യേക സ്നാന പഠിപ്പിക്കലോ ശിഷ്യത്വമോ ആവശ്യമാണെന്നതിനും എന്ത് തെളിവുണ്ട്?"

സാമുവൽ മറുപടി നൽകുന്നു, "എല്ലാ മുട്ടും മടങ്ങുമെന്ന് യേശു വാഗ്ദാനം ചെയ്തു, ഇതിൽ ദശലക്ഷക്കണക്കിന് മുസ്ലീങ്ങൾ ക്രിസ്തുവിലേക്ക് വരുന്നത് ഉൾപ്പെടുന്നുവെന്ന് ഞാൻ വിശ്വസിക്കുന്നു, ജൂതന്മാരെപ്പോലെ, പ്രത്യേക വീടുകളിലെ പള്ളികളിൽ പ്രത്യേക ശ്രദ്ധയോടെ അവരെ സ്വാഗതം ചെയ്യണം. പൗലോസും പത്രോസും യഹൂദന്മാരോടുള്ള സുവിശേഷീകരണത്തെ ജാതികളോടുള്ള സുവിശേഷീകരണത്തിൽ നിന്ന് വ്യത്യസ്തമായി പലതും പരിഗണിച്ചു. മുസ്ലീങ്ങളെ നാം 'യഹൂദ ബന്ധുക്കളെപ്പോലെ' പരിഗണിക്കുകയും അവരുടെ ആത്മീയ ആവശ്യങ്ങൾ നിറവേറ്റുന്ന ഒരു പ്രത്യേക ശിഷ്യത്വം ഉണ്ടായിരിക്കുകയും വേണം.

പിയറി തുടർന്ന് കൂട്ടിച്ചേർക്കുന്നു, "എന്നാൽ സാമുവേൽ, പുതിയനിയമ സഭയുടെ ശിഷ്യപ്പെടുത്താൻ എല്ലാ

അപ്പോസ്തലന്മാരും ഒരേ സിദ്ധാന്തങ്ങളാണ് ഉപയോഗിച്ചത്. എല്ലാ അപ്പസ്തോലിക ലേഖനങ്ങളും ജൂതന്മാരെയും വിജാതീയന്മാരായി അഭിസംബോധന ചെയ്യുന്നില്ലേ? ക്രിസ്തുവിലേക്ക് വരുന്ന മുസ്ലീങ്ങൾക്ക് മറ്റെല്ലാവർക്കും ആവശ്യമുള്ളത് മാത്രമേ ആവശ്യമുള്ളൂ: ഒരു സ്നാന ക്ലാസ്, പ്രസംഗങ്ങൾ, സൺഡേ സ്കൂൾ പഠിപ്പിക്കൽ, ബൈബിൾ പഠനങ്ങൾ. വാസ്തവത്തിൽ, അവർക്ക് പ്രത്യേക പരിഗണന നൽകുന്നത് നമ്മുടെ നിലവിലുള്ള സഭകളുമായി ചേരുന്നതിൽ നിന്ന് അവരെ തടഞ്ഞേക്കാം."

സാമുവൽ അടുത്തതായി നിങ്ങളോട് ചോദിക്കുന്നു, "മുൻ മുസ്ലീങ്ങളുടെ ശിഷ്യത്വത്തെ നിങ്ങൾ എങ്ങനെ കാണുന്നു?"

നിങ്ങൾ എങ്ങനെ ഉത്തരം പറയും?

നുണ പറയുന്നതിൽ നിന്നുള്ള സ്വാതന്ത്ര്യം

ഈ ഭാഗങ്ങളിൽ, നുണ പറയലിനെക്കുറിച്ചുള്ള ഇസ്ലാമിൻ്റെ പഠിപ്പിക്കലുകൾ നമ്മൾ പരിഗണിക്കും, കൂടാതെ നുണകൾ ഉപേക്ഷിക്കാൻ നമ്മൾ തിരഞ്ഞെടുക്കും.

സത്യം വിലപ്പെട്ടതാണ്

ജിഹാദിനെതിരെ സംസാരിച്ചതിന് ഇന്തോനേഷ്യയിൽ വ്യാജമായി തടവിലാക്കപ്പെട്ട പാസ്റ്റർ ദമാനിക് സത്യത്തെക്കുറിച്ച് ഇങ്ങനെ പറഞ്ഞു:

> ... സത്യം കഠിനവും വളരെ വിലയേറിയതും നമുക്ക് അതിനപ്പുറം മറ്റൊരു മാർഗമില്ലാത്തതാണ്. വലിയ വില നൽകാൻ നാം തയ്യാറാകണം. സത്യത്തോട് വിട പറയുക എന്നതാണ് ബദൽ. ഉറച്ച ഇച്ഛാശക്തിയുള്ള ഒരാളാകാനും അതേ സമയം ശുദ്ധവും സുതാര്യവുമായ ഹൃദയമുള്ള (സ്ഫടികം പോലെ) വ്യക്തിയാകാനും ഒരു സത്യപ്രിയൻ കൂടുതൽ കഠിനമായി പോരാടേണ്ടതുണ്ട്. കഠിനമായ ഇച്ഛ ശക്തമാണ്; അതിനെ വളയ്ക്കാൻ കഴിയില്ല. സത്യത്തോടുള്ള പ്രതിബദ്ധതയിൽ അത് അചഞ്ചലമാണ് ... സ്വന്തം മറഞ്ഞിരിക്കുന്ന താൽപ്പര്യങ്ങളിൽ നിന്നും വ്യക്തിപരമായ അജണ്ടയിൽ നിന്നും ശുദ്ധിയുള്ള ഒന്നാണ് സ്ഫടിക ഹൃദയം.

> സ്ഫടികത്തിന്റെ കാര്യത്തിലെന്നപോലെ, സത്യപ്രിയൻ ലോകത്തിലെ അനീതിക്കും അസത്യത്തിനും മുന്നിൽ സംവേദനക്ഷമതയുള്ളവനും എളുപ്പത്തിൽ അതിനാൽ ദുർബലനുമാകുന്നു. ഈ തകർന്ന ഹൃദയം ബലഹീനതയുടെ അടയാളമല്ല, മറിച്ച് അത് ശക്തിയുടെയും ബലത്തിന്റെയും അടയാളമാണ്. അവൻ ശക്തമായ ഇച്ഛാശക്തിയുള്ളവനാണ്, അവന്റെ മൂർച്ചയുള്ള വായയ്ക്ക് അസത്യത്തിനും അവന്റെ ചുറ്റുപാടുകളുടെ വ്യാജത്തിനും മുന്നിൽ സംസാരിക്കാൻ കഴിയും. അവന്റെ ഹൃദയം നിശ്ചലമോ നിശബ്ദമോ ആയിരിക്കില്ല. അവന്റെ ഹൃദയം എപ്പോഴും അനീതിക്കെതിരായ പോരാട്ടത്താൽ നിറഞ്ഞിരിക്കുന്നു.

ദൈവം സത്യവാനാണ് എന്ന വസ്തുത, അവനുമായി ഒരു ബന്ധത്തിൽ ഏർപ്പെടുന്നതിൽ നമുക്ക് അടിസ്ഥാനപരമാണ്. ദൈവം ബന്ധുത്വമുള്ളവനാണ്: അവൻ മനുഷ്യത്വവുമായുള്ള ബന്ധങ്ങളിൽ സ്വയം ബന്ധിപ്പിക്കുന്നു.

ശരീഅത്ത് സംസ്കാരം

ഖുർആനും ഇസ്‌ലാമിന്റെ അധ്യാപനവും അനുസരിച്ച് ചില പ്രത്യേക സാഹചര്യങ്ങളിൽ നുണ പറയുന്നത് അനുവദനീയമാണ്. ഇസ്‌ലാമിൽ നുണ പറയൽ അനുവദനീയവും ചിലപ്പോൾ നിർബന്ധവുമാണെന്ന് പാഠം 3-ൽ നാം കണ്ടു.

ഖുർആനിൽ അല്ലാഹു പോലും വഞ്ചകനാണെന്നും ആളുകളെ വഴിതെറ്റിക്കുന്നവനാണെന്നും പറയുന്നു.

> അല്ലാഹു അവൻ ഉദ്ദേശിക്കുന്നവരെ വഴിപിഴപ്പിക്കുന്നു, അവൻ ഉദ്ദേശിക്കുന്നവരെ അവൻ നേർവഴിയിലാക്കുന്നു. അവൻ പ്രതാപിയും യുക്തിമാനുമാകുന്നു. (Q14:4)

ശരീഅത്ത് നിയമം അംഗീകരിക്കുന്ന നുണകളിൽ ഇവ ഉൾപ്പെടുന്നു:

- യുദ്ധത്തിൽ കള്ളം പറയുക
- ഭർത്താക്കന്മാർ ഭാര്യമാരോട് കള്ളം പറയുന്നു
- സ്വയം സംരക്ഷിക്കാൻ കള്ളം പറയുന്നു
- ഉമയെ പ്രതിരോധിക്കാൻ കള്ളം പറയുക
- മുസ്ലീങ്ങൾ അപകടത്തിലാണെന്ന് വിശ്വസിക്കുമ്പോൾ സ്വയം സംരക്ഷിക്കുന്ന നുണ പറയുന്നു (*തഖിയ്യ*): ഈ

> സാഹചര്യത്തിൽ ഒരു മുസ്ലീമിന് അവരുടെ വിശ്വാസം നിഷേധിക്കാൻ പോലും അനുവാദമുണ്ട് (Q16:106).

ഈ മതമൂല്യങ്ങൾ ഇസ്ലാമിക സംസ്കാരങ്ങളെ ആഴത്തിൽ സ്വാധീനിച്ചിട്ടുണ്ട്.

സത്യം കണ്ടുമുട്ടൽ

ഇസ്ലാമിൽ നിന്ന് വ്യത്യസ്തമായി, ഒരു ക്രിസ്ത്യാനിക്ക് അവരുടെ വിശ്വാസം നിഷേധിക്കാൻ അനുവാദമില്ല:

> മറ്റുള്ളവരുടെ മുമ്പാകെ എന്നെ അംഗീകരിക്കുന്നവനെ സ്വർഗ്ഗസ്ഥനായ എൻ്റെ പിതാവിൻ്റെ മുമ്പാകെ ഞാനും അംഗീകരിക്കും. എന്നാൽ മറ്റുള്ളവരുടെ മുമ്പിൽ എന്നെ തള്ളിപ്പറയുന്നവനെ ഞാൻ സ്വർഗ്ഗസ്ഥനായ പിതാവിൻ്റെ മുമ്പാകെ നിരാകരിക്കും. (മത്തായി 10:32-33)

യേശു പറഞ്ഞു, "നിങ്ങൾ പറയേണ്ടത് 'അതെ' അല്ലെങ്കിൽ 'ഇല്ല' എന്നാണ്..." (മത്തായി 5:37)

ഉല്പത്തി 17 അനുസരിച്ച്, ദൈവം അബ്രഹാമുമായി എന്താണ് സ്ഥാപിക്കുന്നത്?

> ഞാൻ നിനക്കും നിന്റെശേഷം നിന്റെ സന്തതിക്കും ദൈവമായിരിക്കേണ്ടതിനു ഞാൻ എനിക്കും നിനക്കും നിന്റെശേഷം തലമുറതലമുറയായി നിന്റെ സന്തതിക്കും മധ്യേ എന്റെ നിയമത്തെ നിത്യനിയമമായി സ്ഥാപിക്കും. ഞാൻ നിനക്കും നിന്റെശേഷം നിന്റെ സന്തതിക്കും നീ പ്രവാസം ചെയ്യുന്ന ദേശമായ കനാൻദേശമൊക്കെയും ശാശ്വതാവകാശമായി തരും; ഞാൻ അവർക്കു ദൈവമായുമിരിക്കും. (ഉല്പത്തി 17:7-8)

സങ്കീർത്തനം 89 അനുസരിച്ച്, ദാവീദുമായി ദൈവം എന്താണ് സ്ഥാപിക്കുന്നത്?

> എന്റെ വൃതനോടു ഞാൻ ഒരു നിയമവും എന്റെ ദാസനായ ദാവീദിനോടു സത്യവും ചെയ്തിരിക്കുന്നു. നിന്റെ സന്തതിയെ ഞാൻ എന്നേക്കും സ്ഥിരപ്പെടുത്തും; നിന്റെ സിംഹാസനത്തെ തലമുറതലമുറയോളം ഉറപ്പിക്കും." (സങ്കീർത്തനം 89: 3-4)

നിങ്ങൾ ഇപ്പോൾ വായിച്ച ഈ രണ്ട് ഭാഗങ്ങൾ ദൈവം തൻ്റെ ജനവുമായി വിശ്വസ്ത ഉടമ്പടികൾ സ്ഥാപിക്കുന്നുവെന്ന് കാണിക്കുന്നു.

അടുത്ത ഭാഗങ്ങളിൽ ദൈവത്തിന്റെ രണ്ട് പങ്കുവയ്ക്കുവാൻ കഴിയുന്ന ഗുണങ്ങളാണ് നിങ്ങൾക്ക് മനസ്സിലാക്കാൻ കഴിയുക?

വ്യാജം പറവാൻ ദൈവം മനുഷ്യനല്ല; അനുതപിപ്പാൻ അവൻ മനുഷ്യപുത്രനുമല്ല; താൻ കല്പിച്ചതു ചെയ്യാതിരിക്കുമോ? താൻ അരുളിച്ചെയ്തതു നിവർത്തിക്കാതിരിക്കുമോ?(സംഖ്യ. 23:19)

യഹോവെക്കു സ്തോത്രം ചെയ്‌വിൻ; അവൻ നല്ലവനല്ലോ; അവന്റെ ദയ എന്നേക്കുമുള്ളതു. (സങ്കീർത്തനം 136:1)

[യഹൂദന്മാരെക്കുറിച്ച് പറഞ്ഞാൽ] ... സുവിശേഷം സംബന്ധിച്ചു അവർ നിങ്ങൾ നിമിത്തം ശത്രുക്കൾ; തിരഞ്ഞെടുപ്പു സംബന്ധിച്ചോ പിതാക്കന്മാർനിമിത്തം പ്രിയന്മാർ. ദൈവം തന്റെ കൃപാവരങ്ങളെയും വിളിയെയും കുറിച്ചു അനുതപിക്കുന്നില്ലല്ലോ. (റോമർ 11:28-29)

... ദൈവത്തിൻ്റെ തിരഞ്ഞെടുക്കപ്പെട്ടവരുടെ വിശ്വാസവും ദൈവഭക്തിയിലേക്ക് നയിക്കുന്ന സത്യത്തെക്കുറിച്ചുള്ള അവരുടെ അറിവും - നിത്യജീവൻ്റെ പ്രത്യാശയിൽ, ഭോഷ്കില്ലാത്ത ദൈവം സകല കാലത്തിന്നും മുമ്പെ വാഗ്ദത്തം ചെയ്തു ... (തീത്തോസ് 1:1-2)

അതുകൊണ്ടു ദൈവം വാഗ്ദത്തത്തിന്റെ അവകാശികൾക്കു തന്റെ ആലോചന മാറാത്തതു എന്നു അധികം സ്പഷ്ടമായി കാണിപ്പാൻ ഇച്ഛിച്ചു ഒരു ആണയാലും ഉറപ്പുകൊടുത്തു. അങ്ങനെ നമ്മുടെ മുമ്പിൽ വെച്ചിട്ടുള്ള പ്രത്യാശ പിടിച്ചുകൊൾവാൻ ശരണത്തിന്നായി ഓടിവന്ന നാം മാറിപ്പോകാത്തതും ദൈവത്തിന്നു ഭോഷ്കുപറവാൻ കഴിയാത്തതുമായ രണ്ടു കാര്യങ്ങളാൽ ശക്തിയുള്ള പ്രബോധനം പ്രാപിപ്പാൻ ഇടവരുന്നു. ആ പ്രത്യാശ നമുക്കു ആത്മാവിന്റെ ഒരു നങ്കൂരം തന്നേ; അതു നിശ്ചയവും സ്ഥിരവും തിരശ്ശീലെക്കകത്തേക്കു കടക്കുന്നതുമാകുന്നു. (എബ്രായർ 6:17-19)

എന്നാൽ ദൈവം വിശ്വസ്തനായിരിക്കുന്നതുപോലെ, നിങ്ങളോടുള്ള ഞങ്ങളുടെ വചനം ഒരിക്കൽ ഉവ്വ എന്നും മറ്റൊരിക്കൽ ഇല്ല എന്നും ആയിരുന്നില്ല. ദൈവപുത്രനായ യേശുക്രിസ്തുവിനെ സംബന്ധിച്ചിടത്തോളം ... ഒരിക്കൽ ഉവ്വ എന്നും മറ്റൊരിക്കൽ ഇല്ല എന്നും ആയിരുന്നില്ല; അവനിൽ ഉവ്വ എന്നത്രേയുള്ളു. (2 കൊരിന്ത്യർ 1:18-20)

ദൈവം തൻ്റെ ബന്ധങ്ങളിൽ മാറ്റമില്ലാത്തവനും വിശ്വസ്തനുമാണ്. അവൻ എപ്പോഴും തൻ്റെ വാക്ക് പാലിക്കുന്നു.

ലേവ്യപുസ്തകം അനുസരിച്ച്, ദൈവത്തിന് ആളുകളിൽ നിന്ന് എന്താണ് വേണ്ടത്?

> കർത്താവ് മോശയോട് അരുളിച്ചെയ്തു: "ഇസ്രായേലിൻ്റെ മുഴുവൻ സഭയോടും പറയുക: 'നിങ്ങളുടെ ദൈവമായ കർത്താവായ ഞാൻ വിശുദ്ധനാകയാൽ നിങ്ങൾ വിശുദ്ധരായിരിക്കുവിൻ'" (ലേവ്യപുസ്തകം 19:1-2)

ബൈബിളിലെ സത്യദൈവം നാം വിശുദ്ധരായിരിക്കാൻ ആഗ്രഹിക്കുന്നു.

ഈ അടുത്ത മൂന്ന് വാക്യങ്ങൾ അനുസരിച്ച്, നമ്മുടെ ജീവിതത്തിൽ ദൈവത്തിൻ്റെ വിശുദ്ധി എങ്ങനെ കാണിക്കാം?

> ...നിന്റെ ദയ എന്റെ കണ്ണിന്മുമ്പിൽ ഇരിക്കുന്നു; നിന്റെ സത്യത്തിൽ ഞാൻ നടന്നുമിരിക്കുന്നു.14 (സങ്കീർത്തനം 26:3)

> നിൻ്റെ കരങ്ങളിൽ ഞാൻ എൻ്റെ ആത്മാവിനെ സമർപ്പിക്കുന്നു; കർത്താവേ, എൻ്റെ വിശ്വസ്ത ദൈവമേ എന്നെ വിടുവിക്കേണമേ. (സങ്കീർത്തനം 31:5)

> കർത്താവേ, അങ്ങയുടെ കാരുണ്യം എന്നിൽ നിന്ന് തടയരുതേ; നിൻ്റെ സ്നേഹവും സത്യവും എന്നെ എപ്പോഴും സംരക്ഷിക്കട്ടെ. (സങ്കീർത്തനം 40:11)

സത്യസന്ധരായിരിക്കുന്നതിലൂടെയും സത്യത്തിൽ ജീവിക്കുന്നതിലൂടെയും നമുക്ക് ദൈവത്തിന്റെ വിശുദ്ധി കാണിക്കാൻ കഴിയും, കാരണം ദൈവം സത്യവാനും അവന്റെ വചനത്തോട് വിശ്വസ്തനുമാണ്. സാത്താൻ നമ്മുടെ ഹൃദയങ്ങളിൽ നുണകൾ കടത്തിവിടാൻ ഇഷ്ടപ്പെടുന്നുവെങ്കിലും, ദൈവത്തിന്റെ സത്യം നമ്മെ സംരക്ഷിക്കുന്നു.

ദാവീദിൻ്റെ ഈ സങ്കീർത്തനം അനുസരിച്ച് സത്യം നമ്മോട് എന്താണ് ചെയ്യുന്നത്?

> തീർച്ചയായും ഞാൻ ജന്മനാ പാപിയാണ്; എൻ്റെ അമ്മ എന്നെ ഗർഭം ധരിച്ച കാലം മുതൽ പാപിയാണ്.

> ഇതാ, ഞാൻ അകൃത്യത്തിൽ ഉരുവായി; പാപത്തിൽ എന്റെ അമ്മ എന്നെ ഗർഭം ധരിച്ചു. അന്തർഭാഗത്തിലെ സത്യമല്ലോ നീ

---

14 ഇവിടെ 'സത്യം' എന്ന് വിവർത്തനം ചെയ്തിരിക്കുന്ന വാക്കിന് 'വിശ്വസ്തത' എന്നും അർത്ഥമുണ്ട്.

ഇച്ഛിക്കുന്നതു; അന്തരംഗത്തിൽ എന്നെ ജ്ഞാനം ഗ്രഹിപ്പിക്കേണമേ. ഞാൻ നിർമ്മലനാകേണ്ടതിന്നു ഈസോപ്പുകൊണ്ടു എന്നെ ശുദ്ധീകരിക്കേണമേ; ഞാൻ ഹിമത്തെക്കാൾ വെളുക്കേണ്ടതിന്നു എന്നെ കഴുകേണമേ. (സങ്കീർത്തനം 51:5-7)

സത്യം നമ്മെ ശുദ്ധീകരിക്കുന്നുവെന്ന് ഈ സങ്കീർത്തനം പ്രസ്താവിക്കുന്നു.

ഈ വാക്യം അനുസരിച്ച്, യേശുവിൻ്റെ ജീവിതത്തിൽ എന്താണ് നിറഞ്ഞത്?

... ഞങ്ങൾ അവന്റെ തേജസ്സ് പിതാവിൽ നിന്നു ഏകജാതനായവന്റെ തേജസ്സായി കണ്ടു. (യോഹന്നാൻ 1:14)

യേശു സത്യത്താൽ നിറഞ്ഞവനായിരുന്നു.

എങ്ങനെ ജീവിക്കാനാണ് നാം വിളിക്കപ്പെട്ടിരിക്കുന്നത്?

സത്യം പ്രവർത്തിക്കുന്നവനോ, തന്റെ പ്രവൃത്തി ദൈവത്തിൽ ചെയ്തിരിക്കയാൽ അതു വെളിപ്പെടേണ്ടതിന്നു വെളിച്ചത്തിങ്കലേക്കു വരുന്നു. (യോഹന്നാൻ 3:21)

സത്യത്തിൽ ജീവിക്കാനാണ് നാം വിളിക്കപ്പെട്ടിരിക്കുന്നത്.

ഈ അടുത്ത രണ്ട് വാക്യങ്ങൾ അനുസരിച്ച്, എന്തിലൂടെ മാത്രമേ നമുക്ക് ദൈവത്തെ അറിയാൻ കഴിയൂ?

ദൈവം ആത്മാവാണ്, അവൻ്റെ ആരാധിയ്ക്കുന്നവർ ആത്മാവിലും സത്യത്തിലും ആരാധിക്കണം. (യോഹന്നാൻ 4:24)

യേശു മറുപടി പറഞ്ഞു, "ഞാൻ തന്നെ വഴിയും സത്യവും ജീവനും ആകുന്നു. എന്നിലൂടെയല്ലാതെ ആരും പിതാവിൻ്റെ അടുക്കൽ വരുന്നില്ല. (യോഹന്നാൻ 14:6)

സത്യത്തിലൂടെ മാത്രമേ നമുക്ക് ദൈവത്തിലേക്ക് വരാൻ കഴിയൂ എന്നാണ് യേശു നമ്മോട് പറയുന്നത്. (സുവിശേഷങ്ങളിൽ, "ഞാൻ നിങ്ങളോട് സത്യം പറയുന്നു" എന്ന് യേശു 78 തവണ പറയുന്നു.)

പൗലോസിൻ്റെ ഈ ഭാഗം അനുസരിച്ച്, ക്രിസ്തുവിനെ അനുഗമിക്കുന്നതിൽ എന്താണ് പൊരുത്തപ്പെടാത്തത്?

ദുർന്നടപ്പുക്കാർ, പുരുഷമൈഥുനക്കാർ, നരമോഷ്ടാക്കൾ, ഭോഷ്കുപറയുന്നവർ, കള്ളസത്യം ചെയ്യുന്നവർ എന്നീ വകക്കാർക്കും പത്ഥ്യോപദേശത്തിന്നു വിപരീതമായ മറ്റു

> ഏതിന്നും അത്രേ വെച്ചിരിക്കുന്നതു എന്നു ഗ്രഹിച്ചുകൊണ്ടു അതിനെ ന്യായോചിതമായി ഉപയോഗിച്ചാൽ ന്യായപ്രമാണം നല്ലതു തന്നേ എന്നു നാം അറിയുന്നു. ഈ പരിജ്ഞാനം, എങ്കൽ ഭരമേല്പിച്ചിരിക്കുന്നതായി ധന്യനായ ദൈവത്തിന്റെ മഹത്വമുള്ള സുവിശേഷത്തിന്നു അനുസാരമായതു തന്നേ. (1 തിമോത്തി 1:9-11)

നുണ പറയുന്നത് ക്രിസ്തുവിനെ അനുഗമിക്കുന്നതുമായി പൊരുത്തപ്പെടുന്നില്ല എന്ന് പൗലോസ് വിശദീകരിക്കുന്നു.

വഞ്ചന ഉപേക്ഷിക്കാനുള്ള ഈ പ്രാർത്ഥന പങ്കെടുക്കുന്ന എല്ലാവരും ഒരുമിച്ച് നിന്ന് ഉറക്കെ വായിക്കണം.

വഞ്ചന ഉപേക്ഷിക്കാനുള്ള പ്രഖ്യാപനവും പ്രാർത്ഥനയും

അങ്ങ് സത്യത്തിന്റെ ദൈവമായതിനാൽ, അങ്ങ് ഏറ്റവും കൂരിരുട്ടു നിറഞ്ഞ രാത്രിയിൽ അങ്ങയുടെ വെളിച്ചം പ്രകാശിപ്പിച്ചതിന് പിതാവേ, ഞാൻ അങ്ങയെ നന്ദി പറയുന്നു. ഇന്ന് ഞാൻ ഇരുട്ടിൽ ജീവിക്കാനല്ല, മറിച്ച് അങ്ങയുടെ വെളിച്ചത്തിൽ വസിക്കാനാണ് ഇഷ്ടപ്പെടുന്നത്.

ഞാൻ പറഞ്ഞ എല്ലാ നുണകൾക്കും എന്നോട് ക്ഷമിക്കണമേ. ഞാൻ പലപ്പോഴും ശരിയല്ലാത്ത ആശ്വാസത്തിന്റെയും എളുപ്പത്തിന്റെയും പാത തിരഞ്ഞെടുത്തിട്ടുണ്ട്. എല്ലാ അഭക്തിയിൽ നിന്നും എന്റെ അധരങ്ങളെ ശുദ്ധീകരിക്കണമേ എന്ന് ഞാൻ കർത്താവിനോട് അപേക്ഷിക്കുന്നു. സത്യം കേൾക്കാൻ ഇഷ്ടപ്പെടുന്ന ഒരു ഹൃദയവും, സത്യം മറ്റുള്ളവരെ അറിയിക്കാൻ തയ്യാറായ ഒരു അധരവും എനിക്ക് നൽകണമേ.

സത്യത്തിൽ ആശ്വാസം കണ്ടെത്താനും, വ്യാജങ്ങളെ നിരസിക്കാനും എനിക്ക് ധൈര്യം നൽകണമേ.

ഇന്ന് എന്റെ ദൈനംദിന ജീവിതത്തിൽ ഞാൻ നുണകളുടെ ഉപയോഗം നിരസിക്കുകയും ഉപേക്ഷിക്കുകയും ചെയ്യുന്നു.

തഖിയ്യ ഉൾപ്പെടെ, നുണ പറയുന്നതിനെ ന്യായീകരിക്കാൻ ഉപയോഗിക്കുന്ന ഇസ്ലാമിന്റെ എല്ലാ പഠിപ്പിക്കലുകളെയും ഞാൻ നിരസിക്കുന്നു. എല്ലാ നുണകളിൽ നിന്നും വഞ്ചനയിൽ നിന്നും ഞാൻ പിന്തിരിയാൻ തീരുമാനിക്കുന്നു. സത്യത്തിൽ ജീവിക്കാൻ ഞാൻ തിരഞ്ഞെടുക്കുന്നു.

യേശുക്രിസ്തു വഴിയും സത്യവും ജീവനുമാണെന്ന് ഞാൻ പ്രഖ്യാപിക്കുന്നു. അവന്റെ സത്യത്തിന്റെ സംരക്ഷണത്തിൽ ജീവിക്കാൻ ഞാൻ തിരഞ്ഞെടുക്കുന്നു.

എന്റെ രക്ഷ നിന്നിലാണെന്ന് ഞാൻ പ്രഖ്യാപിക്കുന്നു, സത്യം എന്നെ സ്വതന്ത്രനാക്കും.

സ്വർഗ്ഗസ്ഥനായ പിതാവേ, നിന്റെ സത്യത്തിന്റെ വെളിച്ചത്തിൽ എങ്ങനെ നടക്കണമെന്ന് ദയവായി എനിക്ക് കാണിച്ചുതരേണമേ. നിന്റെ സത്യത്തെ അടിസ്ഥാനമാക്കി സംസാരിക്കാനുള്ള വാക്കുകളും നടക്കാനുള്ള ഒരു വഴിയും എനിക്ക് തരേണമേ.

ആമേൻ.

വ്യാജമായാ ശ്രേഷ്ഠതയിൽ നിന്നുള്ള മോചനം

ഈ വിഭാഗത്തിൽ, ചില ആളുകളുടെ ശ്രേഷ്ഠതയെക്കുറിച്ചുള്ള ഇസ്ലാമിന്റെ പഠിപ്പിക്കലുകൾ നാം പരിഗണിക്കുന്നു, ബൈബിളിന്റെ പഠിപ്പിക്കലുകളുമായി ഇതിനെ താരതമ്യം ചെയ്യുന്നു. തുടർന്ന് വ്യാജമായാ ശ്രേഷ്ഠതയുടെ വികാരങ്ങൾ ഉപേക്ഷിക്കാൻ നമ്മൾ തീരുമാനമെടുക്കും.

ഇസ്ലാമിൻ്റെ ശ്രേഷ്ഠതയുടെ അവകാശവാദം

ഇസ്‌ലാമിൽ ശ്രേഷ്ഠതയ്ക്ക് വലിയ ഊന്നൽ ഉണ്ട്; ആരാണ് 'മികച്ചത്' എന്നതിൽ. ക്രിസ്ത്യാനികളേക്കാളും ജൂതന്മാരേക്കാളും മുസ്ലീങ്ങൾ മികച്ചവരാണെന്ന് ഖുർആൻ പറയുന്നു.

> മനുഷ്യവംശത്തിനു വേണ്ടി രംഗത്ത് കൊണ്ടുവന്ന ഉത്തമ സമൂഹമാണ് നിങ്ങൾ [മുസ്ലിംകൾ]. നന്മ കൽപ്പിക്കുകയും, തിന്മ വിരോധിക്കുകയും, ദൈവത്തിൽ വിശ്വസിക്കുകയും ചെയ്യുന്നു. വേദക്കാർ വിശ്വസിച്ചിരുന്നുവെങ്കിൽ അത് അവർക്ക് നല്ലതായിരുന്നു; അവരിൽ ചിലർ വിശ്വാസികളാണ്, എന്നാൽ അവരിൽ ഭൂരിഭാഗവും ദുഷ്ടന്മാരാണ്. (Q3:110)

ഇസ്‌ലാം മറ്റ് മതങ്ങളെ ഭരിക്കേണ്ടതാകുന്നു:

> സന്മാർഗ്ഗദർശനവും സത്യമതവും നൽകി തന്റെ ദൂതനെ അയച്ചത് അവനാണ്, അത് എല്ലാ മതങ്ങളെയും കീഴടക്കാൻ വേണ്ടി. (Q48:28)

ഇസ്ലാമിനെ താഴ്ന്നവരായി കണക്കാക്കുന്നത് ലജ്ജാകരമാണ്. ശ്രേഷ്ഠതയ്ക്ക് വലിയ ഊന്നൽ നൽകുന്ന മുഹമ്മദിന്റെ നിരവധി *ഹദീസുകളുണ്ട്*. ഉദാഹരണത്തിന്, അൽ-തിമിർദി റിപ്പോർട്ട് ചെയ്ത ഒരു *ഹദീസിൽ* മുഹമ്മദ് പ്രഖ്യാപിച്ചു, താൻ ഇതുവരെ ജീവിച്ചിരുന്ന മറ്റെല്ലാ മനുഷ്യരെക്കാളും ശ്രേഷ്ഠനാണെന്ന്:

> ന്യായവിധി നാളിൽ ഞാൻ ആദമിന്റെ സന്തതികളുടെ യജമാനനാകും, ഞാൻ അഹങ്കരിയ്ക്കുന്നില്ല. സ്തുതിയുടെ കൊടി എന്റെ കൈയിലായിരിക്കും, ഞാൻ അഹങ്കരിയ്ക്കുന്നില്ല. ആ ദിവസം ആദം ഉൾപ്പെടെ എല്ലാ പ്രവാചകന്മാരും എന്റെ കൊടിക്കീഴിൽ ആയിരിക്കും. ഭൂമി തുറക്കപ്പെടുന്ന ആദ്യ വ്യക്തി ഞാനാണ് [അതായത് ആദ്യം ഉയിർത്തെഴുന്നേൽക്കുന്നത്], ഞാൻ അഹങ്കരിയ്ക്കുന്നില്ല.

ആയിരത്തിലധികം വർഷങ്ങളായി അറബി സംസ്കാരത്തിൽ ഇസ്ലാം മതത്തിന് ആഴത്തിലുള്ള സ്വാധീനമുണ്ട്, അത് അതിനെ രൂപപ്പെടുത്തിയിട്ടുണ്ട്. അറബി സംസ്കാരങ്ങളിൽ, ബഹുമാനത്തിന്റെയും ലജ്ജയുടെയും ആശയങ്ങൾ വളരെ പ്രധാനമാണ്, അതിനാൽ ആളുകൾ താഴ്ന്നവരായി കാണപ്പെടുന്നത് വെറുക്കുന്നു. ആളുകൾ സംഘർഷത്തിലാകുമ്പോൾ പരസ്പരം അപമാനിക്കാൻ ശ്രമിക്കാം, അവർ ഒരു കുറ്റബോധത്തിൽ നിന്ന് പ്രവർത്തിക്കും.

ആരെങ്കിലും ഇസ്ലാം ഉപേക്ഷിച്ച് ക്രിസ്തുവിനെ പിന്തുടരാൻ തീരുമാനിക്കുമ്പോൾ, ഒരു വ്യക്തിക്ക് ചുറ്റുമുള്ളവരേക്കാൾ ശ്രേഷ്ഠനാണെന്ന് തോന്നേണ്ടതും, അതിൽ നിന്ന് സംതൃപ്തി നേടേണ്ടതും, അപമാനിക്കപ്പെടുമെന്ന് ഭയപ്പെടുന്നതുമായ വൈകാരിക ലോകവീക്ഷണം അവർ ഉപേക്ഷിക്കണം.

സത്യം കണ്ടുമുട്ടൽ

ഏദൻ തോട്ടത്തിൽ, പാമ്പ് ഹവ്വയെ പ്രലോഭിപ്പിച്ചു, അവൾക്ക് "ദൈവത്തെപ്പോലെ" ആകാൻ കഴിയുമെന്ന് പറഞ്ഞു, അതിൻ്റെ അടിസ്ഥാനത്തിൽ ഹവ്വാ പാമ്പ് ആഗ്രഹിച്ചതിനൊപ്പം പോയി. ഇത് ആദാമിൻ്റെയും ഹവ്വയുടെയും പതനത്തിലേക്ക് നയിച്ചു. ശ്രേഷ്ഠനാകാൻ ആഗ്രഹിക്കുന്നതിൻ്റെ അപകടത്തെക്കുറിച്ച് ഈ ഭാഗത്തിൽ നിന്ന് നമുക്ക് എന്ത് പഠിക്കാനാകും?

> സ്ത്രീ സർപ്പത്തോട് പറഞ്ഞു, “തോട്ടത്തിലെ മരങ്ങളുടെ ഫലം ഞങ്ങൾക്ക് ഭക്ഷിയ്ക്കാം, പക്ഷേ ദൈവം പറഞ്ഞു, ‘തോട്ടത്തിന്റെ നടുവിലുള്ള വൃക്ഷത്തിന്റെ ഫലം ഭക്ഷിയ്ക്കരുതെന്ന്, അതിൽ തൊടരുത്, എങ്കിൽ നിങ്ങൾ മരിക്കും.’”
>
> "നിങ്ങൾ തീർച്ചയായും മരിക്കുകയില്ല," പാമ്പ് സ്ത്രീയോട്: നിങ്ങൾ മരിക്കയില്ല നിശ്ചയം; അതു തിന്നുന്ന നാളിൽ നിങ്ങളുടെ കണ്ണു തുറക്കയും നിങ്ങൾ നന്മതിന്മകളെ അറിയുന്നവരായി ദൈവത്തെപ്പോലെ ആകയും ചെയ്യും എന്നു ദൈവം അറിയുന്നു എന്നു പറഞ്ഞു." (ഉല്പത്തി 3:2-5)

ശ്രേഷ്ഠനാകാനുള്ള ആഗ്രഹം മനുഷ്യർക്ക് ഒരു കെണിയാണ്: മറ്റുള്ളവരേക്കാൾ ശ്രേഷ്ഠരാകാൻ ആഗ്രഹിക്കുന്ന ആളുകൾ ഈ ലോകത്ത് വളരെയധികം കുഴപ്പങ്ങളും വേദനയും ഉണ്ടാക്കും.

തങ്ങളുടെ ഇടയിൽ ഏറ്റവും മികച്ചത് ആരായിരുന്നു അല്ലെങ്കിൽ ആരായിരിക്കും എന്നതിനെക്കുറിച്ച് യേശുവിന്റെ ശിഷ്യന്മാർക്കിടയിൽ ഒരു ചോദ്യം ഉയർന്നുവന്നു. യേശുവിന്റെ രാജ്യത്തിൽ ആർക്കാണ് ആദരണീയ സ്ഥാനം ലഭിക്കുക എന്ന് യാക്കോബും യോഹന്നാനും അറിയാൻ ആഗ്രഹിച്ചു. യാക്കോബിനെയും യോഹന്നാനെയും പോലെ, ലോകമെമ്പാടുമുള്ള മനുഷ്യർ ഏറ്റവും മികച്ച ഇരിപ്പിടങ്ങളോ ഏറ്റവും ആദരണീയമായ സ്ഥാനങ്ങളോ അന്വേഷിക്കുന്നു. ഇതിനെക്കുറിച്ച് യേശുവിന് എന്താണ് പറയാനുള്ളത്?

> അപ്പോൾ സെബെദിയുടെ പുത്രന്മാരായ യാക്കോബും യോഹന്നാനും അവന്റെ അടുക്കൽ വന്നു. "ഗുരോ, ഞങ്ങൾ ചോദിക്കുന്നതെന്തും നീ ഞങ്ങൾക്കുവേണ്ടി ചെയ്യണമെന്ന് ഞങ്ങൾ ആഗ്രഹിക്കുന്നു" എന്ന് അവർ പറഞ്ഞു.
>
> "ഞാൻ നിനക്കു വേണ്ടി എന്ത് ചെയ്യണമെന്നാണ് നിങ്ങൾ ആഗ്രഹിക്കുന്നത്?" അവൻ ചോദിച്ചു.
>
> നിന്റെ മഹത്വത്തിൽ ഞങ്ങളിൽ ഒരാൾ നിന്റെ വലത്തും മറ്റേയാൾ ഇടത്തും ഇരിക്കട്ടെ എന്നു അവർ മറുപടി പറഞ്ഞു.
>
> ...
>
> അതു ശേഷം പത്തു പേരും കേട്ടിട്ടു യാക്കോബിനോടും യോഹന്നാനോടും നീരസപ്പെട്ടുതുടങ്ങി. യേശു അവരെ അടുക്കെ

വിളിച്ചു അവരോടു: ജാതികളിൽ[15] അധിപതികളായവർ അവരിൽ കർത്തൃത്വം ചെയ്യുന്നു; അവരിൽ മഹത്തുക്കളായവർ അവരുടെ മേൽ അധികാരം നടത്തുന്നു എന്നു നിങ്ങൾ അറിയുന്നു. നിങ്ങളുടെ ഇടയിൽ അങ്ങനെ അരുതു; നിങ്ങളിൽ മഹാൻ ആകുവാൻ ഇച്ഛിക്കുന്നവൻ എല്ലാം നിങ്ങളുടെ ശുശ്രൂഷക്കാരൻ ആകേണം; നിങ്ങളിൽ ഒന്നാമൻ ആകുവാൻ ഇച്ഛിക്കുന്നവൻ എല്ലാവർക്കും ദാസനാകേണം. മനുഷ്യപുത്രൻ ശുശ്രൂഷ ചെയ്യിപ്പാനല്ല, ശുശ്രൂഷിപ്പാനും അനേകർക്കുവേണ്ടി തന്റെ ജീവനെ മറുവിലയായി കൊടുപ്പാനും അത്രെ വന്നതു." (മർക്കോസ് 10:35-45)

തന്റെ ശിഷ്യന്മാർ തന്നെ അനുഗമിക്കാൻ ആഗ്രഹിക്കുന്നുവെങ്കിൽ, മറ്റുള്ളവരെ എങ്ങനെ സേവിക്കണമെന്ന് അവർ പഠിക്കണമെന്ന് വിശദീകരിച്ചുകൊണ്ട് യേശു ഈ ആഗ്രഹത്തിന് മറുപടി നൽകുന്നു.

മുടിയനായ പുത്രന്റെ കഥയിലും (ലൂക്കോസ് 15:11-32) ശ്രേഷ്ഠനാണെന്ന് തോന്നുന്നതിന്റെ അപകടം പുറത്തുകൊണ്ടുവരുന്നു. 'നല്ലവനായ' മകൻ താൻ ശ്രേഷ്ഠനാണെന്ന് കരുതി, വളരെക്കാലമായി നഷ്ടപ്പെട്ട മകനുവേണ്ടി പിതാവിന്റെ സന്തോഷത്തിൽ ചേരാൻ അവന് കഴിഞ്ഞില്ല. ഇതിനായി പിതാവ് അവനെ ശാസിച്ചു. ദൈവത്തിന്റെ ദൃഷ്ടിയിൽ യഥാർത്ഥ വിജയത്തിലേക്കുള്ള പാത മറ്റുള്ളവരെ നിസ്സാരമായി കാണുകയോ അവരുടെമേൽ ആധിപത്യം സ്ഥാപിക്കുകയോ ചെയ്യാതെ സേവിക്കാൻ ശ്രമിക്കുക എന്നതാണ്.

ഫിലിപ്പിയർ 2-ൽ നിന്നുള്ള ഈ മനോഹരമായ വാക്യത്തിൽ, ചിലരെ മറ്റുള്ളവരെക്കാൾ ശ്രേഷ്ഠരായി കാണുന്നതിന്റെയും, അടിച്ചമർത്തലിൽ നിന്ന് മോചനം നേടുന്നതിനുള്ള താക്കോൽ എന്താണ്?

ക്രിസ്തുവിൽ വല്ല പ്രബോധനവും ഉണ്ടെങ്കിൽ, സ്നേഹത്തിന്റെ വല്ല ആശ്വാസവും ഉണ്ടെങ്കിൽ, ആത്മാവിന്റെ വല്ല കൂട്ടായ്മയും ഉണ്ടെങ്കിൽ, വല്ല ആർദ്രതയും മനസ്സലിവും ഉണ്ടെങ്കിൽ,നിങ്ങൾ ഏകമനസ്സുള്ളവരായി ഏകസ്നേഹം പൂണ്ടു ഐകമത്യപ്പെട്ടു ഏകഭാവമുള്ളവരായി ഇങ്ങനെ എന്റെ സന്തോഷം പൂർണ്ണമാക്കുവിൻ. ശാഠ്യത്താലോ ദുരഭിമാനത്താലോ ഒന്നും ചെയ്യാതെ താഴ്മയോടെ ഓരോരുത്തൻ മറ്റുള്ളവനെ

---

15 യേശു ഇവിടെ ജാതികളെ കുറിച്ച് പരാമർശിക്കുമ്പോൾ, അവൻ എല്ലാ ജനതകളെയും ഉദ്ദേശിച്ചു: മനുഷ്യ സ്വഭാവത്തിന്റെ ഒരു സാർവത്രിക സ്വഭാവമാണ് പ്രാധാന്യമുള്ളതായി തോന്നാൻ ഇവിടെ ആഗ്രഹിക്കുന്നത്.

തന്നെക്കാൾ ശ്രേഷ്ഠൻ എന്നു എണ്ണിക്കൊൾവിൻ. ഓരോരുത്തൻ സ്വന്തഗുണമല്ല മറ്റുള്ളവന്റെ ഗുണവും കൂടെ നോക്കേണം.

പരസ്പര ബന്ധങ്ങളിൽ, ക്രിസ്തുയേശുവിന്റെ അതേ മനോഭാവം പുലർത്തുക: അവൻ ദൈവസ്വഭാവത്തിൽ ആയിരുന്നിട്ടും, ദൈവവുമായുള്ള സമത്വം സ്വന്തം നേട്ടത്തിനായി ഉപയോഗിക്കേണ്ട ഒന്നായി കരുതിയില്ല; മറിച്ച്, ഒരു ദാസന്റെ സ്വഭാവം സ്വീകരിച്ചുകൊണ്ട്, മനുഷ്യസാദൃശ്യത്തിലായി തന്നെത്താൻ ഒഴിച്ചു വേഷത്തിൽ മനുഷ്യനായി വിളങ്ങി തന്നെത്താൻ താഴ്ത്തി.

ഒരു മനുഷ്യനെപ്പോലെ കാണപ്പെടുന്നതിനാൽ, അവൻ മരണത്തോളം- ക്രൂശിലെ മരണം വരെ അനുസരണയുള്ളവനായി സ്വയം താഴ്ത്തി!

അതുകൊണ്ടു ദൈവവും അവനെ ഏറ്റവും ഉയർത്തി സകലനാമത്തിന്നും മേലായ നാമം നല്കി; അങ്ങനെ യേശുവിന്റെ നാമത്തിങ്കൽ സ്വർല്ലോകരുടെയും ഭൂലോകരുടെയും അധോലോകരുടെയും മുഴങ്കാൽ ഒക്കെയും മടങ്ങുകയും, എല്ലാ നാവും "യേശുക്രിസ്തു കർത്താവു"എന്നു പിതാവായ ദൈവത്തിന്റെ മഹത്വത്തിന്നായി ഏറ്റുപറകയും ചെയ്യേണ്ടിവരും. (ഫിലിപ്പിയർ 2:1-11)

ശ്രേഷ്ഠതയുടെ അടിച്ചമർത്തലിലിന്റെ ലോകവീക്ഷണത്തിൽ നിന്ന് മോചനം നേടുന്നതിനുള്ള താക്കോൽ യേശുക്രിസ്തുവിന്റെ മാതൃകയാണ്.

യേശുവിന്റെ ഹൃദയം തികച്ചും വ്യത്യസ്തമാണ്. ആധിപത്യം സ്ഥാപിക്കാനല്ല, സേവിക്കാനാണ് അവൻ തിരഞ്ഞെടുത്തത്. അവൻ കൊല്ലുകയല്ല, മറ്റുള്ളവർക്കുവേണ്ടി തന്റെ ജീവൻ അർപ്പിച്ചു. വളരെ പ്രായോഗികമായ രീതിയിൽ, സ്വയം താഴ്ത്തുക എന്നതിന്റെ അർത്ഥം യേശു കാണിച്ചുതന്നു: അവൻ "തന്നെത്തന്നെ ഒന്നുമല്ലാതാക്കി" (ഫിലിപ്പിയർ 2:7), തന്റെ കാലഘട്ടത്തിലെ ആളുകൾക്ക് അറിയാവുന്ന ഏറ്റവും അപമാനകരമായ മരണമായ ക്രൂശിക്കപ്പെടാൻ പോലും തന്നെത്തന്നെ അനുവദിച്ചു.

ക്രിസ്തുവിന്റെ യഥാർത്ഥ അനുയായിയും അതുതന്നെ ചെയ്യുന്നു. അവൻ അല്ലെങ്കിൽ അവൾ ഉന്നതനാണെന്ന തോന്നലിൽ നിന്ന് ആനന്ദം നേടുന്നില്ല. യഥാർത്ഥ ക്രിസ്തു-അനുയായികൾ ലജ്ജയെയോ മറ്റുള്ളവർ ചിന്തിക്കുന്നതിനെയോ ഭയപ്പെടുന്നില്ല, കാരണം അവരെ ന്യായീകരിക്കാനും സംരക്ഷിക്കാനും അവർ അവർ ദൈവത്തിൽ വിശ്വസിക്കുന്നു.

തെറ്റായ ശ്രേഷ്ഠത ഉപേക്ഷിക്കാനുള്ള ഈ പ്രാർത്ഥന എല്ലാവരും ഒരുമിച്ച് നിന്ന് ഉറക്കെ വായിക്കണം.

ശ്രേഷ്ഠത ഉപേക്ഷിക്കാനുള്ള പ്രഖ്യാപനവും പ്രാർത്ഥനയും

പിതാവേ, എന്നെ അത്ഭുതകരമായി സൃഷ്ടിച്ചതിന് ഞാൻ നിനക്ക് നന്ദി പറയുന്നു, കാരണം അവിടുന്നാണ് എന്നെ സൃഷ്ടിച്ചത്. എന്നെ സ്നേഹിച്ചതിനും എന്നെ അങ്ങയുടെ സ്വന്തം എന്ന് വിളിച്ചതിനും നന്ദി. യേശുക്രിസ്തുവിനെ പിന്തുടരാനുള്ള പദവിക്ക് നന്ദി.

ശ്രേഷ്ഠനാണെന്ന് തോന്നാനുള്ള ആഗ്രഹം സ്വീകരിച്ചതിന് ദയവായി എന്നോട് ക്ഷമിക്കൂ. അത്തരം ആഗ്രഹങ്ങളെ ഞാൻ ഉപേക്ഷിക്കുകയും പൂർണ്ണമായും നിരസിക്കുകയും ചെയ്യുന്നു. മറ്റുള്ളവരെക്കാൾ മികച്ചതായി തോന്നുന്നതിൽ ഞാൻ ആശ്വാസം കണ്ടെത്താൻ വിസമ്മതിക്കുന്നു. മറ്റെല്ലാവരെയും പോലെ ഞാനും ഒരു പാപിയാണെന്ന് ഞാൻ സമ്മതിക്കുന്നു, അങ്ങയെ കൂടാതെ എനിക്ക് ഒന്നും ചെയ്യാൻ കഴിയില്ല.

ഞാൻ ഉയർന്ന കുടുംബത്തിലോ, പശ്ചാത്തലത്തിലോ ഉള്ളതാണെന്ന തോന്നലുകളെക്കുറിച്ചും ഞാൻ പശ്ചാത്തപിക്കുകയും ഉപേക്ഷിക്കുകയും ചെയ്യുന്നു. എല്ലാ ജനങ്ങളും അവിടത്തെ ദൃഷ്ടിയിൽ തുല്യരാണെന്ന് ഞാൻ സമ്മതിക്കുന്നു.

മറ്റുള്ളവരോട് നിന്ദയും നിരസിക്കലും പോലുള്ള വാക്കുകൾ ഉച്ചരിക്കുന്നതിൽ ഞാൻ പശ്ചാത്തപിക്കുന്നു, ഈ വാക്കുകൾക്കെല്ലാം അവിടത്തോട് ക്ഷമ ചോദിക്കുന്നു.

ആളുകളുടെ വംശം, ലിംഗഭേദം, സമ്പത്ത് അല്ലെങ്കിൽ വിദ്യാഭ്യാസം എന്നിവ കാരണം ആളുകളെ കുറച്ചുകാണുന്നത് ഞാൻ നിരസിക്കുന്നു.

ദൈവകൃപയാൽ മാത്രമേ എനിക്ക് അവിടത്തെ സാന്നിധ്യത്തിൽ നിൽക്കാൻ കഴിയൂ എന്ന് ഞാൻ സമ്മതിക്കുന്നു. എല്ലാ മനുഷ്യ വിധിയിൽ നിന്നും ഞാൻ എന്നെത്തന്നെ വേർപെടുത്തി, എന്നെ രക്ഷിക്കാൻ നിന്നിലേക്ക് മാത്രം നോക്കുന്നു.

ഇസ്ലാമിന്റെ പഠിപ്പിക്കലുകളായ, നീതിമാന്മാരാകുന്നു ശ്രേഷ്ഠർ എന്നും, ഇസ്ലാം ആളുകളെ വിജയത്തിലേക്ക് നയിക്കുന്നു എന്നുതും, മുസ്ലീങ്ങൾ അമുസ്ലിംകളെക്കാൾ ശ്രേഷ്ഠർ എന്നതും ഞാൻ പ്രത്യേകമായി നിരസിക്കുന്നു.

പുരുഷന്മാർ സ്ത്രീകളേക്കാൾ ശ്രേഷ്ഠരാണെന്ന അവകാശവാദം ഞാൻ നിരസിക്കുകയും ഉപേക്ഷിക്കുകയും ചെയ്യുന്നു.

സ്വർഗ്ഗസ്ഥനായ പിതാവേ, എല്ലാ തെറ്റായ ശ്രേഷ്ഠതയിൽ നിന്നും ഞാൻ പിന്തിരിയുകയും പകരം നിന്നെ സേവിക്കാൻ ഞാൻ തിരഞ്ഞെടുക്കുകയും ചെയ്യുന്നു.

കർത്താവേ, മറ്റുള്ളവരുടെ വിജയങ്ങളിൽ ഞാൻ സന്തോഷിക്കും എന്നും തീരുമാനമെടുക്കുന്നു. മറ്റുള്ളവരുടെ എല്ലാ അസൂയയും അസൂയയും ഞാൻ നിരസിക്കുകയും ഉപേക്ഷിക്കുകയും ചെയ്യുന്നു.

കർത്താവേ, നിന്നിൽ ഞാൻ ആരാണെന്ന് എനിക്ക് ഒരു ശരിയായ നിർണ്ണയം തരേണമേ. നീ എന്നെ എങ്ങനെ കാണുന്നു എന്നതിന്റെ സത്യം എന്നെ പഠിപ്പിക്കേണമേ. ദൈവമേ നീ എന്റെ സൃഷ്ടാവ് എന്ന നിലയിൽ സംതൃപ്തനായിരിക്കാൻ എന്നെ സഹായിക്കേണമേ.

ആമേൻ.

ശാപത്തിൽ നിന്നുള്ള മോചനം

ഈ വിഭാഗങ്ങളിൽ, ഇസ്ലാമിൽ മറ്റുള്ളവരെ ശപിക്കുന്ന രീതിയെക്കുറിച്ചും, ഈ ആചാരം ഉപേക്ഷിക്കുന്നതിനെക്കുറിച്ചും, നമുക്കെതിരെ ചെയ്തിട്ടുള്ള ഏതെങ്കിലും ശാപങ്ങളെ തകർക്കുന്നതിനെക്കുറിച്ചും നമ്മൾ പരിഗണിക്കുന്നു.

ശാപം ഇസ്ലാമിൽ

പാഠം 2 ലെ വിഭവങ്ങൾ ഉപയോഗിച്ച്, ഇസ്ലാമിൽ നിന്നോ മറ്റ് സ്രോതസ്സുകളിൽ നിന്നോ ഉള്ള പലതരം അടിമത്തങ്ങളിൽ നിന്ന് ആളുകളെ മോചിപ്പിക്കാൻ സഹായിക്കുന്നതിന് വിശ്വാസികൾക്ക് പ്രാർത്ഥനാ മാർഗങ്ങൾ വികസിപ്പിക്കാൻ കഴിയും.

ഈ വിഭാഗത്തിൽ നമ്മൾ ഒരു പ്രത്യേക ഇസ്ലാമിക ആചാരത്തെ പരിഗണിക്കുകയും അത് ഉപേക്ഷിക്കുന്നതിനുള്ള ഒരു പ്രാർത്ഥന നൽകുകയും ചെയ്യുന്നു. മുസ്ലീം പശ്ചാത്തലത്തിൽ നിന്നുള്ള ഒരു ക്രിസ്ത്യാനി ഈ ആചാരം ഒരു മുസ്ലീം എന്ന നിലയിൽ തന്റെ മതപരമായ അനുഭവത്തിന്റെ ഒരു പ്രധാന ഭാഗമായിരുന്നുവെന്നും അതിന് ആത്മീയ ശക്തിയുണ്ടെന്ന് അദ്ദേഹത്തിന് തോന്നിയ ഒന്നാണെന്നും എന്നോട് പറഞ്ഞതിനാലാണ് ഈ പ്രാർത്ഥന ചിട്ടപ്പെടുത്തിയത്.

ക്രിസ്തുവിന്റെ ദൈവത്വം ഏറ്റുപറയുന്ന ക്രിസ്ത്യാനികളെ ശപിക്കാൻ ഖുർആൻ പ്രേരിപ്പിക്കുന്നു: "നമുക്ക് താഴ്മയോടെ പ്രാർത്ഥിക്കാം, നുണയന്മാരുടെ മേൽ അല്ലാഹുവിന്റെ ശാപത്തിനായി പ്രാർത്ഥിക്കാം" (Q3:61). എന്നിരുന്നാലും, ശപിക്കുന്നതിനെക്കുറിച്ച് *ഹദീസുകളിൽ* പരസ്പരവിരുദ്ധമായ പ്രസ്താവനകളുണ്ട്. ഒരു വശത്ത്, മുഹമ്മദ് നബി ജൂതന്മാരോ ക്രിസ്ത്യാനികളോ, എതിർലിംഗത്തിലുള്ളവരെ അനുകരിക്കുന്ന പുരുഷന്മാരെയോ സ്ത്രീകളെയോ ഉൾപ്പെടെ വിവിധ വിഭാഗങ്ങളെ ശപിച്ചതായി നിരവധി *ഹദീസുകൾ* റിപ്പോർട്ട് ചെയ്യുന്നു. മറുവശത്ത്, ശപിക്കുന്നതിന്റെ അപകടങ്ങൾക്കെതിരെ മുന്നറിയിപ്പ് നൽകുന്ന *ഹദീസുകൾ* ഉണ്ട്, മുസ്ലീങ്ങൾ ഒരിക്കലും ഒരു സഹ മുസ്ലീമിനെ ശപിക്കരുതെന്ന് പറയുന്നു.

ഈ പരസ്പരവിരുദ്ധമായ വിവരണങ്ങൾ കാരണം, മുസ്ലീങ്ങൾക്ക് മറ്റുള്ളവരെ ശപിക്കുന്നത് നിയമാനുസൃതമാണോ, അവർക്ക് ആരെ ശപിക്കാൻ കഴിയും, അതിനുള്ള ഇസ്ലാമിക മാർഗം എന്താണ് എന്നതിനെക്കുറിച്ച് മുസ്ലീം പണ്ഡിതന്മാർക്ക് വ്യത്യസ്ത അഭിപ്രായങ്ങളുണ്ട്. എന്നിരുന്നാലും, ഇസ്ലാമിക സംസ്കാരങ്ങളിൽ അമുസ്ലിംകളെ ശപിക്കുന്നത് വളരെ സാധാരണമാണ്. 1836-ൽ എഡ്വേർഡ് ലെയ്ൻ എഴുതി, ഈജിപ്തിലെ മുസ്ലീം സ്കൂൾ കുട്ടികളെ ക്രിസ്ത്യാനികൾക്കും ജൂതന്മാർക്കും ഇസ്ലാമിലെ മറ്റ് എല്ലാ അവിശ്വാസികൾക്കുമെതിരെ ശാപവാക്കുകൾ ചൊല്ലാൻ പഠിപ്പിക്കുന്നുണ്ടെന്ന്.16

ആചാരപരമായ ശാപിയ്ക്കലുകൾ

വിവിധ രാജ്യങ്ങളിൽ നിന്നുള്ള മുൻ മുസ്ലീങ്ങളുമായി ഞാൻ സംസാരിച്ചിട്ടുണ്ട്, പള്ളിയിൽ നടക്കുന്ന കൂട്ട ശാപവാക്കുകൾ ചൊല്ലുന്ന പരിപാടികളിൽ പങ്കെടുക്കുന്നത് അവരുടെ പതിവാണെന്ന് അവർ പറഞ്ഞു.

വെള്ളിയാഴ്ച പ്രാർത്ഥനകൾക്ക് നേതൃത്വം നൽകുന്ന പള്ളിയിലെ ഇമാം നേതൃത്വം നൽകിയ ഈ സംഭവങ്ങളെക്കുറിച്ച് ഒരു സുഹൃത്ത് വിവരിച്ചു. പുരുഷന്മാർ "തോളോട് തോൾ ചേർന്ന്" വരിവരിയായി അണിനിരക്കും എൻജിനാണ് ചെയ്യുന്നു. ഇമാമിനെ പിന്തുടർന്ന്, ഒരുമിച്ച് പാരായണം ചെയ്തുകൊണ്ട്, ഇസ്ലാമിന്റെ ശത്രുക്കളായി അവർ കരുതുന്നവരെ അവർ ശപിക്കും. ശപിയ്ക്കുന്നത് ആചാരപരവും ആവർത്തിച്ചുള്ളതുമായിരുന്നു.

---

16 എഡ്വേർഡ് ഡബ്ല്യു. ലെയ്ൻ, *ആൻ അക്കൗണ്ട് ഓഫ് ദി മാനേഴ്സ് ആൻഡ് കസ്റ്റംസ് ഓഫ് ദി മോഡേൺ ഈജിപ്ഷ്യൻസ്*, പേജ് 276.

ശാപവാക്കുകൾ പറയുന്നവർക്ക് വൈകാരികമായ ഒരു ഉയർച്ച അനുഭവപ്പെടുമെന്നും, ശക്തമായ വെറുപ്പും ആവേശവും അനുഭവപ്പെടുമെന്നും, തീവ്രമായ ആത്മീയ "ആവേശം" (അവരുടെ ശരീരങ്ങളിലൂടെ ഒഴുകുന്ന ശക്തിയുടെ ഒരു തോന്നൽ) അനുഭവപ്പെടുമെന്നും ഈ സുഹൃത്ത് പറഞ്ഞു. അദ്ദേഹത്തിന്റെ അനുഭവത്തിൽ, ഈ സമ്പ്രദായം പിതാവിൽ നിന്ന് മകനിലേക്ക് കൈമാറ്റം ചെയ്യപ്പെട്ടു, അത് അവരെ ഒന്നിപ്പിച്ചു. ഇത് അദ്ദേഹത്തിന്റെ പിതാവുമായും, അദ്ദേഹത്തിലൂടെ മുത്തച്ഛനുമായും, അതിനുമുമ്പ് മറ്റ് പൂർവ്വികരുമായും ബന്ധപ്പെട്ടിരിക്കുന്നതായി തോന്നിപ്പിച്ചു: ഇസ്ലാമിനുവേണ്ടി മറ്റുള്ളവരെ ശപിക്കാൻ അവരെല്ലാം "തോളോട് തോൾ ചേർന്ന്" നിലകൊണ്ടു.

സൗദി അറേബ്യയിൽ നിന്നുള്ള മറ്റൊരു സുഹൃത്ത്, ഇപ്പോൾ ക്രിസ്ത്യാനിയാണ്, റമദാനിലെ ഒരു പ്രത്യേക ദിവസത്തിനായി, ആയിരക്കണക്കിന് പുരുഷന്മാർ മക്കയിലെ വലിയ പള്ളിയിൽ ഒരുമിച്ച് പ്രാർത്ഥിക്കാൻ ഒത്തുകൂടുന്ന നോമ്പുകാലത്തിനായി അദ്ദേഹം എപ്പോഴും ആവേശത്തോടെ കാത്തിരുന്നു. അമുസ്ലിംകൾ ജനക്കൂട്ടത്താൽ ശപിക്കപ്പെടുമെന്ന് അദ്ദേഹം എപ്പോഴും ആവേശത്തോടെ കാത്തിരുന്നു. ശാപങ്ങളിൽ പങ്കുചേരുമ്പോൾ അദ്ദേഹത്തിനും ആ ആത്മീയ "ആവേശം" അനുഭവപ്പെട്ടു. അവിശ്വാസികളുടെ മേൽ ശാപവാക്കുകൾ ചൊല്ലുമ്പോൾ ഇമാം കരയുമായിരുന്നു, അവിടെയുണ്ടായിരുന്ന എല്ലാവരും അവരുടെ ഊർജ്ജവും വിദ്വേഷവും ആ നിമിഷത്തിൽ കേന്ദ്രീകരിക്കുകയും ഇമാമിന്റെ ശാപവാക്കുകളെ പിന്തുണയ്ക്കുകയും ചെയ്യും.

ശപിക്കുന്നത് നിഷിദ്ധമാണെന്ന യേശുവിന്റെ പഠിപ്പിക്കലുമായി അത്തരമൊരു സംഭവം പൊരുത്തപ്പെടുന്നില്ല (ലൂക്കോസ് 6:28): മറ്റുള്ളവരെ ശപിക്കരുതെന്നും, ശാപത്തിന് പകരം അനുഗ്രഹം നൽകണമെന്നും ക്രിസ്ത്യാനികളെ പഠിപ്പിക്കുന്നു. അത്തരമൊരു ആചാരം ഒരു ആരാധകനും ഇമാമും തമ്മിൽ, അതുപോലെ തന്നെ അവർ ഒരുമിച്ച് അത് ചെയ്യുമ്പോൾ അച്ഛനും മകനും തമ്മിൽ ഒരു അഭക്തമായ 'ആത്മബന്ധം' സ്ഥാപിക്കുന്നു. യേശുവിനെ അറിയുന്നതിനുമുമ്പ്, എന്റെ സുഹൃത്ത് ചെറുപ്പമായിരുന്നപ്പോൾ, ശപിക്കുന്നതിന്റെ ഈ അനുഭവങ്ങൾ അദ്ദേഹത്തിന് വലിയ സ്വാധീനം ചെലുത്തി.

'ആത്മബന്ധം' എന്ന പ്രയോഗത്തിന്റെ അർത്ഥമെന്താണ്? ഒരു വ്യക്തിയുടെ ആത്മാവ് മറ്റൊരാളുടെ ആത്മാവുമായി ബന്ധപ്പെട്ടിരിക്കുന്നു എന്നാണ് ഇതിനർത്ഥം: അവർ പരസ്പരം സ്വതന്ത്രരല്ല. ഒരു ആത്മബന്ധം എന്നത് ഒരുതരം തുറന്ന വാതിൽ

അല്ലെങ്കിൽ കാലടിയാണ്, അത് നമ്മൾ പാഠം 2-ൽ ചർച്ച ചെയ്തിട്ടില്ല. സാരാംശത്തിൽ, ഒരു ആത്മബന്ധം എന്നത് രണ്ട് ആളുകളെ പരസ്പരം ബന്ധിപ്പിക്കുന്ന ഒരു ഉടമ്പടിയാണ്, അങ്ങനെ ആത്മീയ സ്വാധീനം ഒരാളിൽ നിന്ന് മറ്റൊരാളിലേക്ക് പകരാൻ കഴിയും. ചില ആത്മബന്ധങ്ങൾ നല്ലതായിരിക്കാം, തീർച്ചയായും അനുഗ്രഹത്തിന്റെ ഉറവിടമാകാം, ഉദാഹരണത്തിന് മാതാപിതാക്കളും കുട്ടികളും തമ്മിലുള്ള ദൈവിക ആത്മബന്ധം, എന്നാൽ മറ്റുള്ളവ ദോഷത്തിന്റെ ഉറവിടമാകാം.

ഒരാൾക്ക് ദൈവവിരുദ്ധമായ ഒരു ആത്മബന്ധം ഉള്ളപ്പോൾ, ആ ആത്മബന്ധം വിച്ഛേദിക്കപ്പെടുന്നുവെന്ന് ഉറപ്പാക്കാൻ ക്ഷമ പ്രധാനമാണ്. മറ്റൊരാൾക്ക് മറ്റൊരാൾക്കെതിരെ ക്ഷമയില്ലെങ്കിൽ, അവർക്കിടയിൽ ഒരു ദൈവവിരുദ്ധമായ ബന്ധമോ - ഒരു ആത്മബന്ധമോ - ഉണ്ടായിരിക്കും.

ആത്മബന്ധങ്ങൾ ദൈവവിരുദ്ധമാകാം. ഭാഗ്യവശാൽ, പാഠം രണ്ടിൽ വിവരിച്ചിരിക്കുന്ന അഞ്ച് ഘട്ടങ്ങളുള്ള പ്രക്രിയ ഉപയോഗിച്ച് ക്രിസ്ത്യാനികൾക്ക് ദൈവവിരുദ്ധമായ ആത്മബന്ധങ്ങൾ വിച്ഛേദിക്കാനോ തകർക്കാനോ കഴിയും: ഏറ്റുപറച്ചിൽ, ത്യാഗം, വിച്ഛേദിക്കൽ, (ആവശ്യമുള്ളപ്പോൾ) പുറത്താക്കൽ, ഒടുവിൽ അനുഗ്രഹിക്കൽ.

ശാപം എങ്ങനെ തകർക്കാം

ഞാൻ ഒരു കോൺഫറൻസിൽ പഠിപ്പിച്ചുകൊണ്ടിരിക്കുമ്പോൾ, ഒരു യുവാവ് സഹായം അഭ്യർത്ഥിച്ച് എന്നെ സമീപിച്ചു. അദ്ദേഹവും കുടുംബവും ഒരു മിഷനറിയായി സേവനമനുഷ്ഠിക്കാൻ പരിശീലനം നേടുന്ന ഒരു മിഡിൽ ഈസ്റ്റേൺ രാജ്യത്തേക്ക് താമസം മാറി. എന്നിരുന്നാലും, അപകടങ്ങളും രോഗങ്ങളും ഉൾപ്പെടെ നിരവധി ബുദ്ധിമുട്ടുകൾ ആ കുടുംബം അനുഭവിക്കുകയായിരുന്നു. സാഹചര്യങ്ങൾ വളരെ മോശമായിത്തീർന്നതിനാൽ അവർ ജീവിതം ഉപേക്ഷിച്ച് വീട്ടിലേക്ക് പോകുന്നതിനെക്കുറിച്ച് ചിന്തിച്ചു. അവരുടെ താമസിയ്ക്കുന്ന വീട് ശപിയ്ക്കപ്പെട്ടതാണോ എന്ന് ആ യുവാവ് ചിന്തിച്ചുപോയി, പക്ഷേ അതിനെക്കുറിച്ച് എന്തുചെയ്യണമെന്ന് അവനറിയില്ലയിരുന്നു. ഒരു ശാപം എങ്ങനെ അഴിയ്ക്കാമെന്ന് ഞാൻ അദ്ദേഹവുമായി പങ്കുവെച്ചു. തുടർന്ന് അദ്ദേഹം ഈ ഉപദേശം സ്വീകരിച്ചു, എല്ലാ ശാപങ്ങളും ഇല്ലാതാക്കിക്കൊണ്ട് തൻ താമസിയ്ക്കുന്ന വീട്ടിൽ പ്രാർത്ഥിക്കാൻ അധികാരം സ്വീകരിച്ചു. ഇതിനുശേഷം, കുടുംബത്തിന്റെ ബുദ്ധിമുട്ടുകൾ മാറി, അവർക്ക് സമാധാനത്തോടെ അവരുടെ വീട് ആസ്വദിക്കാൻ കഴിഞ്ഞു.

മുസ്ലീങ്ങളുടെ ശുശ്രൂഷയിൽ ഏർപ്പെട്ടിരിക്കുന്ന പലരും, പ്രത്യേകിച്ച് മുസ്ലീം പശ്ചാത്തലത്തിൽ നിന്നുള്ള വിശ്വാസികൾ ഉൾപ്പെടെ, മുസ്ലീങ്ങളുടെ ശാപത്തിന് വിധേയരായിട്ടുണ്ട്. ഇവ അല്ലാഹുവിന്റെ നാമത്തിലോ മന്ത്രവാദം ഉപയോഗിച്ചോ ചെയ്യുന്ന ശാപങ്ങളാകാം.

നിങ്ങളോ നിങ്ങൾ സ്നേഹിക്കുന്ന ആരെങ്കിലുമോ ശപിക്കപ്പെട്ടിട്ടുണ്ടെന്ന് നിങ്ങൾ വിശ്വസിക്കുന്നുവെങ്കിൽ, ശാപം നീക്കം ചെയ്യുന്നതിനുള്ള ഒമ്പത് ഘട്ടങ്ങൾ ഇതാ:

- ആദ്യം, എല്ലാ പാപങ്ങളെയും ഏറ്റുപറഞ്ഞ് അനുതപിക്കുകയും നിങ്ങളുടെ ജീവിതം യേശുവിന്റെ രക്തത്താൽ മൂടപ്പെട്ടിരിയ്ക്കുന്നുവെന്ന് പ്രഖ്യാപിക്കുക.

- പിന്നെ നിങ്ങളുടെ വീട്ടിൽ നിന്ന് ഭക്തികെട്ടതോ സമർപ്പിതമോ ആയ ഏതൊരു വസ്തുവിനെയും നീക്കം ചെയ്യുക.

- അടുത്തതായി, പാപത്താലോ ആരുടെയെങ്കിലും മനഃപൂർവമായ ശാപപ്രവൃത്തിയാലോ ശാപം സൃഷ്ടിച്ച എല്ലാവരോടും ക്ഷമിക്കുക.

- ക്രിസ്തുവിൽ നിങ്ങൾക്കുള്ള അധികാരം തിരിച്ചറിഞ്ഞ് അവകാശപ്പെടുക.

- "*യേശുവിന്റെ നാമത്തിൽ ഞാൻ ഈ ശാപം ഉപേക്ഷിക്കുകയും തകർക്കുകയും ചെയ്യുന്നു*" എന്ന് പറഞ്ഞുകൊണ്ട് ശാപം ഉപേക്ഷിക്കുകയും തകർക്കുകയും ചെയ്യുക, ഇരുട്ടിന്റെ എല്ലാ പ്രവൃത്തികളുടെയും മേലുള്ള യേശുക്രിസ്തുവിന്റെ പരമാധികാര ശക്തിയും അധികാരവും അവന്റെ ക്രൂശിലൂടെ അവകാശപ്പെടുന്നു.

- ക്രിസ്തുവിന്റെ ക്രൂശിൽ പൂർത്തീകരിച്ച പ്രവൃത്തി നിമിത്തം ക്രിസ്തുവിൽ എന്റെ എല്ലാ തിന്മകളിൽ നിന്നും നിങ്ങളുടെ മോചനം പ്രഖ്യാപിക്കുക.

- ശാപവുമായി ബന്ധപ്പെട്ട ഏതൊരു അന്ധകാര ശക്തിയേയും നിങ്ങളെയും നിങ്ങളുടെ കുടുംബത്തെയും നിങ്ങളുടെ വീടിനെയും വിട്ടുപോകാൻ കൽപ്പിക്കുക.

- പിന്നെ, "ഞാൻ മരിക്കയില്ല ജീവിക്കും, കർത്താവിന്റെ പ്രവൃത്തികളെ ഞാൻ പ്രസ്താവിക്കും" (സങ്കീർത്തനം 118:17) പോലുള്ള ബൈബിൾ വാക്യങ്ങൾ ഉപയോഗിച്ച്, നിങ്ങളുടെ മേലും, നിങ്ങളുടെ കുടുംബത്തിന്റെ മേലും,

നിങ്ങളുടെ വീടിന്റെ മേലും അനുഗ്രഹങ്ങൾ പ്രഖ്യാപിക്കുക. ശാപങ്ങൾക്ക് എതിരെയും അനുഗ്രഹത്തിന്റെ വാക്കുകൾ പ്രഖ്യാപിക്കുക.

- ദൈവത്തിന്റെ സ്നേഹത്തിനും, ശക്തിക്കും, കൃപയ്ക്കും വേണ്ടി അവനെ സ്തുതിക്കുക.

സത്യം കണ്ടുമുട്ടൽ

എങ്ങനെയാണ് നാം ശാപങ്ങളിൽ നിന്ന് മോചിതരാകുന്നത് എന്നതിനെക്കുറിച്ച് ഈ വാക്യം എന്താണ് പറയുന്നത്?

അവനിൽ നമുക്കു അവന്റെ രക്തത്താൽ അതിക്രമങ്ങളുടെ മോചനമെന്ന വീണ്ടെടുപ്പു ഉണ്ടു.... (എഫെസ്യർ 1:7)

ക്രിസ്തുവിൻ്റെ രക്തത്താൽ നാം വീണ്ടെടുക്കപ്പെട്ടതിനാൽ നാം ശാപങ്ങളിൽ നിന്ന് മോചിതരായിരിക്കുന്നു.

തിന്മയുടെ ശക്തിയുടെ മേൽ ഒരു ക്രിസ്ത്യാനിക്ക് എന്ത് അധികാരമാണുള്ളത്?

" പാമ്പുകളെയും തേളുകളെയും ശത്രുവിന്റെ സകല ബലത്തെയും ചവിട്ടുവാൻ ഞാൻ നിങ്ങൾക്കു അധികാരം തരുന്നു; ഒന്നും നിങ്ങൾക്കു ഒരിക്കലും ദോഷം വരുത്തുകയും ഇല്ല." (ലൂക്കോസ് 10:19)

ക്രിസ്തുവിൽ നമുക്ക് ശത്രുവിന്റെ എല്ലാ ശക്തിയുടെയുടെമേലും, എല്ലാ ശാപങ്ങളുടെമേലും അധികാരം ഏറ്റെടുക്കാൻ കഴിയുമെന്ന് നാം തിരിച്ചറിയണം.

ഈ അടുത്ത വാക്യം അനുസരിച്ച്, യേശു എന്തിനാണ് ഈ ലോകത്തിലേക്ക് വന്നത്?

ദൈവപുത്രൻ പ്രത്യക്ഷപ്പെട്ടതിൻ്റെ കാരണം പിശാചിൻ്റെ പ്രവൃത്തി നശിപ്പിക്കാനാണ്. (1 യോഹന്നാൻ 3:8)

എല്ലാ ദുഷിച്ച ശാപങ്ങളും സാത്താൻ്റെ ശക്തിയെയും നശിപ്പിക്കാനാണ് യേശു വന്നത്.

എങ്ങനെയാണ് യേശുവിൻ്റെ ക്രൂശീകരണം ആവർത്തനം 21:23-ലെ നിയമം നിറവേറ്റിയത്?

ക്രിസ്തു നമുക്കു ശാപമായിത്തീർന്നുകൊണ്ട് നിയമത്തിൻ്റെ ശാപത്തിൽ നിന്ന് നമ്മെ വീണ്ടെടുത്തു, എന്തെന്നാൽ:

“മരത്തിന്മേൽ തൂങ്ങുന്നവൻ എല്ലാം ശപിക്കപ്പെട്ടവൻ ”എന്നു എഴുതിയിരിക്കുന്നതുപോലെ ക്രിസ്തു നമുക്കുവേണ്ടി ശാപമായിത്തീർന്നു. ന്യായപ്രമാണത്തിന്റെ ശാപത്തിൽനിന്നു നമ്മെ വിലെക്കു വാങ്ങി. അബ്രാഹാമിന്റെ അനുഗ്രഹം ക്രിസ്തുയേശുവിൽ ജാതികൾക്കു വരേണ്ടതിന്നു നാം ആത്മാവെന്ന വാഗ്ദത്തവിഷയം വിശ്വാസത്താൽ പ്രാപിപ്പാൻ തന്നേ. (ഗലാത്യർ 3:13-14)

ആവർത്തനപുസ്തകം 21:23-ൽ തൂണിലോ മരത്തിലോ തൂങ്ങിക്കിടക്കുന്ന ഏതൊരാളും ശപിക്കപ്പെട്ടിരിക്കുന്നു എന്ന് പറയുന്നു. യേശുക്രിസ്തു ഈ വിധത്തിൽ ശപിക്കപ്പെട്ടു, ക്രൂശിൽ കൊല്ലപ്പെട്ടു, അങ്ങനെ നാം ശാപങ്ങളിൽ നിന്ന് മോചിതരാകാൻ. നാം അനുഗ്രഹം പ്രാപിക്കേണ്ടതിന്നു അവൻ നമുക്കുവേണ്ടി ശാപം വഹിച്ചു.

അർഹതയില്ലാത്ത ശാപത്തെക്കുറിച്ച് ഈ വാക്യം എന്താണ് പറയുന്നത്?

കുരികിൽ പാറിപ്പോകുന്നതും മീവൽപക്ഷിപറന്നുപോകുന്നതും പോലെ കാരണം കൂടാതെ ശാപം പറ്റുകയില്ല. (സദൃശവാക്യങ്ങൾ 26:2)

നാം രക്തത്തിന്റെയും ക്രൂശിന്റെയും സ്വാതന്ത്ര്യത്തിന്റെയും സംരക്ഷണം അവകാശപ്പെടുമ്പോഴും, നമ്മുടെ സാഹചര്യങ്ങൾ ബാധകമാക്കുമ്പോഴും, നാം സംരക്ഷിക്കപ്പെടുകയും ശാപങ്ങളിൽ നിന്ന് സ്വതന്ത്രരാകുകയും ചെയ്യുന്നുവെന്ന് ഈ വാക്യം നമ്മെ ഓർമ്മിപ്പിക്കുന്നു.

ശാപങ്ങളുടെ മേൽ രക്തത്തിന്റെ ശക്തിയെക്കുറിച്ച് ഈ അടുത്ത വാക്യം എന്താണ് പറയുന്നത്?

എന്നാൽ നിങ്ങൾ സീയോൻ പർവതത്തിലേക്ക് വന്നിരിക്കുന്നു ... നിങ്ങൾ വന്നിരിക്കുന്നു ... ഒരു പുതിയ ഉടമ്പടിയുടെ മധ്യസ്ഥനായ യേശുവിലേക്കും ഹാബെലിന്റെ രക്തത്തെക്കാൾ ഗുണകരമായി സംസാരിക്കുന്ന പുണ്യാഹരക്തത്തിന്നും അടുക്കലത്രേ നിങ്ങൾ വന്നിരിക്കുന്നത. (എബ്രായർ 12:22-24)

യേശുവിന്റെ രക്തം കയീന്റെ സഹോദരൻ ഹാബെൽ ചൊരിഞ്ഞ കയീന്റെ ശാപത്തേക്കാൾ മികച്ച വാക്ക് സംസാരിക്കുന്നു. നാം അനുഭവിച്ച ശാപങ്ങളെക്കാൾ മികച്ച വാക്കാണ് ആ രക്തം സംസാരിക്കുന്നത്.

ലൂക്കോസ് 6 ലും പൗലോസിന്റെ ലേഖനങ്ങളിലും ക്രിസ്ത്യാനികൾക്ക് എന്ത് നല്ല കൽപ്പനയും മാതൃകയുമാണ് നൽകിയിരിക്കുന്നത്?

> ഞാൻ പറയുന്നു, "നിങ്ങളുടെ ശത്രുക്കളെ സ്നേഹിക്കുക, നിങ്ങളെ വെറുക്കുന്നവരോട് നന്മ ചെയ്യുക, നിങ്ങളെ ശപിക്കുന്നവരെ അനുഗ്രഹിക്കുക, നിങ്ങളോട് മോശമായി പെരുമാറുന്നവർക്കുവേണ്ടി പ്രാർത്ഥിക്കുക." (ലൂക്കോസ് 6:27-28)
>
> നിങ്ങളെ ഉപദ്രവിക്കുന്നവരെ അനുഗ്രഹിപ്പിൻ; ശപിക്കാതെ അനുഗ്രഹിപ്പിൻ. (റോമർ 12:14)
>
> സ്വന്തകയ്യാൽ വേലചെയ്തു അദ്ധ്വാനിക്കുന്നു; ശകാരം കേട്ടിട്ടു ആശീർവ്വദിക്കുന്നു; ഉപദ്രവം ഏറ്റിട്ടു സഹിക്കുന്നു.... (1 കൊരിന്ത്യർ 4:12)

ക്രിസ്ത്യാനികൾ അനുഗ്രഹത്തിന്റെ ആളുകളായിരിക്കാൻ വിളിക്കപ്പെട്ടിരിക്കുന്നു, അത് സുഹൃത്തുക്കൾക്കായലും ശത്രുക്കൾക്കോ വേണ്ടിയായാലും.

ശാപകർമങ്ങളിൽ പങ്കെടുക്കുന്നതിൻ്റെ ഫലങ്ങളിൽ നിന്ന് മോചനം നേടാനും മറ്റുള്ളവർ അയച്ച ശാപങ്ങളിൽ നിന്ന് മോചനം നേടാനുമുള്ള പ്രാർത്ഥനയാണിത്. ഇത് പാഠം 2-ൽ പറയപ്പെട്ട തത്വങ്ങൾ പ്രയോഗിക്കുന്നു.

ശാപം ഉപേക്ഷിക്കാനുള്ള പ്രഖ്യാപനവും പ്രാർത്ഥനയും

എൻ്റെ പൂർവ്വികരുടെയും മാതാപിതാക്കളുടെയും പാപങ്ങളും ഇസ്ലാമിൻ്റെ പേരിൽ മറ്റുള്ളവരെ ശപിച്ചതിൻ്റെ സ്വന്തം പാപങ്ങളും ഞാൻ ഏറ്റുപറയുന്നു.

എന്റെ പൂർവ്വികരെയും, എന്റെ പിതാവിനെയും, അവരെയും എന്നെയും ഈ ശാപങ്ങളിൽ നയിച്ച ഇമാമുകളെയും, ഈ പാപം ചെയ്യാൻ എന്നെ സ്വാധീനിച്ച എല്ലാവരെയും, എന്റെ ജീവിതത്തിലെ അനന്തരഫലങ്ങളെയും ക്ഷമിക്കാനും മോചിപ്പിക്കാനും ഞാൻ തീരുമാനിയ്ക്കുന്നു.

എന്നെയോ എന്റെ കുടുംബത്തെയോ ശപിച്ച എല്ലാവരെയും ഞാൻ ക്ഷമിക്കാൻ തീരുമാനിക്കുന്നു.

മറ്റുള്ളവരുടെ ശാപത്തിന് വഴങ്ങി അതിൽ പങ്കെടുത്തതിന്, കർത്താവേ, എന്നോട് ക്ഷമിക്കണമെന്ന് ഞാൻ നിങ്ങളോട് അപേക്ഷിക്കുന്നു.

എനിക്ക് ഇപ്പോൾ നിങ്ങളുടെ ക്ഷമ ലഭിക്കുന്നു.

കർത്താവേ, അങ്ങ് എന്നോട് ക്ഷമയുടെ അടിസ്ഥാനത്തിൽ, മറ്റുള്ളവരെ ശപിച്ചതിന് ഞാൻ എന്നോട് ക്ഷമിക്കാൻ തീരുമാനിയ്ക്കുന്നു.

ശപിയ്ക്കുന്നതിന്റെ പാപവും ആ പാപത്തിന്റെ ഫലമായുണ്ടായ ഏതെങ്കിലും ശാപങ്ങളും ഞാൻ ഉപേക്ഷിക്കുന്നു.

മറ്റുള്ളവരോടുള്ള വിദ്വേഷം ഞാൻ ഉപേക്ഷിക്കുന്നു.

മറ്റുള്ളവരെ ശപിക്കുന്നതിൽ പങ്കെടുക്കുന്നതിന്റെ തീവ്രമായ വികാരം ഞാൻ ഉപേക്ഷിക്കുന്നു.

ക്രൂശിലെ ക്രിസ്തുവിന്റെ വീണ്ടെടുപ്പ് പ്രവൃത്തിയിലൂടെ എന്റെ ജീവിതത്തിൽ നിന്ന് (എന്റെ പിൻഗാമികളുടെ ജീവിതത്തിൽ നിന്ന്) ഞാൻ ഈ ശക്തികളെ തകർക്കുന്നു.

കർത്താവേ, ഞാൻ പങ്കെടുത്ത എല്ലാ ശാപങ്ങളെയും തകർക്കണമേ എന്നും, ദൈവരാജ്യത്തിന്റെ എല്ലാ അനുഗ്രഹങ്ങളാലും ഞാൻ ശപിച്ചവരെ അനുഗ്രഹിക്കണമേ എന്നും ഞാൻ നിന്നോട് അപേക്ഷിക്കുന്നു.

യേശുവിന്റെ നാമത്തിൽ, എനിക്കെതിരെ ഉണ്ടാക്കിയ എല്ലാ ശാപങ്ങളെയും ഞാൻ ഉപേക്ഷിക്കുകയും തകർക്കുകയും ചെയ്യുന്നു.

വെറുപ്പിന്റെയും ശാപത്തിന്റെയും എല്ലാ ഭൂതങ്ങളെയും ഞാൻ നിരസിക്കുകയും ഉപേക്ഷിക്കുകയും ചെയ്യുന്നു, ഇപ്പോൾ എന്നെ വിട്ടുപോകാൻ ഞാൻ അവരോട് യേശുവിന്റെ നാമത്തിൽ കൽപ്പിക്കുന്നു.

എനിക്കും എന്റെ കുടുംബത്തിനും എതിരായ എല്ലാ ശാപങ്ങളിൽ നിന്നും എനിക്ക് ദൈവത്തിന്റെ സ്വാതന്ത്ര്യം ലഭിക്കുന്നു. എനിക്ക് സമാധാനം, സൗമ്യത, മറ്റുള്ളവരെ അനുഗ്രഹിക്കാനുള്ള അധികാരം എന്നിവ ലഭിക്കുന്നു.

എന്റെ എല്ലാ ദിവസവും സ്തുതിയുടെയും അനുഗ്രഹത്തിന്റെയും വാക്കുകൾ സംസാരിക്കാൻ ഞാൻ എന്റെ അധരങ്ങളെ സമർപ്പിക്കുന്നു.

യേശുവിന്റെ നാമത്തിൽ, ജീവിതം, നല്ല ആരോഗ്യം, സന്തോഷം എന്നിവയുൾപ്പെടെ, എന്റെയും എന്റെ കുടുംബത്തിന്റെയും മേലുള്ള ദൈവരാജ്യത്തിന്റെ പൂർണ്ണ അനുഗ്രഹങ്ങൾ ഞാൻ പ്രഖ്യാപിക്കുന്നു.

മറ്റുള്ളവരെ ശപിക്കുന്നത് ഉൾപ്പെടെ, ഇസ്ലാമിക ആചാരങ്ങളിൽ എന്നെ നയിച്ച ഇമാമുകളുമായും മറ്റ് മുസ്ലീം നേതാക്കളുമായും ഉള്ള എല്ലാ ദൈവവിരുദ്ധ ബന്ധങ്ങളും, ആത്മബന്ധങ്ങളും, അടുപ്പങ്ങളും ഞാൻ ഏറ്റുപറയുകയും ഉപേക്ഷിക്കുകയും ചെയ്യുന്നു.

എന്റെ ദൈവവിരുദ്ധ ആത്മബന്ധങ്ങൾ സ്ഥാപിക്കുന്നതിലോ നിലനിർത്തുന്നതിലോ അവർ വഹിച്ച പങ്കിന് ഞാൻ ആ നേതാക്കളോട് ക്ഷമിക്കുന്നു.

എല്ലാ മുസ്ലീങ്ങളുടെയും നേതൃത്വത്തിന് ഞാൻ കീഴ്പ്പെട്ടവരുമായി ഈ അഭക്തമായ ആത്മബന്ധങ്ങൾ നിലനിർത്തുന്നതിൽ എനിക്ക് ഉണ്ടായ പങ്കിന് ഞാൻ ഏറ്റുപറയുന്നു.

ഈ അഭക്തമായ ആത്മബന്ധങ്ങൾ സ്ഥാപിക്കുന്നതിലോ നിലനിർത്തുന്നതിലോ ഉള്ള എല്ലാ പാപങ്ങൾക്കും, പ്രത്യേകിച്ച് മറ്റുള്ളവരെ ശപിക്കുന്നതിലോ മറ്റുള്ളവരെ വെറുക്കുന്നതിലോ ഉള്ള പാപങ്ങൾക്ക്, എന്നോട് ക്ഷമിക്കണമെന്ന് ഞാൻ കർത്താവേ അപേക്ഷിക്കുന്നു.

ഞാൻ ഇപ്പോൾ എല്ലാ അഭക്തമായ ആത്മബന്ധങ്ങളും മുസ്ലീം നേതാക്കളുമായുള്ള ബന്ധങ്ങളും [മനസ്സിൽ വരുന്ന ഏതെങ്കിലും പ്രത്യേക വ്യക്തികളെ പരാമർശിക്കുന്നത്] *തകർക്കുകയും അവരിൽ നിന്ന്* [അല്ലെങ്കിൽ പേരിൽ] *നിന്ന് എന്നെത്തന്നെ മോചിപ്പിക്കുകയും ചെയ്യുന്നു, അവരിൽ നിന്ന്* [അല്ലെങ്കിൽ പേര്] *എന്നിൽ നിന്ന് എന്നെത്തന്നെ മോചിപ്പിക്കുകയും ചെയ്യുന്നു.*

കർത്താവേ, ദൈവഭക്തമല്ലാത്ത ഐക്യങ്ങളുടെ എല്ലാ ഓർമ്മകളിൽ നിന്നും എന്റെ മനസ്സിനെ ശുദ്ധീകരിക്കണമേ, അങ്ങനെ എനിക്ക് എന്നെത്തന്നെ അങ്ങേക്ക് സമർപ്പിക്കാൻ സ്വാതന്ത്ര്യമുണ്ട്.

ഈ അഭക്തമായ ആത്മബന്ധങ്ങൾ നിലനിർത്താൻ ശ്രമിക്കുന്ന എല്ലാ പിശാചുക്കളുടെയും നിയമനങ്ങൾ ഞാൻ ഉപേക്ഷിക്കുകയും റദ്ദാക്കുകയും ചെയ്യുന്നു, യേശുവിന്റെ നാമത്തിൽ ഇപ്പോൾ എന്നെ വിട്ടുപോകാൻ അവരോട് കൽപ്പിക്കുന്നു.

ഞാൻ ക്രിസ്തുയേശുവിനോട് എന്നെത്തന്നെ ബന്ധിക്കുകയും അവനെ മാത്രം പിന്തുടരാൻ തീരുമാനിക്കുകയും ചെയ്യുന്നു.

ആമേൻ.

പഠന സഹായി

പാഠം 7

പദാവലി

തഖിയ്യ *ഇമാം* ആത്മബന്ധങ്ങൾ

പുതിയ പേരുകൾ

- റിനാൽഡി ഡമാനിക്: ഇന്തോനേഷ്യൻ പാസ്റ്റർ (ജനനം 1957)

ഈ പാഠത്തിൽ ബൈബിൾ

മത്തായി 10:32-33
മത്തായി 5:37
ഉല്പത്തി 17:7-8
സങ്കീർത്തനം 89:3-4
സംഖ്യാപുസ്തകം 23:19
സങ്കീർത്തനം 136:1
റോമർ 11:28-29
തീത്തോസ് 1:1-2
എബ്രായർ 6:17-19
2 കൊരിന്ത്യർ 1:18-20
ലേവ്യപുസ്തകം 19:1-2
സങ്കീർത്തനം 26:3
സങ്കീർത്തനം 31:5
സങ്കീർത്തനം 40:11
സങ്കീർത്തനം 51:5-7
യോഹന്നാൻ 1:14
യോഹന്നാൻ 3:21
യോഹന്നാൻ 4:24
യോഹന്നാൻ 14:6
1 തിമോത്തി 1:9-11
ഉല്പത്തി 3:2-5
മർക്കോസ് 10:35-45
ലൂക്കോസ് 15:11-32
ഫിലിപ്പിയർ 2:1-11
ലൂക്കോസ് 6:28
സങ്കീർത്തനം 118:17
എഫെസ്യർ 1:7
1 യോഹന്നാൻ 3:8
ആവർത്തനം 21:23
ഗലാത്യർ 3:13-14
സദൃശവാക്യങ്ങൾ 26:2
ലൂക്കോസ് 6:27-28
റോമർ 12:14
1 കൊരിന്ത്യർ 4:12

ഈ പാഠത്തിൽ ഖുർആൻ

Q14:4 Q16:106 Q3:110 Q48:28Q3:61

ചോദ്യങ്ങൾ പാഠം 7

- കേസ് പഠനം ചർച്ച ചെയ്യുക.

നുണ പറയുന്നതിൽ നിന്നുള്ള സ്വാതന്ത്ര്യം

സത്യം വിലപ്പെട്ടതാണ്

1. ഏത് തിരുവെഴുത്തുകളുടെ അടിസ്ഥാനത്തിലാണ് പാസ്റ്റർ ഡമാനിക് ജയിലിൽ പോകാൻ തയ്യാറായത്?

2. എന്തുകൊണ്ടാണ് ദൈവം മനുഷ്യനുമായുള്ള ബന്ധത്തിൽ സ്വയം ബന്ധിപ്പിക്കുന്നത്?

ശരീഅത്ത് സംസ്കാരം

3. ഖുറാനിൽ എന്താണ് അനുവദനീയമായതെന്ന് ഡ്യൂറി ചൂണ്ടിക്കാണിക്കുന്നു?

4. Q14:4 അനുസരിച്ച്, അല്ലാഹു എങ്ങനെയാണ് ആളുകളെ നയിക്കുന്നത്?

5. ശരിയത്ത് നിയമത്തിൽ അനുവദനീയമായ ചില നുണകൾ ഏതൊക്കെയാണ്?

6. Q16:106 പ്രകാരം മുസ്ലീങ്ങൾക്ക് അനുവദനീയമായതും എന്നാൽ ക്രിസ്ത്യാനികൾക്ക് അനുവദനീയമല്ലാത്തതുമായ കാര്യങ്ങൾ (മത്തായി 10:28-33 പ്രകാരം) എന്താണ്?

സത്യം കണ്ടുമുട്ടൽ

'സത്യം കണ്ടുമുട്ടൽ' വാക്യങ്ങൾ എല്ലാവരും വായിക്കുന്നു.

പ്രാർത്ഥന

'സത്യ ഏറ്റുമുട്ടൽ' വാക്യങ്ങൾ മുഴുവൻ ഗ്രൂപ്പിലും വായിച്ചുകഴിഞ്ഞാൽ, പങ്കെടുക്കുന്നവരെല്ലാം നിന്നുകൊണ്ട് 'വഞ്ചന ഉപേക്ഷിക്കാനുള്ള പ്രഖ്യാപനവും പ്രാർത്ഥനയും' ഒരുമിച്ച് പറയുന്നു.

തെറ്റായ മേൽക്കോയ്മയിൽ നിന്നുള്ള സ്വാതന്ത്ര്യം

ശ്രേഷ്ഠതയ്ക്കുള്ള ഇസ്ലാമിൻ്റെ അവകാശവാദം

7. Q3:110, Q48:28 എന്നിവ പ്രകാരം ഖുർആനിൽ മുസ്ലീങ്ങൾക്ക് എന്താണ് വാഗ്ദാനം ചെയ്തിരിക്കുന്നത്?

8. ജീവിച്ചിരുന്നവരിൽ ഏറ്റവും ഉന്നതനായ വ്യക്തിയെന്ന് ആരാണ് അവകാശപ്പെട്ടത്?

9. അറബ് സംസ്കാരത്തിൽ ഏതൊക്കെ ആശയങ്ങളാണ് വളരെ പ്രധാനം?

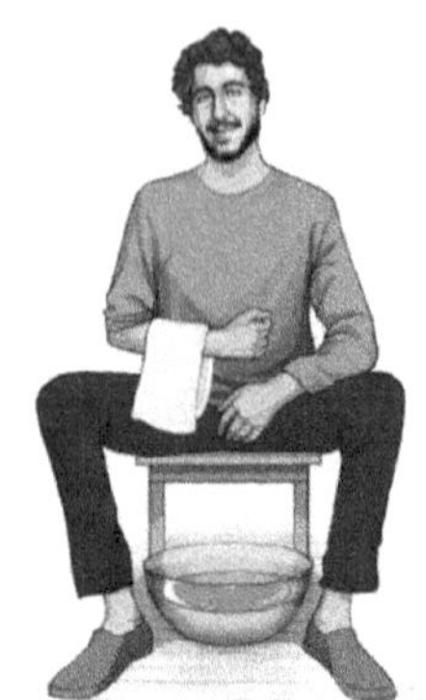

10. ആരെങ്കിലും ഇസ്ലാം വിട്ടുപോകുമ്പോൾ എന്താണ് ഉപേക്ഷിക്കേണ്ടത്?

സത്യം കണ്ടുമുട്ടൽ

'സത്യം കണ്ടുമുട്ടൽ' വാക്യങ്ങൾ എല്ലാ പങ്കാളികൾക്കും വായിക്കുന്നു.

പ്രാർത്ഥന

സത്യ ഏറ്റുമുട്ടൽ വാക്യങ്ങൾ മുഴുവൻ ഗ്രൂപ്പിലും വായിച്ചതിനുശേഷം, എല്ലാ പങ്കാളികളും നിന്നുകൊണ്ട് 'ശ്രേഷ്ഠത ഉപേക്ഷിക്കാനുള്ള പ്രഖ്യാപനവും പ്രാർത്ഥനയും' ഒരുമിച്ച് ചൊല്ലുക.

ശാപത്തിൽ നിന്നുള്ള മോചനം

ശാപം ഇസ്ലാമിൽ

11. ഇസ്ലാമിലെ ശാപത്തെക്കുറിച്ച് മുസ്ലിം പണ്ഡിതന്മാർക്ക് വ്യത്യസ്ത അഭിപ്രായങ്ങൾ ഉള്ളത് എന്തുകൊണ്ട്?

12. എഡ്വേർഡ് ലെയ്ൻ പറയുന്നതനുസരിച്ച്, 1836-ൽ ഈജിപ്തിലെ മുസ്ലീം സ്കൂൾ കുട്ടികളെ എന്താണ് ചെയ്യാൻ പഠിപ്പിച്ചത്?

ആചാരപരമായ ശാപിയ്ക്കലുകൾ

13. മുസ്ലീം പശ്ചാത്തലത്തിൽ നിന്നുള്ള ഒരു ക്രിസ്ത്യാനി പങ്കെടുത്തിരുന്ന ഒരു ആചാരത്തെക്കുറിച്ച് ഡ്യൂറി റിപ്പോർട്ട്

ചെയ്യുന്നു. ഈ ആചാരത്തിൽ പങ്കെടുക്കുന്നതിൽ അദ്ദേഹത്തിന് എങ്ങനെ തോന്നി?

14. **ആത്മബന്ധത്തെ** ഡ്യൂറി എങ്ങനെയാണ് നിർവചിക്കുന്നത്?

15. **ആത്മബന്ധങ്ങൾ കൈകാര്യം** ചെയ്യുന്നതിൽ ക്ഷമ പ്രധാനമായിരിക്കുന്നത് എങ്ങനെ?

16. 'ശപം ഉപേക്ഷിക്കാനുള്ള പ്രഖ്യാപനവും പ്രാർത്ഥനയും' പരിഗണിക്കുക. ഈ അഞ്ച് ഘട്ടങ്ങൾ പ്രയോഗിക്കുന്ന പോയിന്റുകൾ നിങ്ങൾക്ക് തിരിച്ചറിയാൻ കഴിയുമോ: ഏറ്റുപറച്ചിൽ, ത്യാഗം, തകർക്കൽ, പുറത്താക്കൽ, അനുഗ്രഹിക്കൽ? (പാഠം 2 കാണുക.)

17. ഈ പ്രാർത്ഥനയിൽ ഏതെല്ലാം കാര്യങ്ങൾ ഉപേക്ഷിക്കപ്പെടുന്നു, എന്തൊക്കെയാണ് ലംഘിക്കപ്പെടുന്നത്?

18. ശാപങ്ങൾക്ക് പകരം ഏതൊക്കെ അനുഗ്രഹങ്ങളാണ് അവകാശപ്പെടുന്നത്? എന്തുകൊണ്ടാണ് ഈ പ്രത്യേക അനുഗ്രഹങ്ങൾ?

19. ഈ പ്രാർത്ഥനയിൽ ആരാണ് ക്ഷമിക്കപ്പെടുന്നത്?

ഒരു ശാപം എങ്ങനെ തകർക്കാം

20. മാർക്ക് ഡ്യൂറിയോട് സംസാരിച്ച യുവാവ് തന്റെ കുടുംബത്തിന്റെ പ്രശ്നങ്ങൾക്ക് കാരണമാകുമെന്ന് കരുതിയത്?

21. എന്തുകൊണ്ടാണ് അദ്ദേഹത്തിന് ഈ പ്രശ്നം സ്വയം പരിഹരിക്കാൻ കഴിയാത്തത്?

22. സമാധാനത്തോടെ ജീവിക്കാൻ കഴിയുന്നതിന് മുമ്പ് ആ യുവാവ് എന്താണ് ചെയ്യേണ്ടിയിരുന്നത്?

23. മുസ്ലീങ്ങൾളിൽ നിന്നും ശുശ്രൂഷയിൽ ഏർപ്പെട്ടിരിക്കുന്ന നിരവധി ആളുകൾക്ക് ബുദ്ധിമുട്ടുകൾ ഉണ്ടാക്കുന്നത് എന്താണ്?

24. ഒരു ശാപം ഉപേക്ഷിക്കുന്നതിന് ഡ്യൂറി നിർദ്ദേശിക്കുന്ന ഒമ്പത് ഘട്ടങ്ങൾ എന്തൊക്കെയാണ്?

സത്യാന്വേഷണം

'സത്യാന്വേഷണം' വാക്യങ്ങൾ എല്ലാവരും വായിക്കുന്നു.

പ്രാർത്ഥന

'സത്യാന്വേഷണ' വാക്യങ്ങൾ മുഴുവൻ ഗ്രൂപ്പിനും വായിച്ചുകൊടുത്ത ശേഷം, എല്ലാവരും എഴുന്നേറ്റു നിന്ന് 'ശാപം ഉപേക്ഷിക്കാനുള്ള പ്രഖ്യാപനവും പ്രാർത്ഥനയും' ഒരുമിച്ച് ചൊല്ലുന്നു.

8

ഒരു സ്വതന്ത്ര സഭ

"ഒരുത്തൻ എന്നിലും ഞാൻ അവനിലും വസിക്കുന്നു എങ്കിൽ അവൻ വളരെ ഫലം കായക്കും."
യോഹന്നാൻ 15:5

പാഠ ലക്ഷ്യങ്ങൾ

a. പക്വതയുള്ള വിശ്വാസത്തോടെ പക്വതയുള്ള ശിഷ്യന്മാരാകുന്നതിന് മുസ്ലീം പശ്ചാത്തലത്തിൽ നിന്നുള്ള വിശ്വാസികൾ നേരിടുന്ന വിവിധ തരത്തിലുള്ള ബുദ്ധിമുട്ടുകളെ അഭിനന്ദിക്കുക.

b. ഒരാളെ ക്രിസ്തുവിലേക്ക് നയിച്ചാൽ മാത്രം പോരാ എന്ന് മനസ്സിലാക്കുക: അവരെയും ക്രിസ്തീയ പക്വതയിലേക്ക് കൊണ്ടുവരേണ്ടതുണ്ട്.

c. ആരോഗ്യമുള്ള ശിഷ്യന്മാരെ രൂപപ്പെടുത്തുന്നതിൽ ആരോഗ്യമുള്ള സഭയുടെ പ്രാധാന്യം പരിഗണിക്കുക.

d. സ്വതന്ത്രമായി തുടരാൻ, വിശ്വാസി ശത്രുവിലേക്കുള്ള എല്ലാ വാതിലുകളും അടയ്ക്കുകയും യേശുക്രിസ്തുവിന്റെ നല്ല കാര്യങ്ങളാൽ നിറയുകയും വേണം എന്ന് മനസ്സിലാക്കുക.

e. വിശ്വാസികളെ ഇത് ചെയ്യാൻ സഹായിക്കുന്നതിൽ സഭയുടെ പങ്കിനെ അഭിനന്ദിക്കുക.

f. ഇസ്ലാം മേഖലകളിൽ മാത്രമല്ല, ശുശ്രൂഷായുടെ സ്വാതന്ത്ര്യംവും പ്രാധാന്യവും മനസ്സിലാക്കുക.

g. ഇസ്ലാം ബലഹീനതകൾ സൃഷ്ടിച്ച മേഖലകളിൽ പ്രത്യേകമായി ശിഷ്യന്മാരെ ശക്തിപ്പെടുത്തുന്നതിന് 'വിടവുകൾ മനസ്സിലാക്കി പഠിപ്പിക്കുന്നതിനെക്കുറിച്ച്' ഉദ്ദേശ്യപൂർവ്വം ചിന്തിക്കാൻ പഠിക്കുക.

h. ഇസ്ലാമുമായുള്ള ഉടമ്പടികൾ നിരാകരിക്കലും കർത്താവെന്ന നിലയിൽ ക്രിസ്തുവിനോടുള്ള കൂറ് പൂർണമായി കൈമാറ്റം ചെയ്യലും ഉൾപ്പെടെ, ക്രിസ്ത്യൻ ജീവിതത്തിന്റെ ശക്തമായ തുടക്കത്തെ വിലമതിക്കുക.

i. ഒരു സമ്പൂർണ്ണ വിശ്വാസിയുടെ പ്രാർത്ഥനയുടെ മൂല്യം പരിഗണിക്കുക.

j. ഇസ്ലാമിൽ നിന്ന് പരിവർത്തനം ചെയ്ത നേതാക്കളെ ഉപദേശിക്കുന്നതിന്റെ പ്രാധാന്യത്തെ അഭിനന്ദിക്കുക.

k. നേതാക്കളെ രൂപപ്പെടുത്തുന്നതിലെ ചില പ്രധാന വശങ്ങൾ പരിഗണിക്കുക.

കേസ് പഠനം: നിങ്ങൾ എന്തു ചെയ്യും?

നിരവധി വിജയകരമായ സഭകൾക്ക് നേതൃത്വം നൽകിയ പരിചയസമ്പന്നനായ ഒരു പാസ്റ്ററാണ് നിങ്ങൾ, മറ്റ് പാസ്റ്റർമാർക്ക് ജ്ഞാനപൂർവമായ ഉപദേശം നൽകുന്നതിൽ നിങ്ങൾ പ്രശസ്തനാണ്. മറ്റൊരു നഗരത്തിലെ ഒരു ബന്ധുവിനെ സന്ദർശിക്കുമ്പോൾ ഒരാൾ നിങ്ങളോട് തന്റെ ഉറ്റ സുഹൃത്തും ഇറാനിയൻ സഭാ നേതാവുമായ റെസയുമായി ബന്ധപ്പെടാൻ ആവശ്യപ്പെട്ടു. ഇസ്ലാം മതത്തിൽ നിന്ന് മതം മാറിയ ഏകദേശം 100 പേരടങ്ങുന്ന ഒരു സഭയെ റെസ നയിക്കുന്നു, പക്ഷേ അദ്ദേഹത്തിന്റെ സഭ കുഴപ്പത്തിലാണെന്ന് നിങ്ങളോട് പറയുന്നു: ധാരാളം സംഘർഷങ്ങളുണ്ട്, ഒരു സ്വേച്ഛാധിപതിയെപ്പോലെ പെരുമാറുന്നുവെന്ന് ആരോപിച്ച് ചില പ്രധാന അംഗങ്ങൾ അടുത്തിടെ സഭയിൽ നിന്നും പോയി, ധനം കുറഞ്ഞു, പാസ്റ്ററുടെ ശമ്പളം നൽകാൻ സഭയ്ക്ക് ഇനി കഴിയില്ല. നിങ്ങൾ പാസ്റ്റർ റെസയുമായി ബന്ധപ്പെടുന്നു, നിങ്ങളോട് ആശംസകൾ കൈമാറുന്നു, കുറച്ചുനേരം ഒരു കാപ്പി കുടിച്ചുകൊണ്ട് സംസാരിച്ച ശേഷം, അദ്ദേഹത്തിന്റെ സഭയിലെ കാര്യങ്ങൾ എങ്ങനെ പോകുന്നുവെന്ന് നിങ്ങൾ അദ്ദേഹത്തോട് ചോദിക്കുന്നു. അദ്ദേഹം പറയുന്നു, "മികച്ചത്! എല്ലാം മികച്ചതാണ്, ദൈവത്തെ സ്തുതിക്കുക."

നിങ്ങൾ എങ്ങനെ പ്രതികരിക്കും?

മുസ്ലീം പശ്ചാത്തലത്തിൽ നിന്നുള്ള വിശ്വാസികൾക്ക് (BMBs) ആരോഗ്യകരമായ ഒരു ശിഷ്യത്വ പാതയെ എങ്ങനെ പിന്തുണയ്ക്കാമെന്നും ആരോഗ്യകരമായ ഒരു സഭാ അന്തരീക്ഷം എങ്ങനെ കെട്ടിപ്പടുക്കാമെന്നും ഈ പാഠം നിർദ്ദേശങ്ങൾ നൽകുന്നു: ക്രിസ്തുവിനെ അനുഗമിക്കാൻ ഇസ്ലാം ഉപേക്ഷിച്ചവർക്ക്. ദൈവത്തിന്റെ പ്രത്യേക ഉദ്ദേശ്യങ്ങൾ നിറവേറ്റാൻ തയ്യാറുള്ളവരും അനുയോജ്യരുമായിരിക്കാൻ ഓരോ ശിഷ്യനും ആഗ്രഹിക്കുന്നത് നല്ലതാണ് (2 തിമോത്തി 2:20-21) എന്നാൽ ഇത് നേടുന്നതിന്, എല്ലാവർക്കും അവരുടെ വളർച്ചയെ പിന്തുണയ്ക്കാൻ കഴിയുന്ന ആരോഗ്യകരമായ ഒരു സഭാ അന്തരീക്ഷം ആവശ്യമാണ്. ഇത് എങ്ങനെ നേടാമെന്ന് പരിഗണിക്കുന്നതിന് മുമ്പ്, ദൈവത്തിങ്കലേക്കു വരുന്നവർ നേരിടുന്ന മൂന്ന് വെല്ലുവിളികൾ ആദ്യം പരിഗണിക്കാം: ഇസ്ലാമിലേക്ക് തിരിച്ചു പോകുക, ഫലമില്ലാത്ത ശിഷ്യത്വം, അനാരോഗ്യകരമായ സഭകൾ.

വീണുപോകൽ

ക്രിസ്തുവിനെ അനുഗമിക്കാൻ ഇസ്ലാം വിട്ട ചിലർ ഒടുവിൽ ഇസ്ലാമിലേക്ക് മടങ്ങുന്നു. ഇതിന് നിരവധി കാരണങ്ങളുണ്ട്. മുസ്ലീം കുടുംബവും സുഹൃത്തുക്കളും ക്രിസ്തുമതത്തിലേക്ക് പരിവർത്തനം ചെയ്ത ഒരാളെ നിരസിക്കുമ്പോൾ സമൂഹം നഷ്ടപ്പെടുന്നതിന്റെ വേദന ഒരു കാരണമായിരിക്കാം. മറ്റൊരു കാരണം, ഇസ്ലാം വിട്ടുപോകുന്നവർക്ക് ഇസ്ലാം സൃഷ്ടിക്കുന്ന നിരവധി തടസ്സങ്ങളും മാർഗ്ഗതടസ്സങ്ങളുമുണ്ട്. മറ്റൊന്ന് നേരിട്ടുള്ള പീഡനമാണ്.

ക്രിസ്ത്യാനികളോടും സഭയോടുമുള്ള നിരാശയ മറ്റൊരു കാരണമായിരിക്കാം. ഇസ്ലാം വിടാൻ ശ്രമിക്കുന്ന ആളുകൾ മാർഗനിർദേശവും സഹായവും തേടി സമീപത്തുള്ള ക്രിസ്ത്യാനികളെ സമീപിക്കുമ്പോൾ, അവർക്ക് ക്രിസ്ത്യൻ സമൂഹത്തിനുള്ളിൽ പൂർണ്ണ സ്വീകാര്യത ലഭിക്കുന്നതിൽ നിന്നും നിരസിക്കലും അപ്രതീക്ഷിത തടസ്സങ്ങളും അനുഭവപ്പെടാം. പലരെയും സഭകൾ പോലും പിന്തിരിപ്പിച്ചിട്ടുണ്ട്. ദിമ്മികൾ ആരെയും ഇസ്ലാം വിടാൻ സഹായിക്കരുതെന്ന ഇസ്ലാമിന്റെ ആവശ്യം മൂലമുണ്ടാകുന്ന ഭയം മൂലമാണിത്. ഇസ്ലാം വിടാൻ ഒരാളെ സഹായിക്കുന്നത് ക്രിസ്ത്യൻ സമൂഹത്തെ അപകടത്തിലാക്കുന്നു, കാരണം അത് മുസ്ലീങ്ങളല്ലാത്തവർക്ക് നൽകുന്ന 'സംരക്ഷണം' ഇല്ലാതാക്കുന്നു.

ക്രിസ്ത്യാനികൾ മതം മാറുന്നവരെ നിരസിക്കുന്ന രീതി മാറ്റാൻ, സഭ *ദിമ്മ* ഉടമ്പടിയും അത് അടിച്ചേൽപ്പിക്കുന്ന ഭാരങ്ങളും മനസ്സിലാക്കുകയും നിരസിക്കുകയും ചെയ്യേണ്ടതുണ്ട്. *ദിമ്മയുടെ* സ്വാധീനത്താൽ ആത്മീയമായി ബന്ധിതരായിരിക്കുന്നിടത്തോളം കാലം, പള്ളികളും വ്യക്തിഗത ക്രിസ്ത്യാനികളും ഇസ്ലാമിൽ നിന്ന് പുറത്തുപോകുന്നവരെ സഹായിക്കാതിരിക്കാൻ അവർക്ക് ആഴത്തിലുള്ള ആത്മീയ സമ്മർദ്ദം അനുഭവപ്പെടും. ഈ പ്രശ്നം പരിഹരിക്കാൻ സഭ *ദിമ്മ* വ്യവസ്ഥയെ ചെറുക്കുകയും ഉപേക്ഷിക്കുകയും നിരസിക്കുകയും ചെയ്യേണ്ടതുണ്ട്.

ആളുകൾ വിശ്വാസത്തിൽ നിന്ന് പിന്മാറുന്നതിന്റെ മറ്റൊരു കാരണം, ഇസ്ലാമിന്റെ സ്വാധീനം അവരുടെ ആത്മാവിൽ തുടരുന്നു എന്നതാണ്, അത് അവർ ചിന്തിക്കുന്ന രീതിയെയും മറ്റുള്ളവരുമായി ബന്ധപ്പെടുന്ന രീതിയെയും രൂപപ്പെടുത്തുന്നു. ഇത് ഒരു ക്രിസ്ത്യാനിയായി തുടരുന്നതിനേക്കാൾ ഇസ്ലാമിലേക്ക് മടങ്ങുന്നത് എളുപ്പമാക്കുന്നു. പുതിയ ഷൂസ് വാങ്ങുന്നത് പോലെയാണ് ഇത്: ചിലപ്പോൾ പഴയ ഷൂസ് കൂടുതൽ

എളുപ്പത്തിൽ യോജിക്കുകയും കൂടുതൽ സുഖകരമായി തോന്നുകയും ചെയ്യും.

ഫലമില്ലാത്ത ശിഷ്യത്വം

രണ്ടാമത്തെ പ്രശ്നം ഫലമില്ലാത്ത ശിഷ്യത്വമാകാം. മുസ്ലീം പശ്ചാത്തലമുള്ള ആളുകൾക്ക് ആത്മീയ വളർച്ചയെ തടയുന്ന ശക്തമായ വൈകാരികവും ആത്മീയവുമായ തടസ്സങ്ങളും നിയന്ത്രണങ്ങളും അനുഭവപ്പെടാം. ഭയം, അരക്ഷിതാവസ്ഥ, പണത്തോടുള്ള സ്നേഹം, നിരസിക്കപ്പെട്ടതിന്റെ വികാരം, ഇരയാണെന്ന തോന്നൽ, കുറ്റബോധം, മറ്റുള്ളവരെ വിശ്വസിക്കാൻ കഴിയാത്തത്, വൈകാരിക വേദന, ലൈംഗിക പാപം, കുറ്റം പറച്ചിൽ, കള്ളം എന്നിവ സാധാരണ പ്രശ്നങ്ങളിൽ ഉൾപ്പെടുന്നു. ഇവയെല്ലാം ആളുകളെ വളരുന്നതിൽ നിന്ന് തടയും.

ഇത്തരം പ്രശ്നങ്ങൾക്കുള്ള ഒരു അടിസ്ഥാന കാരണം ഇസ്ലാമിന്റെ തുടർച്ചയായ നിയന്ത്രണ സ്വാധീനമാണ്. ഉദാഹരണത്തിന്, ഇസ്ലാമിൽ മറ്റുള്ളവരെക്കാൾ ശ്രേഷ്ഠരായിരിക്കുന്നതിന് ഊന്നൽ നൽകുന്നു, മുസ്ലീങ്ങൾ അമുസ്ലിംകളെക്കാൾ ശ്രേഷ്ഠരാണെന്ന് കരുതപ്പെടുന്നു. ശ്രേഷ്ഠതയുടെ ഒരു സംസ്കാരത്തിൽ, മറ്റുള്ളവരേക്കാൾ മികച്ചതായി തോന്നുന്നതിനാൽ ആളുകൾക്ക് ആശ്വാസം ലഭിക്കുന്നു. ഒരു സഭയിൽ ഇത് മത്സരബുദ്ധിക്ക് കാരണമാകും. ഉദാഹരണത്തിന്, ഒരു വ്യക്തിയെ നേതാവായി നിയമിച്ചാൽ, മറ്റുള്ളവർ നിയമിക്കപ്പെടാത്തതിനാൽ അവർ അസ്വസ്ഥരാകുന്നു. ശ്രേഷ്ഠരാണെന്ന് തോന്നേണ്ടതിന്റെ ആവശ്യകതയും ഒരു കുറ്റം പറയുന്ന സംസ്കാരത്തെ ഇളക്കിവിടുന്നു, ഇത് മറ്റുള്ളവരെ താഴേക്ക് വലിക്കാൻ ഒരു വഴി നൽകുന്നു. മറ്റുള്ളവരേക്കാൾ മികച്ചവരാണെന്ന് തങ്ങൾ കരുതുന്നതിനാൽ ആളുകൾ അവർ മറ്റുള്ളവരെക്കുറിച്ചു കുറ്റം പറഞ്ഞേക്കാം. മറ്റൊരു പ്രശ്നം ഒരു കുറ്റകൃത്യ മനോഭാവമായിരിക്കാം, മുഹമ്മദ് നിരസിക്കലിനോട് പ്രതികരിച്ച രീതിയാണ് ഇതിന് ശക്തി നൽകുന്നത്.

ഇറാനിൽ നിന്നുള്ള ഒരു ചെറുപ്പക്കാരൻ ക്രിസ്ത്യാനിയായി കാനഡയിൽ അഭയം നേടി. അവൻ പള്ളികളിൽ പോകാൻ ശ്രമിച്ചു, പക്ഷേ ഓരോ തവണയും പുതിയ പള്ളിയിൽ പോകുമ്പോൾ അയാൾ എന്തെങ്കിലും കാര്യങ്ങളിൽ അസ്വസ്ഥനാകുകയും മറ്റ് പള്ളിയിൽ പോകുന്നവരെ കപടവിശ്വാസികളായി വിമർശിക്കുകയും ചെയ്യുമായിരുന്നു. ഈ മനുഷ്യൻ വളരെ ഒറ്റപ്പെട്ടതും ഏകാന്തവുമായ ഒരു ജീവിതം നയിച്ചു, ഇപ്പോഴും ഒരു ക്രിസ്ത്യാനിയാണെങ്കിലും ഏതൊരു ക്രിസ്ത്യൻ സമൂഹത്തിൽ നിന്നും പൂർണ്ണമായും വിച്ഛേദിക്കപ്പെട്ടു. ഇതിനർത്ഥം

ശിഷ്യത്വത്തിലെ അദ്ദേഹത്തിന്റെ വളർച്ച പൂർണ്ണമായും നിലച്ചു എന്നാണ്: അദ്ദേഹത്തിന് പക്വതയിലേക്ക് വളരാൻ കഴിഞ്ഞില്ല. അദ്ദേഹത്തിന് ഫലപ്രാപ്തി കൈവരിക്കാൻ കഴിഞ്ഞില്ല.

അനാരോഗ്യകരമായ സഭകൾ

പുതിയ വിശ്വാസികൾ നേരിടുന്ന വലിയ വെല്ലുവിളികളിൽ ഒന്ന് ആരോഗ്യകരമായ ഒരു സഭ കണ്ടെത്തുക എന്നതാണ്. സഭ നീതിമാന്മാർക്കുള്ള ഒരു അഭയകേന്ദ്രമല്ല, മറിച്ച് പാപികൾക്കുള്ള ഒരു ആശുപത്രിയാണ് - അല്ലെങ്കിൽ അത് അങ്ങനെയായിരിക്കണം. പാപികൾ തീർച്ചയായും സഭയിൽ ഉൾപ്പെടുന്നു, എന്നാൽ ഒരു ആശുപത്രിയിൽ ആളുകൾക്ക് അസുഖം വരാൻ കഴിയുന്നതുപോലെ, ഒരു സഭയിലെ അംഗങ്ങൾ ക്രിസ്തീയ പക്വതയിൽ വളരാത്തപ്പോൾ, അവരുടെ പാപങ്ങളും പ്രശ്നങ്ങളും വർദ്ധിക്കുകയും മുഴുവൻ സമൂഹത്തിനും നാശമുണ്ടാക്കുകയും ചെയ്യും. ഇത് സഭകളെ തകർക്കുകയും അവയെ പരാജയപ്പെടുത്തുകയും ചെയ്യും. അനാരോഗ്യകരമായ ക്രിസ്ത്യാനികൾക്ക് അനാരോഗ്യകരമായ പള്ളികൾ സൃഷ്ടിക്കാൻ കഴിയുന്നതുപോലെ, അനാരോഗ്യകരമായ പള്ളികൾക്ക് അവരുടെ അംഗങ്ങൾക്ക് ആരോഗ്യകരമായ പക്വതയിലേക്ക് വളരാൻ പ്രയാസകരമാകാം.

സഭാംഗങ്ങൾ തങ്ങളുടെ പാസ്റ്ററെക്കുറിച്ച് കുറ്റം പറയുകയാണെങ്കിൽ, ഒടുവിൽ അവർക്ക് ഒരു കുറ്റം നിറഞ്ഞ പാസ്റ്റർ ഉണ്ടാകും, അല്ലെങ്കിൽ പാസ്റ്റർ തന്നെ ഇല്ലാതാകും. എല്ലാവരും കഷ്ടപ്പെടും. ഇത് സഭാ സമൂഹത്തിൽ ഭിന്നതകൾക്കും തകർച്ചകൾക്കും കാരണമാകും, അത്തരമൊരു സഭയിൽ നേതാവായി സേവിക്കാൻ ആഗ്രഹിക്കുന്നവർ ചുരുക്കമായിരിക്കും. മറ്റൊരു ഉദാഹരണമായി, സഭാംഗങ്ങൾ മറ്റുള്ളവരെക്കാൾ ശ്രേഷ്ഠരാകാൻ ആഗ്രഹിച്ചുകൊണ്ട് മത്സരബുദ്ധിയോടെ ചിന്തിക്കാൻ പ്രവണത കാണിക്കുന്നുവെങ്കിൽ, ഒരേ നഗരത്തിലെ സഭകൾ പരസ്പരം വിമർശിക്കാൻ ഇടയാക്കും, ഓരോരുത്തരും അത് മികച്ച സഭയാണെന്ന് അവകാശപ്പെടും. ഒരുമിച്ച് പ്രവർത്തിക്കുന്നതിന്റെ മഹത്തായ അനുഗ്രഹം ഈ സഭകൾ അനുഭവിക്കുന്നതിനുപകരം, സുവിശേഷത്തിൽ പങ്കാളികളാകുന്നതിനുപകരം അവർ പരസ്പരം മറ്റുള്ളവർക്ക് ഭീഷണികളായി കാണപ്പെടുന്നു.

സ്വതന്ത്രമായി തുടരേണ്ടതിൻ്റെ ആവശ്യകത

പാഠം 2-ൽ നിന്ന് ചിന്തിച്ചു സാത്താൻ ഒരു കുറ്റാരോപിതനാണെന്നും അവന്റെ പ്രധാന തന്ത്രം ക്രിസ്തീയ വിശ്വാസികളെ കുറ്റപ്പെടുത്തുക എന്നതാണ്. അവരെ

കുറ്റപ്പെടുത്താൻ, അവൻ അവർക്കെതിരെയുള്ള ഏതൊരു 'നിയമപരമായ അവകാശങ്ങളെയും' ചൂഷണം ചെയ്യും, അതായത് ഏറ്റുപറയാത്ത പാപം, ക്ഷമയില്ലായ്മ, നമ്മെ ബന്ധിപ്പിക്കുന്ന വാക്കുകൾ (ശപഥങ്ങൾ, നേർച്ചകൾ, ഉടമ്പടികൾ ഉൾപ്പെടെ), ആത്മാവിന്റെ മുറിവുകൾ, തലമുറകളുടെ ശാപങ്ങൾ എന്നിവ. സ്വതന്ത്രരാകാൻ, ക്രിസ്തുവിന്റെ ശിഷ്യന്മാർ ഈ 'നിയമപരമായ അവകാശങ്ങൾ' റദ്ദാക്കുകയും കാലടികൾ എടുത്തു മാറ്റുകയും വാതിലുകൾ അടയ്ക്കുകയും വേണം.

മത്തായി 12:43-45-ൽ, ഒരു ദുരാത്മാവ് ഒരു വ്യക്തിയിൽ നിന്ന് പുറത്താക്കപ്പെട്ടാൽ, അത് വീണ്ടും ആ വ്യക്തിയിൽ പ്രവേശിച്ച്, തന്നേക്കാൾ മോശമായ ഏഴ് ആത്മാക്കളെ കൊണ്ടുവരുമെന്ന് യേശു ഒരു ഉപമ പറയുന്നു, അതിനാൽ അവസാനം ആ വ്യക്തിയുടെ അവസ്ഥ ഭൂതത്തെ പുറത്താക്കുന്നതിനു മുമ്പുള്ളതിനേക്കാൾ വളരെ മോശമായിരിക്കും. ഉപമയിൽ യേശു ഉപയോഗിക്കുന്ന ചിത്രം, അടിച്ചുവാരി വൃത്തിയാക്കി ശൂന്യമാക്കി, വീണ്ടും താമസിക്കാൻ തയ്യാറായ ഒരു വീടിന്റെ ചിത്രമാണ്. ആത്മാക്കൾ എങ്ങനെയാണ് ഈ വീട്ടിൽ വീണ്ടും പ്രവേശിക്കുന്നത്? ഒന്നാമതായി, ഒരു വാതിൽ തുറന്നിട്ടിരിക്കണം; രണ്ടാമതായി, വീട് "ആളില്ലാതെ" കിടക്കുന്നു (മത്തായി 12:44).

അതിനാൽ ഇവിടെ രണ്ട് പ്രശ്നങ്ങൾ ഉണ്ട്:

1. ഒരു വാതിൽ തുറന്നിട്ടിരിക്കുന്നു.

2. വീട് ആളൊഴിഞ്ഞ നിലയിലായിരുന്നു.

ആരോഗ്യകരമായ ഒരു സഭ കെട്ടിപ്പടുക്കാൻ, നമുക്ക് ആരോഗ്യമുള്ള ക്രിസ്ത്യാനികൾ ആവശ്യമാണ്. ആരോഗ്യവാനായിരിക്കാൻ ഒരു ക്രിസ്ത്യാനി സ്വതന്ത്രനായിരിക്കണം. സാത്താൻ ചൂഷണം ചെയ്തേക്കാവുന്ന എല്ലാ തുറന്ന വാതിലുകളും ആ വ്യക്തി അടയ്ക്കണം, കൂടാതെ പുറത്താക്കപ്പെട്ട തിന്മയെ മാറ്റിസ്ഥാപിക്കാൻ അവന്റെ ആത്മാവ് നന്മകളാൽ നിറയണം.

എല്ലാ വാതിലുകളും അടയ്ക്കേണ്ടതുണ്ട്. ഓരോന്നും! ആത്മീയ സ്വാതന്ത്ര്യത്തെക്കുറിച്ച് പ്രധാനപ്പെട്ട ഒരു കാര്യം, ഒരു തുറന്ന വാതിൽ അടച്ചാൽ മാത്രം പോരാ എന്നതാണ്. അവയെല്ലാം അടയ്ക്കേണ്ടതുണ്ട്. മുൻവാതിൽ വിശാലമായി തുറന്നിട്ടിട്ടു, വീടിന്റെ പിൻവാതിലിൽ ലോകത്തിലെ ഏറ്റവും മികച്ച പൂട്ട് വയ്ക്കുന്നത്കൊണ്ട് ഒരു പ്രയോജനവുമില്ല. ഒരു വ്യക്തിക്കെതിരെ സാത്താൻ ഉപയോഗിച്ചുകൊണ്ടിരിക്കുന്ന ഒരു നിയമപരമായ അവകാശം നാം നിഷേധിക്കുകയും അതുമായി

ഇടപെടാതിരിക്കുകയും ചെയ്താൽ, ആ വ്യക്തി ഇതുവരെ സ്വതന്ത്രനായിട്ടില്ല.

സ്വതന്ത്രരാകുക എന്നത് ഒരു കാര്യമാണ്. സ്വതന്ത്രരായിരിക്കുക എന്നത് മറ്റൊന്നാണ്. വാതിലുകൾ അടയ്ക്കുന്നത് പോലെ തന്നെ പ്രധാനമാണ് വീട് നിറയ്ക്കുകയും അത് ശൂന്യമാക്കാതിരിക്കുകയും ചെയ്യുന്നത്. ഒരു വ്യക്തി പരിശുദ്ധാത്മാവിനാൽ നിറയപ്പെടാൻ പ്രാർത്ഥിക്കുന്നതും ഇതിൽ ഉൾപ്പെടുന്നു. ദൈവികമായ ഒരു ജീവിതരീതി വളർത്തിയെടുക്കുക എന്നതും ഇതിനർത്ഥമാണ്, അങ്ങനെ ഒരാളുടെ ആത്മാവ് നല്ല കാര്യങ്ങളാൽ നിറയുന്നു.

ഒരു വ്യക്തിയുടെ അടിമത്തം അവർ വിശ്വസിക്കുകയും പറയുകയും ചെയ്ത നുണകൾ മൂലമാണെന്ന് കരുതുക. നുണകൾ ഉപേക്ഷിക്കേണ്ടതുണ്ട്, കൂടാതെ, ആ വ്യക്തി സത്യത്തെ സ്വീകരിക്കുകയും ധ്യാനിക്കുകയും അതിൽ ആനന്ദിക്കുകയും വേണം. നുണകൾ ഉപേക്ഷിച്ച് സത്യത്തിൽ പ്രവേശിക്കുക!

വ്യത്യസ്തമായ ഒരു സാഹചര്യം പരിഗണിക്കുക: വെറുപ്പിന്റെ ഒരു ഭൂതത്താൽ ബാധിക്കപ്പെട്ട ഒരു വ്യക്തി, അത് മറ്റുള്ളവർക്കെതിരെ സംസാരിക്കുന്ന നിരവധി വെറുപ്പുളവാക്കുന്ന ശാപങ്ങൾ ഉൾപ്പെടെ മോശം പ്രവൃത്തികളിലേക്ക് നയിച്ചു. വെറുപ്പിന്റെ ഈ ഭൂതത്തെ പുറത്താക്കുമ്പോൾ, ആ വ്യക്തി വെറുപ്പ് ഉപേക്ഷിക്കുകയും നിരസിക്കുകയും ചെയ്യുക മാത്രമല്ല, മറ്റുള്ളവരെ സ്നേഹിക്കുകയും അനുഗ്രഹിക്കുകയും ചെയ്യുന്ന ഒരു ജീവിതശൈലി വളർത്തിയെടുക്കുകയും വേണം, മറ്റുള്ളവരെ തകർക്കുന്നതിനുപകരം സ്വന്തം ആത്മാവിനെ കെട്ടിപ്പടുക്കുകയും വേണം. അവർ അവരുടെ ശീലങ്ങളും ചിന്താരീതിയും മാറ്റേണ്ടതുണ്ട്. ഒരു വ്യക്തിയെ സ്വതന്ത്രമായിരിക്കാൻ സഹായിക്കുന്നതിൽ സഭാ സമൂഹം ഒരു പ്രധാന പങ്ക് വഹിക്കുന്നു. ഒരു വ്യക്തിയെ അവരുടെ ആത്മാവിനെ പുതുക്കാനും പുനർനിർമ്മിക്കാനും, രൂപാന്തരപ്പെട്ട വ്യക്തിയാകാനും അവയ്ക്ക് സഹായിക്കാനാകും.

പൗലോസ് തന്റെ ലേഖനങ്ങളിൽ പലപ്പോഴും ഈ പ്രക്രിയയെക്കുറിച്ച് എഴുതുന്നു. വിശ്വാസികൾ സത്യത്തിലും സ്നേഹത്തിലും പടുത്തുയർത്തപ്പെടുന്നതിനായി അദ്ദേഹം നിരന്തരം പ്രാർത്ഥിക്കുകയും പ്രവർത്തിക്കുകയും ചെയ്യുന്നു. വിശ്വാസികൾ ഒരിക്കൽ എന്തായിരുന്നുവെന്ന് അദ്ദേഹം എപ്പോഴും ഓർമ്മിക്കുകയും ചിലപ്പോൾ അത് ആളുകളെ വളർന്നുകൊണ്ടേയിരിക്കാൻ ഓർമ്മിപ്പിക്കുകയും, പ്രോത്സാഹിപ്പിക്കുകായും ചെയ്യുന്നു:

> മുമ്പെ നാമും ബുദ്ധികെട്ടവരും അനുസരണമില്ലാത്തവരും വഴിതെറ്റി നടക്കുന്നവരും നാനാമോഹങ്ങൾക്കും ഭോഗങ്ങൾക്കും അധീനരും ഈർഷ്യയിലും അസൂയയിലും കാലം കഴിക്കുന്നവരും ദ്വേഷിതരും അന്യോന്യം പകെക്കുന്നവരും ആയിരുന്നുവല്ലോ. (തീത്തോസ് 3:3)

എന്നാൽ ക്രിസ്തുവിന്റെ ശിഷ്യന്മാർ ഇനി ഇങ്ങനെ ജീവിക്കരുത്. നാം മാറ്റപ്പെട്ടിരിക്കുന്നു, സാത്താന് നിയമപരമായ അവകാശങ്ങൾ നൽകാതെ കുറ്റമറ്റവനായ യേശുവിനെപ്പോലെ കൂടുതൽ കൂടുതൽ വളരാൻ നാം മാറ്റപ്പെട്ടിരിക്കുന്നു. അതിനാൽ പൗലോസ് ഫിലിപ്പിയർക്ക് എഴുതുന്നു:

> … ഇതാണ് എൻ്റെ പ്രാർത്ഥന: നിങ്ങളുടെ സ്നേഹം മേല്ക്കുമേൽ പരിജ്ഞാനത്തിലും സകല വിവേകത്തിലും വർദ്ധിച്ചു വന്നിട്ടു നിങ്ങൾ ഭേദാഭേദങ്ങളെ വിവേചിപ്പാറാകേണം എന്നും ക്രിസ്തുവിന്റെ നാളിലേക്കു നിർമ്മലന്മാരും ഇടർച്ചയില്ലാത്തവരും ദൈവത്തിന്റെ മഹത്വത്തിന്നും പുകഴ്ചെക്കുമായിട്ടു യേശുക്രിസ്തുവിനാൽ നീതി ഫലം നിറഞ്ഞവരുമായി തീരേണം എന്നും ഞാൻ പ്രാർത്ഥിക്കുന്നു. (ഫിലിപ്പിയർ 1:9-11)

സ്നേഹത്തിലും അറിവിലും ജ്ഞാനത്തിലും വളരുന്ന, നിർമ്മലനും കുറ്റമറ്റവനും ദൈവത്തിന് സ്തുതി കരേറ്റുന്ന നല്ല ഫലം കായ്ക്കുന്ന ആരോഗ്യവാനായ ഒരു ശിഷ്യന്റെ എത്ര മനോഹരമായ ചിത്രം! ഈ വ്യക്തി സ്വതന്ത്രനാക്കപ്പെട്ടു എന്നു മാത്രമല്ല, അപകടകരമാംവിധം "ആളൊഴിയാതെ" ഇരിക്കുന്നതിനുപകരം, അവരുടെ ആത്മാവാകുന്ന ഭവനം യേശുക്രിസ്തുവിന്റെ നല്ല കാര്യങ്ങളാൽ നിറയപ്പെടുന്നു.

സഭയുടെയും പാസ്റ്ററുടെയും പ്രധാന പങ്ക്, ശിഷ്യന്മാരെ ഇതുപോലെ ജീവിക്കാൻ സഹായിക്കുക എന്നതാണ്: സാത്താനിലേക്കുള്ള എല്ലാ തുറന്ന വാതിലുകളും അടയ്ക്കുകയും ക്രിസ്തുവിൻ്റെ എല്ലാ നല്ല കാര്യങ്ങളും കൊണ്ട് നിറയാൻ വിശ്വാസികളെ സഹായിക്കുകയും ചെയ്യുക.

ശിഷ്യരെ രൂപപ്പെടുത്തുക എന്നത് ഒരു മഹത്തായ ദൗത്യമാണ്, അതിനെക്കുറിച്ച് പഠിക്കാൻ ധാരാളം കാര്യങ്ങളുണ്ട്. ഇസ്ലാമിന്റെ ബന്ധനങ്ങളിൽ നിന്ന് മോചിതരായ ശിഷ്യന്മാരുടെ ആരോഗ്യകരമായ വളർച്ചയെ എങ്ങനെ പിന്തുണയ്ക്കാമെന്ന് ഇവിടെ നമ്മൾ പരിഗണിക്കും.

രോഗശാന്തിയും വിടുതലും

എല്ലാ വാതിലുകളും അടയ്ക്കേണ്ടതിന്റെയും എല്ലാ കാലടികളും നീക്കം ചെയ്യേണ്ടതിന്റെയും ആവശ്യകത നമ്മൾ ഊന്നിപ്പറഞ്ഞിട്ടുണ്ട്. ഏതൊരു ശിഷ്യന്റെയും ജീവിതത്തിൽ ഇവയിൽ ചിലത് ഇസ്ലാമിന്റെ സ്വാധീനം മൂലമാകാം, ഇവിടെ നൽകിയിരിക്കുന്ന പ്രാർത്ഥനാ കാര്യങ്ങൾ ഇസ്ലാമിലേക്കുള്ള വാതിൽ അടയ്ക്കാൻ ഉപയോഗിക്കാം.

എന്നിരുന്നാലും, ക്രിസ്തുവിന്റെ ശിഷ്യന്മാർക്ക് ഇസ്ലാമുമായി നേരിട്ട് ബന്ധമില്ലാത്ത മറ്റ് ബന്ധനങ്ങൾ ഉണ്ടാകാം. രണ്ടാം പാഠത്തിൽ വിവരിച്ചിരിക്കുന്ന ഏതെങ്കിലും മേഖലകൾ മൂലമാകാം ഇവ: ഏറ്റുപറയാത്ത പാപം, ക്ഷമയില്ലായ്മ, ആത്മാവിന്റെ മുറിവുകൾ, വാക്കുകൾ, അനുബന്ധ ആചാരപരമായ പ്രവൃത്തികൾ, നുണകൾ, തലമുറകളുടെ ശാപങ്ങൾ. മുൻ മുസ്ലീങ്ങളുടെ ജീവിതത്തിൽ ഇവയുടെ ദോഷകരമായ ഫലങ്ങൾ നിരീക്ഷിക്കാൻ കഴിയും:

- ക്ഷമയില്ലായ്മ
- ദുരുപയോഗം ചെയ്യുന്ന പിതാക്കന്മാർ
- കുടുംബ തകർച്ച (വിവാഹമോചനം, ബഹുഭാര്യത്വം)
- മയക്കുമരുന്നിന് അടിമ
- മന്ത്രവാദവും ആഭിചാരവും
- ലൈംഗിക ആഘാതം (ആക്രമണം, ബലാത്സംഗം, അഗമ്യഗമനം എന്നിവ കാരണം)
- അക്രമം
- തലമുറകളുടെ ശാപങ്ങൾ
- കോപം
- തിരസ്കരണവും സ്വയം നിരസിക്കലും
- സ്ത്രീകൾ പുരുഷന്മാരെ അവിശ്വസിക്കുകയും വെറുക്കുകയും ചെയ്യുന്നു
- പുരുഷന്മാർക്ക് സ്ത്രീകളോടുള്ള അവജ്ഞ.

ഇസ്ലാമിന്റെ സംസ്കാരത്തിലും കുടുംബജീവിതത്തിലും ചെലുത്തുന്ന സ്വാധീനം ഈ മേഖലകളിൽ പലതിനെയും സ്വാധീനിച്ചേക്കാം, എന്നാൽ ആളുകൾക്ക് അവരുടെ ജീവിതകാലത്ത് സ്വന്തമായ ആത്മീയ ഭാണ്ഡക്കെട്ടുകളുമുണ്ട്. ക്രിസ്തീയ പക്വതയിലേക്ക് പുരോഗമിക്കുന്നതിന്, ഇസ്ലാമിൽ നിന്ന് മാത്രമല്ല, ഇവയിൽ നിന്നും നാം സ്വതന്ത്രരാകേണ്ടതുണ്ട്.

ഒരു യുവാവിന് ഗുരുതരമായ വയറ്റിലെ പ്രശ്നങ്ങൾ ഉണ്ടാക്കുന്ന ഒരു കുടുംബാവസ്ഥ ഉണ്ടായിരുന്നു: അദ്ദേഹത്തിന്റെ ബന്ധുക്കളിൽ ഭൂരിഭാഗവും വയറ്റിലെ കാൻസർ ബാധിച്ച് മരിച്ചു. ഇറാനിലെയും ഓസ്ട്രേലിയയിലെയും ഡോക്ടർമാർ അദ്ദേഹത്തിന് വയറ്റിൽ ഒരു അർബുദത്തിന് മുമ്പുള്ള അവസ്ഥയുണ്ടെന്നും അതിന് അദ്ദേഹം നിരന്തരം മരുന്ന് കഴിക്കേണ്ടതുണ്ടെന്നും പറഞ്ഞിരുന്നു. ഒരു ഘട്ടത്തിൽ ഇത് തന്റെ കുടുംബത്തിന്മേലുള്ള ഒരു ശാപം മൂലമാകാമെന്ന് അദ്ദേഹം മനസ്സിലാക്കി. അദ്ദേഹം ആ തലമുറയുടെ ശാപം ഉപേക്ഷിച്ച് ദൈവത്തിന് സ്വയം സമർപ്പിച്ചു. അദ്ദേഹം പൂർണ്ണമായും സുഖം പ്രാപിച്ചു, എല്ലാ മരുന്നുകളും കഴിക്കുന്നത് നിർത്തി. അതേസമയം, എളുപ്പത്തിൽ സമ്മർദ്ദത്തിലാകാനും ഉത്കണ്ഠ അനുഭവിക്കാനുമുള്ള പ്രവണതയിൽ നിന്ന് അദ്ദേഹം സുഖം പ്രാപിച്ചു എന്നതും ശ്രദ്ധേയമായിരുന്നു. ജീവിത സാഹചര്യങ്ങളിൽ അദ്ദേഹം കൂടുതൽ ശാന്തനും ദൈവത്തിൽ കൂടുതൽ ആശ്രയിക്കുന്നവനുമായി. ഒരു പാസ്റ്ററായി സേവിക്കുന്നതിന്റെ സമ്മർദ്ദങ്ങൾ സഹിക്കാൻ അദ്ദേഹത്തെ സജ്ജമാക്കുന്നതിൽ ഈ രോഗശാന്തിയും വിടുതലും ഒരു അനിവാര്യ ഘട്ടമായിരുന്നു.

ആരോഗ്യകരമായ ഒരു സഭ ഉണ്ടാകണമെങ്കിൽ, എല്ലാത്തരം തുറന്ന വാതിലുകളും കാലടികളും കൈകാര്യം ചെയ്യുന്ന ശുശ്രൂഷ വിശ്വാസികളുടെ ഇടയ പരിപാലനത്തിന്റെ ഒരു സാധാരണ ഭാഗമായിരിക്കണം. ഒരു വീട് സുരക്ഷിതമാക്കുമ്പോൾ, ഒരു വാതിൽ അല്ലെങ്കിൽ ഇസ്ലാമിന്റെ ഉടമ്പടികളുടെ വാതിൽ മാത്രം അടച്ചാൽ പോരാ എന്ന് ഓർമ്മിക്കുക: വീട്ടിലേക്കുള്ള *എല്ലാ* തുറസ്സുകളും അടച്ചിരിക്കണം.

വിടവുകൾ മനസിലാക്കി പഠിപ്പിയ്ക്കുക

ഒരു പഴയ, തകർന്ന വീട് സങ്കൽപ്പിക്കുക. മേൽക്കൂര ചോർന്നൊലിക്കുന്നു; അതിലൂടെ ആകാശം പോലും നിങ്ങൾക്ക് കാണാൻ കഴിയും. ഒരുകാലത്ത് സ്ഫടികമായിരുന്ന ജനാലകൾ തകർന്നിരിക്കുന്നു, കാറ്റ് അവയിലൂടെ സ്വതന്ത്രമായി വീശുന്നു. വാതിലുകൾ അവയുടെ വിജാഗിരികൾ പൊട്ടി നിലയിൽ, പുറത്ത്

നിലത്ത് കിടക്കുന്നു. അകത്ത്, ചുവരുകൾ തകർന്നിരിക്കുന്നു, അവയിൽ ദ്വാരങ്ങൾ ഉണ്ട്. തറ ദ്രവിച്ചിരിക്കുന്നു. അടിത്തറകൾ വിണ്ടുകീറി തകർന്നിരിക്കുന്നു. വീട്ടിൽ സ്വന്തമല്ലാത്ത കുടിയിറക്കക്കാരുണ്ട്. അവർ അവിടെ ഉണ്ടാകാൻ പാടില്ല എന്നാൽ അവർ യഥാർത്ഥത്തിൽ വീട് നശിപ്പിക്കുകയാണ്.

ഈ വീട് പുനഃസ്ഥാപിക്കാൻ വളരെയധികം ജോലി ആവശ്യമാണ്. ആദ്യപടി വീട് സുരക്ഷിതമാക്കുക എന്നതാണ്: മേൽക്കൂര ശരിയാക്കുക, പുതിയ ജനാലകളും പൂട്ടുകളുള്ള ഉറപ്പുള്ള വാതിലുകളും സ്ഥാപിക്കുക, അങ്ങനെ ഇനി കുടിയിറക്കുകാർക്ക് അകത്ത് കടക്കാൻ കഴിയില്ല. സ്വാതന്ത്ര്യ ശുശ്രൂഷയിലെ ആദ്യപടി ഇതാണ്: തുറന്നിരിക്കുന്ന എല്ലാ വാതിലുകളും അടയ്ക്കുക. എല്ലാ വാതിലുകളും അടച്ചിട്ടില്ലെങ്കിൽ, കുടിയിറക്കക്കാർക്ക് (ഭൂതങ്ങൾക്ക്) തുറന്നിരിക്കുന്ന വാതിലുകളിൽ ഒന്നിലൂടെ തിരികെ വരാൻ കഴിയും എന്നതിനാൽ ആദ്യം അത് അടെക്കേണ്ടതാണ്.

വീട് സുരക്ഷിതമായിക്കഴിഞ്ഞാൽ, മറ്റ് ജോലികൾ ആരംഭിക്കാം: അടിത്തറ പുനഃസ്ഥാപിക്കുക, മതിലുകൾ നന്നാക്കുക, വീട് മനോഹരവും താമസിക്കാൻ സൗകര്യപ്രദവുമാക്കുക.

മുൻ മുസ്ലീങ്ങൾ ക്രിസ്തുവിലേക്ക് വരുമ്പോൾ, ഇസ്ലാം, ഇസ്ലാമിക സംസ്കാരം എന്നിവ മൂലമുണ്ടാകുന്ന ആത്മാവിന് കേടുപാടുകൾ വരുത്താൻ കഴിയുന്ന കാര്യങ്ങൾ പുനഃസ്ഥാപിക്കേണ്ടതുണ്ട്.

ഒരു വിശ്വാസിയുടെ ആത്മാവ് ഒരു ബക്കറ്റ് പോലെയാണ്. യേശുക്രിസ്തുവിൽ നിന്ന് വരുന്ന ശുദ്ധവും മധുരമുള്ളതുമായ വെള്ളം നാം സൂക്ഷിക്കേണ്ടതാണ്. നമ്മുടെ ജീവിതം അങ്ങനെയായിരിക്കണം. എന്നാൽ ബക്കറ്റിന് അതിന്റെ വശത്ത് ഒരു ദ്വാരമോ വിടവോ ഉണ്ടെങ്കിൽ - നമ്മുടെ സ്വഭാവത്തിലെ ഒരു ബലഹീനത പോലെ - ബക്കറ്റിന് അത്രയും വെള്ളം ഉൾക്കൊള്ളാൻ കഴിയില്ല. ബക്കറ്റിന് അതിന്റെ വശത്തെ ഏറ്റവും താഴ്ന്ന ദ്വാരമോ വിടവോ വരെ മാത്രമേ വെള്ളം ഉൾക്കൊള്ളാൻ കഴിയൂ. ഈ ബക്കറ്റിൽ കൂടുതൽ വെള്ളം പിടിക്കണമെങ്കിൽ, ആ വിടവ് നികത്തേണ്ടതുണ്ട്.

ലോകമെമ്പാടും, ഇസ്ലാം വേരൂന്നിയ ഇടങ്ങളിലെല്ലാം ഈ ആത്മനാശത്തിന് സമാനമായ ഒരു മാതൃകയുണ്ട്. ഡോൺ ലിറ്റിൽ ചൂണ്ടിക്കാണിച്ചതുപോലെ, "വിവിധ സാഹചര്യങ്ങളിൽ ഇസ്ലാമിന്റെ സ്വാധീനം ക്രിസ്തുവിനുവേണ്ടി ജീവിക്കാൻ

ആഗ്രഹിക്കുന്ന ബിഎംബികൾക്ക് സമാനമായ തടസ്സങ്ങൾ സൃഷ്ടിക്കുന്നു."17

ഇതിനെക്കുറിച്ച് ചിന്തിക്കാനുള്ള മറ്റൊരു മാർഗം, ഒരാൾക്ക് ഒരു മോശം അപകടം സംഭവിക്കുമ്പോൾ എന്തുസംഭവിച്ചു പരിഗണിക്കുക എന്നതാണ്, അവർ സുഖം പ്രാപിക്കാൻ വളരെ സമയമെടുക്കും. സാധാരണയായി അവരുടെ ചില പേശികൾ ദുർബലമാവുകയും ഉപയോഗശൂന്യമായതിനാൽ ക്ഷയിക്കുകയും ചെയ്യും. പൂർണ്ണമായി സുഖം പ്രാപിക്കുന്നതിന്, അത്തരമൊരു വ്യക്തിക്ക് ദുർബലമായ പേശികളെ ശക്തിപ്പെടുത്തുന്നതിനുള്ള വളരെ നിർദ്ദിഷ്ട വ്യായാമങ്ങൾ (ഫിസിയോതെറാപ്പി) ചെയ്യാൻ കഴിയും. ഈ വ്യായാമങ്ങൾക്ക് വളരെ സമയമെടുക്കും, വളരെ വേദനാജനകവുമാണ്, പക്ഷേ മുഴുവൻ ശരീരവും വീണ്ടും പ്രവർത്തിക്കാൻ പ്രാപ്തമാക്കുന്നതിന് അവ അത്യാവശ്യമാണ്. നിങ്ങളുടെ ഏറ്റവും ദുർബലമായ പേശി നിങ്ങളെ അനുവദിക്കുന്നിടത്തോളം മാത്രമേ നിങ്ങൾക്ക് ചെയ്യാൻ കഴിയൂ.

മുസ്ലീം പശ്ചാത്തലത്തിൽ നിന്നുള്ള വിശ്വാസികളുടെ ഒരു സഭയുടെ അധ്യാപന പരിപാടി ഈ നാശനഷ്ടങ്ങൾ ശ്രദ്ധാപൂർവ്വം, വ്യവസ്ഥാപിതമായി പരിഹരിക്കേണ്ടതുണ്ട് എന്നതാണ് ഇതിനർത്ഥം. ഇതിനെ നമ്മൾ 'വിടവുകളിലേക്ക് മനസിലാക്കുക' എന്ന് വിളിക്കുന്നു: മുമ്പ് നുണകൾ ഭരിച്ചിരുന്ന മേഖലകളിലേക്ക് ബൈബിൾ സത്യം സംസാരിക്കുന്നു. നാം അഭിസംബോധന ചെയ്യേണ്ട നിരവധി വ്യത്യസ്ത മേഖലകളുണ്ട്.

മുഹമ്മദ് ഊന്നിപ്പറഞ്ഞ കാര്യങ്ങളിലൊന്നാണ് ഒരാൾ മറ്റൊരാളേക്കാൾ ശ്രേഷ്ഠനാണെന്ന്; ഉദാഹരണത്തിന്, മുസ്ലീങ്ങൾ അമുസ്ലിങ്ങളെക്കാൾ. മറ്റൊരാളെ താഴ്ത്തുകയോ താഴെയാക്കുകയോ ചെയ്യുന്നത് ലജ്ജാകരമാണെന്ന് അദ്ദേഹം കരുതി. ഇസ്ലാമിക സമൂഹങ്ങളിൽ, മറ്റുള്ളവരേക്കാൾ മികച്ചവരാകാൻ ആഗ്രഹിക്കുന്നത് സാധാരണയായി സാംസ്കാരിക വൈകാരിക ലോകവീക്ഷണത്തിന്റെ ഭാഗമാണ്. ഇറാനിയൻ സംസ്കാരത്തിൽ, മറ്റൊരാൾ തെരുവിൽ വീഴുന്നത് കാണുമ്പോഴോ, ആരെങ്കിലും ഒരു പരീക്ഷയിൽ പരാജയപ്പെട്ടുവെന്ന് കേൾക്കുമ്പോഴോ ആളുകൾ സന്തോഷിക്കുന്നുവെന്ന് ഒരു ക്രിസ്ത്യാനി പ്രഖ്യാപിച്ചു. വീണതോ പരാജയപ്പെട്ടതോ തങ്ങളല്ലാത്തതിനാൽ അവർ സന്തുഷ്ടരാണ്, അതിനാൽ അവർ ശ്രേഷ്ഠരാണെന്ന് അവർ കരുതുന്നു.

---

17 ഡോൺ ലിറ്റിൽ, *മുസ്ലീം സമൂഹങ്ങളിൽ ഫലപ്രദമായ ശിക്ഷണം*, പേജ് 170.

ഒരു വ്യക്തിയുടെ മൂല്യത്തെ ഈ രീതിയിൽ കാണുന്നത് സഭകളിൽ നിരവധി പ്രശ്നങ്ങൾക്ക് കാരണമാകും. ഉദാഹരണത്തിന്, ഒരു സഭയിലെ ആളുകൾക്ക് തങ്ങളുടെ സഭ മറ്റ് സഭകളേക്കാൾ ശ്രേഷ്ഠമാണെന്ന് അവകാശപ്പെടാം. ഈ മനോഭാവം പ്രകോപനത്തിന് കാരണമാകുന്നു, അതിനാൽ ഒരു പ്രദേശത്തെ സഭകൾ ഒരുമിച്ച് പ്രവർത്തിക്കാൻ വിസമ്മതിക്കുന്നു. ഈ മനോഭാവത്തോടെ, ഒരു വ്യക്തിയെ നേതൃസ്ഥാനത്തേക്ക് നിയമിച്ചാൽ, മറ്റൊരാൾ നിരസിക്കപ്പെട്ടതായി തോന്നുകയും അസൂയപ്പെടുകയും, "എന്തുകൊണ്ടാണ് അവർ എന്നെ തിരഞ്ഞെടുത്തില്ല? ഞാൻ നല്ലവനല്ലെന്ന് അവർ കരുതുന്നുണ്ടോ?" എന്ന് ചോദിക്കുകയും ചെയ്തേക്കാം. ഈ പ്രശ്നം വളരെ മോശമായതിനാൽ, സഭയിലെ മറ്റുള്ളവർ തങ്ങളെ ആക്രമിക്കുകയും വിമർശിക്കുകയും ചെയ്യുമെന്ന് ഭയപ്പെടുന്നതിനാൽ ആളുകൾ നേതൃത്വ സ്ഥാനങ്ങൾക്കായി സ്വയം ലഭ്യമാക്കാൻ വിസമ്മതിക്കുന്നു.

ഈ മനോഭാവത്തോടെ, സഭയുടെ യാത്രയിൽ പുരോഗതി വരുത്തുന്നതിന് വിനയപൂർവ്വം ക്രിയാത്മകമായ പ്രതികരണങ്ങൾ എങ്ങനെ നൽകണമെന്ന് ആളുകൾക്ക് പലപ്പോഴും അറിയില്ല. പകരം, അവർ വിദഗ്ധരെപ്പോലെ സംസാരിക്കുന്നു, അഭിമാനത്തോടെ സംസാരിക്കുന്നു, മറ്റുള്ളവരെ വികാരരഹിതമായ രീതിയിൽ തിരുത്തുന്നു.

അത്തരമൊരു മനോഭാവം കുറ്റം പറയുന്നതിനു കാരണമാകുന്നു, കാരണം മറ്റുള്ളവരെ തകർക്കുന്നതിൽ നിന്ന് ആളുകൾ ആനന്ദം കണ്ടെത്തുന്നു.

ഈ ആഴത്തിലുള്ള പ്രശ്നം പരിഹരിക്കുന്നതിന്, ഒരു ദാസന്റെ ഹൃദയം വളർത്തിയെടുക്കുന്നതിനെക്കുറിച്ച് പഠിപ്പിക്കേണ്ടത് അത്യാവശ്യമാണ്: യേശു തന്റെ ശിഷ്യന്മാരുടെ കാലുകൾ കഴുകിയത് എന്തുകൊണ്ടും ആളുകളെ പഠിക്കേണ്ടതുണ്ട്, അതുപോലെ ചെയ്യാനുള്ള അവന്റെ കൽപ്പന കേൾക്കേണ്ടതുണ്ട്. ആളുകൾ തങ്ങളുടെ വ്യക്തിത്വം ക്രിസ്തുവിൽ കണ്ടെത്താൻ പഠിപ്പിക്കേണ്ടതുണ്ട്, അവർ ചെയ്യുന്നതിലോ മറ്റുള്ളവർ പറയുന്നതിലോ ചിന്തിക്കുന്നതിലോ അല്ല. അവരുടെ ബലഹീനതകളെക്കുറിച്ച് "പ്രശംസിക്കാനും" അവയിൽ "ആഹ്ലാദിക്കാനും" അവരെ പഠിപ്പിക്കേണ്ടതുണ്ട് (2 കൊരിന്ത്യർ 12:9-10). മറ്റുള്ളവരെ സ്നേഹിക്കുക എന്നാൽ മറ്റുള്ളവരുടെ വിജയങ്ങളിൽ സന്തോഷിക്കുകയും അവർ കഷ്ടപ്പെടുമ്പോഴോ ദുഃഖത്തിലോ ആയിരിക്കുമ്പോൾ ദുഃഖിക്കുകയും ചെയ്യുക എന്നതാണെന്ന് അവർ പഠിക്കേണ്ടതുണ്ട് (റോമർ 12:15; 1 കൊരിന്ത്യർ 12:26). സ്നേഹത്തിൽ സത്യം എങ്ങനെ

സംസാരിക്കണമെന്ന് ആളുകളെ പഠിപ്പിക്കേണ്ടതുണ്ട്. കുറ്റം പറച്ചിലിന്റെ വിനാശകരമായ ഫലങ്ങളെക്കുറിച്ചും ഒരു സഹോദരനെയോ സഹോദരിയെയോ കുറിച്ച് പരാതിയുണ്ടെങ്കിൽ എങ്ങനെ നന്നായി പ്രതികരിക്കാമെന്നതിനെക്കുറിച്ചും വിശ്വാസികളെ പഠിപ്പിക്കേണ്ടതുണ്ട്.

ഇസ്ലാമിൽ നിന്ന് ക്രിസ്തുവിലേക്ക് വരുന്ന ആളുകൾക്ക് മറ്റൊരു പ്രശ്നം സത്യം സംസാരിക്കാൻ പഠിക്കുക എന്നതാണ്. ഇസ്ലാമിക സംസ്കാരങ്ങളിൽ, സുതാര്യതയും തുറന്ന മനസ്സും പുലർത്താതിരിക്കാൻ ആളുകളെ പരിശീലിപ്പിക്കാം (വഞ്ചനയെക്കുറിച്ചുള്ള പാഠം 7 കാണുക), പലപ്പോഴും നാണക്കേട് ഒഴിവാക്കാൻ. ഉദാഹരണത്തിന്, നിങ്ങൾ ഒരു സഹ ക്രിസ്ത്യാനിയെ പള്ളിയിൽ കാണുകയും അവർ എന്തോ പ്രശ്നത്തിൽ ബുദ്ധിമുട്ടുന്നുണ്ടെന്ന് തോന്നുകയും "സുഖമാണോ? സുഖമാണോ?" എന്ന് ചോദിക്കുകയും ചെയ്യുമെന്ന് കരുതുക. വാസ്തവത്തിൽ, ഒരു പ്രശ്നമുണ്ട്, ആ വ്യക്തി സുഖമല്ല, പക്ഷേ അവർ പറയുന്നു, "എനിക്ക് സുഖമാണ്, നന്ദി. എല്ലാം ശരിയാണ്." ഈ രീതിയിൽ, അവർ മുഖംമൂടി ധരിക്കുന്നു. ഇസ്ലാം വിട്ടുപോയ ആളുകൾക്കിടയിൽ ഒരാളുടെ പ്രശ്നങ്ങൾ മറയ്ക്കുന്ന പ്രവണത സാധാരണമാണ്. സഹായം ചോദിക്കുന്നതിൽ നിന്ന് ശിഷ്യന്മാരെ തടഞ്ഞുകൊണ്ട്, അവർ വളരുന്നതിൽ നിന്ന് തടയാൻ സാത്താൻ ഇത് ഉപയോഗിക്കുന്നു.

ഈ പ്രശ്നം പരിഹരിക്കുന്നതിന്, പരസ്പരം സത്യം സംസാരിക്കുന്നതിന്റെ പ്രാധാന്യത്തെക്കുറിച്ചും വ്യക്തിപരമായ വളർച്ചയ്ക്കും സ്വാതന്ത്ര്യത്തിനും ഇത് വളരെ പ്രധാനമായിരിക്കുന്നത് എന്തുകൊണ്ടാണെന്നും ശിഷ്യന്മാരെ ആവർത്തിച്ച് പഠിപ്പിക്കേണ്ടതുണ്ട്.

ഇസ്ലാമിക സംസ്കാരങ്ങളിലെ 'വിടവുകളിലേക്ക് പഠിപ്പിക്കൽ' ആവശ്യമുള്ള മറ്റ് നിരവധി മേഖലകളുണ്ട്, ഉദാഹരണത്തിന്:

- ക്ഷമയുടെ ആവശ്യകതയും അത് എങ്ങനെ പ്രയോഗിക്കണമെന്ന് മനസ്സിലാക്കലും.
- എളുപ്പത്തിൽ നിരസിക്കപ്പെട്ടതായി തോന്നുകയും മറ്റുള്ളവരോട് ദേഷ്യപ്പെടുകയും ചെയ്യുന്ന പ്രവണതയെ മറികടക്കൽ
- ആളുകൾക്കിടയിൽ വിശ്വാസം വളർത്തുന്ന രീതിയിൽ ശുശ്രൂഷിക്കാൻ പഠിക്കൽ
- മന്ത്രവാദ രീതികൾ ഉപേക്ഷിക്കൽ

- സ്ത്രീകളും പുരുഷന്മാരും പരസ്പരം ബഹുമാനിക്കാൻ പഠിക്കുക, സ്നേഹത്തോടെയും വിനയത്തോടെയും, അഹങ്കാരമില്ലാതെയും അവരുടെ ബന്ധത്തിൽ സത്യം സംസാരിക്കാൻ പഠിക്കുക
- മാതാപിതാക്കൾ കുട്ടികളെ ശപിക്കുന്നതിനുപകരം അവരെ അനുഗ്രഹിക്കാൻ പഠിക്കുന്നു.

(പാഠം 4 ന്റെ അവസാനം ഇസ്ലാം മൂലമുണ്ടായ പ്രശ്നങ്ങളുടെ പട്ടികയും മുഹമ്മദിന്റെ മാതൃക പിന്തുടരുന്നതും കാണുക.)

'വിടവുകളിലേക്ക് പഠിപ്പിക്കൽ' വ്യവസ്ഥാപിതവും സമഗ്രവുമായിരിക്കണമെന്നും, വിഷയങ്ങളിലേക്ക് ആഴത്തിൽ പോകണമെന്നും ഊന്നിപ്പറയേണ്ടത് വളരെ പ്രധാനമാണ്, അങ്ങനെ ആളുകൾക്ക് അവരുടെ മുഴുവൻ വൈകാരികവും ദൈവശാസ്ത്രപരവുമായ ലോകവീക്ഷണവും പുനർനിർമ്മിക്കാൻ കഴിയും.

ഈ ഭാഗങ്ങളിൽ വിശ്വാസികളെയും നേതാക്കളെയും എങ്ങനെ രൂപപ്പെടുത്താമെന്ന് നമ്മൾ പരിഗണിക്കുന്നു.

നന്നായി തുടങ്ങുക

വടക്കേ ആഫ്രിക്കയിലെ മുസ്ലീങ്ങൾക്കിടയിൽ പ്രവർത്തിക്കുന്ന രണ്ട് മിഷനറിമാരെ ഡോൺ ലിറ്റിൽ താരതമ്യം ചെയ്യുന്നു. ഇരുവരും വർഷങ്ങളോളം അവിടെ ജോലി ചെയ്തിരുന്നു.18

സ്റ്റീവിന് മുസ്ലീങ്ങളെ ക്രിസ്തുവിനോട് പ്രതിബദ്ധതയിലേക്ക് നയിക്കാൻ പെട്ടെന്ന് കഴിഞ്ഞു, ചിലപ്പോൾ അവരുമായുള്ള ആദ്യ സംഭാഷണത്തിൽ തന്നെ. എന്നിരുന്നാലും, യേശുവിലേയ്ക്ക് വന്ന മിക്കവാറും എല്ലാവരും തന്നെ, പലപ്പോഴും യേശുവിനെ അനുഗമിക്കാൻ തീരുമാനിച്ച് ഏതാനും ആഴ്ചകൾക്കുള്ളിൽ തന്നെ, വീണുപോയി. ചുരുക്കം ചിലർ മാത്രമേ ഒരു വർഷത്തിൽ കൂടുതൽ വിശ്വാസത്തിൽ നീണ്ടുനിന്നുള്ളൂ. ആളുകളെ വേഗത്തിൽ ക്രിസ്തുവിലുള്ള വിശ്വാസത്തിലേക്ക് നയിക്കുക, ക്രിസ്തീയ

18 ഡോൺ ലിറ്റിൽ, *മുസ്ലീം സമൂഹങ്ങളിൽ ഫലപ്രദമായ ശിക്ഷണം*, പേജ് 26-27.

വിശ്വാസത്തെക്കുറിച്ച് കൂടുതലറിയാൻ പരിശുദ്ധാത്മാവിൽ വിശ്വസിക്കുക എന്നിവയായിരുന്നു സ്റ്റീവിന്റെ തന്ത്രം.

ചെറിയുടെ സമീപനവും വിജയശതമാനവും നേരെ വിപരീതമായിരുന്നു. ആളുകളെ ക്രിസ്തുവിലേക്ക് നയിക്കുന്നതിന് അവൾ വളരെ സമയമെടുക്കും, ചിലപ്പോൾ വർഷങ്ങൾ. ക്രിസ്തുവിലേക്കുള്ള പരിവർത്തനം എന്താണ് അർത്ഥമാക്കുന്നത്, അവരുടെ ഭർത്താക്കന്മാരിൽ നിന്നുള്ള പീഡനത്തിനും വിവാഹമോചനത്തിനും ഉള്ള സാധ്യത ഉൾപ്പെടെ, അവർ പൂർണ്ണമായി മനസ്സിലാക്കുന്നുവെന്ന് ഉറപ്പുണ്ടായപ്പോൾ, അവൾ കൂടെ ജോലി ചെയ്യുന്ന സ്ത്രീകളെ ശിഷ്യരാകാൻ ക്ഷണിച്ചു. അവൾ ക്രിസ്തുവിലേക്ക് നയിച്ച ഓരോ സ്ത്രീയും ശക്തമായ പ്രതിബദ്ധതയുള്ള വിശ്വാസിയായിത്തീർന്നു, ചെറിയെ വടക്കേ ആഫ്രിക്കയിൽ നിന്ന് പുറത്താക്കപ്പെട്ടതിനുശേഷവും അവരുടെ വിശ്വാസം തുടർന്നു.

മുസ്ലിംകളെ ക്രിസ്തുവിലേക്ക് നയിക്കുകയും ശിക്ഷണം നൽകുകയും ചെയ്യുമ്പോൾ അവരുടെ ദീക്ഷയുടെ പ്രക്രിയ സമഗ്രമായിരിക്കേണ്ടത് അത്യാവശ്യമാണ്. പാഠം 5-ൽ നിന്ന് ക്രിസ്തുവിനെ അനുഗമിക്കുന്നതിനുള്ള ആറ് ഘട്ടങ്ങൾ ഓർക്കുക:

1. രണ്ട് ഏറ്റുപറച്ചിലുകൾ:
   - ഞാൻ ഒരു പാപിയാണ്, എന്നെത്തന്നെ രക്ഷിക്കാൻ കഴിയില്ല.
   - എന്റെ പാപങ്ങൾക്കുവേണ്ടി മരിക്കാൻ തന്റെ പുത്രനായ യേശുവിനെ അയച്ച സ്രഷ്ടാവായ ഒരു ദൈവമേ ഉള്ളൂ.
2. എന്റെ പാപങ്ങളിൽ നിന്നും എല്ലാ തിന്മകളിൽ നിന്നും പിന്തിരിയുക (മാനസാന്തരപ്പെടുക).
3. ക്ഷമ, സ്വാതന്ത്ര്യം, നിത്യജീവൻ, പരിശുദ്ധാത്മാവ് എന്നിവയ്ക്കായുള്ള അപേക്ഷകൾ.
4. എന്റെ ജീവിതത്തിന്റെ കർത്താവായി ക്രിസ്തുവിനോടുള്ള വിശ്വസ്തതയുടെ കൈമാറ്റം.
5. ക്രിസ്തുവിന് കീഴടങ്ങാനും സേവിക്കാനും എന്റെ ജീവിതത്തിന്റെ വാഗ്ദാനവും സമർപ്പണവും.
6. ക്രിസ്തുവിലുള്ള എന്റെ വ്യക്തിത്വത്തിന്റെ പ്രഖ്യാപനം.

സ്റ്റീവ് പുതുതായി ക്രിസ്തുവിലേയ്ക്ക് വന്നവരെ 1-2 ഘട്ടങ്ങളിലൂടെയും, ഒരുപക്ഷേ 3 ഘട്ടങ്ങളിലൂടെയും കൊണ്ടുപോകുകയായിരുന്നുവെന്ന് തോന്നുന്നു, പക്ഷേ 4-6 ഘട്ടങ്ങളിലൂടെ അവരെ സുരക്ഷിതരാക്കിയിരുന്നില്ല. വിശ്വസ്തതയുടെ പൂർണ്ണമായ കൈമാറ്റം (ഘട്ടം 4) ഇസ്ലാമുമായുള്ള ബന്ധം വിച്ഛേദിക്കുകയും അവയ്ക്ക് പകരം യേശുവോടുള്ള പൂർണ്ണമായ കൂറ് സ്ഥാപിക്കുകയും വേണം. വാഗ്ദാനത്തിലും സമർപ്പണത്തിലും (ഘട്ടം 5) പീഡനങ്ങളുമായി പൊരുത്തപ്പെടുന്നത് ഉൾപ്പെടുത്തണം, ഇതിന് ബൈബിൾ ധാർമ്മികതയെക്കുറിച്ചുള്ള ഒരു ധാരണയും ആവശ്യമാണ്: സ്വയം സമർപ്പിക്കുന്നതിന് നിങ്ങൾ എങ്ങനെയുള്ള ജീവിതം നയിക്കാനാണ് സമർപ്പിതരെന്ന് മനസ്സിലാക്കേണ്ടതുണ്ട്. ഒരു പുതിയ വ്യക്തിത്വത്തിന്റെ പ്രഖ്യാപനത്തിന് (ഘട്ടം 6) ക്രിസ്തീയ വ്യക്തിത്വത്തെ അല്ലാഹുവിന് "കീഴടങ്ങുന്നയാൾ" എന്നതിലുപരി യേശുക്രിസ്തുവിലൂടെ ദൈവത്തിന്റെ ഒരു കുട്ടിയാകുക എന്നതിന്റെ അർത്ഥമെന്താണെന്നും മനസ്സിലാക്കേണ്ടതുണ്ട്. *ഉമ്മയിൽ* നിന്ന് ഒഴിവാക്കപ്പെടുന്നതിലൂടെ നിങ്ങളുടെ പഴയ വ്യക്തിത്വം നഷ്ടപ്പെടുന്നതിന്റെ അർത്ഥമെന്താണെന്ന് മനസ്സിലാക്കുക എന്നതും ഇതിനർത്ഥമാണ്, സുഹൃത്തുക്കളിൽ നിന്നും കുടുംബത്തിൽ നിന്നുമുള്ള വേർപിരിയൽ ഉൾപ്പെടെ.

കൂടാതെ, മൂന്നാം ഘട്ടത്തിൽ ക്രിസ്തുവിൽ സ്വതന്ത്രരാകുക എന്നതിന്റെ അർത്ഥമെന്താണെന്നും മറ്റുള്ളവരോട് ക്ഷമിക്കുക എന്നതിന്റെ അർത്ഥമെന്താണെന്നും ആത്മാവിലുള്ള ജീവിതത്തിന്റെ സ്വഭാവത്തെക്കുറിച്ചും പക്വമായ ധാരണ ആവശ്യമാണ്.

ഈ ഘട്ടങ്ങളിൽ പൂർണ്ണമായ ഗ്രാഹ്യത്തോടെ ആഴത്തിൽ ഏർപ്പെടുന്നതിന്, ശിഷ്യത്വ പ്രക്രിയ ആവശ്യമാണ്. ഈ പ്രക്രിയയിലൂടെ ഒരാൾക്ക് ശ്രദ്ധാപൂർവ്വം, ചിന്താപൂർവ്വം ഇസ്ലാമിക വീക്ഷണം മാറ്റിവെച്ച് ബൈബിൾ വീക്ഷണം ഉപയോഗിച്ച് മാറ്റിസ്ഥാപിക്കാൻ പഠിക്കാൻ കഴിയും.

ആരെങ്കിലും ക്രിസ്തുവിലേക്ക് തിരിയുകയും അവനെ അനുഗമിക്കാൻ പ്രതിജ്ഞാബദ്ധനാകുകയും ചെയ്യുമ്പോൾ, അവർ ഫലത്തിൽ സാത്താനോട് യുദ്ധം പ്രഖ്യാപിക്കുകയാണ്. സാത്താൻ്റെ അവകാശങ്ങൾ കൊള്ളയടിക്കാൻ അവർ സ്വയം പ്രതിജ്ഞാബദ്ധരാണ്, അവരുടെ ജീവിതത്തിൻ്റെ എല്ലാ അവകാശങ്ങളും യേശുക്രിസ്തുവിന് കൈമാറുന്നു. ഇത് ലളിതമോ ഉപരിപ്ലവമോ ആയ തീരുമാനമല്ല. വ്യക്തിയുടെ പൂർണ്ണമായ ധാരണയും ഇച്ഛാശക്തിയും ഇതിന് പിന്തുണ നൽകണം.

ഇക്കാരണങ്ങളാൽ, സുവിശേഷകർ സ്നാനമേൽക്കാനും, യേശുവിനെ അനുഗമിക്കാനുള്ള പ്രതിബദ്ധതയുടെ പ്രാർത്ഥനയിലേക്ക് ആൾക്കാരെ വേഗത്തിൽ നയിക്കരുത് എന്നും ഉപദേശിക്കപ്പെടുന്നു. വ്യക്തിക്കും അവർ സ്നേഹിക്കുന്ന ആളുകൾക്കും അത് എന്താണ് അർത്ഥമാക്കുന്നതെന്ന് പൂർണ്ണമായി മനസ്സിലാക്കുമ്പോൾ മാത്രമേ അവർ അത് ചെയ്യാവൂ.

'*ഷഹാദ* ഉപേക്ഷിക്കാനും അതിന്റെ ശക്തി തകർക്കാനുമുള്ള പ്രഖ്യാപനവും പ്രാർത്ഥനയും' (പാഠം 5 കാണുക) പൂർണ്ണമായ ധാരണയോടെയും പ്രതിബദ്ധതയോടെയും പ്രാർത്ഥിക്കുന്നതുവരെ ആരെയും സ്നാനപ്പെടുത്തരുതെന്നും ശുപാർശ ചെയ്യുന്നു. ഈ പ്രവൃത്തിക്ക് മുമ്പ് അതിന്റെ പ്രാധാന്യം വിശദീകരിക്കാൻ പഠിപ്പിക്കണം. സ്നാനത്തിന് കുറച്ച് സമയം മുമ്പ് ഇത് ചെയ്യണം. സ്നാന ചടങ്ങിന്റെ ഭാഗമായി ഒരു നിരാകരണ പ്രാർത്ഥനയും ഉൾപ്പെടുത്താം. ഈ നിരാകരണം 4-ാം ഘട്ടത്തിലേക്ക് പൂർണ്ണ പ്രതിബദ്ധതയെ അനുവദിക്കുന്നു: യേശുക്രിസ്തു കർത്താവാണെന്ന പൂർണ്ണമായ വിശ്വസ്തത കൈമാറ്റം, അതായത് ഒരാളുടെ ജീവിതത്തെക്കുറിച്ചുള്ള ഇസ്ലാമിന്റെ എല്ലാ അവകാശവാദങ്ങളും നിരസിക്കുക.

വളർന്നുവരുന്ന നേതാക്കൾക്കുള്ള ഉപദേശങ്ങൾ

ഇന്ന് ലോകത്തിലെ മുസ്ലീം പശ്ചാത്തലത്തിൽ നിന്നുള്ള വിശ്വാസികൾ നേരിടുന്ന ഏറ്റവും വലിയ ആവശ്യങ്ങളിലൊന്ന് ബിഎംബികളായ കൂടുതൽ പക്വതയുള്ള പാസ്റ്റർമാർ ആണ്. ആരോഗ്യമില്ലാത്ത നേതാക്കൾ ആരോഗ്യമില്ലാത്ത സഭകളെ വളർത്തുന്നു. ആളുകൾ പക്വതയിലും സ്വാതന്ത്ര്യത്തിലും വളരുന്ന ഒരു ആരോഗ്യകരമായ സഭ ഉണ്ടാകണമെങ്കിൽ, ഒരു സഭയ്ക്ക് ആരോഗ്യമുള്ള നേതാക്കൾ ആവശ്യമാണ്. ആരോഗ്യമുള്ള സഭകളെ നയിക്കാൻ കഴിയുന്ന ബിഎംബി നേതാക്കളിൽ നിക്ഷേപിക്കേണ്ടത് വളരെ പ്രധാനമാണ്. ഈ നിക്ഷേപത്തിന് വർഷങ്ങളുടെ പരിചരണവും പിന്തുണയും ആവശ്യമാണ്.

സാമർത്ഥ്യമുള്ള നേതാക്കളിൽ നിക്ഷേപിക്കുന്നതിനുമുമ്പ്, നിങ്ങൾ അവരെ കണ്ടെത്തേണ്ടതുണ്ട്! ഒരു പ്രധാന തത്വം ഇതാണ്: ആളുകളെ നേതൃത്വത്തിലേക്ക് മുന്നോട്ട് കൊണ്ടുപോകാനത് മന്ദഗതിയിലാകുക. നിങ്ങൾ ഒരാളെ വളരെ വേഗത്തിൽ മുന്നോട്ട് കൊണ്ടുപോകുകയാണെങ്കിൽ, പിന്നീട് മികച്ച ആരെങ്കിലും വന്നാൽ നിങ്ങൾ ഖേദിച്ചേക്കാം. ഇസ്ലാമിക പശ്ചാത്തലത്തിൽ നിന്നുള്ള ആളുകൾക്ക് നിരസിക്കലും മത്സരബുദ്ധിയും നേരിടേണ്ടി വന്നേക്കാം,

അതിനാൽ നിങ്ങൾ ഒരാളെ നേതാവായി ഉയർത്തുന്നതിന് മുമ്പ്, ഇവ ഉറപ്പാക്കുക:

- അവർ വിളിക്കപ്പെടാൻ തയ്യാറാണ്
- അവർക്ക് നേതൃപാടവം ഏറ്റെടുക്കാനുള്ള എളിമയുണ്ട്
- അവർ ശിഷ്യപ്പെടാൻ തയ്യാറാണ്
- അവർക്ക് ലഭിക്കുന്ന അനിവാര്യമായ വിമർശനങ്ങളെ നേരിടാനുള്ള പ്രതിരോധശേഷി അവർക്കുണ്ടെന്ന് ഉറപ്പാക്കുക.

ഒരു മുസ്ലീം പശ്ചാത്തലത്തിൽ നിന്നുള്ള ഒരാളാണ് നിങ്ങളെങ്കിൽ, ഒരു സഭ നയിക്കാൻ വിളിക്കപ്പെട്ടതായി നിങ്ങൾക്ക് തോന്നുന്നുവെങ്കിൽ, തയ്യാറെടുക്കാൻ ഏറ്റവും വേഗതയേറിയതോ എളുപ്പമുള്ളതോ ആയ മാർഗം തേടരുത്. തയ്യാറാകാൻ സമയമെടുക്കുമെന്ന് താഴ്മയോടെ മനസ്സിലാക്കുക. പരിശീലനത്തിന് കീഴടങ്ങാൻ തയ്യാറാകുക. ക്ഷമയോടെയിരിക്കുക. ശിഷ്യപ്പെടാൻ കഴിയുന്നവരായിരിക്കുക.

വളരെ വേഗത്തിൽ മുന്നേറുന്നതിലൂടെ ബിഎംബി നേതാക്കൾ മോശമാകാം. അവർ വളരെ വേഗത്തിൽ മുന്നേറുകയാണെങ്കിൽ, അവർ വിനയം പഠിക്കണമെന്നില്ല: അറിയേണ്ടതെല്ലാം തങ്ങൾക്ക് അറിയാമെന്ന് അവർ കരുതിയേക്കാം, കൂടുതൽ പരിശീലനവും ആവശ്യമില്ല എന്ന് അവർ കരുത്തിയേക്കാം. സാധ്യതയുള്ള നേതാക്കളുടെ കാര്യത്തിൽ, തുടക്കത്തിൽ ഒരു ട്രയൽ അല്ലെങ്കിൽ പരിശീലനം ലഭിച്ചുകൊണ്ടിരിക്കുന്നയാൾ എന്ന അടിസ്ഥാനത്തിൽ ഹ്രസ്വകാല നിയമനങ്ങളുടെ ഒരു പരമ്പര നടത്തുന്നത് ബുദ്ധിപരമായിരിക്കും, കൂടാതെ സഭയുടെ ദൃഷ്ടിയിൽ അവർ തങ്ങളുടെ വിളിയും അനുയോജ്യതയും തെളിയിക്കുമ്പോൾ ക്രമേണ അവരെ കൂടുതൽ സ്ഥിരമായ നേതൃത്വപരമായ സ്ഥാനങ്ങളിലേക്ക് സ്ഥിരീകരിക്കുകയും ചെയ്യുക. സഭയുടെ ദൃഷ്ടിയിൽ സ്വയം തെളിയിക്കാൻ അവസരം ലഭിക്കുന്നതിന് മുമ്പ് ആളുകൾ വളരെ വേഗത്തിൽ മുന്നേറുകയാണെങ്കിൽ, അവർ അത് നേരിടാൻ തയ്യാറാകുന്നതിന് മുമ്പ് തന്നെ അവർ നേരത്തെയുള്ള നിരസിക്കൽ അനുഭവിച്ചേക്കാം, ഇത് അവരുടെ രൂപീകരണത്തെ ദോഷകരമായി ബാധിച്ചേക്കാം.

ആരോഗ്യമുള്ള നേതാക്കളെ വളർത്തിയെടുക്കുക എന്നത് വളരെ സമയമെടുക്കുന്ന കാര്യമാണ്, പക്വതയുള്ള ക്രിസ്തീയ നേതാക്കളെ വളർത്തിയെടുക്കാൻ ദീർഘകാല വീക്ഷണം അത്യാവശ്യമാണ്. സാധ്യതയുള്ള നേതാവാകാൻ സാധ്യതയുള്ള ഏതൊരു പുതിയ

വിശ്വാസിക്കും, ക്രിസ്തീയ പക്വതയിലേക്ക് വളരാൻ വർഷങ്ങളെടുക്കും. പഠിക്കാൻ ഒരുപാട് കാര്യങ്ങളുണ്ട്, കാരണം ഇസ്ലാമിക പശ്ചാത്തലത്തിൽ നിന്ന് വരുന്ന ആളുകൾക്ക്, ജീവിതത്തെയും ബന്ധങ്ങളെയും കുറിച്ചുള്ള ചില ചിന്താഗതികളും വികാരങ്ങളും പൂർണ്ണമായും പുനർനിർമ്മിക്കേണ്ടതുണ്ട്.

നേതാക്കളെ പക്വതയിലേക്ക് നയിക്കുന്നതിനുള്ള 12 പ്രധാന ഘടകങ്ങൾ ഇതാ:

1. പരിശീലനം നേടുന്ന വ്യക്തി (പരിശീലകൻ) ആഴ്ചയിൽ ഒരിക്കലെങ്കിലും അവരെ പരിശീലിപ്പിക്കുന്ന ഒരാളുമായി (ഉപദേശകൻ) പതിവായി കൂടിക്കാഴ്ച നടത്തണം.

2. ജീവിതാനുഭവങ്ങളെ വിശ്വാസവുമായി സംയോജിപ്പിച്ചുകൊണ്ട് ദൈവശാസ്ത്രപരമായ ധ്യാനം എങ്ങനെ ചെയ്യണമെന്ന് പരിശീലനത്തിൽ ഏർപ്പെട്ടിരിയ്ക്കുന്ന നേതാക്കളെ പഠിപ്പിക്കുകയും കാണിക്കുകയും ചെയ്യുക. ദൈനംദിന ജീവിതത്തിലെയും ശുശ്രൂഷയിലെയും പ്രായോഗിക വെല്ലുവിളികളിൽ ബൈബിൾ, വിശ്വാസ വിഭവങ്ങൾ എങ്ങനെ പ്രയോഗിക്കാമെന്ന് പഠിക്കുന്നതിനെക്കുറിച്ചാണിത്. ഉദ്ദേശ്യപൂർവ്വമായ ദൈവശാസ്ത്രപരമായ പ്രതിഫലനത്തിലൂടെ, ഒരു വ്യക്തിയുടെ സ്വഭാവം സത്യത്തിന് വിധേയമാക്കപ്പെടുകയും ക്രമേണ യേശുക്രിസ്തുവിന്റെ മാതൃകയുമായി കൂടുതൽ കൂടുതൽ പൊരുത്തപ്പെടാൻ പുനർനിർമ്മിക്കുകയും ചെയ്യാം.

3. സുതാര്യതയിലും സത്യസന്ധതയിലും പരിശീലനം നൽകുക: ഇതിനായി ഉയർന്ന പ്രതീക്ഷകൾ പുലർത്തുക. പരിശീലനത്തിൽ ഏർപ്പെടുന്ന ഒരാൾ മുഖം മൂടി ധരിച്ചിട്ടുണ്ടെങ്കിൽ, മുഖം മൂടി മാത്രമേ പക്വത പ്രാപിക്കൂ! മുഖം മൂടി ഉപേക്ഷിച്ചു ഒരു ദിവസം യഥാർത്ഥ വ്യക്തി മുറിയിൽ നിന്ന് പുറത്തിറങ്ങും. അപ്പോൾ നിങ്ങൾ കരുതിയ വ്യക്തി അവർ അല്ലെന്ന് നിങ്ങൾ കണ്ടെത്തും.

   ഒരു നേതാവാകാൻ സാധ്യതയുള്ള നേതാവ് അവരുടെ ബുദ്ധിമുട്ടുകളെക്കുറിച്ച് തുറന്നുപറയണമെന്ന് പ്രതീക്ഷിക്കുന്നുണ്ടെങ്കിൽ, സുതാര്യത എന്നതിന്റെ അർത്ഥമെന്താണെന്ന് പരിശീലകൻ മാതൃകയാക്കേണ്ടത് പ്രധാനമാണ്.

   മുൻ മുസ്ലീങ്ങളുടെ ഒരു സഭയിൽ പാസ്റ്റർമാരാകാൻ സാധ്യതയുള്ള ഒരു ദമ്പതികളെ ഞാൻ ആദ്യമായി ശിക്ഷണം

നൽകാൻ തുടങ്ങിയപ്പോൾ, ഞങ്ങളുടെ ആദ്യ മീറ്റിംഗിൽ ഞാൻ ചോദിച്ചു, "നിങ്ങൾക്ക് എന്തെങ്കിലും പ്രശ്നങ്ങളുണ്ടോ?"

അവർ പറഞ്ഞു, "ഇല്ല."

അടുത്ത ആഴ്ച ഞങ്ങൾ വീണ്ടും കണ്ടുമുട്ടി, അതിനാൽ ഞാൻ വീണ്ടും ചോദിച്ചു, "നിങ്ങൾക്ക് എന്തെങ്കിലും പ്രശ്നങ്ങളുണ്ടോ?"

ഉത്തരം തിരിച്ചുവന്നു: "ഇല്ല."

മൂന്നാമത്തെ ആഴ്ച ഞങ്ങൾ കണ്ടുമുട്ടി, ഞാൻ വീണ്ടും ചോദിച്ചു, "നിങ്ങൾക്ക് എന്തെങ്കിലും പ്രശ്നങ്ങളുണ്ടോ?"

വീണ്ടും ഉത്തരം "ഇല്ല" എന്നായിരുന്നു.

പിന്നെ ഞാൻ പറഞ്ഞു, "അത് കേട്ടതിൽ എനിക്ക് വളരെ വിഷമമുണ്ട്. നിങ്ങൾക്ക് പ്രശ്നങ്ങളുണ്ട്, പക്ഷേ നിങ്ങൾക്കത് അറിയില്ല, അത് നല്ലതല്ല, അല്ലെങ്കിൽ നിങ്ങൾക്ക് പ്രശ്നങ്ങളുണ്ട്, പക്ഷേ നിങ്ങൾ എന്നോട് പറയുന്നില്ല, അതും നല്ലതല്ല. ഏതാണ് അത്?"

പിന്നീട് ദമ്പതികൾ തുറന്നു പറയാൻ തുടങ്ങി: തങ്ങൾ പ്രശ്നങ്ങൾ അനുഭവിക്കുന്നുണ്ടെന്ന്, എന്നാൽ അവരുടെ ഇസ്ലാമിക സാംസ്കാരിക പശ്ചാത്തലം അവരെ പഠിപ്പിച്ചത് ബലഹീനതകളോ ബുദ്ധിമുട്ടുകളോ മറ്റുള്ളവരോട് വെളിപ്പെടുത്തുന്നത് ലജ്ജാകരമാണെന്ന് ആയിരുന്നു. എന്നിരുന്നാലും, ആ ദിവസം മുതൽ അവർ നേരിടുന്ന ബുദ്ധിമുട്ടുകളെയും വെല്ലുവിളികളെയും കുറിച്ച് തുറന്നു പറഞ്ഞതോടെ ഞങ്ങളുടെ ബന്ധം കൂടുതൽ അടുക്കാൻ തുടങ്ങി. അന്നുമുതൽ എനിക്ക് അവരെ സഹായിക്കാൻ കഴിഞ്ഞു. ഈ പ്രക്രിയയിലൂടെ, വിശ്വാസം വളർത്തിയെടുക്കപ്പെട്ടു, അവർ ക്രിസ്തീയ പക്വതയിൽ അതിവേഗം വളർന്നു.

4. ഉപദേശകനും സാധ്യതയുള്ള നേതാവും പരിഹരിക്കേണ്ട വിഷയങ്ങൾ ഉന്നയിക്കുന്നതിൽ മുൻകൈയെടുക്കുകയും ഉദ്ദേശ്യപൂർവ്വം പ്രവർത്തിക്കുകയും വേണം. വിഷയങ്ങൾ മനസ്സിലാക്കുന്നതിലും അവ നിങ്ങളുടെ മീറ്റിംഗുകളിൽ കൊണ്ടുവരുന്നതിലും മനഃപൂർവ്വം പ്രവർത്തിക്കാൻ പരിശീലനാർത്ഥിയെ പ്രോത്സാഹിപ്പിക്കുക.

5. പരിശീലനാർത്ഥിയും അവരുടെ ഉപദേഷ്ടാവും സഭയുടെ ജീവിതത്തെ ബാധിക്കുന്ന പ്രധാന പ്രശ്നങ്ങളും തീരുമാനങ്ങളുമായി ഒരുമിച്ച് പോരാടേണ്ടതുണ്ട്. ഈ

രീതിയിൽ, പാസ്റ്ററൽ ശുശ്രൂഷയിലെ വെല്ലുവിളി നിറഞ്ഞ വിഷയങ്ങളെ ദൈവികവും ബൈബിൾപരവുമായ രീതിയിൽ എങ്ങനെ കൈകാര്യം ചെയ്യണമെന്ന് പരിശീലന നേതാവിന് പഠിക്കാൻ കഴിയും.

6. പരിശീലനാർത്ഥിയെ ഉപദേശിക്കുമ്പോൾ, സ്വാതന്ത്ര്യത്തോടെ നടക്കാൻ സഹായിക്കുക. ശുശ്രൂഷയ്ക്കുള്ള പരിശീലനത്തിന്റെ ഭാഗമായി മിക്കവാറും എല്ലാവരും എന്തെങ്കിലും കാര്യങ്ങളിൽ നിന്ന് മോചിതരാകേണ്ടതുണ്ട്. ബന്ധനങ്ങൾ പരിഹരിക്കപ്പെടുകയും മുറിവുകൾ സുഖപ്പെടുത്തുകയും ചെയ്തില്ലെങ്കിൽ, രോഗശാന്തിയുടെയും സ്വാതന്ത്ര്യത്തിന്റെയും അഭാവം ഭാവിയിൽ ഒരു വ്യക്തിയുടെ ഫലപ്രാപ്തിയെ പരിമിതപ്പെടുത്തും. വ്യക്തിപരമായ സ്വാതന്ത്ര്യത്തിന്റെ അഭാവത്തിലേക്ക് പ്രശ്നങ്ങൾ വരുമ്പോൾ, ക്രിസ്തുവിൽ നമുക്കുള്ള വിഭവങ്ങൾ പ്രയോഗിച്ചുകൊണ്ട് പ്രശ്നം പരിഹരിക്കുക. ഇവ പാഠം 2 ൽ വിവരിച്ചിരിക്കുന്നു. കൂടാതെ, സ്വതന്ത്രരാകുന്ന പ്രക്രിയയിലൂടെ കടന്നുപോയ ഒരാൾക്ക് മറ്റുള്ളവരെ എങ്ങനെ സ്വതന്ത്രരാക്കാൻ സഹായിക്കാമെന്ന് നന്നായി മനസ്സിലാകും.

7. ബിഎംബി ട്രെയിനിയെ സ്വയം പരിചരണത്തിൽ പരിശീലിപ്പിക്കുക. ബിഎംബി നേതാക്കൾ സ്വയം പരിപാലിക്കാൻ പഠിക്കേണ്ടത് പ്രധാനമാണ്, അത് ഉയർന്ന മുൻഗണനയായി കാണണം. ഈ ദുഷ്കരമായ ശുശ്രൂഷയിൽ നിരവധി വെല്ലുവിളികളുണ്ട്, ഒരു പാസ്റ്റർ സ്വന്തം കാര്യങ്ങൾക്കും കുടുംബത്തിനും വേണ്ടി കരുതുന്നത് മുൻഗണന നൽകുന്നില്ലെങ്കിൽ, അവർ അധികകാലം നിലനിൽക്കില്ല. ഒരു പാസ്റ്റർ സ്വന്തം കാര്യങ്ങൾ ശ്രദ്ധിക്കുന്നില്ലെങ്കിൽ, അവരുടെ ശുശ്രൂഷ വിശ്വസനീയമല്ലായിരിക്കാം. ആളുകൾ ചോദിക്കും, "സ്വന്തം കാര്യങ്ങൾ ശ്രദ്ധിക്കാൻ കഴിയുന്നില്ലെങ്കിൽ അവർക്ക് എങ്ങനെ സഭയെ പരിപാലിക്കാൻ കഴിയും?"

8. നിങ്ങളുടെ നേതാക്കന്മാർ ദമ്പതികളാണെങ്കിൽ, ഒരു വ്യക്തിയുടെ മേൽ മറ്റൊരാളുടെ ആധിപത്യത്തിലും നിയന്ത്രണത്തിലും അല്ല, മറിച്ച്, ദാസഹൃദയരായ പരസ്പര സ്നേഹത്തിലും ബഹുമാനത്തിലും അധിഷ്ഠിതമായ ഒരു ക്രിസ്തീയ വിവാഹം എന്താണ് അർത്ഥമാക്കുന്നതെന്ന് മനസ്സിലാക്കുന്നതിൽ അവർക്ക് പിന്തുണ ആവശ്യമാണ്.

9. ശുശ്രൂഷയിൽ സ്വയം അവബോധത്തിന്റെ പ്രാധാന്യം ഊന്നിപ്പറയുക. ആളുകൾ മത്സരബുദ്ധിയുള്ളവരായിരിക്കുകയും,

സുതാര്യതയില്ലാത്തവരായിരിക്കുകയും, മറ്റുള്ളവരെക്കാൾ ശ്രേഷ്ഠരാണെന്ന് തോന്നാൻ ആഗ്രഹിക്കുകയും ചെയ്യുമ്പോൾ, അവർക്ക് സ്വയം അവബോധം നഷ്ടപ്പെടും. ഇസ്ലാം വരുത്തുന്ന നാശത്തിന്റെ ഭാഗമാണിത്. വളരുന്നതിന്, മാർഗനിർദേശം ലഭിക്കുന്ന ഒരു വ്യക്തി വിമർശനാത്മക പ്രതികരണത്തെ ഒരു വിലയേറിയ സമ്മാനമായും വിഭവമായും വിലമതിക്കാൻ പഠിക്കേണ്ടതുണ്ട്. ഇതിനർത്ഥം പ്രതികരണം നിർണായകമാകുമ്പോൾ പ്രതിരോധത്തിലാകുകയോ ഭീഷണിപ്പെടുത്തുകയോ അപമാനിക്കപ്പെടുകയോ നിരസിക്കപ്പെടുകയോ ചെയ്യരുതെന്നാണ്. അതേസമയം, ഒരു ഉപദേഷ്ടാവ് സ്വീകാര്യവും തുറന്നതുമായ ഒരു സമീപനം മാതൃകയാക്കണം, അവർ പ്രതികരണം തേടുന്നതിലും പ്രതികരിക്കുന്നതിലും സ്വയം അവബോധം മാതൃകയാക്കണം. മാർഗനിർദേശകന് വിമർശനാത്മക പ്രതികരണം സ്വീകരിക്കാൻ കഴിയുമെന്ന് പരിശീലനാർത്ഥികൾക്ക് കാണാൻ കഴിയുമെങ്കിൽ, അവർക്ക് അത് സ്വയം സ്വീകരിക്കാൻ കൂടുതൽ കഴിവുണ്ടാകും.

10. നിരാശകളെ ദൈവികമായ രീതിയിൽ കൈകാര്യം ചെയ്യാൻ പരിശീലനാർത്ഥിയെ സഹായിക്കുക, അങ്ങനെ അവർക്ക് സഹിഷ്ണുത പുലർത്താൻ കഴിയും. മറ്റുള്ളവർ നിരാശപ്പെടുത്തുമ്പോഴോ ജീവിതസാഹചര്യങ്ങൾ അമിതമായി തോന്നുമ്പോഴോ ബൈബിൾ വിശ്വാസ വിഭവങ്ങൾ എങ്ങനെ പ്രയോഗിക്കാമെന്ന് പരിശീലനാർത്ഥിയായ ബിഎംബി നേതാവിനെ സജ്ജമാക്കുക.

11. ആത്മീയ യുദ്ധത്തിന് സജ്ജരാകുക. ക്രിസ്തുവിലേക്ക് വരുന്ന ആളുകളെ ശുശ്രൂഷിക്കുന്നത് എപ്പോഴും ദുഷ്ടനിൽ നിന്നുള്ള തിരിച്ചടിയുമായി ബന്ധപ്പെട്ടിരിക്കുന്നു: അവർക്ക് അത് ഒഴിവാക്കാൻ കഴിയില്ല. സാത്താൻ ആക്രമിക്കുന്ന സമയങ്ങളിൽ ഉറച്ചുനിൽക്കാൻ മുസ്ലീം പശ്ചാത്തലത്തിൽ നിന്നുള്ള വിശ്വാസികളെ പരിശീലിപ്പിക്കേണ്ടതുണ്ട്.

12. മറ്റ് ക്രിസ്ത്യാനികളുമായി വിശ്വാസവും സഹകരണവും മാതൃകയാക്കുക, മറ്റ് ശുശ്രൂഷകളുമായി ദൈവിക പങ്കാളിത്തം വളർത്തിയെടുക്കുക. ക്രിസ്തുവിന്റെ ശരീരത്തെ വിവേചിക്കുന്നതിൽ ബിഎംബികൾ വളരുന്നതിന് ഇത് അത്യാവശ്യമാണ്: ഇത് ദൈവത്തെ ബഹുമാനിക്കുകയും നിങ്ങളുടെ സഭയ്ക്ക് ദൈവത്തിന്റെ അനുഗ്രഹം ലഭിക്കുന്നതിനുള്ള ഒരു മാർഗവുമാണ്. വിനയം പഠിപ്പിക്കുന്നതിനുള്ള ഒരു നല്ല മാർഗം കൂടിയാണിത്.

പഠന സഹായി

പാഠം 8

ഈ പാഠത്തിൽ ബൈബിൾ

2 തിമൊഥെയൊസ് 2:20-21
മത്തായി 12:43-45
തീത്തോസ് 3:3
ഫിലിപ്പിയർ 1:9-11
2 കൊരിന്ത്യർ 12:9-10
റോമർ 12:15
1 കൊരിന്ത്യർ 12:26

ഈ പാഠത്തിൽ ഖുറാൻ അവലംബങ്ങളോ പുതിയ പദാവലികളോ പുതിയ പേരുകളോ ഇല്ല.

ചോദ്യങ്ങൾ പാഠം 8

- കേസ് പഠനം ചർച്ച ചെയ്യുക.

വീണുപോകൽ

1. യേശുവിനെ അനുഗമിക്കാൻ തീരുമാനിച്ചതിന് ശേഷം ചില ആളുകൾ ഇസ്ലാമിലേക്ക് മടങ്ങുന്നതിന് ഡ്യൂറി ഏത് നാല് കാരണങ്ങളാണ് പറയുന്നത്?

2. യേശുവിനെയും ക്രിസ്തുമതത്തെയും കുറിച്ച് കൂടുതൽ പഠിക്കാൻ ആവശ്യപ്പെടുമ്പോൾ സഭകൾ ചിലപ്പോൾ മുസ്ലീങ്ങളെ അകറ്റുന്നത് എന്തുകൊണ്ട്?

3. ക്രിസ്തുവിലേക്ക് തിരിയുന്ന മുസ്ലീങ്ങളെ പിന്തുണയ്ക്കാൻ സഭകൾ എന്തുചെയ്യണം?

ഫലമില്ലാത്ത ശിഷ്യത്വം

4. ക്രിസ്ത്യാനികളായി മാറിയ മുൻ മുസ്ലിംകൾ അഭിമുഖീകരിക്കുന്ന പൊതുവായ പ്രശ്നങ്ങൾ എന്താണെന്നാണ് ഡ്യൂറി പറയുന്നു?

5. ഈ പ്രശ്നങ്ങളിൽ പലതിൻ്റെയും അടിസ്ഥാന കാരണം എന്താണ്?

6. ഒരു നേതാവിനെ നിയമിക്കുന്നത് എങ്ങനെ ഒരു സഭയിൽ പ്രശ്നങ്ങൾ ഉണ്ടാക്കും?

7. കാനഡയിലേക്ക് പോയ അഭയാർത്ഥി മറ്റ് ക്രിസ്ത്യാനികളിൽ നിന്ന് സ്വയം അകന്നു നിന്നത് എന്തുകൊണ്ട്?

അനാരോഗ്യകരമായ സഭകൾ

8. ഉന്നതരാണെന്ന് തോന്നാനുള്ള ആഗ്രഹം സഭകൾ ഒരുമിച്ച് പ്രവർത്തിക്കുന്നതിൽ നിന്ന് എങ്ങനെ തടയും?

സ്വതന്ത്രമായി തുടരേണ്ടതിന്റെ ആവശ്യകത

9. ഒഴിഞ്ഞുകിടക്കുന്ന വീടിനെക്കുറിച്ചുള്ള യേശുവിന്റെ ഉപമയിൽ നിന്ന് ഏത് രണ്ട് പ്രശ്നങ്ങൾ ചിത്രീകരിക്കപ്പെടുന്നു?

10. ആരോഗ്യകരമായ ഒരു സഭ പണിയാൻ നിങ്ങൾക്ക് എന്താണ് വേണ്ടത്?

11. ഒരാൾ സ്വതന്ത്രനായതിനുശേഷം എന്താണ് മാറ്റേണ്ടത്?

12. ഒരിക്കൽ അവർ രണ്ടുപേരും എങ്ങനെയായിരുന്നുവെന്ന് പൗലോസ് തീത്തോസിനെ ഓർമ്മിപ്പിക്കുന്നത് എന്തുകൊണ്ട്?

13. യേശുവിനെ അനുഗമിക്കുന്നതിനു മുമ്പുള്ള ജീവിതത്തെക്കുറിച്ചുള്ള പൗലോസിന്റെ മുൻകാല ജീവിതം എങ്ങനെ പൊരുത്തപ്പെട്ടു?

14. ഫിലിപ്പിയർ 1:9-11-ൽ പൗലോസ് എഴുതുന്നത് അനുസരിച്ച്, ഒരു വിശ്വാസിക്ക് എങ്ങനെ അവരുടെ ആത്മാവിന്റെ 'ഭവനം' നിറയ്ക്കാനും അത് ഒഴിഞ്ഞുമാറാതിരിക്കാനും കഴിയും?

രോഗശാന്തിയും വിടുതലും

15. ക്രിസ്തുവിലേയ്ക്ക് വന്നവരുടെ ജീവിതത്തിൽ 12 പ്രതികൂല ഫലങ്ങൾ ഡ്യൂറി റിപ്പോർട്ട് ചെയുന്നു. ഇതിൽ എത്രയെണ്ണം നിങ്ങൾ നിരീക്ഷിച്ചിട്ടുണ്ട്?

16. കാൻസർ വരുന്നതിനു മുമ്പുള്ള വയറ്റിലെ അവസ്ഥയിൽ നിന്ന് സുഖം പ്രാപിക്കാൻ ആ യുവാവ് എന്താണ് ചെയ്തത്? സുഖം പ്രാപിച്ചതിനുശേഷം അയാൾക്ക് അനുഭവപ്പെട്ട മറ്റൊരു മാറ്റം എന്തായിരുന്നു?

17. ഒരു വീട് ശരിയായി സുരക്ഷിതമാക്കുന്നതിന് എന്താണ് ചെയ്യേണ്ടത്?

വിടവുകളിലേക്ക് പഠിപ്പിക്കൽ

18. ശുശ്രൂഷയിലെ സ്വതന്ത്ര്യത്തിന്റെ ആദ്യപടി എന്താണ്, അത് ആദ്യപടിയായിരിക്കുന്നത് എന്തുകൊണ്ട്?

19. മനുഷ്യാത്മാവ് ഒരു ബക്കറ്റ് വെള്ളം പോലെയാണ്?

20. ലോകമെമ്പാടുമുള്ള ബിഎംബികളിൽ ഡോൺ ലിറ്റിൽ എന്ത് സമാനതകൾ നിരീക്ഷിച്ചിട്ടുണ്ട്?

21. മറ്റുള്ളവരുടെ പ്രശ്നങ്ങളെക്കുറിച്ച് കേൾക്കുമ്പോൾ ചില ആളുകൾക്ക് സന്തോഷം തോന്നുന്നത് എന്തുകൊണ്ട്?

22. വിശ്വാസികൾ സഭയിൽ മറ്റുള്ളവരെക്കാൾ ശ്രേഷ്ഠരാകാൻ ആഗ്രഹിക്കുമ്പോൾ സഭകൾക്കുള്ള ചില പ്രശ്നങ്ങൾ എന്തൊക്കെയാണ്?

23. മറ്റുള്ളവരെക്കാൾ ശ്രേഷ്ഠരായി തോന്നാൻ ആഗ്രഹിക്കുന്ന ആളുകളുടെ പ്രശ്നം പരിഹരിക്കാൻ സഹായിക്കുമെന്ന് ഡ്യൂറി നിർദ്ദേശിക്കുന്ന ആറ് പഠിപ്പിക്കലുകൾ ഏതാണ്?

24. സത്യം സംസാരിക്കാത്തത് മൂലമുണ്ടാകുന്ന ഒരു പ്രശ്നമായി ഡ്യൂറി പറയുന്നത് എന്താണ്?

25. ഇസ്ലാമിക സംസ്കാരത്തിന്റെ ഏതൊക്കെ ആറ് മേഖലകളാണ് "വിടവുകളിലേക്ക് പഠിപ്പിക്കൽ" എന്നതിലൂടെ ഡ്യൂറി തിരിച്ചറിയുന്നത്?

26. 'വിടവുകളിലേക്ക് പഠിപ്പിക്കൽ' എന്നത് വ്യവസ്ഥാപിതവും സമഗ്രവുമായിരിക്കേണ്ടത് എന്തുകൊണ്ട്?

നന്നായി തുടങ്ങുക

27. സ്റ്റീവിന്റെയും ചെറിയുടെയും സമീപനങ്ങൾ തമ്മിലുള്ള വ്യത്യാസങ്ങൾ എന്തായിരുന്നു, ചെറിയുടെ സമീപനം കൂടുതൽ വിജയകരമായിരുന്നത് എന്തുകൊണ്ട്?

28. 'യേശുവിനെ അനുഗമിക്കാനുള്ള പ്രതിബദ്ധതയുടെ പ്രഖ്യാപനവും പ്രാർത്ഥനയും' എന്നതിന്റെ ആറ് ഘട്ടങ്ങൾ നിങ്ങൾക്ക് ഓർമ്മയിൽ നിന്ന് പട്ടികപ്പെടുത്താമോ? ഇല്ലെങ്കിൽ, എല്ലാവർക്കും അവയെ ക്രമത്തിൽ പറയാൻ കഴിയുന്നതുവരെ അവ ആവർത്തിച്ചുകൊണ്ട് ഒരു ഗ്രൂപ്പായി അവ മനഃപാഠമാക്കുക.

29. ആറ് ഘട്ടങ്ങളുടെ വെളിച്ചത്തിൽ, ആളുകളെ ക്രിസ്തുവിലേക്ക് നയിച്ചപ്പോൾ സ്റ്റീവ് ഏതൊക്കെ ഘട്ടങ്ങൾ ഒഴിവാക്കിയെന്ന് തോന്നി?

30. നിങ്ങൾ ക്രിസ്തുവിലേക്ക് തിരിയുമ്പോൾ ആർക്കെതിരെയാണ് യുദ്ധം പ്രഖ്യാപിക്കുന്നത്?

31. ഇസ്ലാം വിട്ട ഒരാൾ സ്നാനമേൽക്കാൻ തയ്യാറാകുന്നതിന് മുമ്പ് എന്തുചെയ്യണം?

വളർന്നുവരുന്ന നേതാക്കൾക്കുള്ള ഉപദേശങ്ങൾ

32. മുസ്ലീം പശ്ചാത്തലം ഇന്ന് ലോകത്തിലെ വിശ്വാസികൾ നേരിടുന്ന ഒരു വലിയ ആവശ്യമാണെന്ന് ഡ്യൂറി വിശ്വസിക്കുന്നത് എന്താണ്? നിങ്ങൾ സമ്മതിക്കുന്നുണ്ടോ?

33. നേതാക്കളെ സാവധാനം മുന്നോട്ട് കൊണ്ടുപോകുന്നതാണ് നല്ലതെന്ന് ഡ്യൂറി പറയുന്നത് എന്തുകൊണ്ട്?

34. നേതാക്കൾ വളരെ വേഗത്തിൽ മുന്നേറിയാൽ എന്ത് സംഭവിക്കും?

35. ഒരു പരിശീലനം ലഭിച്ചുകൊണ്ടിരിയ്ക്കുന്ന നേതാവിനെ ഉപദേശിക്കുമ്പോൾ, ഡ്യൂറി പറയുന്നതനുസരിച്ച് നിങ്ങൾ എത്ര തവണ അവരുമായി കൂടിക്കാഴ്ച നടത്തണം?

36. ദൈവശാസ്ത്രപരമായ പ്രതിഫലനം എന്താണ്, അത് ആളുകളെ പക്വതയിൽ വളരാൻ എങ്ങനെ സഹായിക്കുന്നു?

37. ഒരു ഉപദേഷ്ടാവ് അവർ പരിശീലനം നൽകുന്ന വ്യക്തിയോട് തുറന്നതും സുതാര്യവുമായിരിക്കേണ്ടത് പ്രധാനമായിരിക്കുന്നത് എന്തുകൊണ്ട്?

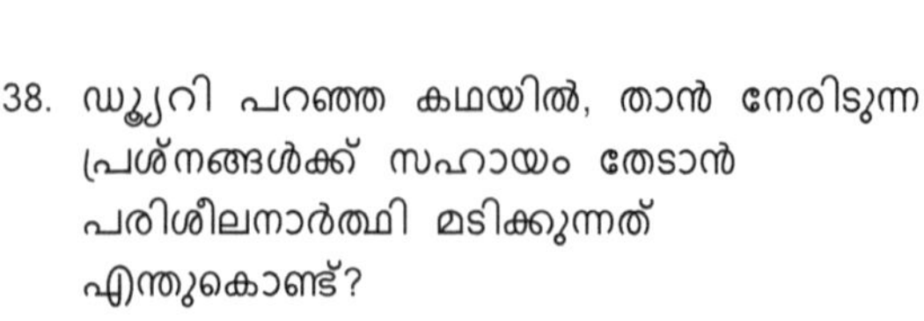

38. ഡ്യൂറി പറഞ്ഞ കഥയിൽ, താൻ നേരിടുന്ന പ്രശ്നങ്ങൾക്ക് സഹായം തേടാൻ പരിശീലനാർത്ഥി മടിക്കുന്നത് എന്തുകൊണ്ട്?

39. സഭയുടെ ജീവിതത്തിലെ പ്രധാനപ്പെട്ട പ്രശ്നങ്ങളെക്കുറിച്ച് തീരുമാനങ്ങൾ എടുക്കുന്നതിൽ ഒരു ഉപദേഷ്ടാവ് പരിശീലനാർത്ഥിയെ ഉൾപ്പെടുത്തേണ്ടത് എന്തുകൊണ്ട്?

40. ഒരു നേതാവാകാൻ പരിശീലനത്തിലുള്ള ഒരു വ്യക്തിക്ക് സ്വാതന്ത്ര്യം നൽകാൻ കഴിയുന്നത് എന്തുകൊണ്ടാണ് പ്രധാനമായിരിക്കുന്നത്?

41. ശുശ്രൂഷയിൽ സ്വയം പരിചരണം പ്രധാനമായിരിക്കുന്നത് എന്തുകൊണ്ട്?

42. ഒരു ക്രിസ്തീയ വിവാഹം എന്തിനെ അടിസ്ഥാനമാക്കിയുള്ളതായിരിക്കണം?

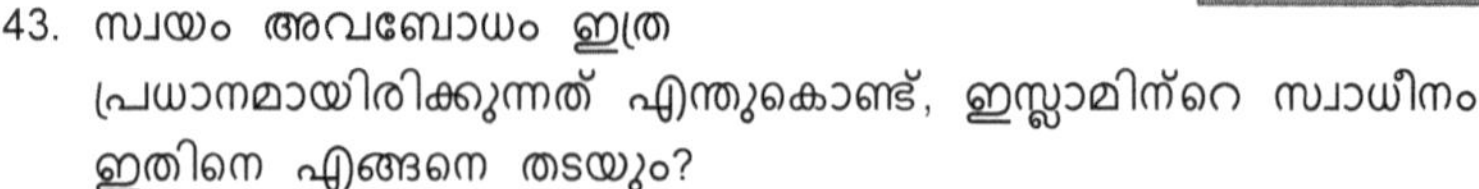

43. സ്വയം അവബോധം ഇത്ര പ്രധാനമായിരിക്കുന്നത് എന്തുകൊണ്ട്, ഇസ്ലാമിന്റെ സ്വാധീനം ഇതിനെ എങ്ങനെ തടയും?

44. ഒരു ഉപദേഷ്ടാവ് വിമർശനങ്ങൾ സ്വീകരിക്കാൻ തയ്യാറാകേണ്ടത് എന്തുകൊണ്ട്?

45. ഒരു ബിഎംബി സഭയിലെ പാസ്റ്ററെ ആത്മീയ യുദ്ധത്തിനായി പരിശീലിപ്പിക്കേണ്ടത് എന്തുകൊണ്ട്?

46. ബിഎംബി സഭകളുടെ നേതാക്കൾ മറ്റ് സഭകളെ ബഹുമാനിക്കാനും അവയുമായി നന്നായി പ്രവർത്തിക്കാനും പഠിക്കേണ്ടത് എന്തുകൊണ്ട്?

അധിക വിഭവങ്ങൾ

ഇവിടെ പഠിപ്പിക്കുന്ന ഇസ്ലാമിനെക്കുറിച്ചുള്ള നിരവധി വിഷയങ്ങളെക്കുറിച്ചുള്ള കൂടുതൽ വിവരങ്ങൾക്ക്, മാർക്ക് ഡ്യൂറി എഴുതിയ *'ദി തേർഡ് ചോയ്സ്: ഇസ്ലാം, ദിമ്മിറ്റിയൂഡ് ആൻഡ് ഫ്രീഡം'* നോക്കുക.

പ്രാർത്ഥനകൾ ഉൾപ്പെടെ വിവിധ ഭാഷകളിലുള്ള തടവുകാരുടെ സ്വാതന്ത്ര്യം ഉറവിടങ്ങൾ luke4-18.com എന്ന സൈറ്റിൽ കാണാം.

പിശാചുക്കളിൽ നിന്ന് ആളുകളെ മോചിപ്പിക്കാൻ ആവശ്യമായ ഘട്ടങ്ങളെക്കുറിച്ചുള്ള കൂടുതൽ വിവരങ്ങൾക്ക്, പാബ്ലോ ബോട്ടാരി എഴുതിയ *'ഫ്രീ ഇൻ ക്രൈസ്റ്റ്'* എന്ന പുസ്തകം മാർക്ക് ഡ്യൂറി ശുപാർശ ചെയ്യുന്നു. ഇത് ഇംഗ്ലീഷിലും സ്പാനിഷിലും ലഭ്യമാണ്. freemin.org-ൽ (ഇംഗ്ലീഷിലും മറ്റ് ചില ഭാഷകളിലും) പരിശീലന ഉറവിടങ്ങളും അദ്ദേഹം ശുപാർശ ചെയ്യുന്നു.

ആളുകളെ മോചിപ്പിക്കാൻ സഹായിക്കുന്ന ചില അധിക പ്രാർത്ഥനകൾ ഇതാ.

ക്ഷമയ്ക്കായുള്ള പ്രാർത്ഥന[19]

പിതാവേ, അവിടെന്ന് എന്നോട് ക്ഷമിക്കണമെന്ന് വ്യക്തമാക്കിയിരിക്കുന്നു. ക്ഷമിയ്ക്കുന്നതിലൂടെ എനിക്ക് രോഗശാന്തിയും സ്വാതന്ത്ര്യവും വന്നു ചേരണമെന്ന് അങ്ങ് ആഗ്രഹിക്കുന്നു.

ഇന്ന്, പാപത്തിൽ പ്രവേശിക്കാൻ എന്നെ പ്രേരിപ്പിച്ച എല്ലാവരോടും [അവരുടെ പേര് പറയുക], *എന്നെ വേദനിപ്പിച്ച എല്ലാവരോടും* [അവരുടെ പേര് പറയുക] *ക്ഷമിക്കാൻ ഞാൻ തിരഞ്ഞെടുക്കുന്നു.* [അവർ ചെയ്ത തെറ്റുകളുടെ പേര് പറയുക], *അവരെ ഓരോരുത്തരെയും മോചിപ്പിക്കാൻ ഞാൻ ആഗ്രഹിയ്ക്കുന്നു.*

അവർക്കെതിരായ എല്ലാ ന്യായവിധികളും ഞാൻ ഉപേക്ഷിക്കുന്നു, എന്റെ ഹൃദയത്തിൽ ഞാൻ സൂക്ഷിച്ചിരിക്കുന്ന അവർക്കുള്ള

---

19 ഇതും അടുത്ത രണ്ട് പ്രാർത്ഥനകളും ചെസ്റ്ററും ബെറ്റ്സി കിൽസ്ട്രയും എഴുതിയ "അടിസ്ഥാനങ്ങൾ പുനഃസ്ഥാപിക്കൽ" എന്ന കൃതിയിലെ പ്രാർത്ഥനകളെ അടിസ്ഥാനമാക്കിയുള്ളതാണ്.

എല്ലാ ശിക്ഷകളും ഞാൻ ഉപേക്ഷിക്കുന്നു. എന്റെ ആഗ്രഹങ്ങൾ ഞാൻ [അവരുടെ പേര് പറയുക], *അവിടത്തെ ഏൽപ്പിക്കുന്നു, കാരണം അവിടെന്ന് മാത്രമാണ് നീതിമാനായ ന്യായാധിപൻ.*

കർത്താവേ, എന്റെ സ്വന്തം പ്രതികരണങ്ങൾ മറ്റുള്ളവരെ വേദനിപ്പിക്കാനും എന്നെത്തന്നെ വേദനിപ്പിക്കാനും അനുവദിച്ചതിന് എന്നോട് ക്ഷമിക്കണമേ.

അങ്ങയുടെ ക്ഷമയുടെ അടിസ്ഥാനത്തിൽ, ഈ വേദന എന്റെ മനോഭാവങ്ങളെയും പെരുമാറ്റത്തെയും ബാധിക്കാൻ അനുവദിച്ചതിന് ഞാൻ എന്നോട് ക്ഷമിക്കാൻ തിരഞ്ഞെടുക്കുന്നു.

പരിശുദ്ധാത്മാവേ, എന്റെ ജീവിതത്തിൽ ക്ഷമ പ്രവർത്തിച്ചതിനും, എനിക്ക് ക്ഷമിക്കേണ്ട കൃപ നൽകിയതിനും, ക്ഷമിക്കാൻ എന്നെ തുടർന്നും പ്രാപ്തനാക്കിയതിനും ഞാൻ അങ്ങയോട് നന്ദി പറയുന്നു.

യേശുവിന്റെ നാമത്തിൽ,

ആമേൻ.

നുണകൾ ഉപേക്ഷിക്കാനുള്ള പ്രാർത്ഥന (ദൈവീകമല്ലാത്ത വിശ്വാസങ്ങൾ)

[നുണയുടെ പേര്] *നുണ വിശ്വസിച്ചതിൻ്റെ പാപം (എൻ്റെ പൂർവ്വികരുടെ പാപവും) ഞാൻ ഏറ്റുപറയുന്നു.*

ഈ ദൈവവിരുദ്ധ വിശ്വാസം രൂപപ്പെടുത്താൻ കാരണക്കാരായവരോട്, പ്രത്യേകിച്ച് [അവരുടെ പേര് പറയുക], *ഞാൻ ക്ഷമിക്കുന്നു.*

ഈ പാപത്തെക്കുറിച്ച് ഞാൻ പശ്ചാത്തപിക്കുന്നു, ഈ ദൈവവിരുദ്ധ വിശ്വാസം സ്വീകരിച്ചതിനും, അതിന്റെ അടിസ്ഥാനത്തിൽ എന്റെ ജീവിതം നയിച്ചതിനും, അതുമൂലം മറ്റുള്ളവരെ ഞാൻ വിധിച്ചതിനും എന്നോട് ക്ഷമിക്കണമെന്ന് കർത്താവിനോട് അപേക്ഷിക്കുന്നു. എനിക്ക് ഇപ്പോൾ അങ്ങയുടെ ക്ഷമ ലഭിക്കുന്നു [ദൈവത്തിൽ നിന്ന് കാത്തിരിക്കുക, സ്വീകരിക്കുക].

കർത്താവേ, അങ്ങയുടെ ക്ഷമയുടെ അടിസ്ഥാനത്തിൽ, നുണ വിശ്വസിച്ചതിന് ഞാൻ എന്നോട് ക്ഷമിക്കാൻ തീരുമാനിച്ചു.

ഈ ദൈവവിരുദ്ധ വിശ്വാസവുമായി ഞാൻ ഉണ്ടാക്കിയ എല്ലാ കരാറുകളും ഞാൻ ഉപേക്ഷിക്കുകയും ലംഘിക്കുകയും ചെയ്യുന്നു.

അന്ധകാരരാജ്യവുമായുള്ള എന്റെ കരാറുകൾ ഞാൻ റദ്ദാക്കുന്നു. ഭൂതങ്ങളുമായി ഞാൻ ഉണ്ടാക്കിയ എല്ലാ അനുബന്ധ കരാറുകളും ഞാൻ ലംഘിക്കുന്നു.

കർത്താവേ, ഈ ദൈവവിരുദ്ധ വിശ്വാസത്തെക്കുറിച്ച് നീ എനിക്ക് എന്ത് സത്യമാണ് വെളിപ്പെടുത്താൻ ആഗ്രഹിക്കുന്നത്? [കാത്തിരിക്കുക, കർത്താവിനെ ശ്രദ്ധിക്കുക, അങ്ങനെ നിങ്ങൾക്ക് നുണയെ തിരുത്തുന്ന സത്യം പ്രഖ്യാപിക്കാൻ കഴിയും.]

[സത്യത്തിന്റെ പേര് പറയുക] *എന്ന സത്യം ഞാൻ പ്രഖ്യാപിക്കുന്നു.*

യേശുവിന്റെ നാമത്തിൽ,

ആമേൻ.

തലമുറകളുടെ പാപത്തിനായുള്ള പ്രാർത്ഥന

എന്റെ പൂർവ്വികരുടെ പാപങ്ങൾ, എന്റെ മാതാപിതാക്കളുടെ പാപങ്ങൾ, എന്റെ സ്വന്തം പാപങ്ങൾ [പാപം(ങ്ങൾ)] *എന്നിവ ഞാൻ ഏറ്റുപറയുന്നു.*

ഈ പാപങ്ങൾക്കും അതിന്റെ ഫലമായുണ്ടാകുന്ന ശാപങ്ങൾക്കും എന്റെ ജീവിതത്തിലെ അനന്തരഫലങ്ങൾക്കും എന്റെ പൂർവ്വികരെയും എന്നെ സ്വാധീനിച്ച മറ്റുള്ളവരെയും [അവയെ പ്രത്യേകം പരാമർശിക്കുക] *ക്ഷമിക്കാനും മോചിപ്പിക്കാനും ഞാൻ തിരഞ്ഞെടുക്കുന്നു.*

കർത്താവേ, ഈ പാപങ്ങൾക്ക് എന്നോട് ക്ഷമിക്കണമേ എന്ന് ഞാൻ അപേക്ഷിക്കുന്നു: പാപങ്ങൾക്കും ശാപങ്ങൾക്കും വഴങ്ങിയതിന്. എനിക്ക് അവിടെത്തെ ക്ഷമ ലഭിക്കുന്നു.

കർത്താവേ, അവിടെത്തെ ക്ഷമയുടെ അടിസ്ഥാനത്തിൽ, ഈ പാപങ്ങളിൽ പ്രവേശിച്ചതിന് ഞാൻ എന്നോട് ക്ഷമിക്കാൻ തിരഞ്ഞെടുക്കുന്നു.

[അവയെ പേരുനൽകുക] *എന്ന പാപവും ശാപങ്ങളും ഞാൻ ഉപേക്ഷിക്കുന്നു.*

ക്രൂശിലെ ക്രിസ്തുവിന്റെ വീണ്ടെടുപ്പു പ്രവൃത്തിയിലൂടെ എന്റെ ജീവിതത്തിൽ നിന്നും എന്റെ പിൻഗാമികളുടെ ജീവിതത്തിൽ നിന്നുമുള്ള ഈ പാപങ്ങളുടെയും ശാപങ്ങളുടെയും ശക്തി ഞാൻ തകർക്കുന്നു.

ഈ പാപങ്ങളിൽ നിന്നും അതിന്റെ ഫലമായുണ്ടാകുന്ന ശാപങ്ങളിൽ നിന്നും എനിക്ക് അവിടെത്തെ പാപമോചനം ലഭിക്കുന്നു. [വിശ്വാസത്തിൽ, നിങ്ങൾ സ്വീകരിക്കുന്ന ദൈവത്തിന്റെ അനുഗ്രഹങ്ങൾ പ്രത്യേകിച്ചും പരാമർശിക്കുക].

യേശുവിന്റെ നാമത്തിൽ,

ആമേൻ.

ഉത്തരങ്ങൾ

പാഠം 1 ഉത്തരങ്ങൾ

1. ആത്മാവ് അവനോട് ഇസ്ലാം ഉപേക്ഷിക്കാൻ പറഞ്ഞു.
2. ഇസ്‌ലാം ഉപേക്ഷിക്കുക എന്നതാണ് ഏറ്റവും അടിയന്തിരമായ ആവശ്യം.
3. *ഷഹാദയും ദിമ്മയും.*
4. ക്രിസ്തുവിനെ അനുഗമിക്കാൻ തീരുമാനിച്ച ഒരു മുസ്ലീം.
5. ഒരു അമുസ്ലിം.
6. ഇസ്ലാം മതത്തിലേക്ക് പരിവർത്തനം ചെയ്തവരുടെ കീഴടങ്ങലും ഇസ്ലാമിക ആധിപത്യത്തിന് കീഴിൽ അമുസ്ലിംകളുടെ കീഴടങ്ങലും.
7. അല്ലാഹുവിൻ്റെ കർശനമായ ഏകത്വത്തിൻ്റെയും മുഹമ്മദിൻ്റെ പ്രവാചകത്വത്തിൻ്റെയും ഏറ്റുപറച്ചിൽ.
8. ക്രിസ്ത്യാനികളുടെ ആധിപത്യ പദവി നിർണ്ണയിക്കുന്ന ഇസ്ലാമിൻ്റെ നിയമം.
9. *ദിമ്മയുടെ* അവകാശവാദങ്ങൾ ഉപേക്ഷിക്കേണ്ടതുണ്ട്.
10. *ശരീഅത്ത്* നിയമം പരമോന്നതവും നീതിയുടെയോ അധികാരത്തിൻ്റെയോ മറ്റെല്ലാ തത്ത്വങ്ങളുടെയും മേൽ ഭരിക്കുകയും വേണം.
11. ക്രിസ്തുവിൻ്റേത് ഒഴികെയുള്ള എല്ലാ ആത്മീയ അവകാശവാദങ്ങളും അവരുടെ ആത്മാവിന് മേലാണ്.
12. ആത്മീയ അന്ധകാരത്തിൽ നിന്ന് ക്രിസ്തുവിൻ്റെ ഭരണത്തിലേക്ക്.
13. രാഷ്ട്രീയവും സാമുദായികവുമായ പ്രവർത്തനം, മനുഷ്യാവകാശ സംരക്ഷണം, അക്കാദമിക് അന്വേഷണം, മാധ്യമങ്ങളുടെ ഉപയോഗം, ചിലപ്പോൾ ദേശീയ ഗവൺമെൻ്റുകളിൽ നിന്നുള്ള സൈനിക പ്രതികരണം.
14. മതപരിവർത്തനം, രാഷ്ട്രീയ കീഴടങ്ങൽ അല്ലെങ്കിൽ വാൾ.
15. ആയിരത്തിലധികം വർഷങ്ങൾ; ഏകദേശം 800 വർഷം.
16. ക്രൈസ്തവലോകത്തെ സംരക്ഷിക്കുന്നതിനായി ജീവൻ നൽകിയാൽ അവർക്ക് സ്വർഗം ഉറപ്പുനൽകുമെന്ന് അവൻ വാഗ്ദാനം ചെയ്തു.
17. ഇസ്ലാമിൻ്റെ അടിസ്ഥാന ശക്തി ആത്മീയമാണ്.
18. ദാനിയേൽ പ്രവചനത്തിലെ ഉഗ്രനായ രാജാവിനും ഗൂഢാലോചനയുടെ യജമാനനും.

19. ഇസ്ലാമിൻ്റെ:

    - ശ്രേഷ്ഠത
    - വിജയത്തിനായുള്ള ദാഹം
    - വഞ്ചനയുടെ ഉപയോഗം
    - മറ്റുള്ളവരുടെ ശക്തിയും സമ്പത്തും സഹകരിക്കുന്നു
    - രാഷ്ട്രങ്ങളെ പരാജയപ്പെടുത്തുന്നു ... തെറ്റായ സുരക്ഷിതത്വ ബോധമുള്ളവർ
    - ദൈവപുത്രനോടുള്ള എതിർപ്പ്
    - ക്രിസ്ത്യാനികളെയും ജൂതന്മാരെയും നശിപ്പിക്കുന്നതിന്റെ ട്രാക്ക്-റെക്കോർഡ്.

20. മനുഷ്യശക്തിയാൽ അല്ല.
21. ക്രിസ്തുവിന്റെ ശക്തിയും അവന്റെ ക്രൂശും.

പാഠം 2 ഉത്തരങ്ങൾ

1. മുഹമ്മദ് എന്ന വാക്ക് ഉച്ചരിക്കാൻ തനിക്ക് കഴിയില്ലെന്ന് അയാൾ കണ്ടെത്തി.
2. അദ്ദേഹം കോപത്തിൽ നിന്ന് മോചിതനായി, സുവിശേഷീകരണത്തിലും മറ്റുള്ളവരെ ശിക്ഷണപ്പെടുത്തുന്നതിലും ഫലപ്രദനായി.
3. ഓരോ ക്രിസ്ത്യാനിയുടെയും ജന്മാവകാശം ദൈവമക്കളുടെ മഹത്തായ സ്വാതന്ത്ര്യമാണ്.
4. നസ്രത്തിൽ.
5. സ്വാതന്ത്ര്യത്തിന്റെ വാഗ്ദാനം.
6. നിരാശ, വിശപ്പ്, രോഗം, ഭൂതങ്ങൾ എന്നിവയിൽ നിന്നുള്ള സ്വാതന്ത്ര്യം.
7. തടവുകാരൻ തുറക്കാത്ത വാതിലിലൂടെ പുറത്തുകടക്കണം. ആത്മീയ സ്വാതന്ത്ര്യം നമ്മൾ തിരഞ്ഞെടുക്കേണ്ട ഒന്നാണ്.
8. കള്ളൻ, ഈ ലോകത്തിന്റെ രാജാവ്. ഈ യുഗത്തിന്റെ ദൈവം. ആകാശമണ്ഡലത്തിന്റെ ഭരണാധികാരി. ഈ ലോകത്തിൽ സാത്താന് ശക്തിയുണ്ടെന്ന് അവ നമ്മെ പഠിപ്പിക്കുന്നു.
9. സാത്താന് യഥാർത്ഥവും എന്നാൽ പരിമിതവുമായ ശക്തിയും പരമാധികാരവുമുണ്ട്.
10. ഇസ്ലാമിന്റെയും അതിന്റെ ആത്മീയ ശക്തിയുടെയും ലോകവീക്ഷണം.
11. പൈശാചിക ശക്തികളുടെ അടിമത്തത്തിൽ.
12. സാത്താന്റെ ശക്തിയും ഇരുട്ടിന്റെ ശക്തിയും.

13. നാം യേശുക്രിസ്തുവിന്റെ രാജ്യത്തിലേക്ക് കൊണ്ടുവരപ്പെടുന്നു, നമുക്ക് ക്ഷമ ലഭിയ്ക്കുകയും നാം സ്വതന്ത്രരാക്കപ്പെടുകയും ചെയ്യുന്നു.
14. യേശുക്രിസ്തുവിന്റെ രാജ്യത്തിലേക്ക് അവരെ മാറ്റിയിരിക്കുന്നു.
15. അഞ്ച് വശങ്ങൾ: 1) സാത്താനെയും എല്ലാ തിന്മയെയും ഉപേക്ഷിക്കുക. 2) മറ്റുള്ളവരുമായുള്ള എല്ലാ ഭക്തികെട്ട ബന്ധങ്ങളെയും ഉപേക്ഷിക്കുക. 3) എല്ലാ ഭക്തികെട്ട ഉടമ്പടികളെയും ഉപേക്ഷിക്കുക. 4) ഭക്തികെട്ട കഴിവുകൾ ഉപേക്ഷിക്കുക. 5) നമ്മുടെ ജീവിതം കർത്താവായ യേശുക്രിസ്തുവിന് സമർപ്പിക്കുക.
16. ദൈവത്തിനും സാത്താനും തമ്മിലുള്ള സംഘർഷം; രണ്ട് രാജ്യങ്ങൾക്കിടയിൽ.
17. സഭ ഒരു യുദ്ധക്കളമാകാം, അത് തിന്മയ്ക്കായി ചൂഷണം ചെയ്യപ്പെടാം.
18. ക്രൂശിലൂടെ ക്രിസ്ത്യാനികൾക്ക് വിജയം ഉറപ്പാക്കാം.
19. റോമൻ വിജയവുമായുള്ള താരതമ്യം കാണിക്കുന്നത് പിശാചുക്കൾക്ക് അവരുടെ ശക്തി നഷ്ടപ്പെട്ടുവെന്നും അവർ അപമാനിതരായിരിക്കുന്നുവെന്നും ആണ്.
20. കുറ്റാരോപിതൻ അല്ലെങ്കിൽ എതിരാളി.
21. ക്രിസ്ത്യാനികൾ ജാഗ്രത പാലിക്കാൻ മുന്നറിയിപ്പ് നൽകിയിട്ടുണ്ട്.
22. നമ്മുടെ പാപങ്ങളും സാത്താന് കീഴടങ്ങിയ നമ്മുടെ ജീവിതത്തിന്റെ ചില ഭാഗങ്ങളും.
23. പാപം, ക്ഷമയില്ലായ്മ, വാക്കുകൾ (പ്രതീകാത്മക പ്രവൃത്തികൾ), ആത്മാവിലെ മുറിവുകൾ, ഭക്തികെട്ട വിശ്വാസങ്ങൾ (നുണകൾ), തലമുറകളായി വരുന്ന പാപവും അതിന്റെ ഫലമായുണ്ടാകുന്ന ശാപങ്ങളും.
24. സാത്താൻ നമുക്കെതിരെ ഉന്നയിക്കുന്ന അവകാശവാദങ്ങളുടെ പേരെടുത്ത് നിരസിക്കാൻ കഴിയുക.
25. തുറന്ന വാതിൽ എന്നത് സാത്താന് അനുവദിച്ചിരിക്കുന്ന ഒരു പ്രവേശന കവാടമാണ്. സാത്താൻ അവകാശപ്പെടുന്ന ആത്മാവിനുള്ളിലെ ഒരു നിലയാണ് കാലുറപ്പിക്കൽ.
26. നിയമപരമായ അവകാശങ്ങൾ; സാത്താൻ കൈവശപ്പെടുത്തിയേക്കാവുന്ന ആത്മീയ അടിത്തറ.
27. നമുക്കെതിരെ അവകാശവാദം ഉന്നയിക്കാൻ സാത്താന് അവസരമില്ല എന്നാണ് ഇതിനർത്ഥം.
28. യേശുവിനെതിരെ അവകാശവാദം ഉന്നയിക്കാൻ സാത്താന് ഉപയോഗിക്കാവുന്ന ഒരു പാപവും കണ്ടെത്താൻ കഴിഞ്ഞില്ല.

29. യേശുവിന്റെ നിരപരാധിത്വം പ്രധാനമാണ്, കാരണം ക്രൂശുമരണം ന്യായമായ ശിക്ഷയാണെന്ന് സാത്താന് അവകാശപ്പെടാൻ കഴിയില്ല.
30. നാം വാതിലുകൾ അടച്ച് കാലടികൾ നീക്കം ചെയ്യണം.
31. നമ്മുടെ പാപങ്ങളെക്കുറിച്ച് അനുതപിച്ചുകൊണ്ട്.
32. നാം ആദ്യം മറ്റുള്ളവരോട് ക്ഷമിക്കണം.
33. നമ്മുടെ ക്ഷമയില്ലായ്മ ഉപയോഗിച്ച് അവൻ നമുക്കെതിരെ നിലയുറപ്പിക്കാൻ കഴിയും.
34. മറ്റുള്ളവരോട് ക്ഷമിക്കുക; ദൈവത്തിന്റെ ക്ഷമ സ്വീകരിക്കുക; സ്വയം ക്ഷമിക്കുക.
35. ഇല്ല: ക്ഷമ എന്നത് മറക്കുക എന്നതിൽ നിന്ന് വ്യത്യസ്തമാണ്.
36. സാത്താന് വേദന നമ്മിലേക്ക് കൊണ്ടുവന്നു നമ്മുടെമേൽ നുണകൾ നിറയ്ക്കാൻ കഴിയും.
37. അവളുടെ വീട്ടിലെ 'അതിഥികൾ' നടത്തിയ പീഡനത്തിന്റെ ആഘാതകരമായ അനുഭവങ്ങളിൽ നിന്ന് അവൾ രോഗശാന്തി കണ്ടെത്തി. ഭയപ്പെടുന്നത് ഉപേക്ഷിച്ചു.
38. നിങ്ങളുടെ ആത്മാവിനെ കർത്താവിലേക്ക് പകരുക; രോഗശാന്തിക്കായി പ്രാർത്ഥിക്കുക; മുറിവുണ്ടാക്കിയ വ്യക്തിയോട് ക്ഷമിക്കുക; ഭയം (അല്ലെങ്കിൽ മറ്റ് ദോഷകരമായ ഫലങ്ങൾ) ഉപേക്ഷിക്കുക; ഏതെങ്കിലും നുണകൾ ഏറ്റുപറയുകയും അവയെ തള്ളിക്കളയുകയും ചെയ്യുക.
39. നമ്മൾ പറഞ്ഞ ഓരോ വാക്കിനും.
40. കാരണം ഇത് നമ്മുടെ വാക്കുകൾ നമുക്കെതിരെ ഉപയോഗിക്കാൻ അവന് അവസരം നൽകും.
41. യേശുവിൻ്റെ രക്തം.
42. ഞാൻ ഈ മൃഗത്തെപ്പോലെയാകട്ടെ: ഞാൻ ഉടമ്പടി ലംഘിച്ചാൽ എനിക്കും ഇതേ കാര്യം സംഭവിക്കട്ടെ.
43. ഉടമ്പടി അംഗീകരിക്കുന്ന വ്യക്തിയുടെ മേൽ അവർ മരണത്തിന്റെ ശാപം ചൊല്ലുന്നു.
44. ശിരഛേദം.
45. സാത്താൻ നമുക്ക് നുണകൾ പകർന്നു നൽകുന്നു.
46. മുമ്പ് നമ്മൾ സത്യമായി അംഗീകരിച്ചിരുന്ന നുണകളെ തിരിച്ചറിയുകയും അവയെ ഉപേക്ഷിയ്ക്കുകയും ചെയ്യുക.
47. "യഥാർത്ഥ പുരുഷന്മാർ കരയുന്നില്ല."
48. സത്യമെന്നു തോന്നുന്ന നുണ.
49. നാം വിശ്വസിച്ചിരുന്ന നുണകൾ ഏറ്റുപറയാനും, നിരസിക്കാനും, ഉപേക്ഷിക്കാനും ഒരു സത്യാന്വേഷണത്തിന് നമ്മെ പ്രാപ്തരാക്കും.
50. ഒരു മോശം ആത്മീയ പാരമ്പര്യം.
51. മാതാപിതാക്കളുടെ സ്വാധീനവും മോശം ഉദാഹരണങ്ങളും.

52. അനുഗ്രഹങ്ങളുടെയും ശാപങ്ങളുടെയും ഒരു വ്യവസ്ഥ.
53. ആദാമും ഹവ്വായും തലമുറകൾ തമ്മിലുള്ള ശാപങ്ങൾ അഴിച്ചുവിട്ടു: വേദന, ആധിപത്യം, ജീർണ്ണത, മരണം.
54. മിശിഹൈക യുഗത്തിനായുള്ള ഒരു വാഗ്ദാനമാണിത്: യേശുക്രിസ്തുവിന്റെ രാജ്യത്തിനുവേണ്ടി.
55. നമ്മുടെ പൂർവ്വികരുടെ പാപങ്ങളും നമ്മുടെ സ്വന്തം പാപങ്ങളും ഏറ്റുപറയുക; ഈ പാപങ്ങളെ തള്ളിക്കളയുകയും ഉപേക്ഷിക്കുകയും ചെയ്യുക; അതുമായി ബന്ധപ്പെട്ട എല്ലാ ശാപങ്ങളെയും തകർക്കുക.
56. സാത്താന്റെ മേലുള്ള അധികാരം.
57. കാരണം വിഗ്രഹങ്ങളോടൊപ്പം എല്ലാം പൂർണ്ണമായും നശിപ്പിക്കണമെന്ന് പറയുന്നു.
58. നമ്മൾ ഏർപ്പെട്ടിരിക്കുന്ന ദുഷ്ട ഉടമ്പടികൾ തകർക്കാൻ ക്രൂശിന് ശക്തിയുണ്ട്.
59. നിർദ്ദിഷ്ട പ്രവൃത്തികൾ.
60. "ഞാൻ ഇനി ആരെയും സ്നേഹിക്കില്ല." സൂസൻ കയ്പും വിദ്വേഷവും ഉള്ളവളായി. അവൾ ആ പ്രതിജ്ഞ ഉപേക്ഷിച്ചു.
61. അഞ്ച് ഘട്ടങ്ങൾ: 1) ഏറ്റുപറയുകയും അനുതപിക്കുകയും ചെയ്യുക. 2) ഉപേക്ഷിക്കുക. 3) തകർക്കുക. 4) പുറത്താക്കുക. 5) അനുഗ്രഹിക്കുകയും നിറയുകയും ചെയ്യുക.
62. പാപം ഏറ്റുപറയുകയും സത്യം പ്രഖ്യാപിക്കുകയും ചെയ്യുക.
63. അവരെ ബാധിച്ചതിന് വിപരീതമായി അവരെ അനുഗ്രഹിക്കുക.

പാഠം 3 ഉത്തരങ്ങൾ

1. പരമാധികാരിയായ യജമാനനെന്ന നിലയിൽ അല്ലാഹുവിനുള്ള സമർപ്പണം.
2. ഒരു മുസ്ലീം.
3. അല്ലാഹുവിന്റെ അന്തിമ ദൂതനായ മുഹമ്മദ്.
4. ഖുർആനിൽ മുഹമ്മദിന്റെ വെളിപ്പെടുത്തലുകൾ അടങ്ങിയിരിക്കുന്നു, സുന്നയിൽ അദ്ദേഹത്തിന്റെ പഠിപ്പിക്കലുകളും പ്രവർത്തനങ്ങളും അടങ്ങിയിരിക്കുന്നു.
5. മുഹമ്മദിന്റെ മാതൃക *ഹദീസുകളിലും* (പരമ്പരാഗത വചനങ്ങൾ) *സിറാസുകളിലും* (മുഹമ്മദിന്റെ ജീവചരിത്രങ്ങൾ) രേഖപ്പെടുത്തിയിട്ടുണ്ട്.
6. മുഹമ്മദ്.
7. മുഹമ്മദ് ചെയ്തതെല്ലാം മാനദണ്ഡമായി മാറുന്നു.
8. അല്ലാഹുവിനെയും അവന്റെ ദൂതനെയും അനുസരിക്കുന്നവർ.
9. നരകാഗ്നി.

10. മുഹമ്മദിന്റെ സന്ദേശം നിരസിക്കുന്ന ആർക്കും.
11. കൊലപാതകം, പീഡനം, ബലാത്സംഗം, സ്ത്രീകളെ ദുരുപയോഗം ചെയ്യൽ, അടിമത്തം, മോഷണം, വഞ്ചന, മുസ്ലീങ്ങളല്ലാത്തവർക്കെതിരെ പ്രേരണ.
12. നിങ്ങൾ ഖുർആനിൽ വിശ്വസിക്കുകയും അനുസരിക്കുകയും വേണം.
13. *സുന്ന* ഒരു ശരീരം പോലെയും, ഖുർആൻ നട്ടെല്ല് പോലെയുമാണ്.
14. മുസ്ലീങ്ങൾ വിദഗ്ദ്ധരായ ഒരു ന്യൂനപക്ഷത്തെ ആശ്രയിക്കുന്നു.
15. *ശരീഅത്ത്* നിയമങ്ങളില്ലാതെ ഇസ്ലാമിന് നിലനിൽക്കാൻ കഴിയില്ല.
16. *ശരീഅത്ത്* ദൈവികമായി നിയോഗിക്കപ്പെട്ടതാണെന്ന് കരുതപ്പെടുന്നു.
17. വിജയത്തിലേക്കുള്ള ആഹ്വാനമാണിത്.
18. മനുഷ്യരെ വിജയികളായും ബാക്കിയുള്ളവരെ പരാജിതരായും തിരിച്ചിരിക്കുന്നു.
19. മുസ്ലീങ്ങൾ അമുസ്ലിങ്ങൾളെക്കാൾ ശ്രേഷ്ഠരാണെന്ന് പഠിപ്പിക്കുന്നു; ഭക്തരായ മുസ്ലീങ്ങൾ ഭക്തരല്ലാത്ത മുസ്ലീങ്ങളെക്കാൾ ശ്രേഷ്ഠരാണ്.
20. യഥാർത്ഥ മുസ്ലീങ്ങൾ, കപടവിശ്വാസികൾ, വിഗ്രഹാരാധകർ, വേദഗ്രന്ഥത്തിന്റെ ആളുകൾ.
21. ഒരു *മുശ്രിക്ക്* 'കൂട്ടാളി'.
22. നാല് കാര്യങ്ങളിൽ കുറ്റം വിധിക്കപ്പെട്ടിരിക്കുന്നു: 1) അവരുടെ വേദഗ്രന്ഥങ്ങൾ ദുഷിപ്പിക്കപ്പെട്ടിരിക്കുന്നു. 2) അവർ ഇസ്ലാമിന്റെ വികലമായ ഒരു പതിപ്പ് പിന്തുടരുന്നു. 3) അവർ വഴിതെറ്റിപ്പോയിരിക്കുന്നു. 4) അവർ അജ്ഞരാണ്, മുഹമ്മദിന്റെ മോചനം അവർക്ക് ആവശ്യമാണ്.
23. നല്ല വശം, ക്രിസ്ത്യാനികളും ജൂതന്മാരും വിശ്വസ്തരും യഥാർത്ഥ വിശ്വാസികളുമാണെന്ന് ഖുർആൻ പറയുന്നു.
24. നാല് അവകാശവാദങ്ങൾ: 1) ക്രിസ്ത്യാനികൾ അവരുടെ മേധാവിത്വത്തിൽ ജീവിക്കണം. 2) മുസ്ലീങ്ങൾ നമ്മെ ഭരിക്കാൻ വിധിക്കപ്പെട്ടവരാണ്. 3) നമ്മളോട് യുദ്ധം ചെയ്യണം. 4) നമ്മളെ നരകത്തിലേക്ക് കൊണ്ടുപോകുന്നതായി അപലപിക്കുന്നു.
25. ക്രിസ്ത്യാനികളേക്കാൾ മുസ്ലീങ്ങളോട് ജൂതന്മാർക്ക് കൂടുതൽ ശത്രുതയുണ്ടാകും.
26. ഖുർആനിലെ ഏറ്റവും അറിയപ്പെടുന്ന അധ്യായമാണിത്, ദിവസവും അത് ആവർത്തിക്കേണ്ടത് നിർബന്ധമാണ്. ഇത് ഒരു ദിവസം 17 തവണ അല്ലെങ്കിൽ വർഷത്തിൽ 5,000 തവണ വരെ ചൊല്ലപ്പെടുന്നു.

27. ക്രിസ്ത്യാനികൾ (വഴിതെറ്റിപ്പോയി) ജൂതന്മാർ (അല്ലാഹുവിന്റെ കോപം സമ്പാദിച്ചു).
28. മുഹമ്മദിന്റെ ജീവിതവും അധ്യാപനവും.
29. ഇസ്ലാമികവൽക്കരണം.
30. ആറ് പ്രശ്നങ്ങൾ: 1) സ്ത്രീകൾക്ക് താഴ്ന്ന പദവി. 2) *ജിഹാദ്* പഠിപ്പിക്കൽ. 3) ക്രൂരവും ഭാരിച്ചതുമായ ശിക്ഷകൾ. 4) *ശരീഅത്തിന്* ആളുകളെ നല്ലവരാക്കാൻ കഴിയില്ല. 5) നുണ പറയാനുള്ള പ്രോത്സാഹനം. 6) ക്രിസ്ത്യാനികൾ ഉൾപ്പെടെയുള്ള അമുസ്ലിംകളെ പീഡിപ്പിക്കൽ.
31. നൈജീരിയയിൽ *ശരീഅത്ത്* കോടതികൾ നിലവിൽ വന്നു.
32. ജഡ്ജി മുഹമ്മദിന്റെ മാതൃക പിന്തുടർന്നു.
33. 1) ഇത് അമിതമാണ്. 2) ഇത് ക്രൂരമാണ്. 3) കല്ലെറിയുന്ന പുരുഷന്മാരെ ഇത് നശിപ്പിക്കുന്നു. 4) ഇത് സ്ത്രീകളെ ലക്ഷ്യം വയ്ക്കുന്നു. 5) ഇത് ഒരു കുഞ്ഞിനെ അനാഥനാക്കുന്നു. 6) ഇത് ബലാത്സംഗ സാധ്യതയെ അവഗണിക്കുന്നു.
34. അമുസ്ലിങ്ങളിൽ നിന്ന് അപകടത്തിലാകുമ്പോൾ അവർക്ക് കള്ളം പറയാൻ കഴിയും. ഭർത്താക്കന്മാർക്ക് ഭാര്യമാരോട് കള്ളം പറയാൻ കഴിയും. യുദ്ധത്തിൽ, അല്ലെങ്കിൽ ഒരു രഹസ്യം അവരെ ഏൽപ്പിക്കുമ്പോൾ അവർക്ക് കള്ളം പറയാൻ കഴിയും.
35. മുസ്ലീങ്ങളെ സുരക്ഷിതരായി നിലനിർത്താൻ വേണ്ടിയുള്ള വഞ്ചനയുടെ രീതിയാണിത്.
36. അത് സത്യത്തെ നശിപ്പിക്കുകയും ആശയക്കുഴപ്പം സൃഷ്ടിക്കുകയും ചെയ്യുന്നു.
37. അവരുടെ മത വിദഗ്ധരുടെ മാർഗ്ഗനിർദ്ദേശം.
38. ഇസ്ലാമിന്റെ നേതൃത്വം പരസ്യമായി പല കാര്യങ്ങളും പരാമർശിക്കാനോ ചർച്ച ചെയ്യാനോ ശ്രമിച്ചില്ലെങ്കിൽ പോലും, സ്വയം ഇസ്ലാമിനെ പഠിക്കുക.
39. യേശുവിനെയോ മുഹമ്മദിനെയോ പിന്തുടരുക.
40. ഈസാ (യേശു).
41. മുൻ പ്രവാചകന്മാരുടെ ജീവിതരീതി (*ശരീഅത്ത്*).
42. അല്ലാഹു ഈസയ്ക്ക് (യേശുവിന്) നൽകിയ ഒരു പുസ്തകം.
43. ഈസ ക്രിസ്തുമതത്തെ നശിപ്പിക്കുകയും എല്ലാവരെയും മുസ്ലീങ്ങളാകാൻ നിർബന്ധിക്കുകയും ചെയ്യും.
44. മുഹമ്മദിനെ പിന്തുടരുകയാണെങ്കിൽ അവർ യേശുവിനെ പിന്തുടരുകയാണെന്ന് മുസ്ലീങ്ങളെ പഠിപ്പിക്കുന്നു.
45. ഈ പഠിപ്പിക്കൽ ദൈവത്തിന്റെ രക്ഷാപദ്ധതിയെ മറയ്ക്കുകയും മുസ്ലീങ്ങൾ യഥാർത്ഥ യേശുവിനെ പിന്തുടരുന്നതിൽ നിന്ന് തടയുകയും ചെയ്യും.
46. നാല് സുവിശേഷങ്ങളിൽ നിന്ന് യഥാർത്ഥ യേശുവിനെക്കുറിച്ച് നമുക്ക് അറിയാൻ കഴിയും.

47. സുവിശേഷങ്ങളിലെ യേശുവിലൂടെ മാത്രമേ നമുക്ക് ആത്മീയ ബന്ധനങ്ങളിൽ നിന്ന് മോചനം കണ്ടെത്താൻ കഴിയൂ.

പാഠം 4 ഉത്തരങ്ങൾ

1. മൂന്ന് വേദനകൾ: 1) പിതാവിന്റെ മരണം. 2) മാതാവിന്റെ മരണം. 3) അമ്മാവന് വേണ്ടി ഒരു ഇടയബാലനായി ജീവിക്കുക എന്ന എളിയ ദൗത്യം. (മുത്തച്ഛന്റെ മരണവും.)
2. മുഹമ്മദിനോടുള്ള അവന്റെ വെറുപ്പ്.
3. ആറ് വശങ്ങൾ: 1) അവൾ അവന്റെ തൊഴിലുടമയായിരുന്നു. 2) അവൾ പ്രായത്തിൽ കൂടുതലായിരുന്നു. 3) അവൾ അവനോട് വിവാഹാഭ്യർത്ഥന നടത്തി. 4) അവൾ ഇതിനകം രണ്ടുതവണ വിവാഹിതയായിരുന്നു. 5) അവൾ ശക്തശാലിയും ധനികയുമായിരുന്നു. 6) മുഹമ്മദിനെ വിവാഹം കഴിക്കാൻ അവന്റെ അംഗീകാരം നേടുന്നതിനായി അവൾ തന്റെ പിതാവിനെ മദ്യപിപിച്ചു.
4. അവരുടെ കുട്ടികളിൽ ഭൂരിഭാഗവും മരിച്ചു, മുഹമ്മദിന് പുരുഷ അവകാശികളില്ലായിരുന്നു.
5. മുഹമ്മദിന്റെ അമ്മാവൻ അബു താലിബും ഭാര്യ ഖദീജയും.
6. അദ്ദേഹത്തിന് 40 വയസ്സായിരുന്നു, അദ്ദേഹം വളരെ അസ്വസ്ഥനായി ആത്മഹത്യ ചെയ്യാൻ തുടങ്ങി.
7. മുഹമ്മദ് ഒരു പ്രവാചകനായിരുന്നു, ഭ്രാന്തനല്ലയിരുന്നു.
8. വഞ്ചകനായി തള്ളപ്പെടുമെന്ന് മുഹമ്മദ് ഭയപ്പെട്ടു.
9. മുഹമ്മദിന്റെ ഇളയ ബന്ധുവായ ഖദീജയും അലിയും.
10. മുഹമ്മദ് മെക്കൻ ദൈവങ്ങളെ പരിഹസിച്ചു.
11. കോപാകുലരായ മെക്കക്കാരിൽ നിന്ന് അദ്ദേഹം മുഹമ്മദിനെ സംരക്ഷിച്ചു.
12. പൂർണ്ണമായ ബഹിഷ്കരണം, ദുർബലരായ മുസ്ലീങ്ങളെ പീഡിപ്പിക്കൽ, മുഹമ്മദിനെ അധിക്ഷേപിയ്ക്കുക.
13. 83 മുസ്ലീം പുരുഷന്മാർ കുടുംബത്തോടൊപ്പം അബിസീനിയയിലേക്ക് (ആധുനിക എത്യോപ്യ) പലായനം ചെയ്തു.
14. അല്ലാഹുവിനെയും മെക്കാൻ ദേവന്മാരെയും ആരാധിക്കാൻ.
15. അല്ലാഹുവിന്റെ മൂന്ന് പെൺമക്കളായ അൽ-ലാത്ത്, അൽ-ഉസ്സ, മനാത്ത് എന്നിവരോടുള്ള പ്രാർത്ഥനകൾ അംഗീകരിക്കപ്പെട്ടു.
16. എല്ലാ യഥാർത്ഥ പ്രവാചകന്മാരും ഇടയ്ക്കിടെ വഴിതെറ്റിക്കപ്പെടാറുണ്ട്.
17. വീമ്പിളക്കൽ: 1) അദ്ദേഹത്തിന്റെ പൂർവ്വികരിൽ ആരും വിവാഹബന്ധത്തിൽ നിന്ന് ജനിച്ചവരല്ല. 2) അദ്ദേഹം ഏറ്റവും

നല്ല മനുഷ്യനായിരുന്നു. 3) അദ്ദേഹം ഏറ്റവും നല്ല വംശത്തിൽ നിന്നുള്ളയാളായിരുന്നു (ഹാഷിം). 4) അദ്ദേഹം ഏറ്റവും നല്ല ഗോത്രത്തിൽ നിന്നുള്ളയാളായിരുന്നു (ഖുറൈഷ്). 5) അദ്ദേഹം ഏറ്റവും നല്ല ജനതയിൽ നിന്നുള്ളയാളായിരുന്നു (അറബികൾ).

18. യുദ്ധത്തിൽ വിജയം.
19. ഖദീജയും അദ്ദേഹത്തിന്റെ സംരക്ഷകനായ അബു താലിബും മരിച്ചു. ത്വാഇഫ് അദ്ദേഹത്തെ നിരസിച്ചതിനുശേഷം, മദീനയിലെ അറബികൾ അദ്ദേഹത്തെ സംരക്ഷിക്കുമെന്ന് പ്രതിജ്ഞയെടുത്തു.
20. ഒരു കൂട്ടം *ജിന്നുകൾ* (ഭൂതങ്ങൾ) മുസ്ലീങ്ങളായി.
21. ഇസ്ലാം സ്വീകരിച്ച *ജിന്നുകളെ*ക്കുറിച്ചുള്ള ആശയം, ഓരോ വ്യക്തിക്കും *ഖാരിൻ* എന്നറിയപ്പെടുന്ന ഒരു പരിചിതമായ ആത്മാവുണ്ടെന്ന് ഖുർആനിലും *ഹദീസുക*ളിലും പഠിപ്പിക്കുന്നു.
22. അപ്പോസ്തലനെ പൂർണ്ണമായി അനുസരിച്ചുകൊണ്ട് യുദ്ധം ചെയ്യുക.
23. അദ്ദേഹം തടസ്സമില്ലാതെ പ്രസംഗിച്ചു, മിക്ക മദീനയിലെ അറബികളും ഇസ്ലാമിലേക്ക് പരിവർത്തനം ചെയ്തു.
24. ഇസ്ലാം നിരസിക്കുന്നവർക്ക് മരണാനന്തര ജീവിതത്തിൽ പീഡനം.
25. കൊലപാതകം.
26. *ഫിറ്റ്ന*.
27. ഇസ്ലാമിനെതിരെയുള്ള *ഫിറ്റ്ന*.
28. ഇസ്ലാമിലേക്ക് പ്രവേശിക്കുന്നതിന് എന്തെങ്കിലും തടസ്സം നിലനിൽക്കുന്നത്.
29. നിങ്ങൾ യുദ്ധം ചെയ്യപ്പെടുകയും കൊല്ലപ്പെടുകയും വേണം.
30. കാരണം ഇസ്ലാമിനെ നിരാകരിക്കുന്നതിന്റെ കുറ്റബോധം മരണത്തേക്കാൾ മോശമാണ്.
31. ദശലക്ഷക്കണക്കിന് മുസ്ലീങ്ങൾ മരിക്കുന്നു, എന്നാൽ അമുസ്ലിങ്ങൾ ഡസൻ കണക്കിന് മാത്രം.
32. മരിച്ചവരിൽ നിന്ന് പോലും അദ്ദേഹം പ്രതികാരവും ന്യായീകരണവും തേടി.
33. നിരസിക്കപ്പെടുന്നതിനോടുള്ള അദ്ദേഹത്തിന്റെ വെറുപ്പ്.
34. അവർ സ്ഥിരമായി കുറ്റവാളികളായി മുദ്രകുത്തപ്പെട്ടു, താഴ്ന്നവരായി ആധിപത്യം സ്ഥാപിക്കപ്പെടാൻ അർഹരായി.
35. *ഫിറ്റ്നയ്*ക്കെതിരായ ആക്രമണാത്മക പ്രതികരണങ്ങൾ.
36. അത് അനുസരിക്കുന്നതിൽ നിന്ന് അല്ലാഹു അവനെ വിലക്കി.
37. അവരെ എവിടെ കണ്ടാലും കൊന്നുകളയുക.
38. ചിലർ വിശ്വസിച്ചിരുന്നു, ചിലർ വിശ്വസിച്ചിരുന്നില്ല, പക്ഷേ ഇസ്ലാം അവരെ അനുഗ്രഹിക്കും.
39. ജൂതന്മാരെപ്പോലെ അദ്ദേഹം പ്രാർത്ഥനകളും സകാത്ത് ദാനങ്ങളും പ്രോത്സാഹിപ്പിച്ചു; അദ്ദേഹം തന്റെ പ്രാർത്ഥനകൾ അൽ-ഷാമിലേക്ക് (സിറിയ; അതായത് ജറുസലേം) തിരിച്ചുവിട്ടു;

കൂടാതെ, തന്റെ പഠിപ്പിക്കലുകൾ അവരുടേതിന് സമാനമാണെന്ന് അദ്ദേഹം പറഞ്ഞു.

40. അവരുടെ വർദ്ധിച്ചുവരുന്ന വിമർശനങ്ങൾക്കെതിരെ സ്വയം സാധൂകരിക്കുന്നതിന്.
41. ജൂതന്മാരെ വഞ്ചകരെന്ന് വിളിച്ചു, അവരുടെ വേദഗ്രന്ഥങ്ങൾ വ്യാജമാക്കിയെന്ന് അദ്ദേഹം പറഞ്ഞു.
42. ജൂത വിരുദ്ധ സന്ദേശങ്ങൾ:

    - ചോദ്യം 4:46. ജൂതന്മാർ ശപിക്കപ്പെട്ടവരായിരുന്നു.
    - ചോദ്യം 7:166, മുതലായവ. ജൂതന്മാർ കുരങ്ങന്മാരും പന്നികളുമായിരുന്നു.
    - ചോദ്യം 5:70. ജൂതന്മാർ പ്രവാചക ഘാതകരായിരുന്നു.
    - ചോദ്യം 5:13. ജൂതന്മാരെ അല്ലാഹു കഠിനരാക്കി.
    - ചോദ്യം 2:27. ജൂതന്മാർ പരാജിതരായിരുന്നു.

43. ജൂതമതം.
44. അവൻ അവരെ ഭീഷണിപ്പെടുത്തി പുറത്താക്കി.
45. കാരണം അവൻ അവരെ കൊല്ലുകയായിരുന്നു, ഇസ്ലാമിലേക്കുള്ള പരിവർത്തനം മാത്രമേ അവരെ സംരക്ഷിക്കൂ.
46. അവൻ അവരെ കുറ്റപ്പെടുത്തി, ആക്രമിച്ചു, പുറത്താക്കി, അവരുടെ സ്വത്തുക്കൾ കൊള്ളയടിച്ചു.
47. അവൻ അവരെ ഉപരോധിച്ചു, തുടർന്ന് പുരുഷന്മാരെ കൂട്ടക്കൊല ചെയ്തു, സ്ത്രീകളെയും കുട്ടികളെയും അടിമകളാക്കി.
48. അവൻ അവരെ ആക്രമിച്ച് കീഴടക്കി, പക്ഷേ അവർക്ക് 'മൂന്നാമത്തെ തിരഞ്ഞെടുക്കൽ' വാഗ്ദാനം ചെയ്തു: *ദിമ്മികളായി* ജീവിക്കുക.
49. ജൂതന്മാരും ക്രിസ്ത്യാനികളും.
50. സ്വയം നിരസിക്കൽ മുതൽ സ്വയം സാധൂകരിക്കലും പിന്നെ ആക്രമണത്തിലേക്കും.
51. അവിശ്വാസികളുടെ പരാജയവും അധഃപതനവും.
52. ഒരു പ്രത്യയശാസ്ത്രവും സൈനിക പരിപാടിയും.
53. വെറുമൊരു 'മുന്നറിയിപ്പ് നൽകുന്നയാൾ' എന്നതിനുപകരം, അദ്ദേഹം വിശ്വാസികളുടെ ഒരു കമാൻഡറായി മാറി, അവരുടെ ജീവിതത്തെ നിയന്ത്രിക്കുന്ന തലത്തിൽ.
54. അല്ലാഹുവിനെ അനുസരിക്കാനുള്ള മാർഗം മുഹമ്മദിനെ അനുസരിക്കുക എന്നതാണ്.

55. നിരസിക്കപ്പെട്ടതിനോട് മുഹമ്മദിന്റെ സ്വന്തം പ്രതികരണങ്ങളുടെ പരിണാമത്തെ അടിസ്ഥാനമാക്കിയുള്ളതാണ് അവ.
56. മുഹമ്മദിന്റെ പ്രശ്നങ്ങൾ *ശരീഅത്തി*ലൂടെ ലോകത്തിന് കൈമാറിയിട്ടുണ്ട്.
57. *ഷഹാദയിലെ* വാക്കുകൾ.
58. ഖുർആൻ അല്ലാഹുവിന്റെ വചനമാണെന്നും; മുഹമ്മദിനെക്കുറിച്ച് ഖുർആൻ എന്താണ് പറയുന്നതെന്നും.
59. *ഷഹാദ* പാരായണം ചെയ്യുന്നത് ആത്മീയ അധികാരികൾക്കും മുഹമ്മദിന്റെ ആത്മീയ പ്രശ്നങ്ങൾ മുസ്ലീങ്ങളുടെ മേൽ അടിച്ചേൽപ്പിക്കാൻ അനുമതിയുമാണ്.
60. [പങ്കെടുക്കുന്നവർ തങ്ങൾ നേരിട്ട നെഗറ്റീവ് വശങ്ങൾ വട്ടമിട്ടിരിക്കും.]
61. അവർ അത് നിഷേധിക്കുന്നു.
62. അത് ദുഷിപ്പിക്കപ്പെട്ടതാണെന്ന് അവർ പറയുന്നു.
63. അവയെ നശിപ്പിക്കുക.
64. ഖുർആൻ ദൈവവചനമാണെന്ന വിശ്വാസം.
65. അസ്ഥിരത, ഭീഷണിപ്പെടുത്തൽ, ദുർബലത, ആത്മവിശ്വാസക്കുറവ്.

പാഠം 5 ഉത്തരങ്ങൾ

1. നിരസിക്കൽ.
2. നാല് വഴികൾ: 1) നിയമവിരുദ്ധതയുടെ ലജ്ജ. 2) വളരെ എളിയ ജനനം. 3) ഹെരോദാവ് അവനെ കൊല്ലാൻ ശ്രമിച്ചു. 4) മാതാപിതാക്കൾ അഭയാർത്ഥികളെപ്പോലെ ഈജിപ്തിലേക്ക് പലായനം ചെയ്തു.
3. പരീശന്മാർ ക്രിസ്തുവിനെ ആക്രമിച്ചത് താഴെപ്പറയുന്ന കാര്യങ്ങളെക്കുറിച്ചാണ്:
    - മർക്കോസ് 3:2, മുതലായവ. ശബ്ബത്ത് നിയമങ്ങൾ ലംഘിക്കൽ.
    - മർക്കോസ് 11:28, മുതലായവ. അവന്റെ അധികാരം.
    - മർക്കോസ് 10:2, മുതലായവ. വിവാഹമോചനം.
    - മർക്കോസ് 12:15, മുതലായവ. കൈസറിന് നികുതി അടയ്ക്കൽ.
    - മത്തായി 22:36. ഏറ്റവും വലിയ കല്പന.
    - മത്തായി 22:42. മിശിഹാ.
    - യോഹന്നാൻ 8:19. യേശുവിന്റെ പിതൃത്വം.
    - മത്തായി 22:23-28, മുതലായവ. പുനരുത്ഥാനം.

- മർക്കോസ് 8:11, മുതലായവ. അത്ഭുതങ്ങൾ.
- മർക്കോസ് 3:22, മുതലായവ. സാത്താനെ 'സ്വന്തമാക്കൽ'; സാത്താന്റെ ശക്തിയാൽ അത്ഭുതങ്ങൾ പ്രവർത്തിക്കൽ.
- മത്തായി 12:2, മുതലായവ. അവന്റെ ശിഷ്യന്മാരുടെ പെരുമാറ്റം.
- യോഹന്നാൻ 8:13. അസാധുവായ സാക്ഷ്യം കൊടുത്തു.

4. യേശു അനുഭവിച്ച തിരസ്കരണം:

- മത്തായി 2:16. ഹെരോദാവ് അവനെ കൊല്ലാൻ ശ്രമിച്ചു.
- മർക്കൊാസ് 6:3, മുതലായവ. നസറായന്മാർ അവനെ കൊല്ലാൻ ശ്രമിച്ചു.
- മർക്കൊാസ് 3:21. കുടുംബം അവനെ അപമാനിച്ചു.
- യോഹന്നാൻ 6:66. നിരവധി അനുയായികൾ അവനെ ഉപേക്ഷിച്ചു.
- യോഹന്നാൻ 10:31. ജനക്കൂട്ടം അവനെ കല്ലെറിയാൻ ശ്രമിച്ചു.
- യോഹന്നാൻ 11:50. നേതാക്കൾ അവനെ കൊല്ലാൻ ഗൂഢാലോചന നടത്തി.
- മർക്കൊാസ് 14:43-45, മുതലായവ. യൂദാസ് ഒറ്റിക്കൊടുത്തു.
- മർക്കൊാസ് 14:66-72, മുതലായവ. പത്രോസ് തള്ളിപ്പറഞ്ഞു.
- മർക്കൊാസ് 15:12-15, മുതലായവ. ജനക്കൂട്ടം അവന്റെ മരണം ആവശ്യപ്പെട്ടു.
- മർക്കൊാസ് 14:65, മുതലായവ. യഹൂദ നേതാവിന്റെ പരിഹാസം.
- മർക്കൊാസ് 15:16-20, മുതലായവ. പട്ടാളക്കാർ പീഡിപ്പിച്ചു.
- മർക്കോസ് 14:53-65., മുതലായവ. വ്യാജമായി മരണത്തിന് വിധിക്കപ്പെട്ടു.
- ആവർത്തനം 21:23. ക്രൂശിലൂടെ ശപിക്കപ്പെട്ടു.
- മർക്കോസ് 15:21-32, മുതലായവ. കള്ളന്മാരോടൊപ്പം വേദനാജനകമായ മരണം.

5. ആറ് പ്രതികരണങ്ങൾ: യേശു 1) ആക്രമണകാരിയോ 2) അക്രമാസക്തനോ ആയിരുന്നില്ല; 3) പ്രതികാരബുദ്ധിയുള്ളവനോ; 4) ശബ്ദമുയർത്തുന്നവനോ ആയിരുന്നില്ല. 5) ആരോപണവിധേയനായ അവൻ മൗനം പാലിച്ചു; 6) അവർ തന്നെ കൊല്ലാൻ ആഗ്രഹിച്ച സ്ഥലങ്ങളിൽ നിന്നും അകന്നുമാറി.
6. അവൻ പ്രലോഭനത്തെ അതിജീവിച്ചു, തിരസ്കരണത്തിന് വഴങ്ങിയില്ല.
7. കാരണം അവൻ വളരെ സുരക്ഷിതനും സ്വയം സമാധാനവാനുമായിരുന്നു.

8. യെശയ്യാവിന്റെ പുസ്തകത്തിലെ കഷ്ടപ്പെടുന്ന ദാസൻ നിരസിക്കപ്പെട്ടു.
9. ക്രൂശീകരണത്തിലൂടെയുള്ള അവന്റെ മരണം.
10. തന്റെ ലക്ഷ്യങ്ങൾ നേടിയെടുക്കാൻ ബലപ്രയോഗം.
11. പ്രതീകാത്മകമായി, കുടുംബങ്ങൾക്കുള്ളിൽ ഭിന്നത സൃഷ്ടിക്കുകയും ഒരുപക്ഷേ പീഡനം ഉണ്ടാക്കുകയും ചെയ്യുന്നു.
12. മിശിഹാ അക്രമമോ സൈനിക ശക്തിയോ രാഷ്ട്രീയ സാധ്യതകളോ ഉപയോഗിച്ചുവെന്ന ആശയവും അവന്റെ രാജ്യം ഭൗതികമായിരുന്നു എന്ന ആശയവും അവൻ നിരസിക്കുന്നു.
13. അവരെ കൊല്ലുന്നതിൽ നിന്ന് വിലക്കിയിരുന്നു.
14. മറ്റുള്ളവരോട് എങ്ങനെ പെരുമാറണമെന്നാണ് ക്രിസ്തു പഠിപ്പിച്ചത്:

    - മത്തായി 5:38-42, തിന്മയെക്കുറിച്ച്: പകരം നന്മ കാണിക്കുക.
    - മത്തായി 7:1-5, വിധിക്കുന്നതിനെ കുറിച്ച്: മറ്റുള്ളവരെ വിധിക്കരുത്.
    - മത്തായി 5:43, ശത്രുക്കളെക്കുറിച്ച്: അവരെ സ്നേഹിക്കുക.
    - മത്തായി 5:5, സൗമ്യതയെക്കുറിച്ച്: അത് വിജയിക്കും.
    - മത്തായി 5:9, സമാധാനം ഉണ്ടാക്കുന്നവരെ കുറിച്ച്: അവർ ദൈവത്തിന്റെ മക്കൾ എന്ന് വിളിക്കപ്പെടും.
    - 1 കൊരിന്ത്യർ 4:11-13, മുതലായവ, പീഡനത്തെക്കുറിച്ച്: ക്രിസ്ത്യാനികൾ വലിയ പരീക്ഷണങ്ങൾ സഹിക്കണം, പ്രതികാരം ചെയ്യരുത്.
    - 1 പത്രോസ് 2:21-25, നമ്മുടെ മാതൃകയെക്കുറിച്ച്: മറ്റുള്ളവരെ സ്നേഹിക്കുന്നതിന് യേശു നമ്മുടെ മാതൃകയാണ്.

15. അവർക്ക് ചാട്ടവാറടി, വെറുപ്പ്, വിശ്വാസവഞ്ചന, മരണം എന്നിവ അനുഭവിക്കേണ്ടിവരുമെന്ന്.
16. കയ്പില്ലാതെ മുന്നോട്ട് പോകാൻ.
17. ഒരു ശമര്യ ഗ്രാമം അവനെ സ്വീകരിക്കാൻ വിസമ്മതിച്ചപ്പോൾ.
18. അക്രമാസക്തമായി പീഡിപ്പിക്കപ്പെടുമ്പോൾ: 1) മറ്റൊരു സ്ഥലത്തേക്ക് ഓടിപ്പോകുക. 2) വിഷമിക്കേണ്ട, പക്ഷേ ആത്മാവിൽ ആശ്രയിക്കുക. 3) ഭയപ്പെടരുത്.
19. പീഡിപ്പിക്കപ്പെടുമ്പോൾ സന്തോഷിക്കാൻ.
20. നിത്യജീവന്റെ പ്രത്യാശ.
21. മൂന്ന് ഫലങ്ങൾ: 1) ആളുകൾ ദൈവത്തിൽ നിന്നും പരസ്പരം അകന്നുപോകുന്നു. 2) ആളുകൾ ദൈവസാന്നിധ്യത്തിൽ നിന്ന് ഒഴിവാക്കപ്പെടുന്നു. 3) ആളുകൾ വീഴ്ചയുടെ ശാപത്തിന് വിധേയരാകുന്നു.

22. യേശുക്രിസ്തുവിന്റെ അവതാരവും ക്രൂശും.
23. യേശുവിന്റെ ക്രൂശിനു കീഴടങ്ങൽ.
24. അവൻ തന്റെ ആക്രമണകാരികളുടെ വിദ്വേഷം ഉൾക്കൊള്ളുകയും ലോകത്തിന്റെ പാപങ്ങൾക്കുവേണ്ടി ഒരു യാഗമായി തന്റെ ജീവൻ നൽകുകയും ചെയ്തു.
25. പാപപരിഹാരത്തിനായി പ്രതീകാത്മകമായി രക്തം ചൊരിയുന്നതിലേക്കും; കഷ്ടപ്പെടുന്ന ദാസനെക്കുറിച്ചുള്ള യെശയ്യാവ് 53 ലെ പ്രവചനത്തിലേക്കും.
26. ദൈവവുമായുള്ള അനുരഞ്ജനം.
27. മനുഷ്യരിൽ നിന്നോ മാലാഖമാരിൽ നിന്നോ ഭൂതങ്ങളിൽ നിന്നോ ഉള്ള ആരോപണങ്ങൾ.
28. അനുരഞ്ജന ശുശ്രൂഷ.
29. ബലപ്രയോഗത്തിലൂടെ തന്നെത്തന്നെ ന്യായീകരിക്കുക.
30. അവന്റെ പുനരുത്ഥാനത്തിലൂടെയും സ്വർഗ്ഗാരോഹണത്തിലൂടെയും.
31. ന്യായീകരണം.
32. ക്രിസ്തുവിന്റെ കഷ്ടപ്പാടുകളിൽ പങ്കുചേരാനുള്ള ഒരു മാർഗമായിട്ടാണ് അവരുടെ കഷ്ടപ്പാടിനെ കാണുന്നത്.
33. മുഹമ്മദ് അവരെ നേരിട്ട് നശിപ്പിച്ചു, ഈസ ഭൂമിയിലേക്ക് മടങ്ങിവരുമ്പോൾ അതുതന്നെ ചെയ്യുമെന്ന് പ്രവചിച്ചു.
34. അമുസ്ലീങ്ങൾക്ക് അവരുടെ വിശ്വാസം നിലനിർത്താൻ അനുവദിക്കുന്ന 'മൂന്നാമത്തെ തിരഞ്ഞെടുപ്പ്' ദർമ്മിറ്റുട്.
35. തന്റെ വസ്ത്രത്തിൽ നിന്ന് എല്ലാ മതചിഹ്നങ്ങളും നീക്കം ചെയ്യാൻ അദ്ദേഹം നിർബന്ധിതനായി.

പാഠം 6 ഉത്തരങ്ങൾ

1. മുഹമ്മദ് "താൻ പ്രചരിപ്പിച്ച വിശ്വാസം വാളുകൊണ്ട് പ്രചരിപ്പിക്കാനുള്ള കൽപ്പന"
2. മതപരിവർത്തനത്തിനോ യുദ്ധത്തിനോ ശേഷം മൂന്നാമത്തെ മാർഗമുണ്ട്: കീഴടങ്ങുകയും മുസ്ലീങ്ങളുടെ സംരക്ഷണത്തിൽ ജീവിക്കുകയും ചെയ്യുക.
3. ഇസ്ലാമിലേക്ക് പരിവർത്തനം ചെയ്യുക; കൊല്ലപ്പെടുക; അല്ലെങ്കിൽ കീഴടങ്ങുക (അവഹേളനത്തിൽ ജീവിക്കുക).
4. അല്ലാഹുവിനെ മാത്രമേ ആരാധിക്കാവൂ എന്നും മുഹമ്മദ് അല്ലാഹുവിന്റെ ദൂതനാണെന്നും (അതായത് ഷഹാദയോട്) ആളുകൾ സാക്ഷ്യപ്പെടുത്തുന്നതുവരെ പോരാടുക.
5. ഇസ്ലാം സ്വീകരിക്കുക, അല്ലെങ്കിൽ ജിസിയ ആവശ്യപ്പെടുക, അല്ലെങ്കിൽ അവിശ്വാസികളോട് പോരാടുക.

6. കപ്പം (ജിസിയ) നൽകുകയും അപമാനിക്കപ്പെടുകയും ചെയ്യുന്നത് "ചെറിയതാക്കപ്പെടുകയും" ചെയ്യുക.
7. *ദിമ്മ* ഉടമ്പടി.
8. *ദിമ്മികൾ.*
9. രണ്ട് തത്വങ്ങൾ: 1) ഇസ്ലാം മറ്റ് മതങ്ങളെക്കാൾ വിജയിക്കണം. 2) ഇസ്ലാമിനെ നടപ്പിലാക്കാൻ മുസ്ലീങ്ങൾക്ക് അധികാരമുണ്ടായിരിക്കണം.
10. കീഴടക്കിയ മുസ്ലിംകളോട് തങ്ങൾ കടപ്പെട്ടിരിക്കുന്നുവെന്ന് സമ്മതിക്കുന്ന ഒരു തല നികുതിയാണിത്: നികുതി കൊല്ലപ്പെടാത്തതിൻ്റെ നഷ്ടപരിഹാരമാണ്.
11. മുസ്ലീങ്ങളുടെ പ്രയോജനത്തിനായി.
12. ആ വർഷം അവരുടെ തല ഉണ്ടായിരിയ്ക്കാൻ അനുവദിച്ചതിനുള്ള ഒരു നഷ്ടപരിഹാരമാണിത്.
13. *ജിഹാദ്* വീണ്ടും ആരംഭിക്കുന്നു: യുദ്ധം, കൊള്ള, ബലാത്സംഗം, മരണം.
14. ധിക്കാരികളും മത്സരികളുമായവർക്കുള്ള ശിക്ഷ, അതാണ് *ജിഹാദ്.*
15. കൊല്ലാനോ പിടിച്ചടക്കാനോ ഉള്ള സ്വാതന്ത്ര്യം.
16. *ദിമ്മ* ഉടമ്പടി ലംഘിച്ചുവെന്നാരോപിച്ച് കൂട്ടക്കൊലകൾ.
17. സുൽത്താൻ ജൂതന്മാരെ ഗ്രാൻഡ് വിസിയർ സ്ഥാനത്തേക്ക് നിയമിച്ചിരുന്നു.
18. ക്രിസ്ത്യാനികൾ അവരുടെ കീഴ്‌വഴക്ക പദവി ഉപേക്ഷിച്ചുവെന്നും അതോടൊപ്പം അവരുടെ സംരക്ഷണം ഉപേക്ഷിച്ചുവെന്നും ആരോപിക്കപ്പെട്ടു. ചിലർ ജീവൻ രക്ഷിക്കാൻ ഇസ്ലാമിലേക്ക് പരിവർത്തനം ചെയ്തു.
19. *ജിസിയ* കപ്പം നൽകുന്നതിനിടെയാണ് ഈ ആചാരം നടപ്പിലാക്കിയത്. കഴുത്തിൽ ഒന്നോ രണ്ടോ അടിയും ചിലപ്പോൾ ആചാരപരമായ ശ്വാസംമുട്ടിക്കലും ഇതിൽ ഉൾപ്പെട്ടിരുന്നു.
20. പുരുഷന്മാരുടെ ശിരച്ഛേദം ഉൾപ്പെടെ, അവരുടെ *ദിമ്മയുടെ* ഏതെങ്കിലും വ്യവസ്ഥകൾ ലംഘിച്ചാൽ, *ദിമ്മി* സമൂഹം അക്രമാസക്തമായ *ജിഹാദിനെ* അംഗീകരിക്കുന്നുവെന്ന് പ്രകടിപ്പിക്കുന്നതിനാണ് ഇത് ഉദ്ദേശിക്കുന്നത്.
21. ശിരച്ഛേദം എന്ന ശാപം.
22. നിഗൂഢ സമൂഹങ്ങളിലെന്നപോലെ ഒരു രക്ത ഉടമ്പടി അല്ലെങ്കിൽ രക്ത സത്യം.
23. സ്വയം ശപിക്കുകയും സ്വന്തം വധശിക്ഷയ്ക്ക് അനുമതി നൽകുകയും ചെയ്യുക.
24. കൃതജ്ഞതയും താഴ്ന്ന അപകർഷതയും.
25. ഉദാഹരണങ്ങൾ:

- ദിമ്മികളുടെ സാക്ഷി: ശരിഅത്ത് കോടതികളിൽ സ്വീകാര്യമല്ല.
- ദിമ്മികളുടെ വീടുകൾ: മുസ്ലീങ്ങളുടെ വീടുകളേക്കാൾ ഉയർന്നതല്ല.
- ദിമ്മിയുടെ കുതിരകൾ: ദിമ്മികൾ കയറാൻ അനുവാദമില്ല.
- ദിമ്മികൾക്ക് റോഡിൽ മുസ്ലീങ്ങൾക്ക് വേണ്ടി വഴി കൊടുക്കേണ്ടി വന്നു.
- ദിമ്മിയുടെ സ്വയം പ്രതിരോധം: അനുവദനീയമല്ല.
- ദിമ്മികളുടെ മതചിഹ്നങ്ങൾ: പൊതുസ്ഥലത്ത് അനുവദനീയമല്ല.
- ദിമ്മിയുടെ പള്ളികൾ: അറ്റകുറ്റപ്പണികളോ പുതിയ പള്ളി കെട്ടിടങ്ങളോ ഇല്ല.
- ദിമ്മിയുടെ ഇസ്ലാമിനെ വിമർശിക്കുന്നത്: അനുവദനീയമല്ല.
- ദിമ്മികളുടെ വസ്ത്രധാരണം: മുസ്ലീങ്ങളെ അനുകരിക്കാൻ അനുവാദമില്ല.
- ദിമ്മികളുടെ വിവാഹം: ഒരു *ദിമ്മി* പുരുഷന് മുസ്ലീം സ്ത്രീയെ വിവാഹം കഴിക്കാൻ കഴിയില്ല, ഒരു മുസ്ലീം പുരുഷൻ ഒരു *ദിമ്മി* സ്ത്രീയെ വിവാഹം കഴിച്ചാൽ കുട്ടികൾ മുസ്ലീങ്ങളായിരിക്കും.

26. അവർ *ജിസിയ* നൽകുകയും "ചെറിയവരാക്കുകയും" ചെയ്യുമെന്ന്.
27. ആത്മാവിനെ കൊലചെയ്യുന്നത് പോലെ.
28. ഒരു *ദിമ്മ* ഉടമ്പടി സൃഷ്ടിക്കുന്ന വ്യവസ്ഥകളുടെ ആകെത്തുക.
29. അപമാനത്തോട് വിധേയത്വത്തോടെ പൊരുത്തപ്പെടുക.
30. അപകർഷതാബോധം, രഹസ്യ സ്വഭാവം, കൗശലം, നീചത്വം, ഭയം എന്നിവയുടെ വികാരങ്ങൾ.
31. യജമാനന്മാരുടെയും ഭരണാധികാരികളുടെയും മതം പോലെ.
32. അവരുടെ തെറ്റായ ശ്രേഷ്ഠതാ ബോധവും മത സംരക്ഷണവാദവും മുസ്ലീങ്ങളെ ദുർബലപ്പെടുത്തുകയും യാഥാർത്ഥ്യത്തെ അംഗീകരിക്കാൻ അവർക്ക് പ്രയാസകരമാക്കുകയും ചെയ്യുന്നു.
33. അടിമത്തത്തിലേക്ക്: അമേരിക്കൻ ആഭ്യന്തരയുദ്ധത്തിൽ അടിമത്തം നിർത്തലാക്കപ്പെട്ടു, എന്നിട്ടും ഒരു നൂറ്റാണ്ടിലേറെയായി ദുരുപയോഗം ചെയ്യുന്ന വംശീയത തുടരുന്നു.
34. പാശ്ചാത്യലോകം അതിന്റെ നാഗരികതയ്ക്ക് ഇസ്ലാമിനോട് കടപ്പെട്ടിരിക്കുന്നു എന്ന വാദം.
35. യൂറോപ്യൻ രാഷ്ട്രങ്ങൾ.
36. *ശരീഅത്തിന്റെ* പുനരുജ്ജീവനം.

37. അഞ്ച് പരിണതഫലങ്ങൾ: 1) മുറിവേറ്റ ആത്മാവ്. 2) കുറ്റബോധത്തിന്റെ ആത്മാവ്. 3) ഇരയുടെ മനോഭാവം. 4) അക്രമത്തിന്റെ ആത്മാവ്. 5) മറ്റുള്ളവരെ ഭരിക്കാനുള്ള ആഗ്രഹം.
38. മുഹമ്മദിന്റെ അടിച്ചമർത്തപ്പെട്ട ആത്മീയ അവസ്ഥ മറ്റുള്ളവരുടെ അധഃപതനത്തിന് കാരണമായി.
39. അവൻ കുറ്റം ചെയ്യാൻ വിസമ്മതിച്ചു, അക്രമത്തിൽ ഏർപ്പെടാൻ വിസമ്മതിച്ചു, മറ്റുള്ളവരുടെമേൽ ആധിപത്യം സ്ഥാപിക്കാൻ വിസമ്മതിച്ചു, മുറിവേൽപ്പിയ്ക്കുന്ന മനോഭാവം സ്വീകരിക്കാൻ വിസമ്മതിച്ചു.
40. ക്രിസ്ത്യാനികളിൽ ആരും മുമ്പ് അവരുടെ ആത്മീയ അടിമത്തം മനസ്സിലാക്കിയിരുന്നില്ല; എല്ലാവരും മോചനത്തിനായി പ്രാർത്ഥിച്ചു; അത് പൂർത്തിയായപ്പോൾ എല്ലാവരും അതിയായി സന്തോഷിച്ചു.
41. ജിഹാദി ആക്രമണങ്ങളെക്കുറിച്ചുള്ള ഭയം, ജിഹാദികളിൽ നിന്നുള്ള മുൻകാല ആഘാതം, നിങ്ങളുടെ കുടുംബത്തിന് നേരെയുള്ള മുൻകാല ഭീഷണികൾ.
42. ആദ്യം അവ രൂപകൽപ്പന ചെയ്തിരിക്കുന്നത് *ദിമ്മ* ഉടമ്പടി റദ്ദാക്കാനും, നമ്മുടെ ജീവിതത്തിന്മേലുള്ള അതിന്റെ അവകാശവാദങ്ങൾ തകർക്കാനും, രണ്ടാമത്തേത് ദിമ്മത്വത്തിൽ നിന്ന് വരുന്ന എല്ലാ ശാപങ്ങളെയും നിരസിക്കാനും തകർക്കാനും ആണ്.
43. ഈ സ്വാധീനങ്ങളിൽ നിന്ന് ആളുകളെ സ്വതന്ത്രരാക്കാൻ അവ സഹായിക്കും.

പാഠം 7 ഉത്തരങ്ങൾ

1. സത്യത്തെ സ്നേഹിക്കാനും സത്യം സംസാരിക്കാനുമുള്ള ബോധ്യം.
2. കാരണം ദൈവം ബന്ധുത്വമുള്ളവനാണ്.
3. നുണ പറയൽ.
4. അവൻ ആളുകളെ വഴിതെറ്റിക്കുന്നു.
5. അനുവദനീയമായ നുണകൾ: യുദ്ധത്തിൽ, ഭാര്യയോട്, സംരക്ഷണം നേടാൻ, *ഉമ്മയെ* പ്രതിരോധിക്കാൻ, അപകടത്തിൽപ്പെടുമ്പോൾ സംരക്ഷണം നേടാൻ (*തഖിയ്യ*).
6. സ്വന്തം വിശ്വാസം നിഷേധിക്കുന്നതായി നടിക്കുക.
7. അവരുടെ ശ്രേഷ്ഠതയും അമുസ്ലിങ്ങൾളെക്കാൾ മികച്ചവരായിരിക്കലും.
8. മുഹമ്മദ്.

9. ബഹുമാനത്തിന്റെയും ലജ്ജയുടെയും ആശയങ്ങൾ.
10. ശ്രേഷ്ഠരാണെന്ന് തോന്നുന്നതിന്റെ വൈകാരിക ലോകവീക്ഷണം.
11. കാരണം ശപിക്കുന്നതിനെക്കുറിച്ച് *ഹദീസുകളിൽ* പരസ്പരവിരുദ്ധമായ പ്രസ്താവനകളുണ്ട്.
12. അമുസ്ലിങ്ങളെ ശപിക്കുന്നത്.
13. വിദ്വേഷം, ആവേശം, ഒരു ആത്മീയ "ആവേശം".
14. രണ്ട് ആളുകളെ പരസ്പരം ബന്ധിപ്പിക്കുന്ന ഒരു ഉടമ്പടി.
15. ക്ഷമിക്കാതിരിക്കുന്നത് രണ്ട് ആളുകൾക്കിടയിൽ ഒരു ആത്മാവിനെ ബന്ധിച്ചിരിക്കുന്നതിനാൽ.
16. [വിദ്യാർത്ഥികൾ പ്രാർത്ഥന പരിഗണിക്കുകയും ഘട്ടങ്ങൾ ബാധകമാകുന്ന പോയിന്റുകൾ സ്വയം തിരിച്ചറിയുകയും ചെയ്യു്യന്നു.]
17. ഉപേക്ഷിക്കപ്പെട്ടത്: മറ്റുള്ളവരെ ശപിക്കുന്ന പാപം, അതിന്റെ ഫലമായുണ്ടാകുന്ന ശാപങ്ങൾ, മറ്റുള്ളവരോടുള്ള വെറുപ്പ്, അനുഭവിച്ച വികാരം, വെറുപ്പിന്റെയും ശാപത്തിന്റെയും ഭൂതങ്ങൾ, ഇമാമുകളുമായും മറ്റുള്ളവരുമായും ഉള്ള എല്ലാ അഭക്ത ബന്ധങ്ങളും, ഈ ആത്മബന്ധങ്ങൾ നിലനിർത്തുന്ന ഭൂതങ്ങളുടെ എല്ലാ നിയമനങ്ങളും. തകർന്നത്: അഭക്തമായ ആത്മീയ ശക്തികൾ, ശാപങ്ങൾ, അഭക്തമായ ആത്മബന്ധങ്ങൾ.
18. ശാപങ്ങളിൽ നിന്നുള്ള മോചനം, സമാധാനം, സൗമ്യത, അനുഗ്രഹിക്കാനുള്ള അധികാരം. ഈ അനുഗ്രഹങ്ങൾ ശാപങ്ങൾക്കും അവയെ നയിച്ച വിദ്വേഷത്തിനും വിപരീതമാണ്.
19. പൂർവ്വികർ, പിതാക്കന്മാർ, ഇമാമുകൾ, മുസ്ലീം നേതാക്കൾ, എന്നെത്തന്നെ ശപിക്കാൻ എന്നെ സ്വാധീനിച്ച മറ്റുള്ളവർ.
20. താൻ താമസിയ്ക്കുന്ന ഇടം ഒരു ശാപത്തിന് കീഴിലായിരിക്കാമെന്ന് അയാൾ കരുതി.
21. ഒരു ശാപം എങ്ങനെ തകർക്കണമെന്ന് അവനറിയില്ലായിരുന്നു.
22. തൻ്റെ ഭവനത്തിനെതിരായ എല്ലാ ശാപങ്ങളും തകർക്കാൻ അവൻ യേശുവിൻ്റെ നാമത്തിൽ അധികാരം ഏറ്റെടുക്കേണ്ടതുണ്ട്.
23. അവർ ശാപം അനുഭവിക്കുന്നു.
24. ഒൻപത് ഘട്ടങ്ങൾ: 1) ഏറ്റുപറഞ്ഞ് അനുതപിക്കുക. 2) ഭക്തികെട്ട വസ്തുക്കളെ നീക്കം ചെയ്യുക. 3) മറ്റുള്ളവരോടും നിങ്ങളോടും ക്ഷമിക്കുക. 4) ക്രിസ്തുവിൽ നിങ്ങളുടെ അധികാരം അവകാശപ്പെടുക. 5) ശാപം ഉപേക്ഷിച്ച് തകർക്കുക. 6) ക്രിസ്തുവിലുള്ള നിങ്ങളുടെ സ്വാതന്ത്ര്യം പ്രഖ്യാപിക്കുക. 7) പിശാചുക്കളോട് അവരെ പുറത്തുപോകാൻ കൽപ്പിക്കുക. 8) അനുഗ്രഹങ്ങൾ പ്രഖ്യാപിക്കുക. 9) ദൈവത്തെ സ്തുതിക്കുക.

പാഠം 8 ഉത്തരങ്ങൾ

1. നാല് കാരണങ്ങൾ: 1) സമൂഹം നഷ്ടപ്പെടുന്നതിന്റെ വേദന. 2) ഇസ്ലാമിൽ നിന്നുള്ള തടസ്സങ്ങളും പ്രതികൂലങ്ങളും. 3) നേരിട്ടുള്ള പീഡനം. 4) ക്രിസ്ത്യാനികളോടും സഭയോടുമുള്ള നിരാശ.
2. ഭയവും *ദിമ്മ* നിയമങ്ങളും കാരണം പള്ളികൾ ഇസ്ലാമിൽ നിന്ന് മതം മാറിയവരിൽ നിന്ന് പിന്മാറുന്നു.
3. *ദിമ്മ* ഉടമ്പടി മനസ്സിലാക്കുകയും നിരസിക്കുകയും ചെയ്യുന്നു.
4. ഭയം, അരക്ഷിതാവസ്ഥയും, പണസ്നേഹവും, നിരസിക്കപ്പെട്ടതിന്റെ വികാരങ്ങൾ, ഇരയായി എന്ന ബോധം, കുറ്റബോധം, മറ്റുള്ളവരെ വിശ്വസിക്കാൻ കഴിയാത്തത്, വൈകാരിക വേദന, ലൈംഗിക പാപം, കണ്ണുകടി, നുണ.
5. ഇസ്ലാമിന്റെ നിയന്ത്രണ സ്വാധീനം.
6. മറ്റുള്ളവർക്ക് അസൂയ തോന്നും.
7. അവൻ മറ്റ് ക്രിസ്ത്യാനികളോട് ദേഷ്യപ്പെട്ടു.
8. മറ്റുള്ളവയേക്കാൾ മികച്ചതാണെന്ന് വിശ്വസിച്ചുകൊണ്ട് ഓരോ സഭയും മറ്റൊന്നുമായും മത്സരിക്കുന്നു.
9. ഒരു വാതിൽ തുറന്നിട്ട വീട് ശൂന്യമായി കിടക്കുന്നു.
10. വിശ്വാസത്തിൽ ഉറച്ച ക്രിസ്ത്യാനികൾ.
11. ശീലങ്ങളും ചിന്താരീതികളും മാറേണ്ടതുണ്ട്.
12. തീത്തൊസിനെ വളരാൻ പ്രോത്സാഹിപ്പിക്കാൻ പൗലോസ് ആഗ്രഹിക്കുന്നു.
13. പൗലോസ് ക്രിസ്ത്യാനികളെ വെറുത്തിരുന്നു.
14. സ്നേഹത്തിലും അറിവിലും ഉൾക്കാഴ്ചയുടെ ആഴത്തിലും വളരുകയും നല്ല ഫലം കായ്ക്കുകയും ചെയ്തുകൊണ്ട്.
15. [പങ്കെടുക്കുന്നവർ തങ്ങൾ നിരീക്ഷിച്ച നിഷേധാത്മകമായ ഫലങ്ങൾ അറിയിക്കുന്നു.]
16. തലമുറകളുടെ ശാപം അദ്ദേഹം ഉപേക്ഷിച്ചു, അത് തകർത്തു. ഉത്കണ്ഠ അനുഭവിക്കാനുള്ള പ്രവണതയിൽ നിന്നും അദ്ദേഹം സുഖം പ്രാപിച്ചു.
17. *എല്ലാ* വാതിലുകളും അടയ്ക്കുക.
18. വിശ്വാസിക്കെതിരെ സാത്താന് ഉപയോഗിക്കാൻ കഴിയുന്ന തുറന്ന വാതിലുകൾ അടയ്ക്കുക.
19. ആത്മാവ് ജീവജലം ഉൾക്കൊള്ളാൻ ഉദ്ദേശിച്ചുള്ളതാണ്, എന്നാൽ അതിന്റെ വശത്ത് വിടവുകൾ ഉണ്ടെങ്കിൽ, അതിന് ആവശ്യമായത്ര വെള്ളം ഉൾക്കൊള്ളാൻ കഴിയില്ല.

20. ക്രിസ്തുവിനുവേണ്ടി ജീവിക്കാൻ ആഗ്രഹിക്കുന്ന ബിഎംബികൾക്ക് സമാനമായ തടസ്സങ്ങളും ആത്മാവിന്റെ കേടുപാടുകളും.
21. അത് അവരെ മികച്ചവരായി തോന്നാൻ സഹായിക്കുന്നു.
22. സഭകൾക്ക് ഒരുമിച്ച് പ്രവർത്തിക്കുന്നതിൽ പ്രശ്നമുണ്ട്. മറ്റുള്ളവർ ശുശ്രൂഷയിൽ മുന്നേറുമ്പോൾ ആളുകൾക്ക് അസൂയ തോന്നിയേക്കാം. ആക്രമിക്കപ്പെടുമെന്ന് കരുതി ആളുകൾ നേതാക്കളായി സേവനമനുഷ്ഠിയ്ക്കാൻ ആഗ്രഹിക്കുന്നില്ല.
23. ആറ് പഠിപ്പിക്കലുകൾ: 1) ഒരു ദാസന്റെ ഹൃദയത്തെ വിലമതിക്കുക. 2) നിങ്ങൾ നിങ്ങളെക്കുറിച്ചു പറയുന്നതിലും പ്രവർത്തിക്കുന്നതിലും മറ്റുള്ളവർ നിങ്ങളെക്കുറിച്ച് പറയുന്നതിലും ചിന്തിക്കുന്നതിലും അല്ല, എന്നാൽ ക്രിസ്തുവിൽ നിങ്ങളുടെ വ്യക്തിത്വം കണ്ടെത്തുക. 3) നിങ്ങളുടെ ബലഹീനതകളിൽ പ്രശംസിക്കാൻ പഠിക്കുക. 4) മറ്റുള്ളവരുടെ വിജയങ്ങളിൽ സന്തോഷിക്കാനും അവർ കഷ്ടപ്പെടുമ്പോൾ അവരോടൊപ്പം ദുഃഖിക്കാനും പഠിക്കുക. 5) സ്നേഹത്തിൽ സത്യം എങ്ങനെ സംസാരിക്കാമെന്ന് പഠിക്കുക. 6) കണ്ണുകടിയുടെ വിനാശകരമായ ഫലങ്ങളെക്കുറിച്ച് പഠിക്കുക.
24. ആളുകൾക്ക് വളരാൻ കഴിയില്ല, കാരണം അവർ അവരുടെ പ്രശ്നങ്ങൾ മറച്ചുവെക്കുകയും അവയിൽ സഹായം ആഗ്രഹിക്കുകയും ചെയ്യുന്നില്ല.
25. ആറ് വിഷയങ്ങൾ: 1) ക്ഷമ. 2) നിരസിക്കലും കുറ്റകൃത്യവും. 3) വിശ്വാസം വളർത്തിയെടുക്കൽ. 4) മന്ത്രവാദം ഉപേക്ഷിക്കൽ. 5) സ്ത്രീകളും പുരുഷന്മാരും പരസ്പരം ബഹുമാനിക്കുകയും സത്യം സംസാരിക്കുകയും ചെയ്യുക. 6) മാതാപിതാക്കൾ കുട്ടികളെ ശപിക്കുന്നതിനുപകരം അവരെ അനുഗ്രഹിക്കുക.
26. അങ്ങനെ ആളുകൾക്ക് അവരുടെ മുഴുവൻ ലോകവീക്ഷണവും പുനർനിർമ്മിക്കാൻ കഴിയും.
27. സ്റ്റീവ് വേഗത്തിൽ ആളുകളെ ക്രിതുവിലേയ്ക്ക് നയിച്ചു, പക്ഷേ അവരെ നിലനിർത്താൻ കഴിഞ്ഞില്ല. ചെറി പതുക്കെ ആളുകളെ ക്രിതുവിലേയ്ക്ക് നയിച്ചു, പക്ഷേ അവർ ക്രിസ്തുവിനോടൊപ്പം തുടർന്നു. യേശുവിനെ അനുഗമിക്കാൻ ആളുകൾ തീരുമാനിച്ചപ്പോൾ അവർ എന്തിനുവേണ്ടിയാണ് പ്രതിജ്ഞാബദ്ധരാണെന്ന് അവർക്ക് നന്നായി മനസ്സിലായതിനാൽ ചെറിയുടെ സമീപനം മികച്ചതായി.
28. ആറ് ഘട്ടങ്ങൾ: 1) രണ്ട് ഏറ്റുപറച്ചിലുകൾ. 2) പിന്തിരിയൽ. 3) അഭ്യർത്ഥനകൾ. 4) പരസ്പര വിശ്വസ്തത കൈമാറൽ. 5) വാഗ്ദാനവും സമർപ്പണവും. 6) പ്രഖ്യാപനം.
29. 4-6 ഘട്ടങ്ങൾ.
30. സാത്താൻ.

31. *'ഷഹാദ* ഉപേക്ഷിക്കാനും അതിന്റെ ശക്തി തകർക്കാനുമുള്ള പ്രഖ്യാപനവും പ്രാർത്ഥനയും' എന്ന് പ്രാർത്ഥിച്ചുകൊണ്ട് ഇസ്ലാം ഉപേക്ഷിക്കുക.
32. കൂടുതൽ പക്വതയുള്ള ബിഎംബി പാസ്റ്റർമാർ.
33. നിങ്ങൾക്ക് ഏറ്റവും നല്ല വ്യക്തിയെ ഉറപ്പാക്കാനും, നേതൃത്വത്തിന് തയ്യാറാകാൻ അവരെ സഹായിക്കാനും.
34. അവർ വിനയം പഠിക്കുന്നില്ല, മറ്റുള്ളവരിൽ നിന്ന് അവർ നിരസിക്കപ്പെട്ടേക്കാം.
35. പതിവായി: ആഴ്ചയിൽ ഒരിക്കലെങ്കിലും.
36. ദൈനംദിന വെല്ലുവിളികളിൽ ബൈബിൾ പ്രായോഗികമാക്കുക. ഇത് അവരുടെ സ്വഭാവം ക്രിസ്തുവിന്റേതുപോലെ വളരാൻ സഹായിക്കുന്നു.
37. പരിശീലനം നേടുന്നയാൾക്ക് സുതാര്യത മാതൃകയാക്കാൻ.
38. ലജ്ജ ഒഴിവാക്കാൻ.
39. അങ്ങനെ അവർക്ക് വെല്ലുവിളി നിറഞ്ഞ വിഷയങ്ങളെ നേരിടാൻ പഠിക്കാൻ കഴിയും.
40. ബന്ധനങ്ങൾ നീക്കം ചെയ്യുകയും മുറിവുകൾ ഉണക്കുകയും ചെയ്തില്ലെങ്കിൽ, ഇത് ഒരു വ്യക്തിയുടെ ശുശ്രൂഷയിലെ ഫലപ്രാപ്തിയെ പരിമിതപ്പെടുത്തും. കൂടാതെ, ആരെങ്കിലും സ്വതന്ത്രരാക്കപ്പെട്ടാൽ, മറ്റുള്ളവരെ സ്വതന്ത്രരാക്കാൻ എങ്ങനെ സഹായിക്കണമെന്ന് അവർക്ക് നന്നായി അറിയാം.
41. അങ്ങനെ അവർക്ക് ശുശ്രൂഷയിൽ സഹിച്ചുനിൽക്കാനും വിശ്വസിക്കാനും കഴിയും.
42. ദാസഹൃദയരും പരസ്പര സ്നേഹവും ബഹുമാനവുമുള്ളവർ.
43. അങ്ങനെ നമുക്ക് വിമർശനാത്മകമായ പ്രതികരണം സ്വീകരിക്കാനും പക്വതയിൽ വളരാനും കഴിയും.
44. പരിശീലനം നേടുന്നയാൾക്ക് സ്വയം അവബോധം മാതൃകയാക്കാൻ.
45. കാരണം അവർക്ക് അത് ഒഴിവാക്കാൻ കഴിയില്ല.
46. ദൈവത്തെ ബഹുമാനിക്കാനും, സഭയ്ക്കുവേണ്ടി ദൈവാനുഗ്രഹം സ്വീകരിക്കാനും, വിനയം പഠിക്കാനും.